# திறனாய்வுக் கலை
### கொள்கைகளும் அணுகுமுறைகளும்

**தி.சு. நடராசன்**

**நியூ செஞ்சுரி புக் ஹவுஸ் (பி) லிட்.,**
41-பி, சிட்கோ இண்டஸ்டிரியல் எஸ்டேட்,
அம்பத்தூர், சென்னை- 600 050.
☎: 044 - 26251968, 26258410, 48601884

Language: Tamil
## Thiranaivuk Kalai
### Kolkaigalum Anugumuraigalum
Compiled : **T. S. Natarajan**
Revised Second Edition : August, 2003
Thirteenth Edition: November, 2020
Fourteenth Edition: October, 2021
Copyright : Author
No. of Pages : iv + 276 = 280
Publisher:
**New Century Book House Pvt. Ltd.,**
41-B, SIDCO Industrial Estate,
Ambattur, Chennai - 600 050.
Tamilnadu State, India.
email: info@ncbh.in
Online: www.ncbhpublisher.in

ISBN. 978 - 81 - 2340 - 485 - 1
Code No. A 899
₹ 250/-

### Branches
**Ambattur (H.O.)** 044 - 26359906, **Spenzer Plaza (Chennai)** 044-28490027
**Trichy** 0431-2700885 **Pudukkottai** 04322- 227773 **Tanjore** 04362-231371
**Tirunelveli** 0462-4210990, 2323990, **Madurai** 0452-2344106, 4374106
**Dindigul** 0451-2432172 **Coimbatore** 0422-2380554 **Erode** 0424-2256667
**Salem** 0427-2450817 **Hosur** 04344-245726 **Krishnagiri** 04343-234387
**Ooty** 0423-2441743 **Vellore** 0416-2234495 **Villupuram** 04146-227800
**Pondicherry** 0413-2280101 **Nagercoil** 04652-234990

### திறனாய்வுக் கலை
கொள்கைகளும் அணுகுமுறைகளும்
ஆசிரியர் : **தி.சு. நடராசன்**
திருத்திய இரண்டாம் பதிப்பு : ஆகஸ்ட், 2003
பதின்மூன்றாம் பதிப்பு : நவம்பர், 2020
பதினான்காம் பதிப்பு : அக்டோபர், 2021

அச்சிட்டோர்: **பாவை பிரிண்டர்ஸ் (பி) லிட்.,**
16 (142), ஜானி ஜான் கான் சாலை, இராயப்பேட்டை, சென்னை - 14
☎: 044-28482441

All rights reserved. No part of this book may be reprinted or reproduced or utilised in any form or by any electronic, mechanical, or other means, now known or hereafter invented, including photocopying and recording, or in any information storage or retrieval system, without permission in writing from the publishers.

# அடங்கன் முறை

1. திறனாய்வாளனும் திறனாய்வும் 3

2. திறனாய்வு வகைகள்

2.1. விளக்கமுறைத் திறனாய்வு 20

2.2. ஒப்பீட்டுத் திறனாய்வு 24

2.3. மதிப்பீட்டு முறைத் திறனாய்வு 27

2.4. ரசனைமுறைத் திறனாய்வு 31

2.5. பாராட்டுமுறையும் பிறவும் 35

2.6. இலக்கிய வகைநிலையியல் 40

3. திறனாய்வு அணுகுமுறைகள்

3.1. அறநெறி அணுகுமுறை 46

3.2. சமுதாயவியல் திறனாய்வு 51

3.3. வரலாற்றியல் அணுகுமுறை 67

3.4. உளவியல் அணுகுமுறை 88

3.5. தொல்படிமவியல் 105

3.6. மொழியியல் அணுகுமுறை 116

3.7. உருவவியல் திறனாய்வு 133

3.8. தலித்தியமும் திறனாய்வும் 141

3.9. பெண்ணியத் திறனாய்வு 151

3.10. அறிவியல்வழி அணுகுமுறை 160

4. கொள்கைகளும் கோட்பாடுகளும்
    4.1. திறனாய்வும் தத்துவநெறியும்    169
    4.2. மார்க்சியத் திறனாய்வு    174
    4.3. அமைப்பியல்    197
    4.4. பின்னை அமைப்பியல்    219
    4.5. பின்னை நவீனத்துவம்    230
    4.6. பின்னைக் காலனித்துவம்    241

5. தமிழில் திறனாய்வின் வரலாறு    250

6. கலைச் சொல் அடைவு    266

## காற்று நம் தோழன்
### ... திறனாய்வும் தான்

காற்று வருகின்றான்
அவன் வரும்வழியை நன்றாகத் துடைத்து நல்ல நீர்
தெளித்து வைத்திடுவோம்.
அவன் நல்ல மருந்தாக வருக
அவன் நமக்கு உயிராகி வருக
அமுதமாகி வருக,
நொய்ந்த வீடு, நொய்ந்த கதவு, நொய்ந்த கூரை,
நொய்ந்த மரம், நொய்ந்த உயிர்
நொய்ந்த உள்ளம் - இவற்றைக் காற்றுத்தேவன் புடைத்து
நொறுக்கிவிடுவான் - சொன்னாலும் கேட்கமாட்டான்.
ஆதலால் மானிடரே வாருங்கள்.
வீடுகளைத் திண்மையுறக் கட்டுவோம்.
கதவுகளை வலிமையுறச் சேர்ப்போம்
உடலை உறுதிகொள்ளப் பழகுவோம்
உயிரை வலிமையுற நிறுத்துவோம்.
உள்ளத்தை உறுதி செய்வோம்
இங்ஙனம் செய்தால், காற்று நமக்குத் தோழனாகி விடுவான்
காற்று மெலிய தீயை அவித்துவிடுவான்.
வலிய தீயை வளர்ப்பான்
அவன் தோழமை நன்று.
அவனை நித்தமும் வாழ்த்துகின்றோம்.

- மகாகவி பாரதியார்

# 1

# திறனாய்வாளனும் திறனாய்வும்

## 1. இந்தச் சொல்

திறனாய்வு, விமரிசனம், 'Criticism' என்ற சொற்கள் இப்போது சரளமாக வழங்குகின்றன. ஆனால், எவ்வளவு காலமாக இவை புழக்கத்திற்கு வந்திருக்கின்றன?

'Critic' என்ற சொல்லை முதன்முதலாக, இலக்கியத்தோடு தொடர்புபடுத்திப் பேசியவர், ஆங்கில நாட்டின் மிகச் சிறந்த உரைநடையாசிரியரும் சிந்தனையாளருமாகிய ஃபிரான்சிஸ் பேக்கன் (1605 இல்) ஆவார். ஆனால் 'criticism' என்ற சொல்லை ஒரு கலைச் சொல்லாக இன்றையப் பொருளில் முதலில் புழக்கத்தில் விட்டவர், ஜான் டிரைடன் (18ஆம் நூஆ) என்ற ஆங்கிலக் கவிஞர் ஆவார். இலக்கியம் பற்றிய கட்டுக்கோப்பான, முறையான எந்த விவாதத்தையும் இந்தச் சொல்லினால் அவர் குறிப்பிட்டார்.[1] தமிழில், திறனாய்வு, விமரிசனம் என்ற இரண்டு சொற்களுமே, இந்தப் பொருளில் வழங்குகின்றன. 'விமரிசை' என்ற சொல்லிலிருந்து வந்தது, விமரிசனம். இது கொஞ்சம் பழைய சொல். விரிவாக - விளக்கமாகச் சொல்லுதல், பாராட்டிப் பேசுதல் என்று பொருள். இதிலிருந்து வந்த விமரிசனம் என்ற சொல், இலக்கியத்தோடு தொடர்புபட்டே வந்தது. 'criticism' என்ற சொல்லுக்கு இணையாக விமரிசனம் என்ற இந்தச் சொல்லை 1944லேயே, ரசனைமுறைத் திறனாய் வாளரும், (அழகப்பா கல்லூரி) தமிழ்ப் பேராசிரியருமாகிய ஆ.முத்துசிவன் பயன்படுத்தியிருக்கிறார். (அசோகவனம் - முன்னுரை) 'வெள்ளைக்காரர்கள் அவர்களுடைய இலக்கியத்திற்கு மிகுந்த செல்வாக்கை ஊட்டுவதற்காக வேண்டி எத்தனையோ

முறைகளைக் கையாளுகிறார்கள். அந்த முறைகளுள் ஒரு சிறந்த முறை, நாகரிகமான முறையில் விமரிசனம் எழுதுவது, மூலத்தைக் காட்டிலும் மும்மடங்கு அழகுள்ளனவாக இருக்கின்றன, சில விமரிசனங்கள்' இப்படி அவர் சொல்லிக் கொண்டு போகிறார்.

தொ.மு.சி.ரகுநாதன் தான், முதன்முதலாகத் தமிழில் விமரிசனம் பற்றிய நூல் எழுதியவர். அவர், 1948இல் 'இலக்கிய விமரிசனம்' எனும் நூலை எழுதினார். அதன் பிறகு 1951இல் க.நா.சுப்பிரமணியம் 'விமரிசனக்கலை' என்ற நூலை எழுதினார். 'திறனாய்வு' என்ற சொல், இலக்கியத்தின் திறன் எத்தகையது எவ்வாறு அது வெளிப்படுகிறது என்பதை மையமாகக் கொண்டு அத்தகைய திறனை ஆய்தல் என்ற பொருளில் ஒரு தொகைச் சொல்லாக உருவாக்கம் பெற்றது. இந்தச் சொல்லை முதன்முதலாகப் புழக்கத்தில் விட்டவர், 'இலக்கியக்கலை' (1953) எழுதிய பேராசிரியர் அ.ச.ஞானசம்பந்தன் ஆவார். இவை இரண்டுமே இன்று வழக்கிலிருந்தாலும் 'திறனாய்வு' என்ற சொல், பெரும்பாலும் கல்வியாளர் மத்தியிலும், 'விமரிசனம்' என்பது கல்வியாளர் அல்லாத பிற எழுத்தாளர்கள் மத்தியிலும் அதிகமாக வழங்குகின்றன.

## 2. திறனாய்வின் அடிப்படை

'இலக்கியத்தில் புரிபடாத அல்லது மேலும் மேலும் புரிந்து கொள்ளப்பட வேண்டிய இடங்கள் இருக்கின்றன - அவ் விடங்களைத் திறனாய்வு, நிறைவு செய்கிறது' இதனைத் திறனாய்வின் அடிப்படையான வரையறை என்று கருத முடியும். ஆனால், திறனாய்வு பற்றி ஏராளமான வரை யறைகள் இருக்கும் போலிருக்கிறதே.

இலக்கியம் வளர்ச்சியடைகின்ற போது, திறனாய்வும் வளர்ச்சியடைகின்றது. திறனாய்வின் எல்லைகள் விரிவடை கின்றன. எனவே, அதன் வரையறைகளும் பெருகுவது இயல்பே. 'இலக்கியம் பற்றிய முறையான எந்த விவாதமும் திறனாய்வுதான்' என்று ஆரம்பத்திலே சொல்லப்பட்டது.

இதே பாணியில் இம்ஷேர் என்ற திறனாய்வாளர் சில கேள்விகளை எழுப்பிக் கொண்டு 'இலக்கியப் படைப்பை ஒரு முறையான வழியில் பார்ப்பதுதான் திறனாய்வு'[2] என்று சொல் கிறார். 'இலக்கியத்தை வாசிப்பதன் மேல் ஒரு வகையான எதிர் வினை கொள்வது தான் திறனாய்வு' என்றும் அவர் மேலே

சொல்லுகின்றார். அதாவது, வாசிப்பின்போது கிடைக்கிற அனுபவங்களும், பொருள்களும், உணர்வுகளும்தான் திறனாய்வுக்குத் தளங்கள் என்பது கருத்து. இன்று நுட்பமான பல வரையறைகள் வந்துவிட்ட நிலையில் எளிமையான (மிகவும் சாராம்சமான) விளக்கம் தர விரும்புகிறார், மால்கம் கவ்லே. 'படைப்பிலக்கியம் பற்றிய எழுதப்படுவதுதான் திறனாய்வு என்று சொன்னால் போதாதா?' என்று அவர் கேட்கிறார்.[3]

'கவிஞனின் வேலை, வெளிப்பட்டுக் கிடப்பவற்றை உள்ளே மறைத்து வைப்பது; திறனாய்வின் வேலை, மறைந்து கிடப்பவற்றை வெளிப்படுத்திக் காட்டுவது' என்று சொல்லுவார்கள். உளவியல் திறனாய்வாளராகிய நார்த்ரோப் ஃபிரய் (Northrop Frye) சொல்வார், 'கவிஞன் எந்த இடத்தில் விட்டுச் செல்கின்றானோ, அந்த இடத்தைத் திறனாய்வாளன் பிடித்துக் கொள்கிறான்'[4]. அதாவது கவிதை முடிகிற இடத்திலிருந்து திறனாய்வு தொடங்குகிறது. இதையே இன்னொரு எல்லைக்கு எடுத்துச் சென்று, ஜேக்கு டெர்ரிடா முதலிய பின்னை அமைப்பியலாளர்கள் 'இலக்கியம் ஒரு பனுவல் என்றால் அதன் மீதான திறனாய்வு என்பது அதன் மீதான இன்னொரு பனுவல், என்று விளக்கம் தருகின்றனர்.[5] இப்படித் திறனாய்வுக்கு வரையறைகளும் விளக்கங்களும் நிறையவே உண்டு. இவை காலந்தோறும் வளர்ந்துவருகிற புதிய புதிய கருத்தியல்களுக்கும் சிந்தனை முறைகளுக்கும் ஏற்ப மாறி வருகின்றன என்பது கவனத்திற்குரியது.

### 3. அணுகுமுறை

**திறனாய்வு நிகழ்த்தப் பெறுவதற்கு முக்கியமாக வேண்டப்படுவது, குறிப்பிட்ட அணுகுமுறையும் பார்வையுமாகும். இது தான் முதன்மையான தேவையோ-**

திறனாய்வு தன்னுடைய இலக்குகளை நோக்கிப் பயணப்பட வேண்டும். இதற்குரிய பாதைகளை வகுத்துக்கொள்ள வேண்டும். இன்னவாறு சென்றால் இன்னவாறு அடையலாம் என்ற திட்டங்களுடன் குறிப்பிட்ட நோக்கமும் மனப்பாங்கும் அறிதிறனும் கொண்டது, அணுகுமுறையாகும். திறனாய்வினுடைய செயலை - செயல்முறையை - 'அணுகு முறை' என்பது குறிக்கின்றது. இதற்குரிய திறனாய்வினுடைய 'கருவி', அணுகுமுறை, பார்வைகளையும் வரன்முறைகளையும் அனுபவங்களையும் சாராம்சமாக்க் கொண்டது தான், திறனாய்வுக் கொள்கை என்பது.

இந்த அணுகுமுறை எதனைச் சார்ந்து அமைகிறது? 1. குறிப்பிட்ட இலக்கியத்தையும், அதன் அடிப்படையான பண்புகளை மற்றும் அதன் பிரத்தியேகத் தேவைகளையும், 2. திறனாய்வாளனுடைய பயிற்சியையும், அவனுடைய நிலைப்பாடுகளையும், 3. காலத்தையும் சூழல்களையும் ஒட்டிய தேவைகளைச் சார்ந்தும் மற்றும் வளர்ந்துவரும் கொள்கைகளையும், சொல்லாடல்களையும் எதிர்கொள்ளுகிற விதத்திலும் அணுகுமுறை அமைகிறது. சரியான பார்வையும் பயிற்சியும் தேவையும் இல்லையானால், பொருத்தமான அணுகுமுறை கிடைக்காது. பொருத்தமானதைப் பொருத்தமான நிலையில் பயன்படுத்த வேண்டும். இல்லையானால், திறனாய்வு நொய்ந்து போகும்.

## 4. நோக்கமும் பணியும்

திறனாய்வு என்பது அடிப்படையில், இலக்கியத்தின் நோக்கத்தையும் பணியையும் சார்ந்ததுதான் என்று சொல்லப்படுகிறதே-

திறனாய்வின் நோக்கம் அல்லது பணி, அடிப்படையில் இலக்கியத்தை மையமிட்டது. ஆனால், இலக்கியம் எதனை மையமிட்டது? திறனாய்வு, இப்படி வினாக்களை எழுப்புகிறது. வினாக்களை எதிர்கொள்கிறது; பதில்களையும் தருகிறது. இது, ஒரு தொடர் நிகழ்வு.

இலக்கியம் ஒரு கலையாக, ஒரு சாதனமாக, ஒரு சக்தியாக வருணிக்கப்படுகிறபோது, அதனுடைய சாத்தியங்களையும் வழிகளையும் திறனாய்வு ஆராய்கிறது. இலக்கியம், ஒரு புதிராக வருணிக்கப்படுமானால், அந்தப் புதிரைத் திறனாய்வு விடுவிக்க முயலுகிறது. இலக்கியம் மக்களுக்கானது மக்களிடம் போகிறது, மக்களைப் பாதிக்கிறது - என்று வருணிக்கப்படுமானால், திறனாய்வு, அந்த உறவுகளை இனங்கண்டு விளக்குகிறது. இலக்கியம், ஒரு காலத்தை, ஒரு இடத்தைப் பற்றியெழுந்திருக்கிறது என்று வருணிக்கிறபோது, அதன் கால-இட அச்சுக்களை (time - space - axis) திறனாய்வு, ஆராய்கிறது. இலக்கியம், பிரத்தியேகமாகப் பல கூறுகளையும், பண்புகளையும் உத்திகளையும் கொண்டிருக்கிறது என்று வருணிக்கப்படுமானால், திறனாய்வு, அதனை ஆழ்ந்து சென்று புலப்படுத்துகின்றது. இலக்கியம், பல செல்நெறிகளையும் (trends), பல இலக்கியப் போக்குகளையும் (movements), பல கருத்து நிலைகளையும்

(concepts) கொண்டிருப்பது என்று வருணிக்கப்படுமானால், திறனாய்வு பொருத்தமான தளங்களில் காலூன்றி, இலக்கியத்தின் இந்த இயங்குநிலைகளையும் கோணங்களையும் பகுத்து ஆராய்கிறது.

இப்படித் திறனாய்வு, விசாலமான பணிகளையும் நோக்கத்தையும் கொண்டிருக்கிறது. சுருக்கமாகச் சொன்னால் - இலக்கியத்தை ஒரு தளமாகக் கொண்டு, திறனாய்வு, ஒரு அறிவுத் தேடலாக அமைந்திருக்கிறது. இலக்கியத்தைக் காலம் இடம் என்ற பரிமாணங்களின் இடைவெளியை நிரப்பிப் புரிந்து கொள்ளுதலுக்குத் துணை நிற்கிறது. இலக்கியத்தை விளக்குகிறது. மதிப்பீடு செய்கிறது. வாசிப்புகளுக்குப் பல பரிமாணங்களைத் தருகிறது. படைப்பாளிக்கு அது ஒரு உற்சாகம்; சில சமயங்களில் ஒரு போதனை; பல சமயங்களில் அது ஒரு தோழன். வாசகனுக்குத் திறனாய்வு, ஒரு உசாத்துணை; அவனில் அது ஒரு பரிமாணம்; அவனுக்கு விசாலமான ஒரு உலகத்தைக் காட்டும் குரு. மொத்தத்தில் (சரியாக அமையுமானால்) அது சுகமான பிரயாணம்; உண்மையான ஒரு நிகழ்வு.

## 5. நடைமுறைகள்

**இலக்கியத்தை வளர்ப்பதில் திறனாய்வாளனுக்கு முக்கியமான பங்கு இருக்கிறது. இலக்கியம் வளர்வதற்குரிய சூழலை உருவாக்குகின்ற பணி, திறனாய்வாளனுடையது. அதனைச் சரியான முறையில் செயல்படுத்துவதற்குச் சில நடைமுறைகளை அவன் பின்பற்ற வேண்டுமே-**

வளர்ப்பது என்றால் முலைப்பாலூட்டிச் சேயை வளர்க்கும் தாய் போல் அல்ல. நெற்பயிர் வளர்கிறது. விதை - நாற்று - பயிர் - கதிர் எல்லாம் படைப்பாளிதான். படைப்புக்கள்தான். ஆனால், களையைக் களைய வேண்டாமா? நல்ல உரம் வேண்டாமா? நீர் வேண்டாமா? நெல், நுகர்வோருக்குப் போய்ச் சேர வேண்டாமா? வரப்புயர நெல் உயரும், திறனாய்வு ஒரு நல்ல இலக்கியச் சூழலை உருவாக்குகிறது; உருவாக்கப் பாடுபடுகிறது. ஏற்புடைய அந்தச் சூழலில் நல்ல படைப்பிலக்கியம் வளர்கிறது.

முதலில் அவன் பொறுப்பான திறனாய்வாளனாகத் தனது திறனாய்வுப் பணியைச் செவ்வையாகத் தொடங்க வேண்டும். பணி எங்கிருந்து தொடங்குகிறது? மால்கம் கவ்லே (Malcolm Cowley) என்ற புகழ்பெற்ற திறனாய்வாளர், இரண்டு படிகளைச்

சொல்லுகிறார்.[6] முதலாவதாகத், திறனாய்வதற்கு ஏற்புடைய தகுதியான - படைப்பிலக்கியங்களைத் தேர்ந்தெடுக்க வேண்டும். இரண்டாவது, அவ்வாறு தேர்ந்தெடுத்துக் கொண்டதை விவரிக்கவோ, பகுத்து விளக்கவோ, புதிய விளக்கங்கள் கொடுக்கவோ தொடங்க வேண்டும். கவ்லே கூறும் இவை யிரண்டும் கேட்பதற்கு முதலில் எளிமையாக இருந்தாலும், மிகவும் ஆழமாகக் கவனிக்கப்பட வேண்டியவை. தகுதியான வற்றைத் தேர்ந்தெடுப்பது என்றால், தகுதியானவை என்று முடிவு செய்வது எப்படி? அளவுகோல்கள் என்ன? திறனாய்வாளன்தான் முடிவு செய்யவேண்டும். அவனுடைய பயிற்சி, இலக்கியம் பற்றிய கண்ணோட்டம், சமுகத் தேவை பற்றிய உணர்வு, அவனது நோக்கம், எல்லாம் அதிலே அடங்கியிருக்கிறது. ஒரு வகையான மதிப்பீடு உள்ளடங்கியிருக்கிறது.

கவ்லே ஒரு குறிப்புத் தருகிறார். 'புதிய நூல்களுக்கும் முக்கியத்துவம் கொடுங்கள்; இதுவரை அதிகம் பேசப்படாத வற்றை நீங்கள் பேசுங்கள். பலராலும் தவறாகப் புரிந்து கொள்ளப்படுபவற்றைத் தவிருங்கள்'. இது திறனாய்வாளனுக்கு ஒரு மிகச்சிறந்த அறிவுரை.

சரியானவற்றைத் தேர்ந்தெடுப்பதன் மூலம், திறனாய்வின் முதலாவது வேலை முடிந்துவிடுகிறது; அடுத்துத், தேர்ந்தெடுத்த வற்றைத் திறனாய்வது என்பது அவனுடைய திறன்களையும் அவன் தேர்ந்தெடுக்கிற அணுகுமுறைகளையும், அவனுடைய கொள்கைகளையும், கோணங்களையும் சார்ந்தது. இன்னொரு புகழ் வாய்ந்த திறனாய்வாளராகிய ஃஎப்.ஆர்.லீவிஸ் (F.R.Leavis) திறனாய்வாளனுடைய முதல் நோக்கத்தையும் பணியையும் பற்றிச் சொல்லுகின்றபோது, எடுத்துக்கொண்ட இலக்கியத்தின் மேல் அவனுக்கு ஒரு முழுமையான 'பிடி' இருக்க வேண்டும் என்று வலியுறுத்துகின்றார்.[7] தன்னுடைய கவனத்தைப் பெரிதும் ஈர்த்திருக்கின்ற எந்த ஓர் இலக்கியத்தையும் முடிந்த அளவிற்கு உணர்வுப்பூர்வமாகவும், முழுமையாகவும் திறனாய்வாளன் உள்வாங்கிக் கொள்ளவேண்டும். எந்தக் காரணம் தொட்டும் அந்தப் பிடியை அவன் தளர்த்திவிடக்கூடாது என்கிறார்.

ஏ.சி.பிராட்லி, திறனாய்வாளனுடைய முதலும் முக்கியமானது மான பணியைப் பற்றிக் குறிப்பிடுகிறபோது, திறனாய்வுக்கென அவன் எடுத்துக் கொள்கின்ற இலக்கியத்தில், அவன் தன்னை முழுமையாக ஒப்படைத்துவிடவேண்டும் என்று கூறுகின்றார்.

அதனில் அவன் லயித்துவிட வேண்டும் என்கிறார். ஆனால் லயித்து மூழ்கிவிட்டால் வெறுமனே ரசனைக்குள் அவன் முடிந்து விடுவான். ஆகவே மூழ்கிவிடாமல் முக்குளிக்க வேண்டும். தன்னை - தனது நோக்கத்தை - மறந்துவிடக்கூடாது. ஆகவே இலக்கியத்தை அவன் முழுமையாக வயப்படுத்த வேண்டும் என்பதுவே சரி. முழுமையாக வயப்படுத்தியிருக்கிறபோதுதான், அதன் மீது முழுமையாக எதிர்வினை கொள்ள முடியும். அப் போதுதான் திறனாய்வு, யாரும் மதிக்கத்தக்க ஆற்றல் கொண்ட தாக அமையும்.

சரி, திறனாய்வாளனுக்கு இந்த முழுமையான பிடிப்பு எப்படி ஏற்படுகிறது? ஒரு வேளை, டேவிட் டெய்ச்சஸ் எனும் இன்னொரு திறனாய்வாளர் சொன்னது மாதிரி, எடுத்துக் கொண்ட படைப்பிலக்கியத்தின் செய்நேர்த்தியை (craft) ஆராய்வதன் மூலமாக - அதனுடைய வழிமுறையைப் பின் தொடர்ந்து அறிவதன் மூலமாக - அதனை, மேலும் மேலும் ஆக்கப்பூர்வமாகப் படிப்பதன் மூலமாக[8] எனலாமா? ஆம்; ஆனால், அதுமட்டுமல்லாமல், அவனது ‘உண்மை’ (Sincerity) தீவிரத்தன்மை (seriousness) உழைப்பு - இவை முக்கிய காரணங்கள்.

### 6. திறனாய்வாளன் - தகுதிகள்

> திறனாய்வின் நடைமுறையில் முதற்பணி - தகுதியான இலக்கியத்தைத் தேர்ந்தெடுத்துக் கொள்ளுதல்; அதனைத் தன்வயப்படுத்தி அதன்மீது முழுமையான பிடியை வைத்துக் கொள்ளுதல்; பிறகு அதற்கும் தனக்கும் ஏற்ற அணுகு முறையோடு அதன் மீதான தனது எதிர்வினையை ஆக்கப் பூர்வமாக வெளியிடுதல். ஆனால் இப்படியாகப்பட்ட திறனாய் வாளனுக்கு என்று சிறப்பான சில தகுதிகளும் வேண்டப் படுமே-

இந்தத் தகுதிகள் அல்லது பண்புகள் என்று நிறையவே சொல்ல முடியும். ஆனால், முக்கியமானவற்றை மட்டும் இங்கே சொல்லலாம். சுருக்கமாகச் சொல்வதனால், ஒரு நல்ல திறனாய் வாளன், பொறுப்புள்ள இலக்கியவாதியாகவும் ஒரு நல்ல வாசகனாகவும் பொறுப்புள்ள மனிதனாகவும் இருக்க வேண்டும். தான் ஒரு திறனாய்வாளன் என்ற உணர்வு இருக்க வேண்டும். தன்னுடைய கருத்துக்கள் இலக்கிய உலகத்தை ஏதோ ஒரு விதத்தில் எதிர்கொள்ளலாம் அல்லது பாதிக்கலாம் என்ற

நினைவும் இருக்க வேண்டும். எந்தத் திறனாய்வாளனும், (எந்தப் படைப்பாளியையும் போன்று) தனக்காக மட்டுமே அல்லது தன்னுடைய தினவுகளைத் தீர்த்துக் கொள்வதற்காக மட்டுமே எழுதுவதில்லை. பரந்துபட்ட மக்களுக்காகவும், திறனாய்வுக் குட்படுத்திய படைப்பாளியைப் போன்ற இதரப் படைப்பாளி களுக்காகவும் அவன் எழுதுகிறான். எதைப் பற்றி எழுதுகிறோம் - என்ன எழுதுகிறோம் - ஏன் எழுதுகிறோம் - யாருக்காக எழுது கிறோம் என்ற நினைவுகளும் திட்டங்களும் அவனுக்குக் கட்டாயம் வேண்டும்.

பொதுவான அழகியல் உணர்வு, கலை - இலக்கியத்தை ரசிக்கக்கூடிய - அனுபவிக்கக்கூடிய - திறன் இவை திறனாய் வாளனுக்குரிய அடிப்படையான பண்புகள். இலக்கியத்தைப் பற்றியும், பரந்த உலகியல் வாழ்வு பற்றியும் பொதுவான அறிவும், இந்த - அல்லது இதனையொத்த - பொருள்கள் பற்றிய ஆழமான அறிவும், சரியான புலனுட்பமும், எதிர்கொள்பவற்றில் குறிப்பிடத் தக்கவை கண்டால் அவற்றைப் பளிச்செனப் பற்றிக் கொள்ளும் துடிப்பும் எதிர்வினை நிகழ்த்துவதில் வேகமும், உள்ளார்ந்த அறிவின் கூர்மையும், எதனையும் வகுத்தும் தொகுத்தும், பொதுமைப்படுத்தியும் வேறுபடுத்தியும் பார்க்கிற பக்குவமும் ஆய்வாளனுக்கு வேண்டப்படுகிற பண்புகள்.

நல்ல ஒரு திறனாய்வாளன் யார் என்று கேட்டால், மேற் கூறிய பண்புகளையும் தகுதிகளையும் பெற்றிருப்பவன் என்று சொல்லலாம்.

இது குறிக்கோளாக இருக்கலாம். ஆனால் - வாசகன், மேலும் மேலும் வாசிப்பதற்கும், விருப்பு வெறுப்புக்களை அகற்றிக் குறிப்பிட்ட இலக்கியத்தின்மேல் ஈடுபாடு கொள் வதற்கும், திறனாய்வாளன் ஒரு தூண்டுசக்தியாக இருக்க வேண்டும். புதிய கருத்துக்களைத் தருபவனாக, புதிய பாதை களைக் காட்டுபவனாக, புதியமதிப்புக்களை உணர்த்துபவனாக - மேலும், நல்ல வழிகாட்டியாகவும் தோழனாகவும் திறனாய் வாளன் திகழ வேண்டும்.

## 7. விருப்பு, வெறுப்பு

**திறனாய்வாளனுக்கு உரிய முக்கியமான தகுதிகளில், ஒன்று - அவனுக்கு அவ்இலக்கியத்தின் மீதோ, படைப்பாளியின் மீதோ விருப்பு வெறுப்பு இருக்கக்கூடாது என்று சொல்லப்படுகிறதே-**

இதனைப் பலரும் வற்புறுத்தியிருக்கிறார்கள். 'திறனாய் வாளன், தன்னுடைய சுயவிருப்பு வெறுப்புக்களையும் திரித்துக் கூறுகிற மனப்போக்கினையும் தவிர்த்துத் தன்னை ஒழுங்கு படுத்திக் கொள்ள முயலவேண்டும்' என்று டி.எஸ்.எலியட் அறிவுறுத்துகின்றார். மேலும், இன்னும் ஒருபடி மேலே சென்று, தனக்குரியதாக ஆக்கிக்கொள்கிற 'தன்னுணர்வினை' அழித்து விட வேண்டும் என்கிறார். "depersonalization" "impersonal" என்று முழுமையாகப் புறவயப்படுதலை அவர் வலியுறுத்துகிறார்.

ஆனால், திறனாய்வாளனுக்கும் உள்ளார்ந்த சில உளப் பாங்குகள், ஒருவகையான நோக்கம், அரசியல் - இப்படி எத்தனையோ இருக்கும். எனவே தன்னையழித்துக் கொள்வது என்பதும் முற்றிலும் புறவயநிலையில் பார்ப்பது என்பதும் நல்லதுதான்; ஆனால், சாத்தியமில்லை. இருப்பினும், நல்ல திறனாய்வாளனாக இருக்க வேண்டுமானால் அவற்றை அவன் கட்டுப்படுத்துவதும் தவிர்ப்பதும் நல்லது. சாதி, சமயம், கட்சி யரசியல், நட்பு, பதிப்பாளர் மற்றும் பத்திரிக்கைப் பின்னணி, சொந்தபந்தம், சொந்த ஊர் போன்றவற்றின் பின்னணியில் விருப்பு வெறுப்பு ஏற்படுமாயின், திறனாய்வு சுகப்படாது; சோரம்போகும்.

வள்ளுவர் சொன்னது மாதிரி, 'காய்தல் உவத்தல் அகற்றிச், சமன் செய்து சீர்தூக்கும் கோல் போல் அமைந்து, ஒரு பால் கோடாமல், எப்பொருள் எத்தன்மைத்தாயினும், யார், யார் வாய்க் கேட்பினும், அப்பொருளில் மெய்ப் பொருள் கண்டு, குணம் நாடிக் குற்றமும் நாடி, அவற்றுள் மிகைநாடி மிக்க கொள்ள வேண்டும்'. இது தான் திறனாய்வாளனுக்குச் சிறப்பு.

## 8. பன்முக வியம்

திறனாய்வில் ஒரு அணுகுமுறைக்குப் பதில் பல அணுகு முறைகள்; அதுபோல ஒரு கொள்கை போதாது என்று பல கொள்கைகள் - இப்படிப்பட்டதுதான் பன்முகவியம் என்றால் அதற்குரிய தேவைகள் இருக்குமே-

குறிப்பிட்ட ஒரு இலக்கியத்திற்கு ஒரே அணுகுமுறைதான் ஏற்புடையது என்பாரும், ஒரு நேரத்தில் - அதாவது ஒன்றனைத் திறனாய்கின்றபோது - ஒன்றுக்கு மேற்பட்ட அணுகுமுறை களைப் பயன்படுத்தக்கூடாது என்பாரும், ஒன்றே என்று பயின்று அதுவே என்றும் தமக்கு நன்று என்று சொல்வோரும் பலர்.

ஆனால், ஒரு திறனாய்வாளனுக்கு ஒரே அணுகுமுறை தான் என்பது சலிப்பூட்டுவது; திறனாய்வாளனைக் கட்டுப்படுத்துவது என்று வெயின்பூத் (Wayne Booth) என்பார் கூறுகின்றார். இவர் திறனாய்வில் பன்முகவியம் (Pluralism) எனும் கொள்கையை வலியுறுத்துகின்றவர். 'திறனாய்வாளர்களிடம் கருத்து வேற்று மைகள் இருக்கின்றனவா - சச்சரவுகள் இருக்கின்றனவா - இருக்கட்டுமே' என்பார் அவர். முரண்பாடுகள் கடுமையாகிற போது, திறனாய்வு மேலும் ஆரோக்கியப்படும், என்பார் அவர்.

குறிப்பிட்ட அணுகுமுறை, குறிப்பிட்ட ஓர் இலக்கியத்திற்கு மிகவும் ஏற்புடையதாக இருக்கலாம். அதேபோது இன்னொன்றற்குப் பொருந்தாமல் போய்விடலாம். அணுகுமுறையினை, எது, எதற்குப் பொருந்தும் - மிகச் சரியாகப் பொருந்தும் - என்ற கணிப்பு இல்லாமல், திறனாய்வைக் கையில் எடுக்க முடியாது; கூடாது.

ஒரு திறனாய்வுக் கொள்கை அல்லது கருத்துநிலை, ஒரு படைப்புக்கு முழுமையாகப் பொருந்தாதபோது, இன்னொன்றின் தேவை, அவசியமானதாகவும், இயல்பானதாகவும் ஆகிவிடுகிறது என்று சில திறனாய்வாளர்கள் எழுதுகிறார்கள். மேலும், இலக்கியத்திற்குப் பல விளக்கங்கள் உண்டு. பல வரையறைகள் உண்டு; ஒன்றுக்கு மேற்பட்ட பல பரிமாணங்கள் உண்டு. இதனை, ஏற்றுக்கொள்கிறபோது, அந்தச் சூழலில் பன்முகவியம் பரிணமிப்பதாகச் சொல்லப்படுகிறது.

ஆனால், இது, இதிலும் அதிலுமாக அள்ளிப் போட்டுக் கொள்ளும் 'ஐந்தறைப் பெட்டி' அல்ல. பட்டமுறை ஆராய்ச்சியில், கல்வியுலகில், நெறிமுறைகள் தேடும் ஆய்வாளன், வாசகத்தில் கொஞ்சம், வரலாற்றில் கொஞ்சம், அலசலில் கொஞ்சம், ஒப்பு நோக்கில் கொஞ்சம், பாராட்டில் கொஞ்சம், பரவசத்தில் கொஞ்சம் என்று துண்டுதுண்டாக விண்டு கொள்வான். ஆனால், பன்முகவியத் திறனாய்வு என்பது அது அல்ல. குறிப்பிட்ட படைப்புப் பற்றிய ஒரு முழுமையான கருத்துநிலையை, வாசகன் மனதிலாக்கிக் கொள்ள வேண்டும்; அதற்கு ஏற்ப, அந்தப் படைப்பினுடைய பல்வேறு பண்புகளுக்கும் பொருத்தமுற ஒன்றுக்கு மேற்பட்ட திறனாய்வு முறைகளை - குறைந்தது, இரண்டனை, முழுமையாக இணைத்து - ஆனால், அவற்றின் தனித்துவம் சிதைந்துவிடாமல் செய்கிற திறனாய்வே, பன் முகவியத் திறனாய்வாகும். இரண்டு அல்லது இரண்டுக்கு

மேற்பட்ட அணுகுமுறைகளை அல்லது கொள்கைகளை, ஒரே தளத்தில் பயன்படுத்துவது, சற்றுச் சிரமமானதுதான், இதற்குத் திறனாய்வில் ஆழ்ந்த அறிவும் தேர்ச்சியும் தேவை.

மேலும், ஒரே இலக்கியத்தில் அல்லது ஒரே படைப் பாளியின் மேல், ஒன்றற்கு மேற்பட்ட அணுகுமுறைகளைப் பயன்படுத்துகிறபோது, அவை தமக்குள் எதிர்நிலையில் இருப்பனவாக இருந்துவிடக்கூடாது. அப்படியானால், முரண் பட்ட பார்வையும் முரண்பட்ட முடிவுகளும்தான் விஞ்சும்.

**ஒரே இலக்கியத்தில் ஒன்றற்கு மேற்பட்ட அணுகுமுறை களைப் பயன்படுத்துவது பன்முகவியம். அப்படியானால், எந்த ஒன்றும் தன்னளவில் நிறைவானது அல்ல என்றாகிறது. இதனை எல்லாத் திறனாய்வாளர்களும் ஒத்துக்கொள்வதில்லையே-**

இது பற்றி, இன்றைய ஆங்கிலத் திறனாய்வாளர்களில் குறிப்பிடத்தக்கவராகிய டெர்ரி ஈகிள்டன் (Terry Eagleton) சொல்லுவதைச்[10] சுருக்கமாக இங்கே சொல்லலாம்: இலக்கியத் திறனாய்வில் பல வழிமுறைகள் (method) தொடர்புபட்டுக் கிடக்கின்றன! ஆனால் இவற்றிற்கிடையே பொதுவாகவுள்ள சிறப்பம்சங்கள் என்று எதுவுமில்லை. இலக்கியத் திறனாய்வு எனும் பகர்மொழி அல்லது சொல்லாடல் (discourse) ஒரு வேளை சிறப்புடையதாகவும் எல்லையற்றதாகவும் இருக்கிறது என்று கொண்டால், அதனை அப்படி ஆக்கியது - ஆக்குவது - 'அதனுடைய' வழிமுறை அல்ல - மாறாக, இலக்கியம் என்ற பொருளே, அதற்குரிய காரணமாகும். இந்த இலக்கியத்தளம் வலிமையுடையதாக - ஸ்திரமாக - இருக்கிற வரை, பல அணுகு முறைகளை நோக்கி நம்மால் நகர முடியும்; அப்படியும் நாம் எங்கே இருக்கிறோம் என்பதையும் உணர முடியும். ஆனால் இலக்கியம் என்பது அப்படி ஒரு திடமான பொருள் அல்ல; மேலும் இலக்கியமாகிய இந்தப் பொருளின் ஒருமிப்பு வெறும் மாயைதான். திறனாய்வில் வழிமுறைகள் பலவாக இருப்பது ஒரு வேளை நமக்கு மகிழ்ச்சி தரலாம். ஒரே ஒரு வழிமுறைதான் என்ற கொடுமையிலிருந்து இதன் மூலம் சுதந்திரம் கிடைப்பதாகவும் ஒரு வேளை நாம் மகிழலாம். ஆனால், இந்த வழிமுறைகளில் பல, தமக்குள் பரஸ்பரமாகப் பொருந்தி இணைந்து வராதவை. அப்படியிருந்தும், பன்முகவியத்தின் பின்னால் அணிவகுக்கின்ற வர்கள், அவற்றை ஒன்று சேர்த்து வைத்துப் பார்ப்பதற்குக் காரணம், இந்தப் பல வழிமுறைகளும் தம்முடைய முடிவுகளில்

வேறுபட்டிருக்கவில்லை என்று அவர்கள் கருதுவதாகும்; இவர்களில் பலர், திறனாய்வில் வழிமுறை எனும் சிந்தனை யையே வெறுப்பவர்கள். உள்ளுணர்வுகளையும் திடீர் அறிவு நிலைகளையும் விரும்புகின்றவர்கள்; வழிமுறையைச் சாராமல் அறிவார்ந்த உணர்வு நிலையை நம்புகின்றவர்கள். இலக்கியத்தில் சித்தாந்த ரீதியான மதிப்புக்கள் இருப்பதை இவர்கள் உணர் வதில்லை.

இவ்வாறு, பன்முகவியம் என்பதனை ஈகிள்டன் மறுக்கிறார். மேலும் இதற்கு அதிகார அரசியல் ரீதியான நிலைப்பாடு உண்டு என்கிறார் அவர். இங்கே அரசியல் என்பது வெறுமனே கட்சி சம்பந்தப்பட்டதல்ல; அதிகாரம் பற்றியதும் அது குறித்த சித்தாந்தம் சம்பந்தப்பட்டதும் ஆகும்.

## 9. இன்னொரு பரிமாணம்

திட்பமான நோக்குகளைச் சார்ந்த இயங்குதிறனோடு, குறிப்பிட்ட ஒரு இலக்கியத்தைப் பேசுகிற போது, அணுகு முறைக்கு, ஒரு தகுதியையும் மதிப்பையும் அந்தத் திறனாய்வு, உருவாக்கிவிடுகிறது. சரி. அப்படியானால், திறனாய்வுக்கு ஒரு புதிய பரிமாணமும் வரைகோடும் கிடைத்துவிடுகிறதே-

திறனாய்வும் இலக்கியமும் அடிப்படையில் ஒரு ஒழுங் கமைவு (system) அல்லது நிறுவனமே என்கிறார் ஈகிள்டன். எனவே திறனாய்விலும் இலக்கியம் பற்றிய அனுமானங்களிலும் நிறுவனம் என்பதற்குரிய பண்புகள் உண்டு; இந்நிறுவன அமைப்புத்தான் இலக்கியத்திற்கு 'இலக்கிய மதிப்பு' என்ற தகுதியை அமைத்துத் தருகிறது என்கிறார் அவர். இந்த 'மதிப்பு' தானாக வந்துவிடுவதில்லை. ஷேக்ஸ்பியரின் நாடகத்திற்கு மாபெரும் இலக்கியம் என்ற 'மதிப்பு' எப்படி வந்தது? இலக்கியத் திறனாய்வு உட்பட்ட இலக்கியம் என்ற நிறுவனம் அதற்கு அப்படியொரு மதிப்பை அமைத்துத் தந்திருக்கிறது. அதற்காக ஷேக்ஸ்பியர் மேதை அல்லர் என்பது பொருளல்ல. ஷேக்ஸ்பியர் பற்றி (அதுபோல இளங்கோ, வள்ளுவர், கம்பர், பாரதி...) எத்தனையோ விவாதங்கள், கருத்துக்கள் வந்திருக் கின்றன. ஆனால், இவையெல்லாமே திறனாய்வு எனும் எல்லைக்குள் அடங்குவன அல்ல. இலக்கியத் திறனாய்வு என்பது, நிறுவனமாக்கப்பட்ட (ஆனால் விவாதத் துக்கும் மாறுதலுக்கும் உரிய) குறிப்பிட்ட சில இலக்கிய விதி முறைக்

களுக்கேற்பப் பனுவல்களைத் தேர்ந்தெடுக்கின்றது; வடிவமைக்கின்றது; திருத்துகின்றது; பனுவல்களை மீளவும் எழுதுகிறது.

திறனாய்வு என்பது ஒரு பகர்மொழி; ஒரு சொல்லாடல்; ஒரு வகையான அதிகாரத்தை அல்லது சக்தியை அது பிரதிநிதித்துவப் படுத்துகிறது. அதன் 'அதிகாரம்' (power) பல தளங்களில் இயங்குகின்றது. 'கண்காணிக்கிற' ஒரு சக்தி அது. சொல்லக்கூடியது இன்னது என்று சிலவற்றை அது அனுமதிக்கிறது. சொல்லத் தகாதது என்று தகாநிலை நினைந்து, சிலவற்றை அது தவிர்க்கின்றது. இது இலக்கியப் பண்புடையது - இது இலக்கியமல்லாதது என்றும், இது உயர்ந்தது - இது வெறுமனே பிரசித்தமானது என்றும் பகுத்துச் சொல்வதன் வாயிலாகத், திறனாய்வு எனும் அதிகார சக்தி, எழுதுவதையும் படைப்பையும் கண்காணிக்கிறது. இலக்கியம் பற்றி நன்றாகப் பேசக்கூடியவர்கள் அல்லது மோசமாகப் பேசக் கூடியவர்கள் என்று 'சான்றிதழ்கள்' வழங்கக்கூடிய 'அதிகார சக்தி' அது. இறுதியாக, இலக்கிய - கல்வியியல் நிறுவனத்திற்கும், பரந்துபட்ட சமுதாயத்தின் ஆளும் அதிகார நலன்களுக்கும் இடையிலான உறவுகள் பற்றிய ஒரு வினாவாகவும் இது விளங்குகின்றது. இவ்வாறு திறனாய்வு என்பதனை, அரசியல் - அதிகாரம் என்ற மையத்திலிருந்து ஒரு புதிய கோணத்தில் டெர்ரி ஈகிள்டன் விளக்குகின்றார்.

### 10. பல்துறைச் சார்பு

**பன்முகவியம் என்பது ஒரு பக்கம் இருக்க, பரஸ்பரம் ஒரு துறையோடு இன்னொரு துறையையும் இணைத்துப் பேசுகிற திறனாய்வு முறையும் உண்டு; அப்படியானால் அதற்கான தனிப் பண்புகள் இருக்குமே-**

ஒன்றற்கு மேற்பட்ட துறைகளின் நெறிமுறைகளைத் தழுவி வருகின்ற திறனாய்வு, பல்துறைத் திறனாய்வு (inter - disciplinary approach) என்று அழைக்கப்படுகிறது. ஜொனாதன் குல்லர் (Jonathan Culler) என்னும் அமைப்பியல் திறனாய்வாளர் இதனை இரு வகையாக வரையறை செய்யலாம் என்கிறார்.[11] முதலாவது - இலக்கியமல்லாத பிற துறைகளிலிருந்து - உதாரணமாக, வரலாற்றுச் சூழல்கள், வரலாற்றியல் அளவிலான கருத்துக்கள், ஒலியமைப்புகள் போன்ற பிற துறைக் கருத்துக்களைத் திறனாய்வில் எடுத்தாளுதல், அப்படிப் பார்த்தால், எல்லாத் திறனாய்விலும் இது மாதிரியான எடுத்தாளுதலைப் பார்க்க முடியும். எனவே இது சிறப்புக்குரியதன்று. அடுத்து, இரண்டாவது வரையறை -

திறனாய்வில் வேறு துறை சார்ந்த வழிமுறைகளையும் கோட்பாடுகளையும் எடுத்தாளுதல். இதுவே பொருத்தமான, பயனுடைய வரையறையாகும். இது, வெறுமனே, பிற துறைக் கருத்துக்களை எடுத்தாளுவதைக் குறிப்பிடவில்லை; மாறாக, வேறு துறையின் நெறியியல் சார்ந்த வழிகாட்டுதலையும் ஆற்றலையும் எடுத்தாளுவது பற்றிப் பேசுகின்றது.

இத்தகைய திறனாய்வில் ஏ.ஓ.லவ்ஜாய், கென்னத் பர்க், எட்மண்ட் வில்சன், லியோனல் டிரில்லிங் ஆகியோர் குறிப்பிடத் தக்கவர்கள். இவர்களுக்குள்ளும், கென்னத் பர்க் மிகச் சிறந்த உதாரணம். ஒன்றிணைவான இலக்கியக் கொள்கை ஒன்றனை உருவாக்கும் நோக்கில், பல்வேறுபட்ட துறைகளிலிருந்து அவர் வழிமுறைகளைக் கையாளுகிறார். தொடக்கத்திலேயே அவர், மார்க்சியக் கோட்பாடுகளுக்கும் ஃபிராய்டியக் கோட்பாட்டுக்குமிடையே நெருக்கமான ‘மண’ உறவை ஏற்படுத்த முயன்றார். இலக்கியம் என்பது ஒரு குறியீட்டுச் செயல்பாடு (symbolic action); இலக்கியம் என்பது ஒரு வகையான சடங்கு (ritual), இலக்கியம் என்பது ஒரு வகையான போர்த் தந்திரம் (strategy) என்று விளக்கங்கள் கொடுத்தார். தமிழில் பல்துறை ஆராய்ச்சியில் அக்கறை காட்டியவர்கள், பேராசிரியர் எஸ்.வையாபுரிப் பிள்ளை, பேரறிஞர் தெ.பொ.மீனாட்சி சுந்தரன், பேராசிரியர் நா.வானமாமலை, கலாநிதி கைலாசபதி ஆகியோர். இவர்கள் தமிழின் மிகச் சிறந்த ஆய்வாளர்களாகப் போற்றப்படுகிறவர்கள்.

11. தவறான பயன்பாடு

> திறனாய்வு, எல்லையற்ற பரப்பினைக் கொண்டதாகத் தெரிகிறது. ஆனால் அதுவும் தவறு செய்யலாம். அது தனக்கான வாசகர் குழாங்களை ஏற்படுத்திக் கொள்ளலாம். இதன் மூலமாக வாசகன் வழிபிறழலாம். இப்படிச் சில போது, திறனாய்வு, தவறாகவும் (misuse of criticism) பயன்படக் கூடுமே-

திறனாய்வில் தவறுகள் ஏற்படலாம் என்பது உண்மைதான். பல சமயங்களில் அது தவறாகப் பயன்படுகிறது. தவறாகப் புரிந்து கொள்ளப்படுகிறது. இதனைத் தவிர்க்க வேண்டும். இதனை, ‘எழுத்து’ எனும் இலக்கிய இதழில் மு.பழனிசாமி[12] என்பவரின் சொற்களிலிருந்து சொல்லலாம்; “தவறான விமரிசனம் என்று கூறும்பொழுது, விமர்சகன் தவறான பாதையில் சென்று விட்டான் என்றோ, வாசகரைத் தவறான பாதையில் அழைத்துச்

செல்கிறான் என்றோ உடனே பொருள் கொள்வது தவறு. விமர்சகனது நோக்கத்தை நாம், நம் மனோ பக்குவத்திற்கேற்பக் கூட்டியோ குறைத்தோ மதிப்பிட்டு, தவறான வழியில் உபயோகப் படுத்திக் கொள்கிறோம் என்று தான் பொருள். நம்முடைய சுயமதிப்பும் விமர்சகனது மதிப்பும் இரண்டும் கூடிக் கலந்து தவறான ஒரு ரசாபாசத்தை ஏற்படுத்தும் பொழுது, அந்த விமர்சனம் அந்த அளவிற்குத் தவறானதாகவோ, சரியான தாகவோ தோன்றும்.

நாமே நேரடியாக ஒரு ஆசிரியரைக் குறித்து அவரது நூல்களின் வாயிலாகத் தெரிந்துகொள்ள முயற்சி செய்யாது, அந்த ஆசிரியர் குறித்து விமர்சகன் என்ன கூறியிருக்கிறான் என்பதை மட்டும் தெரிந்து கொள்கிற போது, விமர்சனத்தை நாம் தவறாக உபயோகப்படுத்திக் கொள்கிறோம் என்றாகிறது. ஆனால், அதே சமயத்தில் ஆசிரியர்கள் குறித்தும் அவர்தம் புத்தகங்கள் குறித்தும் தெரிந்துகொள்ள வேறு ஆதாரங்களை நம்பியிருக்கக்கூடாது என்ற சொல்வது மிகைப்படுத்திக்கூறும் குற்றமாகும். நம்முடைய முக்கியமான வேலை, இலக்கியத்தோடு நேரடியாகத் தொடர்பு கொள்வதேயல்லாமல் அதைவிட்டுச் சுற்றி வளைத்துத் தொடர்பு கொள்வதல்ல.

விமர்சனத்தையும் விளக்கங்களையும் படித்துவிட்டு, அதன் மூலம் ஒரு நூலைப் பற்றித் தெரிந்து கொள்வதிலே இன்னுமொரு தீமையுள்ளது. அதாவது, ஒரு புத்தகம் குறித்து, மற்றொரு வருடைய கருத்தை நாம் அப்படியே ஒத்துக்கொள்ள வேண்டிய சூழ்நிலையில் சிக்கிவிட வழியுண்டு. கெட்டிக்கார விமரிசகர் நம்மை அந்தச் சூழ்நிலைக்கு ஆளாக்கிவிடலாம். விமரிசகர் ஒரு மேதாவியாகவோ அல்லது அதிகம் படித்துப் பண்பட்ட வராகவோ இருப்பின் இது அநேகமாக சாத்தியமாகும். அந்த விமர்சகர் கூறியதே முற்றிலும் சரி என்று நாமும் ஏற்றுக் கொள்வோம். அதனால், அந்த விமரிசகரின் விளக்கங்களைப் படித்த பிறகு, மூலப் புத்தகத்தைப் படிக்க ஆரம்பித்தால், நம் சொந்த மனப்பாங்கு மூலமாக அல்லாமல் அந்த விமரிசகரின் மனப்பாங்கு மூலம்தான் படிப்போம். இது, வாசகனின் வாசிப்பைத் தவறாகக் கொண்டு போய்விடலாம்."

ஒரு திறனாய்வினை எதிர்கொள்ளுகிறபோது, வாசகன், முழுக்க, அதன் வழியிலேயே போய் விடாமல் இருக்க வேண்டும் என்பதையே மேற்சொன்ன கூற்று உணர்த்துகிறது. இன்று

திறனாய்வு, சக்தி வாய்ந்த ஒரு தனித்துறை; வளர்ந்துவரும் சமூக - அரசியல் சிந்தனைகளை எதிர்கொள்கிற ஒரு சிந்தனை முறை. அதன் சக்தியையும், பரப்பினையும், தேவையையும் புரிந்துகொண்டு அதனைத் தனக்குகந்ததாகப் பயன்படுத்திக் கொள்வது, வாசகனின் திறமையைப் பொறுத்தது.

## 12. நீளும் எல்லைகள்

**இன்று வாசகனுடைய திறமைக்கும் வாசிப்புக்கும் முக்கியத் துவம் வந்துவிட்டது. திறனாய்வு, இன்று இலக்கியத்தைத் தாண்டியும் போய்விட்டது. போல் தோன்றுகிறதே-**

ஆமாம். இலக்கியத்தின் மீது அமைய வேண்டிய திறனாய்வு சில சமயங்களில் அதனைப் புறந்தள்ளிவிட்டுப் போகிறது என்பது உண்மைதான். நவீனத்துவம் நெருக்கடிக்குள்ளாகிப், பின்னைஅமைப்பியலும் பின்னை நவீனத்துவமும் தோன்றிய பிறகு, பன்முக வாசிப்புக்கள், மறுவாசிப்புக்கள், மறுபனுவல்கள், எதிர் பனுவல்கள் என்ற நிலைப்பாடுகள் அல்லது கருத்தியல்கள் தோன்றிவிட்டன. இதன் காரணமாக, இலக்கியத்தை ஒரு 'சாக்காக' வைத்துக்கொண்டு, திறனாய்வு, பரந்த உலகத்தில் சஞ்சரிக்கிறது. இன்று ஒரு தனித்துறையாக, தனியான சமூக - பண்பாட்டுச் சிந்தனை வடிவமாக வளர்ந்துவிட்டிருக்கிறது. இலக்கியத் திறனாய்வாளர் என்று கருதப்படும் பலர், சமூகவியல் துறைச் சிந்தனையாளர்களாகத் - தத்துவவியலாளர்களாக, இருக்கிறார்கள். மேலைநாட்டுச் சிந்தனை உலகத்தில் இதற்கு (டெர்ரிடா, பூகோ, உம்பர்ட்டோ ஈக்கோ, போதிலர், ஜேம்ஸன்...) உதாரணர்கள் அதிகம். தமிழிலும் இத்தகைய முயற்சிகள் மேற்கொள்ளப்பட்டு வருகின்றன.

திறனாய்வின் எல்லைகள் பரவலானவை; சுதந்திரமானவை. சிந்தனைகளின் பரப்பும், இலக்கியத்தின் வெளிப்பாடுகளும், வாசிப்புக்களின் பரிமாணங்களும் விரிவடைந்து போகிற போது, இது தவிர்க்க முடியாதது; மட்டுமல்ல; இயல்பானதும்கூட. ஏனெனில், இலக்கியம் அத்தகையது. அது, மண்ணில் கால் பதித்து, விண்ணைத் தொடுகிறது. திறனாய்வு அதற்கு ஈடு கொடுக்க வேண்டாமா?

### குறிப்புக்கள்

1. John Dryden, (Quote) Geroge Watson. "The Literary Critics"; A Study of English Descriptive Literary Criticism, London, 1986, p.11

2. "Criticism is an orderly way of looking at a Literary work, asking questions about it... Criticism is discovery" - William Elmsher, A contemporary Handbook of Rhetoric, Language and Literature, London, 1972, p.200.
3. "Criticism is a writing that deals with the works of Art", Malcolm Cowley, A Many Windowed House, (Southern Illionis), 1970, p.250.
4. "The Critic takes over, where the poet leaves off" - Northrop Frye, in Kenyon Review, (Quote) W.K.Wimsatt Jr., & Cleanth Brooks, Literary Criticism - A Short History, Oxford IBH), 1964, p.711.
5. Cf., John Riddle, The Redoubling the commentary in Contemporary Literary Criticism (Ed.) Sharon R Gunton, (Detroit) 1983, Vol.24. pp.147-8.
6. opcit.p.250
7. F.R.Leavis, Literary Criticism and Philosophy: a Reply (to Rene Wellek), Scrutiny, Vol Vl.No.1., London, 1937.
8. David Daiches, Critical Approachers to Literature, (2nd Edn.) London, 1981, p.288.
9. Wayne C.Booth, Critical Understanding - The Powers and Limits of Pluralism, (Chicago), 1979, pp 4-5.
10. Terry Eagletone, Literary Theory - an Introduction (Basil Blackwell) Oxford, 1989, PP.197-207.
11. Jonathan Culler, "American Inter disciplinary Criticism. 1940-1974' in Twentieth Century American Criticism, (Ed.,) Rajnath, (Arnold Heinamann), New Delhi, 1947, pp. 17-30.
12. மு.பழனிச்சாமி, 'உபயோகமான - தவறான விமரிசனம்', எழுத்து, 77, சென்னை, 1965, பக். 82-85.

# 2

# திறனாய்வு வகைகள்

## 2.1
## விளக்கமுறைத் திறனாய்வு

இலக்கியம், காலம், இடம் எனும் தளங்களையும் வாசகர்களின் அறிதிறன்கள், ஏற்புமுறைகள் முதலியவற்றையும் எதிர்கொண்டு வாழ்கிற திறம் பெற்றது. குறிப்பிட்ட காலத்தில் குறிப்பிட்ட கலைஞனால் அது படைக்கப்படுவதேயெனினும், தனது எல்லையையும் அளவையையும் ஒற்றறைப் புள்ளியில் முடித்துக் கொள்ளாமல், புதிது புதிதாய் உயிர்க்கிற அற்புதப் பண்பினை அது பெற்றிருக்கிறது. இத்தகைய திறம், அதன் உள்ளார்ந்த பண்புகளிலும் சூழமைவுகளிலும் பொதிந்து கிடக்கிறது. பொதிந்து கிடப்பதைப் புரிந்துகொள்கிறபோது தான் கலைப்பொருள் தொடர்ந்து நுகரப்படுகிறது; வாழ்கிறது.

எனவே, 'இப்பொருள் இத்தன்மைத்து, இதனால் கொள்ளப் படுவது இது, அல்லது அறியப்படுவது இது' என்ற முறையில் புதிய சூழலுக்கும் மாறிய தேவைக்கும் ஏற்ப, ஒரு பொருளைச் சரியாகப் புரிந்துகொள்ளவோ அல்லது மேலும் அதனைக் கூடுதலாக அறிந்துகொள்ளவோ உதவுகிற வகையில் அந்தப் பொருளை வேறு சொற்களில் (re-phrasing) மீளவும் சொல்லுகிறோம். இதுவே விளக்கமுறை (Interpretation) ஆகும். திறனாய்வுப் பண்போடு கூடிய இதனைப் புலப்பாட்டுமுறைத் திறனாய்வு (Heurmanatics) என்றும் அழைப்பர். (ஆனால், இது, தத்துவ வியலோடு சம்பந்தப்படுத்தப்படுகிறது).

லியோன்லெவி சொல்வார்: ஒரு பொருள் அல்லது ஓர் அனுபவம், குறிப்பிட்ட ஒரு முறையில் அல்லது மொழியமைப்பில் அமைந்திருக்குமானால், அதன்மீது ஒளி பாய்ச்சி, அதன் உண்மையையும் பல்வேறு பண்புகளையும் வேறு சொல் வடிவங்களில் அல்லது மொழியமைப்பில் வெளிப்படுத்துவதே விளக்கவியல் எனப்படுகிறது' (Leon Levy, p.7) அதாவது, ஒரு பனுவலுக்கு (text) விளக்கமாக - மாற்றாக - அதனைச் சார்ந்ததாகிய (இன்னொரு) பனுவலை (alternative text) தருவது, விளக்கமுறை எனப்படுகிறது. உரையாசிரியர்களிடமிருந்து ஓர் உதாரணம்.

"செருக்குஞ் சினமும் சிறுமையு மில்லார்
பெருக்கம் பெருமித நீர்த்து"

இது குற்றங்களைத் தவிர்ந்தவர்களின் செல்வம் பற்றிய திருக்குறள் வாசகம் (குற்றங்கடிதல், 1) ஏழு அல்லது எட்டு நூ.ஆ.களுக்குப் பிறகு வந்த வாசகர்களுக்கு இக்குறளின் வாசகம் சரிவரப் போய்ச் சேராது என்று கருதிய பரிமேலழகர், இந்த இடைவெளியை இட்டு நிரப்பும் நோக்கில், இணையான வேறொரு பனுவலைத் தனது மொழியில் தருகிறார்; 'மதமும் வெகுளியும் காமமுமாகிய குற்றங்களில்லாத அரசரது செல்வம், மேம்பாட்டு நீர்மையுடையது'. இப்படிச் சொன்னவர், இதுவும் போதாது என்று கருதித் திரும்பவும் இன்னொரு விளக்கம் தருகிறார். 'மதம் - செல்வக்களிப்பு; சிறியோர் செயலாகலின், அளவிறந்த காமம் சிறுமையெனப்பட்டது. இவை நீதியில்லன செய்வித்தலான் இவற்றைக் கடிந்தார்.. செல்வம், நல்வழிப்பாடும் நிலை பேறும் உடைமையின் மதிப்புடைத்தென்பதாம்.'

இவ்வாறு, 'இத்தன்மைத்து இது' என்ற முறையில், உரை யாசிரியர்களின் உரை, மிகப்பல சமயங்களில் விளக்கமுறையாக அமைந்திருக்கின்றது. தமிழில், உரையாசிரியர்களின் முக்கியமான பணியும் பங்களிப்பும் விளக்கமுறையைச் சார்ந்ததாகவே அமைகின்றது. 'உரை' (Commentary) என்று ஒன்று தோன்றியதற்கே விளக்கம் சொல்லுதல்தான் நோக்கம். தொல்காப்பியம், மரபியலில்,

'சூத்திரத்துட்பொருள ன்றியும் யாப்புற
இன்றி யமையாதியைபவை யெல்லாம்
ஒன்ற வுரைப்பதுரையெனப் படுமே'

என்றும், அடுத்த நூற்பாவில்

'தெற்றென வொருபொரு ளொற்றுமை கொளீஇத்
துணிவொடு நிற்றல்...'
என்றும் சொல்லுகிறது. இத்தகைய உரை, இலக்கணத்திற் குரியதாகப் பேசப்படினும், இலக்கியத்திற்கும் பொருந்தும். சொல்லுக்குச் சொல் விளக்கம் தருதல் (கண்ணழித்தல்) பற்றியும் பொழிப்புரை தருதல் பற்றியும் இவை குறிப்பிடுகின்றன. மேலும், விளக்கமுறைத் தன்மையிலமைந்த உரையின் பண்புகளையும் பயன்களையும் அடியார்க்குநல்லார், பரிமேலழகர், நச்சினார்க்கினியர் முதலியவர்களிடமிருந்தும் திருவாய்மொழி ஈட்டுரைகளிலிருந்தும் பிறவற்றிலிருந்தும் அறியலாம்.

தமிழில் காணப்படுகிற உரைகள், முக்கியமாக மூன்று பணிகளைச் செய்கின்றன என்று சொல்ல வேண்டும். முதலில் - நூல்களுக்கும் படிப்போர்க்குமுள்ள இடைவெளிகளை நீக்குவதற்கு முயலுகின்றன. இரண்டாவது - கல்வி சார்ந்த போதனை நிலையில் குரு - சீடன் முறையில் விளக்கம் தர முயலுகின்றன. இவையிரண்டுமல்லாமல், மூன்றாவதாக, தம் அறிவுத்திறனையும் தம் நோக்கத்தினையும் வெளிப்படுத்திக்கொள்ள முயலுகின்றன. முதலிரண்டை, ஏற்கெனவே குறிப்பிட்டபடி, இலக்கியவுரைகள் பலவற்றில் காணமுடியும். மூன்றாவதை, திருவாய்மொழிக்கு எழுந்த பெரியவாச்சான்பிள்ளை, நம்பிள்ளை முதலியோரின் ஈட்டுரைகளிலும், சிவஞானபோதம் முதலிய பிற நூல்களுக்கு எழுந்த உரைகளிலும் முக்கியமாகக், காணலாம்.

பொதுவாகவே விளக்கம் என்பது எப்போதும் ஒரே மாதிரியானதாக இருப்பது அல்ல. அது வளர்நிலைத் தன்மை கொண்டது என்பதை மறந்துவிடக்கூடாது. 1. படைப்பின் பண்புகள் 2. விளக்கம் கூறு முயல்கின்றவரின் நோக்கம் 3. பயிற்சி 4. அவரின் மொழிவளம் மற்றும் 5. விளக்கம் யாருக்காக எனும் பார்வை முதலியவை காரணமாக விளக்கங்கள் மாறக்கூடும். ஆனால், குறிப்பிட்ட எந்த விளக்கமும், ஏற்புடைய ஒன்றாகப் பலராலும் அங்கீகரிக்கப்பட வேண்டும். அப்போதுதான் அந்த விளக்கம் உண்மையானதாகக் கருதப்படக்கூடும். (Levy, p.10; Bleach, p.90-95) தமிழ் இலக்கியங்களுக்குரிய உரைகள், மேற்கூறிய பண்புகளைப் பெற்றிருக்கின்றன.

விளக்கமுறை என்பது, ஏற்கனவே சொன்னதுபோல, ஒரு நிகழ்வு அல்லது ஒரு நூல், சரியாகப் புரியவில்லை என்ற

நிலையிலும் மேலும் அறியப்பட வேண்டும் என்ற நிலையிலும் இன்றியமையாததாகின்றது. முக்கியமாகப், புதிர் என்றும் இருட் குகை என்றும் வருணிக்கப்படுகின்ற மனத்தின் ஆழங்களில் நிழலாடுகின்ற தோற்றங்களின் உண்மைகளை ஆராய்வதில் விளக்கமுறை என்பது மிகச் சிறப்பான இடத்தைப் பெறுகின்றது. உளவியல்பகுப்பாய்வில் இதற்குரிய முக்கியத்துவத்தை சிக்மண்டு ஃபிராய்டு விளக்கமாகப் பேசுகின்றார்.

உள்ளத்தின் அடுக்குகளையும் பல்வேறு கோலங்களையும் மற்றும் மனித நடத்தைகளின் வித்தியாசமான சில நிலைகளையும் தன்னுடைய கோணத்திலிருந்து விளக்குவதற்கு ஃபிராய்டுக்கு அடிப்படையாக இருந்தது, கனவுகளையும் அவற்றின் உட் பொருட்களையும் விளக்குவதற்கு அவர் கையாண்ட உத்தியும் அது அவருக்குத் தந்த வெற்றியுமே ஆகும். தனிமனிதனின் விருப்பங்கள், நடைமுறையில் - சமுதாய நிர்ப்பந்தங்கள் காரண மாக - நிறைவேறாதபோது அவை வடிகால் தேடிக், கனவுகளில் பல வடிவங்களில் வெளிப்படுவதாக அவர் விளக்குகின்றார். கனவுகளின் விவரங்கள் நேரடியானவை அல்ல; வெவ்வேறு வடிவங்களாகப் - படிமங்களாகக் - குறியீடுகளாக - அடிமனத்தின் வித்தியாசப்பட்ட வெளிப்பாடுகளாக அவை தோன்றுகின்றன என்பார். அத்தகைய கனவுகள், தனிமனித நடத்தையோடு தொடர்புபட்டிருக்கின்ற தன்மைகளையும் அவற்றின் உண்மை யான பொருட்களையும் தேடிக் கண்டுபிடிப்பதற்கு ஃபிராய்டு விளக்கவியலைப் பயன்படுத்துகின்றார். இந்த அடிப்படையில் ‘கவிதையும் ஒருவகைக் கனவுதான்’ என்று கருதுகிற ஃபிராய்டிய வாதிகள் இலக்கியத்தை உளவியல்பகுப்பாய்வு முறையில் விளக்குகின்றனர்.

இலக்கியம் என்பது, அடிப்படையில், கலைஞனுக்கும் சுவைஞனுக்கும் இடையிலான ஒரு தகவலியல் செயல்பாடே. கலைஞன் அதனைக் குறியீட்டு வடிவமாக - படிமமாக - உருவக மாக - வெளியிடுகின்றான். எனவே, திறனாய்வுக்கு இங்கே வேலை வந்துவிடுகிறது. இலக்கியத்தில் நேரடித் தெரிநிலைப் பண்பு முடிந்து, உருவகமும், படிமமும், குறியீடும் இடம்பெறுகின்ற குறிப்புநிலைப் பண்பு தொடங்குகின்றபோது, திறனாய்வு இதனைத் ‘தலைகீழ்’ வரிசையில், குறிப்பாகத் தோன்றுபவற்றைத் தெரிநிலையாகப் புலப்படுத்த வேண்டும். எனவே, பொருளைப் பொதிந்து வைப்பது உருவகம் என்றால், விளக்கமுறைத் திறனாய்வு

இதற்கு மாறாகப் - பொதிந்துகிடப்பதை வெளிப்படுத்துகின்றது எனலாம். (Interpretation is metaphor in the reverse orders) உருவகமும், விளக்கவியலும் ஒரே தகவலியல் முறையின் இருவேறு சொற்கள். உருவகம், இலக்கியத்திலே பொதிந்துள்ள உள்பொருளின் ஒரு வகையைக் குறிக்கிறது என்றால், விளக்கவியல், வாசிப்புமுறையின் ஒருவகையைக் குறிக்கிறது; இரண்டும் ஒன்றையொன்று ஒளியூட்டிக் கொள்கின்றன. இவ்வாறு பால் செஷான் கூறுகின்றார். (Edward Balcerzan, p.69-71)

விளக்கமுறை, இவ்வாறு இலக்கியத்தின் பொருளை - இலக்கியத்தின் பல்வேறுபட்ட பண்புகளைத் - தெளிவுபடுத்துகின்றது. புதியன தோற்றுவிக்கும் ஆற்றல் படைத்ததாகவும் குறிப்பிட்ட இலக்கியத்தின் தன்மைகளையும் தகுதிகளையும் வெளிப்படுத்துகின்ற திறன் பெற்றதாகவும் அமைகின்றது. விளக்கமுறையின் தன்மைகளும் பாணியும் இலக்கிய அணுகு முறைகளின் தன்மைகளுக்கு ஏற்ப அமையக்கூடும் என்பதும், இவ்வாறன்றிப், பொத்தாம் பொதுவான முறையிலும் இலக்கிய விளக்கம் அமையக்கூடும் என்பதும் - தனி.

பார்வை நூல்கள்:

1. David Bleich, Subjective Criticism, (John Hopkins), London, 1978
2. Sigmund Freud, The Interpretation of Dreams, (Tr.) NY., 1965
3. Leon Levy / Psychological Interpretation., New York, 1963
4. Edward Levy, Psychological Interpretation, Literary Studies in Poland, Vol.XX, Wrosvaw (Poland), 1988.

## 2.2
## ஒப்பீட்டுத் திறனாய்வு

இரண்டு அல்லது இரண்டற்கு மேற்பட்ட பொருள்களை ஒருசேர நிறுத்தி வைத்து, அவற்றிற்கிடையேயுள்ள ஒப்புமையையும் வேற்றுமையையும் பார்ப்பது மனித இயல்பு. அதுபோலவே, கலை இலக்கியங்களுக்கிடையே ஒன்றுபட்ட பண்புகளைப் பார்ப்பது என்பது இயல்பே. ஒப்பிடுவது என்பது, சில கூறுகளில் வேறுபட்டும் சிலவற்றில் ஒன்றுபட்டும் இருக்கின்ற இரண்டு பொருட்களின் மேல் நிகழ்த்துகின்ற ஒரு செயலாகும். நேர்

முரணாக உள்ள பொருள்களை ஒப்பிடுவது என்பது சாத்திய மில்லை. வழக்குமில்லை.

இந்த அடிப்படையில்தான் ஒப்பீட்டுத் திறனாய்வு (Comparative Criticism) அமைகின்றது. 1. ஒத்த சமுதாய - வரலாற்றுச் சூழல்களில் பிறக்கும் இலக்கியங்கள் ஒத்த தன்மைகளைப் பெற்றிருக்கக்கூடும். 2. ஏற்புத் திறனைச் சார்ந்து, ஓர் இலக்கியம் இன்னோர் இலக்கியத்தைத் தனது செல்வாக்கிற்கு உட்படுத்தக் கூடும். 3. மொழியாலும், இனத்தாலும் அரசியல் - புவியியல் பரப்பாலும், வேறுபட்டாலும் அத்தகைய வரையறைகளை மீறி, இலக்கியங்கள், தமக்குள் ஒன்றுபட்ட பண்புகளையும் பயன் களையும் பெற்றிருக்கக்கூடும்; 4. ஒன்றுபட்டும் வேறுபட்டும் அமைகிற பின்புலங்களிலிருந்து பார்க்கிறபோது, குறிப்பிட்ட இலக்கியத்தின் பண்புகளும் கூறுகளும் தெளிவாகவும் விளக்க மாகவும் காணக்கூடும் - இந்தக் கருத்து நிலைகளே ஒப்பீட்டுத் திறனாய்வின் கருதுகோள்கள் ஆகும்.

ஒன்றனை இன்னொன்றனோடு ஒப்பிடுவதற்குக் காரணம், ஒன்றனை விட இன்னொன்று சிறப்பானது என்று செம்மாப்புக் கொள்வதற்காக அன்று; மாறாகக், குறிப்பிட்ட இலக்கியத்தின் பண்புகளை மேலும் சரியாகவும் நிறைவாகவும் விளங்கிக் கொள்வதற்கும் பிறர்க்கு விளக்குவதற்காகவுமேயாகும். ஒரு புதிய கோணத்தில், இலக்கியப் பொதுமைப்பண்புகளின் பின்னணியில், ஒப்பிட்டுத் திறனாய்கின்றபோது, அந்த இலக்கியம் ஏற்புடைய தொரு தளத்தில் வைத்துத் திறனாய்வு செய்யப்படுகின்றது; அதன் மதிப்பீடு வரையறை செய்யப்படுகின்றது; வேறொன்றின் பின்னணியில் - இயங்கியல் முறையில் - அது சரியாக இனங் காணப்படுகின்றது. எனவே, ஒப்பீட்டுத் திறனாய்வு, ஏனைய திறனாய்வு வகைகளைப் போன்று ஒரு சிறந்த முறையியலைச் சார்ந்திருக்கிறது. மேலும் இது, பரந்த தளத்தையும் பெற்றிருக் கின்றது.

இலக்கியங்களை - படைப்பாளிகளை - ஒப்பிட்டுப் பார்ப்பது என்பது மிகப் பழங்காலந்தொட்டே இருந்து வந்திருக்கின்றது. தமிழ் உரையாசிரியர்களிடம், தாம் உரை கூறும் நூற்களுக்கும் பாடல் வரிசைகளுக்கும் இணையான பிற இலக்கிய - இலக்கண மேற்கோள்களை ஒப்பீட்டு முறையில் எடுத்துக்காட்டுகின்ற போக்குக் காணப்படுகிறது. இது, பாராட்டத் தகுந்த அளவிலிருக்கிறது. தமிழ்நாட்டின் சமுதாய -

வரலாற்று ஆராய்ச்சிகள் தோன்றி வளரத்தொடங்கிய (19ஆம் நூற்றாண்டின்) காலத்திலிருந்து இக்கண்ணோட்டம் மேலும் வளர்ந்து வந்துள்ளது. ஜி.யு.போப் (1885) 'பழைய தமிழ்க் காப்பியங்களைப் பார்க்கிறபொழுது, அவற்றிற்கும் அவற்றிற்குச் சமமான கிரேக்க இலக்கியங்களுக்குமுள்ள ஒற்றுமை புலனா கின்றது. உருவத்திலும் உள்ளடக்கத்திலும் சமுதாய நிலைமையிலும் இவற்றிற்கிடையே பெரும் ஒற்றுமைகள் காணப்படுகின்றன' என்று கூறுகின்றார். (மேற்கோள்; க.கைலாசபதி, ஒப்பியல் இலக்கியம், ப.36) அதுபோல், எஸ்.கிருஷ்ணசாமி அய்யங்கார், தமிழ்ப் புறப்பாடல்கள், ஹோமரின் காவியத்திற்கு அடிநிலை யான இசைப் பாடல்களோடு ஒத்துள்ளன என்று கூறுகிறார். பேராசிரியர் எஸ்.வையாபுரிப்பிள்ளை, 'காவிய காலம்' (1952) எனும் தனது நூலில் கிரேக்கத்தில் கூறப்படும் Heroic Age எனப் படும் கருத்துநிலையோடு, தமிழ்ப்புறப்பாடல்கள் ஒத்துள்ளன என்று கூறுகின்றார். கலாநிதி க.கைலாசபதி, இத்தகைய கருத்துநிலையை அடிப்படையாகக் கொண்டு "Tamil Heroic Poetry" எனும் தலைப்பில் பிரிட்டன் பர்மிங்ஹாம் பல்கலைக் கழகத்தில் ஜார்ஜ் தாம்சன் மேற்பார்வையில் முனைவர் பட்டத்திற்கு ஆராய்ச்சி மேற்கொண்டார். இவ்வாறு ஒரு கருத்துநிலையை அடிப்பொருளாகப் பொருத்திக் காண்பதும் ஒப்பிலக்கிய ஆராய்ச்சியாக உள்ளது. தொடர்ந்து ஒப்பீட்டு முறையில் தமிழில் பல ஆராய்ச்சிகள் மேற்கொள்ளப்பட்டு வருகின்றன. வ.வே.சு.அய்யரின் "Kamba Ramayana - A Study" - எனும் நூல், கம்பனை வால்மீகியுடனும் மில்டனுடனும் ஒப்பிடுகின்றது.

ஒப்பீட்டுத் திறனாய்வு, இன்று வளர்ச்சி பெற்று "ஒப்பிலக்கியம்" (Comparative Literature) என்ற தனி அறிவுத் துறையாக ஆகியுள்ளது. சென்ற நூற்றாண்டில் ஃபிரான்சு நாட்டின் சிந்தனை மரபில் இது தொடங்கியது. சில மாற்றங் களுடன் அமெரிக்காவில் வளர்ச்சி பெற்றது. பிரான்சில் இலக்கிய வரலாற்றின் ஒரு அங்கமாக இது கருதப்பட்டது. அமெரிக்காவில் பரந்த தளத்தை இது வரித்துக் கொண்டது. ஒப்பிலக்கியம் என்பதற்கு அமெரிக்க - இந்தியானா பல்கலைக் கழகப் பேராசிரியர் ஹெச்.ஹெச்.ரீமாக் (H.H.Remak) கூறிய வரையறையே பெரிதும் பின்பற்றப்படுகிறது. அவருடைய வரையறையின்படி, ஒப்பிலக்கியம் என்பது ஒரு நாட்டின் இலக்கியத்தை இன்னொரு நாட்டு இலக்கியத்தோடு ஒப்பிடுவது; இலக்கியங்களுக்கிடையேயான உறவுகளை ஒரு பக்கமும்,

சமுதாயவியல், தத்துவம் போன்ற பிற துறைகளை இன்னொரு பக்கமுமாக ஒப்பிட்டுக் கூறுவது; இலக்கியத்திற்கும், இசை, ஓவியம், கூத்து போன்ற கலை வடிவங்களுக்குமிடையேயான உறவுகளைக் கூறுவது என்று இது விளக்கப்படுகிறது. தொடர்ந்து ஹேரி லெவின், ரெனே வெல்லக், ரெனே எதேம்பிள், பால்வான் தீகம், உல்ரிச் வெய்ஸ்டீன் முதலிய பலர், இத்துறையில் பல விளக்கங்களை அளித்துள்ளனர். ஆனால் பிரெஞ்சு ஒப்பிலக்கியக் கொள்கை, இலக்கியங்களோடு பிற கருத்து நிலைகளையோ, பிற கலைகளையோ, ஒப்பிட்டுக்கூறுவதை ஏற்றுக்கொள்வதில்லை. இன்று ஒப்பிலக்கியம், தனித்துறையாக ஆனால் திறனாய்வோடு தொடர்புடையதாக, வளர்ந்துள்ளது.

ஒப்பீட்டுத் திறனாய்வு என்பது இலக்கியங்களை ஒப்பிடு வதில் மட்டுமே கவனம் செலுத்துகின்றது. ஒரே மொழியிலுள்ள இலக்கியங்களையும் - ஒரே படைப்பாளியின் வெவ்வேறு இலக்கியங்களையும் - அதுபோல ஒரே நாட்டிலுள்ள வெவ்வேறு நாட்டு இலக்கியங்களையும் - என்ற தளங்களில் இலக்கிய ஒப்பீடு நிகழ்த்தப் பெறுகின்றது. ஒப்பீட்டு முறையின் கனிவுதான், அதனை மேலும் இந்த அகன்ற தளத்திற்கு இட்டுச் சென்றிருக் கின்றது.

## 2.3
## மதிப்பீட்டு முறைத் திறனாய்வு

திறனாய்வின் பணி, இலக்கியத்தைத் தட்டையாகக் கொண்டு விளக்கம் செய்யாமல் அதிலுள்ள பண்புகளையும் நேர்த்திகளையும் மதிப்பீடு (evluation) செய்கிற அவசியத்தை அடியொற்றியது ஆகும். இலக்கியத்தைப் பகுத்தாய்வதும் விளக்கி யுரைப்பதும் அதன் உளவியலையோ சமுதாயவுண்மையையோ அளவிட்டுரைப்பதும் மட்டுமல்லாது, அதே தளங்களிலிருந்து அவ்விலக்கியத்தை மதிப்பிட்டுரைக்கவும், முடியும். உதாரணமாக, குறிப்பிட்ட ஓர் இலக்கியத்தில் சமுதாயவியலோ, சமுதாயம் பற்றிய செய்திகளோ, எவ்வளவு ஆழமாகவும், உண்மையாகவும், திறம்படவும் சொல்லப்பட்டிருக்கின்றன என்ற அடிப்படையில் அவ்விலக்கியத்தை மதிப்பிடலாம். மதிப்பிட்டுரைப்பதுதான், திறனாய்வின் நோக்கம் அல்லது முடிவு என்று உரைப்பவர் உண்டு. திறனாய்வின் பல்வேறு அணுகுமுறைகளிலும் மதிப்பீட்டு

முறை என்பது அடிநாதமாக இருக்கிறது என்பது இவர்களின் கருத்து. ஆயின், உருவலியலாளர்கள், மதிப்பீடுகளை மதிப்ப தில்லை; புறக்கணிக்கின்றனர். எனினும், மதிப்பிடுதல் என்பது, அறிதிறனின் அடிப்படைப் பண்பேயாகும்.

இது, குறிப்பிட்ட இலக்கியத்தின் தரம், தகுதி, சிறப்பு, சீர்மை என்பவற்றைப் பேசுவதோடு, அவ்விலக்கியத்தின் கூறுகளும் பண்புகளும் இலக்கிய மதிப்பு (literary value) உடையனவா என்பதையும் பேசுகிறது. மேலும், மதிப்பீட்டின் அடிப்படை யிலேயே அவ்விலக்கியத்திற்குரிய இடமும் பங்கும் அனுமானிக்கப் படுகின்றன. இலக்கிய மதிப்பீட்டுக்கு அளவுகோல்கள், வரை யறைகள் உண்டா? பல இலக்கியங்களுக்குப் பொதுவாகவும், பலராலும் ஏற்றுக்கொள்ளத்தக்கதாகவும், அதே நேரத்தில் குறிப்பிட்ட இலக்கியத்திற்கு மிகவும் ஏற்புடையதாகவும் சிறப்புடையதாகவும் கருதப்படுவது, சொல்கிற செய்தி, சொல்லப் படுகிற உத்தி, உள்ளடக்க வீச்சு, செய்ந்நேர்த்தி முதலியவற்றில், குறிப்பிட்டுச் சொல்லும் படியான சிறப்புக்கூறு அல்லது பண்பு அமைந்திருப்பது, இலக்கிய மதிப்பு. அத்தகைய மதிப்பினை இனங்கண்டறியவும், திறனறிந்து கூறவும் வழித்துணையாக இருப்பதே மதிப்பீட்டு முறைத் திறனாய்வு ஆகும்.

இத்திறனாய்வு முறை, திறனாய்வுக் கோட்பாட்டிற்கு ஒரு தூண் போல விளங்குவதாக ஐ.ஏ.ரிச்சர்ட்ஸ் கூறுவார். (Principles of Literary Criticism) மதிப்புப் பற்றிய கணக்கீடும், தகவல் பரிமாற்றம் பற்றிய கணக்கீடும், திறனாய்வுக் கோட்பாட்டின் இரண்டு தூண்கள் என்பது அவருடைய கணிப்பு. இலக்கியம், இலக்கியம் அல்லாதது என்று பகுத்துணர்வதற்கும் சிறந்த இலக்கியம் எது என்று தேர்வதற்கும் மதிப்பூட்டு முறையின் பணி பயன்படுகிறது.

உதாரணத்திற்குக், கவிஞர் தேவதச்சனிடமிருந்து ஒரு கவிதை: 'தப்பித்து" என்ற தலைப்போடு கூடிய அந்தக் கவிதை, சில வரிகளில் பல சேதிகளைப் பேசுகிறது. கனமான சேதியை லெகுவான மொழியில் பேசுகிறபோது, குறிப்பிட்ட சூழல்களின் மற்றும் சொற்றொடர்களின் - உயிர்ப்பான வீச்சுக்கள் காரண மாகப், பன்முக வாசிப்புக்கு ஒரு 'வெளியை' (Space) அந்தக் கவிதை, தருகின்றது.

**தப்பித்து**
**ஓடிக்கொண்டிருக்கிறது ஆறு**

பன்னாட்டு நிறுவனங்களிடமிருந்து
அதன் கரையோர நாணலில்
அமர்ந்திருக்கிறது
வயதான வண்ணத்துப்பூச்சி ஒன்று;
அது இன்னும் இறந்துபோகவில்லை
நமது நீண்ட திரைகளின் பின்னால்
அலைந்து திரிந்து களைத்திருக்கிறது
அதன் கண்கள் இன்னும் நம்மைப்
பார்த்துக் கொண்டிருக்கின்றன
பசியோடும்
யாருமற்ற வெறுமையோடும்;
அதனைச் சுற்றிக் கொண்டாடிக் கொண்டாடிப்
பிடிக்கவரும் குழந்தைகளும் இல்லை
அதன் சிறகுகளில் ஒளிரும்
மஞ்சள் வெளிச்சம்
காற்றின் அலைக்கழிவை
அமைதியாய்க் கடக்கிறது;
நீ
திரும்பிப் போனால் இப்போதும் அது
அங்கு
அமர்ந்திருப்பதைக் காணலாம், உன்னால்
திரும்பிச் செல்ல முடிந்தால்.

தேர்ந்தெடுத்த செட்டுமையான சொற்களின் திட்டவட்டமான மொழியமைப்பு, முதல் வரியிலிருந்து இறுதி வரை விரயமற்று வீரியம் பெறுகின்றது. அந்த மொழியின் திறத்தினால், அதனுடைய நேர்முகப்பொருளும் உள்ளே பொதிந்துகிடக்கும் பொருளும் ஒன்றிணைந்து, ஒரு தளத்திலிருந்து இன்னொரு தளத்திற்குள் பிரவேசித்து வருகின்றது. இத்தகைய காரணங்களினால் இந்தப் பனுவலுக்குக் கவனிக்கத்தக்க ஒரு நல்ல கவிதை என்ற இலக்கிய மதிப்பு, கிடைத்துவிடுகிறது.

இதன் திறனை அறிவதற்குமுன், இதனை ஒரு கேள்வியுடன் தொடங்க வேண்டியிருக்கிறது. வண்ணத்துப்பூச்சியின் அழகு பற்றியதா, இந்தக் கவிதை? இல்லை. வண்ணத்துப்பூச்சியின்மேல், மனித ஆளுமைக்கும் வலுவான ஒரு கருத்தியல் தளத்திற்கும் உரிய பொருண்மை அல்லது சில சங்கதிகள் சுமத்தப்பட்டிருக்கின்றன (super-imposed). வண்ணத்துப்பூச்சி, ஒரு படிமமாகிறது,

கவிதையில். எதனைக் குறித்துவருகிறது, இந்தப் படிமம்? ஒவ்வொரு சொற்றொடர்க்கும் உள்ளேயிருந்து சில குரல்கள் கேட்கின்றன; சில காட்சிகள் விரிகின்றன. கவிதையின் சொல் வளம் (diction) கவனிக்கக்கூடியதாக உள்ளது. சொற்கள் ஒன்றோ டொன்று உறவு கொண்டு ஏதோ ஒரு உண்மையை எடுத்துரைப்புச் செய்ய முயலுகின்றன. ஒரு பக்கம், அவற்றைக் கவனத்திலெடுத்துக் கொண்டு, பன்னாட்டு நிறவனம், ஆறு, தப்பித்து, நாணல், குழந்தைகளுமில்லை, திரும்பிப் போனால் முதலிய சொற்களின் ஆளுகையோடு, வண்ணத்துப்பூச்சிக்குத் தரப்படும் அடை மொழிகளின் வீச்சுக்களையும் சேர்த்து வைத்துப் பார்க்கிறோம். கவிதைமொழியின் இந்த அடிப்படைக் கூறுகளிலிருந்துதான் இந்தக் கவிதைக்கு அதன் பனுவலைத் தாண்டி ஒரு இலக்கிய மதிப்புக் கிடைக்கிறது. வண்ணத்துப்பூச்சி என்பது, இந்த நாட்டின் பண்பாடு, அரசியல் - சமூகம் - பொருளாதாரம் என்ற பொதுநிலை குறித்த ஒரு ‘சுயம்’ அல்லது ஒரு ‘மரபு’ என்பதற்குக் குறியீடாக அமைந்திருக்கிறது. வயதானது - களைத்துப் போ யிருக்கிறது. யாருமற்ற வெறுமையோடு பார்க்கிறது - இன்னும் இறந்துபோகவில்லை. சரி; ஆனால், வண்ணத்துப்பூச்சியா? இந்த நாட்டின் சுயமா? சுயம். காற்றின் அலைக் கழிவை அதன் ஒளி, அமைதியாய்க் கடக்கிறது. அதனைச் சிதைக்க முற்படுவது, எது? ‘பன்னாட்டு நிறுவனங்கள்’ என்ற சொற்றொடரை அங்கே தொட்டுப் பார்க்கிறோம். இது - இந்தக் கவிதையின் திறவைச் சொல் (key-word). இது, முன்னர் நாம் பேசியிருக்கிற சொற் களுக்கும் சூழல்களுக்கும் எதிர்நிலையில் வைக்கப்பட்டுள்ள துலாம்பரமான சொல். எங்கே - இப்போது, கவிதை சொல்லுகிற மொழியை, எதிர்வுநிலைகளை முன்வைத்து இயங்குகின்ற அதனுடைய பனுவல் கட்டமைப்போடு சேர்த்து, மறுவாசிப்புச் செய்யுங்கள். இப்போது, கவிதையின் பெட்டகம் அவிழ்கிறது; வலுவானதொரு கருத்தியல் தளம் முன்னிற்கிறது. இந்த நாட்டின் மரபோடும் சுயத்தோடும் கூடிய ஒரு சமூக - பொருளாதாரம் - அதற்கு எதிராக நிற்கின்ற பன்னாட்டு நிறுவனங்கள் (multi-national corporations). இவற்றோடு கூடிய ஒரு நிர்த்தாட்சண்யமான சமூக யதார்த்தம், கவிதை மொழியின் அழகோடு காட்சிப் படுத்தப்படுகிறது.

இப்படித்தான், இலக்கியத்தின் உள்ளார்ந்து கிடக்கும் சில பண்புகளும் மொழிக்கூறுகளும், பொருள் தளங்களும், இடையறாது ஓடும் உணர்வு நிலைகளும், மதிப்பீட்டுமுறைத்

திறனாய்வுக்கு அளவுகோல்கள் ஆகின்றன. திறனாய்வு செய்கிறவன், முதலில் இவற்றைக் கண்டறியவேண்டும். அப்படியானால் இலக்கியத்தின் பெறுமதிகள் எளிதாகப் புலப்படக்கூடியனதாம். இலக்கியத்தின் செல்நெறியை அடையாளங்காட்டுகின்ற விமரிசனரீதியான மதிப்பீடு (critical evaluation) இலக்கியத்திற்கு அடிப்படையானதொரு தேவை.

## 2.4
## ரசனைமுறைத் திறனாய்வு

திறனாய்வில் பெரிய பிரச்சனைகளில் ஒன்று - உருவம், உள்ளடக்கம் பற்றியதாகும். உருவம், உள்ளடக்கம் - இவற்றுள் எது முதன்மையானது - எது முக்கியமானது என்பது நீண்ட காலமாக இருந்துவரும் விவாதம். இரண்டும் ஒன்றையொன்று சார்ந்தவை; இரண்டும் தத்தம் அளவில் முக்கிமானவையே என்று பலராலும் சொல்லப்பட்டு வந்தாலும், இந்தப் பிரச்சனை இன்னும் துடிப்புடன் பேசப்பட்டு வருகிறது. உருவமே முதன்மையானது; அதுவே இலக்கியத்திற்குக் கலையழகைத் தரக்கூடியது என்பதும், இலக்கியத்தில் என்ன சொல்லப்பட்டிருக்கிறது என்பதைவிட எப்படிச் சொல்லப்பட்டிருக்கிறது என்பதே பார்க்கப்பட வேண்டும் என்பதும் அழகியல் திறனாய்வின் (Aesthetic Criticism) அடிப்படையாகும். தோற்றத்தின் திரட்சியும் நளினமும் லயமும் முதலில் ரசிக்கப்பட வேண்டும்; அதன் இனிமையே ஒரு சுகானுபவம் என்று ரசனையை முதன்மைப் படுத்துகிறது இத்திறனாய்வு. ஆயின், இது திட்டவட்டமான, அறிவியல் பூர்வமான ஒரு முறையியலுக்கு உட்பட்டதல்ல. பெரும்பாலும் மனப்பதிவு (impression) முறையிலேயே இது கூறப்படுகிறது. முக்கியமாகச் சொல்லிலும் ஓசையிலும் காணக்கூடிய ஒருவித ஒழுங்கமைவு, தொனி, பொருட்சுழற்சி, உணர்ச்சி வடிவங்கள், உவம, உருவகங்கள், ஆர்வத் தூண்டல்கள் முதலிய வற்றை ரசனைக்குரிய பகுதிகளாக இது, விளக்கவும் வருணிக்கவும் செய்கின்றது. உள்ளடக்கம் பற்றி இது அக்கறை காட்டுவதில்லை. இலக்கியத்தின் பயன் குறித்தோ, இலக்கியத்தின் போக்குகள், கொள்கைகள் குறித்தோ வரலாறு பற்றியோ இது கவனம் கொள்வதில்லை; மட்டுமல்ல, இவற்றைப் பல சமயங்களில் மறுக்கவும் செய்கிறது.

'கவிக்கு விஷயமல்ல - உருவமே பிரதானம்', இது ரசனைத் திறனாய்வின் முன்னோடியும் அதனை ஒரு இயக்கம் போலவே நடத்தியவருமான டி.கே.சி.யின் (டி.கே.சிதம்பரநாத முதலியார்) அறிவிப்பு. ஆனால், உருவத்தின் முக்கியத்துவத்தை இவர் வலியுறுத்தினாலும் உருவம் என்பதற்கு அவர் தருகிற விளக்கம் மேலை நாட்டு உருவவியல்காரர்கள் (Formalists) தருகிற விளக்கம் போன்றது அல்ல. உருவவியல் திறனாய்வு, இலக்கியம் என்பது அதன் பல்வேறு உறுப்புக்களால் ஆனது என்றும், அவை அழகியல் அடிப்படையில் ஒன்றிணைந்து அமைகின்றன என்றும் கூறுவதோடு இத்தகைய உருவத்தினை அறிவியல் பூர்வமாகவும் விளக்குகின்றது. ஆனால், தமிழில், ரசனைமுறைத் திறனாய்வு என்பது இலக்கியத்தை அது ஏற்படுத்தும் உணர்வு அடிப் படையில் சுவைப்பது பற்றி மட்டுமே பேசுகிறது. திரும்பத் திரும்ப டி.கே.சி. தாளம், லயம் என்பதனையே உருவத்துக் குரிய பிரதானமான அம்சமாகக் கூறுகிறார். மேலும், விஷயம் உணர்ச்சி ஆகியவற்றை உருவத்தின் காரியங்கள் என்கிறார். சாமானியமாய் அல்லாத காரியம் ஒன்றைக் கண்ட மாத்திரத்தில், உள்ளத்தில் எழுகிற உணர்ச்சியை அற்புத ரஸமாக வருணிக் கிறார். இவ்வாறு அற்புதரஸம் எழுகின்ற போது இதற்கு உருவம் ஏற்பட்டுக் கலை பிறக்கிறது என்கிறார். (அற்புத ரஸம், 1964, பக்.1-14) கலையின் பிறப்புக்கும் அதனை அனுபவித்தலுக்கும், இந்த இரண்டுக்கும் இந்த வகையான ரஸம்தான் - அதாவது, அற்புத உணர்ச்சி வடிவமும் (பாவம்), அதற்குக் காரியங்களான தாளமும், லயமும்தான் - அடிப்படையானவை என்பது அவரின் கொள்கை. எனவே, அவர் சொல்லுவார்; 'கவி என்பது தானாக வரவேண்டிய அரியவஸ்து'.

ரசனை முறைத் திறனாய்வின் இன்னொரு முக்கியமான பண்பு - கவிதை, எளிமையாக இருக்க வேண்டும் என்பது. ரசிப் பதற்கு 'சிரமம்' இருக்கக்கூடாது. உடனடியாகப் புரிதல் வேண்டும் என்பது இவர்களின் ஓர் அளவுகோல். அதனால், சங்க இலக்கியத்தை டி.கே.சி. முதலியவர்கள் புறக்கணித்தார்கள். சங்க இலக்கியத்தில் கடினமான சொற்களிருக்கின்றனவே - என்பது இவர்களின் குற்றச்சாட்டு. தவிர இலக்கியத்தை ரசிப்பதற்குச் சொற்கள் மட்டுமல்லாமல் அதன் உள்ளடக்கமும், 'சிரமம்' தரக்கூடாது என்று இவர்கள் கருதுகிறார்கள்.

டி.கே.சி.யின் குழுவைச் சேர்ந்த பேராசிரியர் ஆ.முத்து சிவன் சொல்லுவார்; 'கவிதைச் சுவையை யாருமே நினைத்த

மாத்திரத்தில் பெற்றுவிட முடியாது' ('கவிதை', அசோகவனம், 1944) எனவே, இந்த ரசனை மணிகளின் கருத்துப்படி, கவிதையோ, கவிச்சுவையோ அரிய பொருள்; எல்லோருக்கும் கிட்டுவது அல்ல, அதவாது, கலை - இலக்கியம் உயர்மேட்டிமைக்காரர் களின் சொத்து என்பது கருத்து. பேராசிரியர் முத்துசிவன், ரசனை முறைத் திறனாய்வின் சில கருத்துநிலைகளைத் தீர்க்கமாக முன் வைக்கிறார். அவரிடமிருந்து சில மேற்கோள்கள்: 'கவிதை எழுதுவது ஒரு கலையானால் கவிதையை ரசிப்பதும் ஒரு கலையே'. 'கவிதை சம்பந்தப்பட்ட மட்டிலும் என்ன என்பது விசேஷமில்லை. எப்படி என்பதுதான் விசேஷமானது'. 'மனித அனுபவத்தையே மனிதனுக்கு எடுத்துச் சொன்னாலும் அழகான பாஷையில் அழகான வடிவில், என்றென்றும், வாசித்தவனுடைய நெஞ்ச வீட்டில் உல்லாசமாக உலாவித் திரியும்படி செய்யவல்ல ஆற்றல், கவிதைக்கு வாய்த்திருப்பதால் அதை நாம் பாராட்டு கிறோம்', 'பாட்டை வாசித்தால் எத்தனை சுகம். எத்தனை சுகம்! சந்த ஒலியின் பெரு முழக்கம், செவி நிறைந்து மண்டுகிறது'. 'வெறும் பட்டவர்த்தமான உண்மைக்காகவா கவிதையைப் படிக்கிறோம்; அது வழங்குகின்ற மட்டற்ற இன்பத்திற்காக வேண்டியல்லவா படிக்கிறோம்'. 'பாடல்களில் பயின்றுவரும் சந்த விளையாட்டுக்களையும் ஓசையின்பங்களையும் கவனித்தால், வாய் சலியாது. செவி சலியாது. மனமும் சலியாது. சொல்லிக் கொண்டே இருக்கலாம் போன்று தெரிகிறது'. இவ்வாறு சொல்லிப் போகிற முத்துசிவன் முத்தாய்ப்பாக ஒன்று சொல்வார்: 'கவிதையை அனுபவிக்கும்பொழுது, ஒன்றையொன்று ஒப்பிட்டு மாற்று உரைத்து எடை கட்டி சீர்தூக்கிப் பார்க்கக்கூடாது'. இவ்வாறு ஒப்பீடுகளையும் மதிப்பீடுகளையும் நிராகரிக்கின்ற இவ்வகைத் திறனாய்வு அல்லது ரசனை, ஓசையின்பங்களிலும் சந்த விளையாட்டுக்களிலும் வாயும் மனமும் சலிக்காமல் ஈடுபடுகிறது.

தமிழில், இலக்கியத்தில் இத்தகைய ரசனை பற்றிப் பேசு பவர்கள் ரசிகமணி டி.கே.சி. மற்றும் அவர் குழுவைச் சேர்ந்த கல்கி, ராஜாஜி, பேராசிரியர் அ.சீனிவாச ராகவன், பேராசிரியர் ஆ.முத்துசிவன், பி.ஸ்ரீ., நீதிபதி எஸ்.மகாராஜன், தொ.மு.பாஸ்கரத் தொண்டைமான், வித்வான் ல.சண்முகசுந்தரம் முதலியவர்கள் ஆவர். மேலும், இவர்களின் செல்வாக்கு அ.ச.ஞானசம்பந்தன் முதலிய பல பேராசிரியர்களிடம் உண்டு. மேலும் இலக்கிய

(தொழில்முறை) சொற்பொழிவாளர்கள் மற்றும் 'சந்தக் கவிதை' பேசும் எழுத்தாளர்களிடமும் ரசனை முறைப் பார்வை உண்டு. ஆனால் இவர்களிடம் அழகு பற்றியோ அழகியல் திறனாய்வு பற்றியோ கோட்பாட்டளவிலான விளக்கங்களோ முறையியல்களோ இல்லை. இவர்கள், பெரும்பாலும் மனப்பதிவு முறையிலான ரசனைகளிலேயே இலக்கியத்தைப் பார்த்தார்கள்; பேசினார்கள்; எழுதினார்கள். இலக்கிய ரசனைக்குக் 'கவிதையே' இவர்களுக்கு உகந்ததாக இருந்தது. எளிமை, தாளம், லயம், உணர்வு, சொல் இவற்றிற்கெல்லாம் கவிதையே இடம் தருவதாக இவர்களுக்குப் பட்டது. அதிலேயே லயித்துப் போய், பொருள் விளக்கம் (முக்கியமாகப் பொழிப்புரை) தருவது இவர்கள் வழக்கம். குறிப்பாகக், கம்பனின் பாடல்கள் இத்தகையர் பலர்க்கு ஒரு முக்கியமான தளம். கவிதை. இவர்கள், உரைநடையின் பக்கம் போவதில்லை; ஆனால், ரசனையை உரைநடை எனும் தளத்திற்கு நாவல், சிறுகதை என்று நகர்த்திப் போய், மனப்பதிவு முறையில், சிலர் விமரிசனம் செய்தார்கள். இவர்களில், க.நா.சுப்பிரமணியம் முக்கியமானவர்.

மேலைநாடுகளில் அழகியல் திறனாய்வுக்குக் கோட்பாட்டளவிலான முன்னோடி, இம்மானுவேல் காண்ட் (18 ஆம் நூற்றாண்டு) இவர், புலனின்பமும் அழகும் ஒன்றோடு ஒன்று இணைந்தவை என்று கருதுகிறார். அழகு என்பது தற்செயலான மற்றும் தனிப்பட்ட புலனின்ப நுகர்ச்சிகளைவிட மேன்மையானது என்றும், மேலும், மனித அங்கீகாரத்தின் மீது உயர்வானதொரு உரிமை இதற்கு உண்டு என்றும் கூறுகிறார். இந்த அழகை அனுபவிப்பது அல்லது சொல்லுவது என்பது, இயற்கையையும் இயற்கை வடிவத்திலுள்ள முறையையும் அறிவது என்பதோடு உறவுகொண்டது என்று அவர் கூறுவார். இத்தகைய அழகு, 'சுயாதிக்கமானது' (autonomy) என்றும், மகிழ்ச்சி, உணர்ச்சி, ஆர்வம், தொகுத்துக் காணும் அறிவு முதலியவற்றிலிருந்து இது வேறுபட்டது என்றும் அவர் (Critique of judgement) கூறுகிறார். இவருடைய வழியைப் பின்பற்றியவர்களில் ஆங்கிலக் கவிஞர் எட்கார் ஆலன் போ முக்கியமானவர். அழகு என்பதின் சுயாதிக்கத்தைப் பின்பற்றிப், பின்னால் வந்த அழகியல் விமர்சகர்கள், ஏ.சி.பிராட்லி போன்றவர்கள், கலை வேறு வாழ்க்கை வேறு என்று சொல்லிக் 'கலை, கலைக்காகவே' என்ற கருத்தினை வற்புறுத்தியுள்ளனர்.

ஆனால், இலக்கியத்திலுள்ள அழகு என்பதையோ, அதனை ரசிப்பது என்பதனையோ அவ்விலக்கியத்தின் உள்ளடக்கமாக வுள்ள வாழ்க்கை அனுபவங்களிலிருந்தும், வாழ்க்கைச் சூழல் களிலிருந்தும் சமூக தளங்களிலிருந்தும் அப்பாற்படுத்திப் பார்க்க முடியாது.

## 2.5
## பாராட்டுமுறையும் பிறவும்

எடுத்துக்கொண்ட பொருளையும், பனுவலையும் (குறை இருப்பினும்) குறை காணாமல், நிறைவுகளை மட்டுமே விதந்து பேசும் நிலை, பாராட்டு முறையாகும். தமிழ் இலக்கிய உரை களை - அவை குறைகளைப் பேசுவதில்லை என்பதைக் காரணங் காட்டி - பாராட்டு முறைத் திறனாய்வுக்கு (appreciative criticism) உதாரணமாகக் கூறுவதுண்டு. ஆயின், அவை அடிப்படையில் விளக்கமுறையாக (interpretation) அமைவனவேயன்றிப் பாராட்டுதல் அவற்றின் நோக்கமன்று. அதே போது, சிறப்புப் பண்புகளையே விதந்து சொல்லிச் செல்வதின் மூலமாகப் பாராட்டுமுறை, அவற்றில், மிகப் பரவவலாகக் காணப்படுகின்றது. இன்று இலக்கியச் சொற்பொழிவாளர்கள், கல்வியாளர்கள் முதலியவர் களிடம், பாராட்டுமுறை, பரவலாகக் காணப்படுவதைப் பார்க்கலாம். சில வகையான மேடையுத்திகள், சில விருப்பங்கள் காரணமாகவும் பக்கச்சார்புகள், விருப்புக்கள் காரணமாகவும் இந்தப் பாராட்டுமுறை நிறையவே இடம்பெறுகிறது. கம்பனைப் புகழ்வதற்கு இவ்வாறு செல்வாக்கு மிகுந்த குழுவினர் உண்டு. இவர்கள் பல தரப்பினர். கவிராஜ பண்டிதர் ஜெகவீரபாண்டியன், டி.கே.சி., ஏ.சி.பால்நாடார், கம்பனடிப்பொடி சா.கணேசன், ப.ஜீவானந்தம், எஸ்.ராமகிருஷ்ணன், அ.ச.ஞான சம்பந்தன், நீதிபதி மு.மு.இஸ்மாயில், தெ.ஞானசுந்தரம்... இப்படிப் பலர். அண்மைக் காலங்களில், 'கம்பன் கழகங்கள்' நிறையத் தோன்றி யுள்ளன.

ஆயின், திறனாய்வு என்பது குறிப்பிட்ட இலக்கியத்தின் விளக்கங்களையும், தனித்தன்மைகளையும் வாசகர் மனதிலாக்கும் படியாகக் கொண்டு செல்ல வேண்டுமே தவிர, குறையோ, நிறையோ அதனையே கண்டு அதனை விண்டுரைப்பதையே நோக்கமாகக் கொள்ளக்கூடாது. மேலும், எதுவும் சற்று அளவு

கடக்குமானால் கரிக்கும். சிறப்புக்கள் அளவோடு எடுத்துச் சொல்லப்பட வேண்டும். 'எதனைப் போற்றுகின்றோமோ அது வளரும்' என்று பாரதி சொல்லியிருப்பான். அந்த உணர்வுதான் முக்கியமே தவிர, திறனாய்வில் வெற்றுரைகள் முக்கியம் அல்ல. எனவே, குறைகளைப் பெரிதுபடுத்துவதும், பாராட்டுக்களால் பந்தல் போடுவதும் உண்மையை உதாசீனப்படுத்திவிடும். திறனாய்வுக்கு உண்மை என்பது முக்கியம்.

இனி, அடிப்படையான சில வரையறைகளையும் விதி களையும் அல்லது இவற்றின் அடிப்படையில், தானே வகுத்துக் கொண்ட சில விதிமுறைகளையும் அளவுகோல்களாகக் கொண்டு, குறிப்பிட்ட இலக்கியம் பற்றிய முடிபுகளை அல்லது தீர்வுகளைச் சொல்லுவது, ஒரு போக்கு. இது, முடிபுமுறை அல்லது தீர்வு முறைத் திறனாய்வு (Judicial Criticism) ஆகும். உதாரணமாக, தண்டியலங்காரம் கூறும் பெருங்காப்பியம், சிறுகாப்பியம் என்ற காப்பிய இலக்கணம் கொண்டோ, சாட்விக் (Chadwick) கெர் (W.P.Ker), பவுரா (C.M.Bowra) போன்ற மேனாட்டார் கூறும் கோட்பாடு கொண்டோ - அதனைத் துலாக்கோலாகக் கொண்டு - ஒரு காப்பியத்தின் அமைப்பையும் பண்பையும் கணிப்பது இவ்வகைத் திறனாய்வாகும்; அல்லது இளங்கோவின் சிலம்பு, கம்பனின் இராமகாதை ஆகிய 'செவ்வியல்' காவியங்களை முன்னுதாரணங்களாகக் கொண்டு வேறொரு காவியத்தைப் பார்ப்பதும், அதனடிப்படையில் அது சரியான காப்பியமே என்றோ, சரியானது அன்று என்றோ மதிப்பிடுவதும், முடிவு பண்ணுவதும், முடிபு முறைத் திறனாய்வு ஆகும். அதுபோல, நாவல்கள் ம்ற்றும் சிறுகதைகளுக்கு மேலை நாட்டார் கூறுகின்ற விதிகளை அப்படியே ஏற்றிப் பார்த்து முடிபுகளைக் கூறுகிற முயற்சிகளும் நிறையவே உண்டு.

ஒரே அளவுகோல் அல்லது ஒரே விதமான வரையறை கொண்டு ஒன்றற்கு மேற்பட்ட இலக்கியங்களைப் பொருத்திப் பார்ப்பதும், அதனடிப்படையில் ஒன்றன் சிறப்பு அல்லது தரம் உயர்ந்தது என்று முடிவு கூறுவதும் இந்த வகையான திறனாய்வின் பண்பு ஆகும். ஏற்கெனவே எழுதப்பட்ட விதிகளுக்கும் அவற்றின் விளக்கங்களுக்கும் ஏற்ப, நீதிபதி தீர்ப்பு வழங்குவதைப் போன்றது இது. எனவே, எச்சரிக்கைகள் மிக அவசியம். இதன் போது, முடிபுகள், சமன் செய்து சீர் தூக்கும் கோல்போல் அமைந்து, ஒரு

பால் கோடாமல் இருக்க வேண்டும் - குணம் நாடிக் குற்றமும் நாடி அவற்றுள் மிகை நாடி மிக்க கொள்ள வேண்டும் - என்று எதிர்பார்ப்பது இயல்பே.

கல்வியியல் பட்டம் சார்ந்த ஆய்வேடுகள் பல, முடிபு முறைக் கோட்பாடுகள் சார்ந்தே அமைந்துள்ளன. தமிழில் உள்ள முன்மாதிரிகளையோ வரையறைகளையோ இவை பின்பற்றாவிட்டாலும் அல்லது அவற்றைப் பற்றி இவை அறிந்திராவிட்டாலும், மேலை நாட்டார் கொள்கைகளையும் மேற்கோள்களையும் வரையறைகளாகக் கொண்டு இந்த ஆய்வேடுகள் தமிழ் இலக்கியங்களுக்கு முடிபுகள் சொல்ல முயலுகின்றன. இந்த விதிகள் அவ்வவ் இலக்கியங்களிலிருந்து எடுக்கப்படாமல், வெளியே புறத்தே இருந்தே எடுக்கப்படு கின்றன. எனவே எல்லாவற்றுக்கும் இவை பொருந்துவனவாக இருக்கும் என்று எதிர்பார்க்க முடியாது. மேலும் வளர்ந்துவரும் இலக்கியம் முந்திய வரையறைகளுக்குக் கட்டுப்படுவது அல்ல. தவிர, விதிகளும் அளவுகோல்களும், காலம் சார்ந்து மாறுபடக் கூடும். ஒரே காலத்தில் தோன்றிய இலக்கியங்கள் கூட ஒரே மாதிரியான வரன்முறைகளில் இருப்பதில்லை. இந்த உண்மை களைப் புறக்கணிக்க முடியாது. எனவே, இன்றைத் திறனாய் வாளர்கள் முடிபுமுறைத் திறனாய்வினைப் போற்றுவதில்லை.

ஆயினும், சிறந்த இலக்கியங்களைப் போற்றுவதற்கும் சில பொதுமைகளின் பின்னணியில் குறிப்பிட்ட ஒன்றனை விதந்து உரைப்பதற்கும் இது உதவக் கூடியதேயாகும். எனினும், விதி களையே இது வளர்த்தெடுக்க முயலுகிறது. புதிய வடிவங்களை - சோதனை வடிவங்களை - இது புறக்கணித்துவிடுகிறது. இன்றைத் தமிழிலும் இது இருக்கிறது. பழந்தமிழிலும் இது இருந்தது. முடிபுமுறைத் திறனாய்வின் இந்தப் போக்கினைப் பேராசிரியர் அ.ச.ஞானசம்பந்தன் (இலக்கியக் கலை எனும் நூலில்) சாடுகிறார். 'ஏதாவது ஒன்றை நல்லது என்று மனதுட்கொண்டு, அதனோடு ஒத்துவராத அனைத்தையும் மட்டம் கூறிக்கொண்டே இருந்தால், எவ்வாறு புதிய இலக்கியங்கள் தோன்றுதல் கூடும்? இருந்ததாக அறியப்படும் மதுரைச் சங்கம் ஓரளவு நன்மை செய்ததுடன், அப்பழஞ்சங்கம், முடிபுமுறைத் திறனாய்வையே கையாண்டு, மிகுதியும் பழைமை பாராட்டும் பண்பினதாகவே இருந்தது போலும். இன்றேல், சங்கப் பாடல்கள் என்று இன்று நம்மால் குறிக்கப்படும் அனைத்தும், இப்படி ஏறத்தாழ ஒரே முறையில்

கூறியவற்றையே திருப்பித் திருப்பிக் கூறும் இயல்பினவாக அமைந்திரா. புதிய வழிகளில் செல்லப், புலவர்கள் அஞ்சினரா - அல்லது, அப்படிச் சென்ற பாடல்களைத் தொகுப்பில் கொண்டு வரப், பின்னால் வந்த தொகுப்பாளர்கள் அஞ்சினரா?'

இதனைச் சிந்தித்துப் பார்க்கவேண்டும். திறனாய்வு என்பது, இலக்கியங்கள் புதிய பாதையில் பயணிக்க வழி மறுப்பது அல்ல; வழி வகுப்பது; வழி தருவது.

முடிபுமுறைத் திறனாய்விற்கும் விதிமுறைத் திறனாய்விற்கும் பெருத்த வேறுபாடில்லை; இரண்டும் பெரும் அளவில் ஒத்தவை. முடிபுமுறை என்பது சில அளவுகோல்களைக் கொண்டு, குறிப் பிட்ட இலக்கியம் பற்றிய முடிபுகளை வழங்குவது ஆகும். விதி முறைத் திறனாய்வு (Prescriptive Criticism) என்பது வரையறை களையும் அளவுகோல்களையும் அப்படியே ஓர் இலக்கியத்தில் பொருத்திக் காண முற்படுவதுதான். ஆனால் இதன் மூலம் முடிபு களையோ தீர்வுகளையோ சொல்லுவதற்கு இது, முற்படுவதில்லை. மாறாகக், குறிப்பிட்ட ஓர் இலக்கியத்தைச் சில வரையறைகளைக் கொண்டு 'விளக்குவதற்கு' இது பயன்படுத்தப்படுகிறது. 'இலக்கியம் கண்டதற்கு இலக்கணம்' என்பதற்கு மாறாக, 'இலக்கணங் கண்டதற்கு இலக்கியங்காணல்' என்ற மனப்பான்மை கொண்டது இப்பார்வை. உரையாசிரியர்களிடம் இது, பரவலாகக் காணப் படுவதைப் பார்க்க முடியும்.

'நெடுநல்வாடை' அகமா, புறமா என்ற கேள்வியைக் கிளப்பியவர், அதற்குப் பத்து நூற்றாண்டுகளுக்குப் பிறகு வந்த நச்சினார்க்கினியர். அதில் புறச்செய்திகள் நெடுகவே பேசப் பட்டிருப்பது உண்மை. ஆனால் இது பொதுவான போக்கே யாகும். நற்றிணையிலும் அகநானூற்றிலும் இந்தப் போக்கே காணப்படுகிறது. ஆனால், இறுதிநிலையில் சாராம்சமாக அகமே பேசப்படுகிறது. ஆயின், நெடுநல்வாடை, அகம் ஆகாது என்கிறார் நச்சினார்க்கினியர். அன்பின் ஐந்திணையில் தலைவனோ தலைவியோ 'சுட்டி ஒருவர்ப் பெயர் கொளப் பெறாஅர்' - இது தொல்காப்பியரின் கூற்று. நெடுநல்வாடையில் பெயர் சுட்டப் பெறவில்லைதான். ஆனால், 'வேம்பு தலையாத்த நோன்காழ் எஃகம் என (பாண்டிய மன்னர்களின்) அடையாளப் பூக் கூறினமையின் அகமாகாதாயிற்று'. இது நச். கூற்று. மேலும் இதன் பாட்டுடைத் தலைவன், தலையாலங்கானத்துச் செருவென்ற நெடுஞ்செழியனே என்றும் அறுதியிட்டுக் கூறுகிறார். இதற்கு,

எவ்வித ஆதாரமும் இல்லை. மேலும், சுட்டி எவருடைய (இயற்) பெயரும் இங்கே சுட்டப்படவில்லை. பாண்டியர் என்பது மரபுப் பெயர்; குழுவின் பெயர்.

இவ்வாறு முன்னோர் மொழிந்த பொருளை - விதி முறையாகக் கொள்கின்றதையும் அதற்காக, வலிந்து பொருள் கொள்வதையும் பார்க்கிறோம். இன்றைத் திறனாய்வாளர்கள், இதனை ஒரு வகையாக மேற்கொள்வதில்லை. ஆயினும் விதிகளைப் பொருத்திக் காணுகிற பார்வை, திறனாய்வாளர்கள் பலரிடம் இல்லாமலில்லை. குறிப்பாகக் கல்வியாளர்களிடம் இது பெரிதும் காணப்படுகிறது என்பது உண்மை.

விதிமுறைப் பார்வையும் முடிபுமுறைப் பார்வையும், செலுத்துநிலை அல்லது படைப்புவழித் திறனாய்விலிருந்து மாறுபட்டவை. முற்கூறிய இரண்டும் இலக்கணத்திலிருந்து இலக்கியத்திற்குப் போகிறது. படைப்புவழித் திறனாய்வு, இலக்கியத்திலிருந்து இலக்கணத்திற்குச் செல்லுகிறது.

பொதுவிதிகளையோ வரையறைகளையோ கொண்டு, அவற்றின் வழியாக இலக்கியத்தைப் பார்ப்பதிலுள்ள குறைபாடு களை மனதிற்கொண்டு அவற்றைத் தவிர்க்கும் நோக்கில் அந்த அந்தப் படைப்பின் வழியாகவே அதனதற்குரிய விதிகளை வடித்தெடுக்க வேண்டும் என்று சொல்வது, செலுத்துநிலை அல்லது படைப்புவழித் திறனாய்வு (Inductive Criticism) ஆகும். வரையறைகளை முடிபுமுறைகளாக வைத்து, ஒன்று உயர்ந்தது மற்றது தாழ்ந்தது என்று கூறும் தீர்வு முறையிலிருந்து (Judicial Method) இது மாறுபடுகிறது. ஒரு படைப்பு, மற்றதிலிருந்து வேறுபட்டது என்று (மட்டுமே) சொல்கிறது. பொது முடிவு களுக்கும் பொதுவான விதிகளுக்கும் உள்ள அளவுகோல்களைப் புறக்கணிக்கிற இத்திறனாய்வு, குறிப்பிட்ட கலைக்குரிய விதி முறைகளை அவ்வக் கலைஞர்களின் வழிமுறைகளிலிருந்தே பார்க்க வேண்டும் - வேறு வகையில் பார்ப்பது, அதற்குப் புறம் பானது - என்று கூறுகிறது. ஒன்றன் வரையறையை அல்லது ஒரு கலைஞனின் வழிமுறையை வேறொரு படைப்பிலோ, வேறொரு கலைஞனிடமோ பொருத்திப் பார்க்கக்கூடாது என்று இது வற்புறுத்துகிறது. தீர்வுமுறைத் திறனாய்வை மட்டுமன்றி, மதிப்பீட்டு முறையையும் ஒப்பீட்டு முறையையும் இது தவிர்க்கிறது; மறுக்கிறது.

படைப்புக்களையும் படைப்பாளிகளையும் அவரவரின் வழிமுறைகளையொட்டியே பேச வேண்டும் என்று கூறுகிற அதேபோது, இவர்களுக்கிடையே வேறுபாடுகள் இருக்கின்றன என்று சுட்டிக்காட்டுகிறது. ஆயின், இந்த வேறுபாடுகளின் முக்கியத்துவமும் காரணமும் பற்றியோ, இவர்களின் தரமும் தகுதியும் பற்றியோ இது பேச மறுக்கின்றது. ஆனால், திறனாய்வு, இவற்றில் அக்கறை காட்டாமலிருக்க முடியாது. ஏனெனில், இது திறனாய்வின் பணி. ஆனால், இலக்கியத்தின் வளர்நிலையையும் தனித்தன்மைகளையும் இந்தச் செலுத்துநிலைத் திறனாய்வு கவனத்திற் கொள்கிறது என்பது கவனத்திற்குரியது. மேலும் விதி முறைகளையும் வரையறைகளையும் இந்தச் செலுத்துநிலைத் திறனாய்வு கவனத்திற் கொள்கிறது என்பதும் கவனத்திற்குரியது. மேலும், விதிமுறைகளையும் வரையறைகளையும் உருவாக்கு வதற்குச் செலுத்துநிலை (Inudctive method)யாகிய வழிமுறையின் பங்களிப்பினைப் புறக்கணித்துவிட முடியாது. ஆனால் எல்லாமே அதனதன் எல்லைகளுடன்தான்.

## 2.6
## இலக்கிய வகைநிலையியல்

அறிவாராய்ச்சியில், பொருள்களைப் பகுத்தும் தொகுத்தும் காண்பது, அடிப்படையானதாகும். ஏனெனில், பொருட்கள் தமக்குள் வேறுபட்ட பண்புகளையும் அதேபோது ஒத்த பண்பு களையும் கொண்டிருக்கின்றன. எனவே, பொருட்களைக் கண்டறிகிறபோது, அல்லது ஆராய்ச்சிக்கென எடுத்துக்கொள்கிற போது, இந்த அடிப்படைப் பண்புகளை ஏற்றுக்கொண்டே தொடங்க வேண்டியிருக்கிறது. உண்மையில், இவ்வாறு வகை பிரித்தறிந்த பிறகு தான், ஆராய்ச்சி மேற்கொள்வது எளிதாகிறது. இலக்கிய ஆராய்ச்சிக்கும் இது பொது. தமக்குள் ஒத்த, பொது வான பண்புகளைக் கொண்டனவாகவும், அதேபோது பிற வற்றோடு அதே பண்புகளின் பகைப்புலத்தில் வேறுபட்டு விளங்குவனாகவும் உள்ள இலக்கியங்களை (ஒரு சேர) ஒரு வகைநிலை என்று (type) கொள்கிறோம். இவை தமக்குள் - குறிப்பிட்ட சில பண்புகளில் - ஒத்த தன்மைகள் கொண்டவை. அதேபோது குறிப்பிட்ட வகைநிலைக்குள் அடங்குவனவாக எடுத்துக் கொள்ளப்படுகின்ற அவ்விலக்கியங்கள், ஆய்வு

எல்லையின் அண்மைச் சுற்றிலுள்ள பிற இலக்கியங்களோடு வேறுபட்டுமிருக்கின்றன. அதாவது குறிப்பிட்ட சில இலக்கியங்கள் தமக்குள் பொதுப் பண்புகளைக் கொண்டிருக்கின்ற அதே நேரத்தில், அவை வேறு சில இலக்கியங்களோடு வேறுபட்டுத் தனித்து நிற்கின்றன. எனவே, பொதுவும் சிறப்புமாக இணைந்தும் பிரிந்தும் தோன்றக்கூடிய இந்தப் பண்புகளை இனங் கண்டறிந்து சொல்வதே, வகை நிலையியல் அணுகுமுறை (typological approach) ஆகும். பொதுமையான - (மேலோட்டமான - வாய்பாடுகளில் அல்ல) ஆனால் மிக ஆழமான உள்ளார்ந்த உறவுகளிலே, இவ்வணுகுமுறை, வகைநிலைகளைக் காரண காரியங்களுடன் பேசுகின்றது.

நாடுகளும் அவற்றிற்கிடையே உறவுகளும், தகவல் தொடர்புகளும் நெருங்கி வருகின்ற இக்காலத்தில், வகை நிலையியல் ஆராய்ச்சி சிறந்த பயன்தரக்கூடியதாக வளர்ந்து வருகின்றது. உலகத்து இலக்கியங்களின் ஊடே இழையோடும் பொதுமைத் தன்மைகளையும் ஒத்தியைபுகளையும், இவ்வணுகுமுறை வெளிப்படுத்துகின்றது. வெறுமனே ஒன்றிணைத்து அல்லது வாய்பாடுகளாக்கிப் பார்ப்பதன் மூலமாக அல்ல; ஆனால் அவற்றினிடையேயுள்ள உறவுகளைக் கண்டறிவதன் மூலமாகவே இது சாத்தியமாகின்றது. வகை நிலையியலில் (typology) மிகச் சிறப்பாகக் கவனிக்கக் கூடிய கோணங்கள் ஐந்து. அவை:

**1. இலக்கிய வகைகளை இனம் பிரித்தல்:**

தனிநிலைக் கவிதை, காப்பியம், பிரபந்தம், சிறுகதை, நாவல் - என்பதுபோல இலக்கியங்களைப் பொதுவகைநிலைகளின் அடிப்படையில் இலக்கிய வகைகளாக உணர்த்தலாம். தமிழில், இலக்கணிகள் பலர் இத்தகைய முயற்சிகளைச் செய்துள்ளனர். தொல்காப்பியத்தின் பொருளதிகாரம் செய்யுள்களைச் சில பொதுக் கூறுகளையொட்டிப் பாட்டு, உரை, நூல், பண்ணத்தி என்று பலவாறு வகைப்படுத்துகிறது. பின்னர், சங்க இலக்கியங்கள். இவை பின்னர் வந்த தொகுப்பாளர்களால் புறநானூறு, குறுந்தொகை, ஐங்குறுநூறு, கலித்தொகை என்று பலவாறு வகைநிலைப்படுத்தப்பட்டிருக்கின்றன. பேராசிரியர் அ.பாண்டுரங்கனின் “தொகைஇயல்” *(2008)*, இவ்வகையில் குறிப்பிடத்தக்கது.

இலக்கிய வகை அல்லது வகையினம் (genre) என்பது, வகைநிலை (type) என்பதிலிருந்து வளர்ச்சி பெற்ற ஒரு கருத்தியல்.

தனித்துவமும், வரலாற்றில் நிற்கக்கூடிய விதத்திலான வளர்ச்சியும் வரையறையும் கொண்டு விளங்குவதாக ஒரு தகுதி பெற்றிருப்பது வகையினம் ஆகும். உதாரணமாக நாவல் என்பது இன்று ஒரு வகையினம். புனைவியல் நாவல், யதார்த்த நாவல், அறிவியல் நாவல் என்பன அவற்றிற்குட்பட்ட வகைநிலைகள் மட்டுமே. mode, type, kind, genre என்ற சொற்கள் நெருக்கமானவையே எனினும் இவற்றினுள் உள்ள படிநிலை வேறுபாடுகளைப் புரிந்துகொள்ள வேண்டும். மாதிரி, வகைநிலை, இனம், வகை யினம் என இவற்றைத் தமிழில் கூறலாம். இவற்றிற்கு அடிப் படையான சாதனமாக இருப்பது வகை நிலைப்படுத்துதல் அல்லது வகைநிலையியல் ஆகும்.

## 2. இயக்கங்கள் மற்றும் போக்குகள் என்ற அடிப்படைகளில்:

இலக்கிய இயக்கம், போக்கு இவை இரண்டும் ஒன்றல்ல; சற்று வித்தியாசமானவை; ஆனால் நெருங்கித் தழுவிக் கொள்ளக் கூடியவை. இலக்கியப் போக்கு (trend) என்பது, வாழ்வியல் கண்ணோட்டத்தின் பின்னணியில், குறிப்பிட்ட ஒன்றின் சார்பு நிலையில், கலைப்படைப்பை உருவாக்குதல் எனக் கொள்ளலாம். இது சில இலக்கியங்களில் அடிநாதமாக ஒலித்துக்கொண்டிருக்கும். சில படைப்பு நெறிகளைப் பல காலங்களில் தொடர்ந்து இது, கொண்டிருக்கும். இது வரையறை செய்யப்பெற்ற சில பண்பு களின் தளத்தில் அமைந்தது.

இலக்கிய இயக்கம் (movement) என்பதற்கு உரிய பொது வான பண்புகள் அல்லது தேவைகள் நான்கு: 1. பொதுவான இலக்கியக் கொள்கை, 2. அதனை ஏற்று நடத்த ஒரு குழு அல்லது குழுக்கள், 3. திட்டமிட்ட நடைமுறைகள், 4. சில சாதனங்கள்.

இந்நான்கையும் கறாரான பொருளில் அல்ல - ஆனால், சற்று விரிவான பொருளிலே எடுத்துக் கொள்ள வேண்டும். மேலும், சில சமயங்களில் பொதுவானதொரு கூட்டு எழுச்சி காரணமாகவும் இயக்கத்தின் வீச்சு பல மொழிகளில் பரவித் தோன்றலாம். புனைவியல் நெறி இவ்வாறு 18-ஆம் நூற்றாண்டின் இறுதியிலும், 19-ஆம் நூற்றாண்டின் முதற்பாதியிலும் ஜெர்மனி, இங்கிலாந்து முதலிய சில மேலைநாடுகளில் ஷ்லெகல், வேர்ட்ஸ் வொர்த், ஷெல்லி முதலிய பல இலக்கியக்காரர்களால் தோற்று விக்கப்பட்ட ஓர் இலக்கிய இயக்கமாகக் கருதப்படுகின்றது. மேலை நாடுகளில் தோன்றிய இவ்வியக்கம் அதனது செல்

வாக்கினாலும், ஒத்த சூழமைவினாலும் பொதுவானதொரு எழுச்சியின் பின்னணியில் இந்திய மொழிகளில் ஓர் இலக்கிய நெறியாகப் பரவிக் காணப்படுகின்றது. ஆனால், இங்கு இது மேலைநாடுகளிற்போன்று திட்டமிட்ட இலக்கிய இயக்கம் அல்ல.

நடப்பியல் அல்லது யதார்த்தவியல், சர்ரியலிசம், ஃபிராய்டியம், இருத்தலியம் என்பவை, குறிப்பிட்ட வாழ்வியல் கண்ணோட்டங்களின் இணைவாக ஏற்பட்ட இலக்கியப் போக்குகளைக் குறிப்பிடுவனவாகும்.

**3. உத்தி அடிப்படையில் வகைநிலை செய்தல்:**

இலக்கியத்திற்கு அதன் உள்ளடக்கம் போலவே, அதன் உருவமும் முக்கியமானது. பாடுபொருளை உள்ளடக்கிக் கொண்டு உருவம் எப்படி வெளிப்படுகின்றது என்ற அடிப் படையில் அதன் நடையும் உத்தியும் அமைகின்றன. இலக் கியத்தில் குறிப்பிட்ட ஒரு உள்ளடக்கப் பொருளைச் சொல்லு வதற்குப் பயன்படுகின்ற வழிமுறையினை, உத்தி என்கிறோம். மொழிநடை கூட அவ்வகையில் ஓர் உத்தியாக அமையக்கூடும்.

புனைகதையிலக்கியத்தில் பின்னோக்கு (flash back), நனவோடை (stream of consciousness), வருணனை (description), நோக்கு நிலை (point of view), பாத்திர உருவாக்கம் (characterization) முதலியவை உத்திகளாகக் கருதத்தக்கவை. ஒரு பரந்த நிலையில், நனவோடை உத்தி என்ற பொதுமைக்கூறு இழையோட சி.சு.செல்லப்பாவின் 'ஜீவனாம்சம்', ஜெயகாந்தனின் 'கங்கை எங்கே போகிறாள்' என்பவற்றையும் இன்னும் கொஞ்சம் தள்ளிப் போய் 'ஜேம்ஸ் ஜாய்ஸின் (James Joyce) யூலிசிஸ் (Ulysseus), ஐயும் ஒரே வகைநிலைக்குள் அடக்கலாம். ஆனால் இவர்களுக் கிடையேயுள்ள வேறுபாடுகளையும் விளைவுகளையும் கவனத்தில் கொள்ளாமல் இவர்களின் உத்திகளை வகைநிலைப்படுத்த முடியாது என்பது நினைவுக்குரியது.

**4. அடிக்கருத்தைப் பொதுமைக் கூறாகக் கொள்ளுதல்**

சங்கப் பாடல்களை அகம், புறம் என்று பிரிப்பதும் - அதற்குள் கூற்று நிலைகள், துறைகள் என்று பிரிப்பதும் - இத்தகைய வகைநிலையில் அடங்கும். 'ஒருத்திக்கு ஒருவன்' என்பதனை ஓர் அடிக்கருத்தாகக் (theme) கொள்வோமானால், அதனைச் சங்கத்து அகப்பாடலிலிருந்து தொடங்கி இளங்

கோவையும் கம்பனையும் என்று இப்படியே வந்து சமீபத்திய பாரதிதாசனுக்கு வந்து இன்றைய புதுக்கவிதையாளர்கள் வரை ஒரு வகைநிலையில் அமைக்கலாம். தமிழில் இத்தகைய ஆய்வுக்கு நிறைய இடமுண்டு. குறிப்பிட்ட அடிக்கருத்தின் வேறுபாடுகளையும் வளர்ச்சிப் போக்குகளையும் ஆராயலாம்.

**5. வளர்ச்சிக் கூறுகளின் வரலாற்று நிலையில்:**

பல நாடுகளிலும் மொழிகளிலும் இலக்கியம் பல தனித் தன்மைகளைப் பெற்றிருந்தாலும், தனக்கென சில வழிமுறை களைப் பின்பற்றியிருந்தாலும், தோற்றத்திலும் வரலாற்று வளர்ச்சிப் போக்குகளிலும் அது நாடு அல்லது மொழி எனும் எல்லை கடந்து, பொதுவான பல தன்மைகளையும் பெற்றிருக்கிறது. எனவே, வரலாற்று வளர்ச்சிக் கட்டங்களை ஒட்டி, இலக்கியங் களை - அவற்றின் பொதுவான அம்சங்களை - வகைநிலை செய்வது அவற்றின் ஆழமான உள்ளோட்டங்களை (undercurrents) அறிந்துகொள்ள உதவும். நாடுகளையும், மொழிகளையும் அவற்றின் இறுக்கங்களையும் கடந்து, இந்த உள்ளோட்டங்கள் தான் மனித குலத்தை நேயப்படுத்தக்கூடியவை; மனிதன் என்பதற்குரிய பொருளைப் புரிந்துகொள்ள வைப்பவை.

உதாரணமாக அங்கதம் (Satire) என்பது ஒருவகைநிலை என்றால், அதனைச் சங்ககாலத்திலிருந்து - பின்னர் பின்னிடைக் காலத்தின் காளமேகப்புலவர் வரை உட்படுத்தி இன்றைக் கவிதை வரை பொதுமைப்படுத்திக் காணமுடியும். வரலாற்று வளர்ச்சிக் கூறுகள் இங்கே இடம் பெறுகின்றன. இலக்கியத்தை அதன் தொடக்க காலத்திலிருந்து பல வளர்ச்சிக் கட்டங் களாகத் தொகுநிலையில் வகைநிலைப்படுத்துகின்ற இவ்ஆய்வு, வரலாற்றியல் இலக்கிய ஆய்வுக்கு மிகவும் முக்கியமானதாகும்.

**6. வகைநிலையியலும் ஒப்பிலக்கியமும்:**

ஒத்த பல இலக்கியங்கள் பற்றிய அறிவு, வகைநிலையியல் ஆராயச்சிக்கு மிகவும் அவசியம். இத்தகைய அறிவின் பின்னணி யின்றி வகைநிலை செய்வது என்பது இல்லை. எனவேதான் இது பல சமயங்களில், ஒப்பிலக்கியத் துறையின் ஒரு கிளையாகக் கருதப்படுகிறது. ஏனெனில், இலக்கியங்களுக்கிடையேயுள்ள பொதுமைக் கூறுகள், சிறப்பு நிலைக் கூறுகள், ஒப்பிலக்கிய ஆராய்ச்சிக்கும் அடிப்படையாக விளங்குகின்றன. இலக்கியங் களை, வகைநிலை என்ற அடிப்படையில் முறைமையான ஒரு

வரிசைக்குள் இணைத்துத் தொகுத்தும் பகுத்தும் பார்ப்பது ஒப்பிலக்கிய ஆராய்ச்சிக்கு முன்முகமான தேவை. மேலும், இலக்கிய வகையினங்கள் பற்றிய கண்ணோட்டம் ஒப்பிலக் கியத்தின் ஒரு பகுதியாகவும் கருதப்படுகிறது. எனவே, இலக்கிய வகைநிலையியல், ஒப்பிலக்கியத் துறைக்கு அரண் செய்வதாக உள்ளது. ஆனால், இரண்டு அல்லது இரண்டுக்கு மேற்பட்ட இலக்கியங்களை ஒப்பிடுவது என்பது ஒப்பிலக்கியத்திற்கும், வகைநிலை ஆய்வுக்கும், பொதுவான அம்சமாக இருந்தாலும் கடன்பேறு, செல்வாக்கு, இணைவு ஆகியவை வகைநிலை ஆய்வின் கவனத்திற்குட்பட்டவையல்ல. அவை ஒப்பிலக்கிய ஆய்வின் தளத்திற்கே உரியவை.

# 3
# திறனாய்வு அணுகுமுறைகள்

## 3.1
## அறநெறி அணுகுமுறை

மனித சமுதாயத்தின் மரபு வழிப்பட்ட அறவியல் கோட்பாடுகளை - நீதிநெறிகளை - மையமாகக் கொண்டு, அவற்றின் அடிப்படையில் இலக்கியங்களை அணுகுவது அறவியல் திறனாய் வாகும் (Moral / Ethical Approach). இலக்கியங்களில் காணப்படுகின்ற அறவியல் நெறிகளைத் தொகுப்பது இதன் நோக்கமல்ல. அறவியலின் அடிப்படையில் இலக்கியங்களை மதிப்பிடுவதும், குறிப்பிட்ட இலக்கியங்களை அறவியல் எவ்வாறு வழி நடத்திச் செல்கிறது என்று காண்பதும், இலக்கியங்களிலுள்ள அறவியல் நெறியியல் பண்புகளையும் ஆற்றல்களையும் காண்பதும், இவ் அணுமுறையின் நோக்கமாகும்.

இது, ஒருவகையில், சமுதாயவியல் திறனாய்வின் ஒரு பகுதியாகக் கருதப்படுவதற்கு உரியது. குறிப்பிட்ட ஒரு சமுதாயம் அல்லது ஒரு சமுதாயப் பிரிவு, ஒரு குறிப்பிட்ட ஒழுக்க முறை யினை அல்லது கருத்தமைவினைத் தனக்கு ஏற்புடையதென்று பல காலமாக அங்கீகரித்திருக்கின்ற ஒன்றனைச் சமுதாய மதிப்பு என்று சொல்கிறோம். அறவியலும், இத்தகையதுதான்.

நல்லது-கெட்டது; தீங்கற்றது - தீங்கானது; ஏற்புடையது - ஏற்புடையதல்லாதது என்ற முறையில், மனிதாபிமான உணர்வும், கேடற்ற நடத்தையும், சமுதாய நல்லுணர்வோடு தனிப்பட்ட மனிதனின் மனநலனும் என்று இவை கூடிவருகிற ஒரு விழுமி

யத்தைத் தான் (value) அறவியல் என்பது குறிப்பிடுகின்றது. இது காலந்தோறும் மாறுபடக்கூடும்; சமுதாய பொருளாதார அமைப்புக்கேற்ப மாறுபடக்கூடும். சமுதாயக் குழுக்களின் வேறுபாடுகளுக்கு ஏற்பவும் அறங்கள் வேறுபடக்கூடும்.

இலக்கியவுலகில் அறநெறிக் கோட்பாடு மிகவும் பழைமை யானது. அறவியல் அணுகுமுறையாளர்கள் இவ்வாறு உரிமை கொண்டாடுவார்கள். இலக்கியத்தில் ஊடும் பாவுமாக அறவியல் கோட்பாடு தொடர்ந்து இடம் பெற்று வருகிறது என்று அவர்கள் எடுத்துக்காட்டுவார்கள். தமிழில் இந்தப் பார்வை புதிதல்ல. இலக்கியத்தில் மட்டுமின்றி, இலக்கியத்திற்கென்று எழுந்த உரைகளிலும் கொள்கைகளிலும் இத்தகையதொரு பார்வை உண்டு. குறிஞ்சி, முல்லை முதலாகிய ஐந்திணை ஒழுக்கம் பற்றிப் பேசவந்த தொல்காப்பியர், வெறுமனே, 'ஐந்திணை' என்று சொல்லி நிறுத்தாமல், அதற்கு ஒரு நீண்ட அடைமொழியும் தருகிறார். 'இன்பமும் பொருளும் அறனும் என்றாங்கு அன்பொடு புணர்ந்த ஐந்திணை' என்று பேசுகின்றார். ஐந்திணை என்பதற்கு அவர் கூறியுள்ள இந்த நீண்ட அடை மொழி, அறம் பற்றிய அவருடைய கருத்தோட்டத்தைக் குறிக் கின்றது. இன்னோரிடத்தில்,'அறமுதலாகிய மும்முதற் பொருள்' என்று புறனடை பேசுகிறார். சங்க இலக்கியத்திலோ அன்றைய காலத்து அறநெறிக் கருத்துக்கள் ஏராளம். குறிப்பாக அக இலக்கியத்திற்கு அறநெறிகள், அடிப்படை வாழ்நெறியைத் தந்திருக்கின்றன. பின்னர் வந்த காப்பியங்களில் 'பாவிகம்' என்பது, இத்தகைய அறநெறிகளின் சாரமாகவே விளங்குகின்றது. சிலம்பு கூறுகின்ற 'உரைசால் பத்தினியை உயர்ந்தோர் ஏத்துவர், அரைசியல் பிழைத்தோர்க்கு அறம் கூற்றாகும், ஊழ்வினை உருத்து வந்தூட்டும்' என்பனவும் கம்பன் கூறுகின்ற 'அறம் வெல்லும் பாவந்தோற்கும்' என்பதுவும் அவ்வக் காப்பியங்களின் கதை நிகழ்ச்சிகளையும் கதைமாந்தர்களையும் வழிநடத்திச் செல்கின்றன. அவற்றின் சாரமாக அமைகின்றன.

மேலை நாட்டுத் திறனாய்வுலகில் அறநெறித் திறனாய்வு, ஹொரேஸ் (Horace) ஃபிலிப்சிட்னி (Sir Philip Sydney) மாத்யு அர்னால்டு முதலியவர்களால் போற்றப்பட்டது. எஃப் ஆர்.லீவிஸ் (F.R.Leavis), யுவர் விண்டர்ஸ் (Yur.Winters) முதலியோர்க்கும் இதில் உடன்பாடு உண்டு. அமெரிக்காவில் இந்நூற்றாண்டின் 20, 30களில் இதற்குச் செல்வாக்கு இருந்தது. 'நவீன மனித

நேயவாதிகள்' (New - Humanists) என்ற கொள்கையினர், இலக்கியத்தில் அறவியல் நெறியின் அவசியத்தை வலியுறுத்துகின்றனர். இவர்களில் முக்கியமானவர்கள், இர்விங் பாபிட் (Irving Babbit) மற்றும் பால்மோர் (Paul Elmore), ஃபோய்ஸ்டர் (Norman Foerster) ஆகியோர்.

இலக்கியம் என்பது வாழ்க்கை பற்றிய ஒரு திறனாய்வே என்று கூறுகிற இவர்கள், இலக்கியத்தின் உத்தி என்பது உள்ளடக்கத்தை வெளிப்படுத்துதற்குரிய ஒரு வழிமுறையேயன்றி வேறில்லை என்றும் இலக்கியத்தின் நோக்கம் அல்லது முடிவு, மனிதனைப் பாதிக்கக்கூடியது; மனித சிந்தனையின் ஓர் அங்கமாக இடம்பெறக் கூடியது என்றும் வாதிடுகிறார்கள். மனிதனைப் பிற விலங்குகளிடமிருந்து வேறுபடுத்துவன அவனுடைய சிந்திக்கும் திறனும் ஒழுக்க நெறிமுறைகளுமே என்று இவர்கள் நினைவு கூர்கிறார்கள். நெறிமுறை, கட்டுப்பாடு, ஒழுக்கம் ஆகிய கருத்துக்களை இவர்கள் வலியுறுத்துகிறார்கள். இந்தப் பார்வை அறநெறித் திறனாய்வுக்கு அடிப்படையாகக் கருதப்படுகிறது. மேற்கூறிய தன்மை காரணமாக, இது இயல்பு நவிற்சி (naturalism) புனைவியல் (romanticism) ஆகியவற்றை மறுக்கின்றதாகவும் அமைகின்றது.

இறுக்கமான நெறிமுறை காரணமாகவும், மிகையான வலியுறுத்தல்கள் காரணமாகவும் இவ்அணுகுமுறை சில காலங்களில் செல்வாக்கு இழக்கத் தொடங்கியது. முக்கியமாக, அமெரிக்காவில் இலக்கியத்தின் பனுவலுக்கும் அதன் செய்நேர்த்திக்கும் முக்கியத்துவம் கொடுத்துப் பேசுகிற நவீனத் திறனாய்வின் (new criticism) வருகையினால், இது செல்வாக்கிழந்தது. மேலும் டி.எஸ்.எலியட் முதலியவர்கள், இர்விங் பாபிட் முதலியோரின் இவ்அணுகுமுறையை மறுத்தனர். அதேபோது டி.எஸ்.எலியட்டின் கருத்தோட்டம் 'கிறித்துவ மனித நேயம்' (Christian Humanism) என்பதற்குள் அடங்கக் கூடியதுதான் என்று வில்பர் ஸ்காட் கூறுகிறார். (Five approaches of Literary Criticism). மேலும், சமுதாயவியல் திறனாய்வும் மார்க்சியத் திறனாய்வும், அடிப்படையில் அறநெறிக் கண்ணோட்டம் உடையனவே என்றும் அவர் கூறுகிறார். ஆனால், மார்க்சியவாதிகள் பேசுகிற மனிதன் பற்றிய படிமங்களும் மனித உறவுகளும், மேற்கூறிய அறநெறித் திறனாய்வாளர்களின் கருத்துநிலைகளிலிருந்து மாறுபட்டவையே என்பதனையும் அவர் ஒத்துக் கொள்கிறார்.

தமிழ் இலக்கியத்தில் அறநெறிப் பார்வைக்கு இடம் நிறையவே இருக்கிறது. ஏற்கெனவே நீதிநூல்கள், வள்ளுவர் காலம் முதல் மாயூரம் வேதநாயகம்பிள்ளை காலம் வரை நிறையவே இருக்கின்றன. இவை, அன்றைத் தமிழ்ச் சமுதாயத்தின் அறவியல் கோட்பாடுகளை அளவிட உதவிடும். வேதநாயகரின் 'பிரதாப முதலியார் சரித்திரம்', பெண்ணின் பெருமையைப் பேசுகிறது என்பது மட்டுமல்லாமல், சிறந்த ஆண், சிறந்த பெண், சிறந்த குடும்பம் - எப்படியிருக்க வேண்டும் என்று மரபு வழியிலான தமிழ்ச் சமுதாயத்தின் அறவழியில் நின்று விளக்கமாகப் பேசுகின்றது. அதன் பாத்திரப் படைப்புக்களும், கருப்பின்னலும், சூழலும், உரையாடல்களும், இந்த அறநெறிக் கோட்பாட்டின் மூலமாகவே வெளிப்படுகின்றன. சங்க இலக்கியம் முதல் இன்றைப் புதுக்கவிதை வரை, அன்றைக் காப்பியங்கள் முதல், இன்றைப் புனைகதை இலக்கியம் வரை, அறநெறித் திறனாய்வுக்கு வாய்ப்புக்கள் நிறையவே உண்டு.

பாரத சபதம் என்று வருணிக்கப்படும் பாரதியின் பாஞ்சாலி சபதம், பல அணுகுமுறைகளுக்கு உட்பட்டது. அறநெறிக் கண்ணோட்டத்துடனும் இதனைப் பார்க்கலாம்.

> 'தருமத்தின் வாழ்வதனைச் சூது கவ்வும்
> தருமம் மறுபடி வெல்லும் எனுமியற்கை
> மருமத்தை நம்மாலே யுலகங் கற்கும்'

வீமனின் கூற்றாகப் பாரதி கூறும் இக்கூற்று, இக்காவியத்தின் சாரமான நீதியாகும். இதனை ஒட்டிய பல அறநெறிக் கருத்துக் களைப் பிரதிநிதித்துவப்படுத்துவது போலவே தருமன், வீமன், சகுனி, துச்சாதனன், கர்ணன், விதுரன் முதலிய கதை மாந்தர்கள் படைக்கப்பட்டுள்ளனர். கதை மாந்தர் கூற்றாகவும், இடை புகுந்து பேசும் ஆசிரியர் கூற்றாகவும், இயற்கை வருணனை யாகவும் நிகழ்ச்சிகளின் ஊடாகவும், பாரதியின் அறநெறிக் கருத்துக்கள் அழுத்தமாகவும், உணர்ச்சி வடிவமாகவும் பளிச்சிடும் படித் தெரிய வருகின்றன. ஆனால், இந்த அறநெறிகள் எல்லாம், 'தேசிய விடுதலை' என்ற மையத்தை நோக்கியே நகர்கின்றன. கவிஞரின் கருத்துக்கள் எங்கெங்கே, என்னின்னவாறு, என்னின்ன நோக்கத்தில் - இடம்பெற்றுள்ளன என்று காண்பது பயன்தரும்.

தேவாரம், பெரியபுராணம் உள்ளிட்ட பக்தியிலக்கியங்களில் அறங்கள் பல சித்திரிக்கப்படுகின்றன. இவை, பொதுவானவை

என்பதைவிடச் சைவசமயத்தை, எவ்வாறாயினும் நிறுவுதல் - என்ற அடிப்படையைக் கொண்டவையே என்று அறிந்து விளக்க வேண்டும். அவ்வக்காலத்தையும் ஆசிரியரின் நோக்கம் அல்லது தேவையையும் ஒட்டியே அறங்கள் சொல்லப்படுகின்றன - அல்லது போதிக்கப்படுகின்றன என்பதை நினைவில் கொள்ள வேண்டும்.

அறநெறித் திறனாய்வில் முடிவாகக் கவனித்தக்கது - அறநெறிகள் என்பவை, காலம், இடம் எனும் தளத்திற்குட்பட்ட சார்புநிலைக் கொள்கைகளே என்பது. அதாவது, அவை என்றும் ஒரே மாதிரியாக இருப்பன அல்ல; மாறக்கூடியவை; வளரக் கூடியவை. மேலும், இலக்கியமாகியிருக்கின்ற தன்மையினையும் பொறுத்தவை, இவை.

## 3.2
## சமுதாயவியல் திறனாய்வு

சமுதாயத்தின் ஓர் அங்கமாய், அதனோடு இணைந்தும் முரண்பட்டும் மோதியும் இசைந்தும் ஒரு குறிப்பிட்ட சூழலில் வாழ்கின்றவன், மனிதன். மனிதகுலத்தில் தானும் ஒருவனாய் வாழும் அவன், வாழ்க்கை நடைமுறைகளின் காரணமாக அமையும் உணர்வுநிலையின் ஒரு வெளிப்பாடாக இலக்கியத்தைத் தோற்றுவிக்கிறான். அவனிலிருந்து தோன்றுகிற இலக்கியத்திலே அவன் இருக்கிறான்; அவன் போன்ற பிறர் இருக்கிறார்கள்; அவனைப் போன்ற பிறர் அதனை எதிர்கொள்கிறார்கள். எனவே, இலக்கியமானது அதன் தோற்றம், அதன் பொருள், அதன் பயன்பாடு ஆகிய மூன்று நிலைகளிலும் மனிதகுலத் தொடர்புடையதாக விளங்குகின்றது. இது, இலக்கியத்தின் அடிப்படைப் பண்பு.

மேலும், சமுதாய வரலாற்று மரபின் ஒரு காலகட்டத்தில் தோன்றுகின்ற குறிப்பிட்ட இலக்கியம், படைப்பாளியின் அனுபவ உணர்வுகளைப் பெற்று வருகின்றபோது, அக்காலக் கட்டத்தின் தேவைகளுக்கும் படைப்பாளியின் படைப்பாற்றல்களுக்கும் மற்றும் நோக்கங்களுக்கும் ஏற்ப, வடிவமைப்பிலும் பணியிலும் குறிப்பிட்ட சில தன்மைகளை - போக்குகளைப் பெறுகின்றது.

இது வலியச் சென்று நிகழ்த்தப் பெறுவதில்லை; இயல்பாக நிகழ்வது. எனவே இலக்கியம், சமுதாயம் ஆகிய இரண்டற்கும் இடையே உள்ள உறவுகள், 'புலனறிவு' (sensory perception) போல மிக இயல்பானவை; எளிமையானவை; துலாம்பரமானவை. தே பொனால்ட் (DeBonald) எனும் பிரான்சு நாட்டு அறிஞர், ஒரு சூத்திரம் போல, 'இலக்கியம் என்பது சமுதாயத்தின் புலப்பாடு' (Literature is the expression of society) என்று கூறுவார். ஒப்பிலக்கிய அறிஞர் ஹேரிலெவின் (Harry Levin) இலக்கியத்

திற்கும் சமுதாயத்திற்கும் இடையேயுள்ள உறவுகள் பரஸ் பரமானவை என்றும் 'இலக்கியம், சமுதாய காரணங்களின் விளைவு மட்டுமல்ல; சமுதாய விளைவுகளின் காரணமுமாகும்' என்றும் கூறுகின்றார். ரெனி வெல்லக் (Rene Wellek) தன்னுடைய 'இலக்கியக் கொள்கை' எனும் நூலில், இலக்கியத்திற்கும் சமுதாயத்திற்கும் உள்ள உறவுகளை விளக்கிக் கூறியிருக்கிறார். வடிவமைப்பில் அக்கறை கொண்ட டி.எஸ்.எலியட் கூட 'காலங் களின் மாறுதல்களுக்கு ஏற்பச் சமுதாய மதிப்புக்கள் மாறு கின்றன' என்று 'சமயமும் இலக்கியமும்' என்ற தன்னுடைய பிரசித்தமான கட்டுரையொன்றில் வாதிடுகின்றார்.

மார்க்சிய அறிஞர்கள், ஏனையவர்களைவிட இலக்கியத் திற்கும் சமுதாயத்திற்குமுள்ள உறவுகளை மிக ஆழமாகவும், விரிவாகவும் பேசுவார்கள். உறவுகளை மார்க்சியம் இயக்க வியலாகப் பார்க்கின்றது. உண்மையில், மார்க்சியத் திறனாய்வு, சமுதாயவியல் திறனாய்வாகப் பல சமயங்களில் பொருள் கொள்ளப்படுவதுமுண்டு. ஆயின் மார்க்சியர்களன்றிப் பிற பலரும்கூட, சமுதாயவியல் திறனாய்வு பற்றி விளக்கியுள்ளனர். எவ்வாறாயினும் சமுதாயவியல் திறனாய்வு, இலக்கியவுலகில் மிகவும் செல்வாக்குப் பெற்ற ஒன்றாக விளங்குகின்றது என்பது உண்மை.

**அடிப்படைகள்**

1. இலக்கியத்தின் உருவாக்கத்திலும் 2. அதன் பொருள் அமைவுகளிலும் 3. மக்கள் மத்தியிலே அதன் நடமாட்டத்திலும் சமுதாயத்திற்கு முக்கியமான இடமும் பங்கும் உண்டு என்ற கருதுகோளை மையமாகக் கொண்டு 'சமுதாயவியல் அணுகு முறை' அமைகின்றது. மேலும், இவ்வணுகுமுறை, இலக்கியம் புலப்படுத்தும் உண்மைகளைச் சமுதாயத்தின் விரிவான பண் பாட்டுக் காரணிகளோடும் (cultural factors) சமுதாய நிகழ்வுறுதி களோடும் (social determinants) தொடர்புபடுத்துமாறு செய் கின்றது. இவ்வழியில், சமுதாயவியல் திறனாய்வாளன், உண்மைப் பொருள்களை ஆராயவும் அழகியல் நிலையில், அவை இலக்கி யத்தின் பாடுபொருள்களாகிக் கிடக்கும் வழிமுறைகளை ஆராயவும் கவனம் செலுத்துகின்றான். இதனால், அவன் இவ்வழியில் இலக்கியத்தைப் புரிந்துகொள்வது மட்டுமன்றி, ஒரு சரியான தளத்தில் வைத்து அவ்விலக்கியத்தைப் புலப்படுத்தவும் அதனிடம், பங்களிப்பு முதலியவற்றை மதிப்பீடு செய்யவும் திறன்

பெறுகிறான். இலக்கியப் படைப்பு மற்றும் படைப்பாளியின் பங்களிப்பினையும், உண்மையினையும் அனுமானிப்பதின் மூலம், அதனையும் அவற்றை உருவாக்கியிருக்கின்ற ஒரு பரந்த சமுதாயத்தையும் திறனாய்வாளன் அனுமானிக்கின்றான். சமுதாயவியல் திறனாய்வின் பணியும் பயனும், இது.

இலக்கியத்திற்கும் சமுதாயத்திற்கும் உள்ள உறவுகளையும் அவற்றைப் புரிந்துகொள்வதற்கான வழிமுறைகளையும் அடிப்படையாகக் கொண்டு, சமுதாயவியல் அணுகுமுறைக்குத் துணை செய்யக்கூடிய அதன் பரிமாணங்களை அல்லது அடிப்படைகளைப் பின்வரும் பகுப்புக்களாக இங்கு முன்வைக்கலாம்.

I சமுதாயப் பின்னணி அல்லது களம் (social context / background)

    1. படைப்பிற்குரிய காலப் பின்னணி

    2. படைப்பாளனுடைய சமுதாயப் பின்புலம்

II எதிர்கோள் அல்லது ஏற்பு (social / reader's response)

    1. உடனடியாக எதிர்கொள்ளல் - சூழல்

    2. போற்றலும் புரத்தலும் புறக்கணித்தலும்

III சமுதாயச் சித்திரிப்பு (Social content)

    **1. சமுதாய நிறுவனங்கள்** (Social institutions)

    திருமணம், தனிக்குடும்பம், கூட்டுக்குடும்பம், சாதி, சமயம், சட்டம், அரசு

    **2. சமுதாய உறவுகள்** (Social relations)

    குடும்ப உறுப்பினர்களிடையே...

    வர்க்கங்கள் மற்றும் ஏனைய பிரிவினரிடையே...

    **3. சமுதாய நிலைப்பாடுகள்** (Social mobility)

    கிராமிய வாழ்வு

    நகர்ப்புறச் சித்திரிப்பு

    குடிபெயர்வும் (புலம்பெயர்வு) அமர்வுகளும்

    **4. சமுதாயப் பிரிவுகளும் குழுக்களும்** (Social / ethnic groups)

    குலங்கள், சாதிகள், ஊர்

    வட்டாரம், மொழி - அடிப்படையில்

தேசிய, துணைத் தேசிய இனங்கள்...

வர்க்கப் பிரிவினைகள்

5. பழக்கவழக்கங்கள் (Social habits)

நம்பிக்கைகள், சடங்குகள், பழக்கங்கள்...

IV சமுதாய மதிப்புக்கள் (Social values)

உடன்பாட்டு மதிப்புக்கள்:

காதல், கற்பு, தாய்மை, பாசம், புகழ்,

பக்தி, கொடை...

எதிர்மறை மதிப்புக்கள்:

பொய்மை, தீமை, பாவம், குடிப்பழக்கம்,

லஞ்சம், பித்தலாட்டம், கற்பழிப்பு, வன்முறை

மற்றும் மதிப்பு மாற்றங்கள், தேக்கங்கள், சீரழிவுகள்

V சமுதாயச் சிக்கல்கள் (Social problems)

சமுதாய நிறுவனங்கள், பிரிவுகள், உறவுகளிடையே முரண்பாடுகளும், மோதல்களும், அவற்றின் விளைவுகளும்

அந்நியமாதல், வறுமை, வேலையின்மை, குடும்பச் சிதைவு, அலுவல் மகளிர் பிரச்சனை, பெண்ணடிமை - சாதி யடிமை...

VI சமுதாய மாற்றங்கள் (Social changes)

உறவுகள், நிறுவனங்கள், மதிப்புக்கள் முதலியவற்றில் நிகழும் மாற்றங்கள் - காரணங்களும் விளைவுகளும் - கருத்து நிலை மாற்றங்கள்.

படைப்புலகின் இக்கோணங்களும் சரி, அவை உணர்த்து கின்ற சமுதாய அமைப்பின் கூறுகளும் சரி, தனித்தனியானவை அல்ல. அவை காரணகாரியத் தொடர்புடன் கூடியவை. எந்தச் சமுதாய நிகழ்வும் அப்படித்தான் பிணைந்து அமைந்திருக் கின்றது. மேலும், சமுதாயம் ஒரே மாதிரியான அல்லது ஒரே சீரான அமைப்பைக் கொண்ட தல்ல; அது வேறுபாடுகளாலும் முரண்பாடுகளாலும் ஆனது; புறவயத் தாக்கங்கள் பெறுவது. இத்தன்மைகள் காரணமாக அளவிலும் பண்பிலும் அது

மாறுபாடு கொள்கிறது. ஆனால், சமுதாயத்தில் இடம் பெறுகின்ற இம்மாற்றங்கள் எப்போதும் முன்னோக்கியே நிகழ் கின்றன என்பதை மறந்துவிடக்கூடாது. முன்நோக்குநிலை கொண்ட இந்த மாறுபாடுகளின் தொகுதியையே சமுதாய வளர்நிலை என்கிறோம். படைப்பாளன் இத்தகைய சமுதாயத் தையே எதிர்கொள்கிறான்; திறனாய்வாளனும் இத்தகைய சமுதாயவியல் அறிவோடேயே தனது பணியைத் தொடங்கு கின்றான். எனவே, இலக்கியக் கொள்கை பற்றிய அறிவோடு, சமுதாயவியல் பற்றிய அறிவும் தேவைப் படுகிறது. அடிப்படைக் கோட்பாடின்றி எந்தத் திறனாய் வாளனும் சரியான திறனாய் வாளனாக இருக்க முடியாது.

**சமுதாயப் பின்புலம்:**

படைப்பையும் படைப்பாளனையும் குறிப்பிட்ட சமுதாயச் சூழல் உருவாக்கியிருக்கின்றது. எனவே அவ்வக் காலச் சமுதாயச் சூழலின் பின்புலத்தினைப் புரிந்துகொள்வது சமுதாயவியல் திறனாய்வுக்கு அவசியம். ஏனெனில், படைப்பு - படைப்பாளன் - சமுதாயம் எனும் இவை, தமக்குள் நெருக்கமுறப் பிணைப்புக் கொண்டவை. இலக்கியத்தில் கூறப்பட்டுள்ள செய்திகளும் அவற்றின் தன்மைகளும், குறிப்பிட்ட சமுதாய அமைப்பின் காரணகாரியங்களோடு நேரடியாக உறவு கொண்டவை. இவற்றைச் சரிவரப் புரிந்துகொள்கிறபோது இலக்கியத்தின் செய்திகளும் சரிவரப் புரிந்துகொள்ளப்படுகின்றன. அதற்காகச், சமுதாய நிலைகளை இலக்கியம் அப்படியே நேருக்கு நேராகப் பிரதிபலிக்கிறது என்று கொண்டுவிடக்கூடாது. இலக்கியப் பண்புகள், கலையுருவாக்க நெறிமுறைகள் முதலியவற்றிற்கு ஏற்பவே, இலக்கியம் ஒரு சமுதாயத்தின் விளைபொருளாக மதிப்பிடப்பட வேண்டும் என்பதனை மறந்துவிட முடியாது.

எவ்வாறாயினும், இலக்கிய அரங்கத்துள் இருக்கும் உண்மைகள், அன்றைச் சமுதாயத்தளத்தில் வைத்துக் காணுகிற போதுதான் அம்பலத்துக்கு வருகின்றன. உதாரணத்திற்கு ஒன்று; தேவார இருவராகிய சம்பந்தரும் அப்பரும் பாடிய பாடல்களில் அரசு நிறுவனங்களுக்கு எதிரான ஒரு வகையான எதிர்ப்புக்குரல் கேட்கின்றது. இந்த எதிர்ப்புக்குரலைப் புரிந்துகொள்ள வேண்டு மாயின் அவர்கள் காலத்திய சமுதாயப் பின்புலத்தை அறிந்து கொள்வது அவசியமாகிவிடுகிறது.

இந்த அரசு எதிர்ப்புக்களுக்குக் காரணம் என்ன? அப்படி எதிர்ப்பதற்குரிய இவர்களின் வலுவான பின்னணி என்ன? அன்றைய சமுதாயத்தில் இவர்களுக்கிருந்த அனுசரணையான நிலை என்ன? அரசனோ, நேரடியான அரசு அதிகாரமோ சென்றிருக்காத தமிழகத்தின் மூலைமுடுக்கெல்லாம் ஊரெல்லாம் சென்று மக்களுடன் நேரடியாகத் தொடர்புகொண்டதனால் ஏற்பட்ட வலுவான 'மக்கள் தொடர்பு' காரணமாக இவ்விரு வருக்கும் அரசுகளை எதிர்க்கக்கூடிய மனவல்லமை இருந்தது என்று சொல்லலாமா? மேலும் அப்போது புதிதாக வளர்ந்திருந்த 'அரசுவிழை திருவின்' வணிக வர்க்கத்தவரையும் அவர்களை ஆதரித்த அரசுகளையும் எதிர்த்து, முன்னர் ஏற்கெனவே ஆதிக்கம் பெற்றிருந்த பிராமணர்களும் வேளாளர்களும், இடையே சிறிது காலம் நழுவிப் போயிருந்த தமது பிடியை மீண்டும் இறுக்கிக் கொள்ள நடத்திய எழுச்சியின் ஓர் அம்சத்தைக் குறிக்கின்றது என்று கொள்ளலாமா? அப்பர் வைத்திருந்த 'உழவாரப் படை' அவருடைய வேளாள குல எழுச்சியின் ஆயுதம் - இலச்சினை - என்று கருதலாமா? அக்காலத்திய சமுதாயச் சூழ்நிலைகளைப் புரிந்துகொள்ளவும் அவ்வழி, தேவாரப்பாடல்களையும் சைவ சமய எழுச்சியையும் அறிந்துகொள்ளவும் இந்தக் கேள்வி களுக்குரிய பதில்கள் தேவை.

### ஏற்பும் எதிர்கொள்ளலும்:

அடுத்து, இலக்கியத்தை எதிர்கொள்வது பற்றி: அடிப் படையில் இது ஒரு சமுதாயத் தேவை. குறிப்பிட்ட படைப்பு, குறிப்பிட்ட சமுதாயத்தினால் எவ்வாறு எதிர்கொள்ளப்படுகிறது என்பது, -அந்தப் படைப்பினுடைய தகைமை அல்லது பெறு மதியையும், மற்றும் அதனை எதிர்கொள்கிற சமுதாயக்குழு அல்லது வாசகர்களுடைய தேவை, தரம், பயிற்சி முதலிய தகைமைகளையும் பொறுத்தே அமைகிறது. தவிர, சில சமயங் களில் இவற்றிற்குப் புறம்பான சக்திகளும் செயல்படுவதுண்டு. காட்டாக - சாதி, மத விருப்புக்கள்; இவையன்றியும் இன்றைக் காலத்தில், விளம்பரம்; மற்றும், சந்தைப்படுத்துதல்.

குறிப்பிட்ட படைப்பினை வாசகர்கள் எவ்வாறு எதிர் கொள்கிறார்கள் என்பது பல முனைகளில் ஆராய வேண்டிய ஒரு சிரமமான காரியம். இந்தக் காரியத்தில் பிரெஞ்சு இலக்கிய அறிஞர் ஹென்னக்யுன் (E.Hennequin), ருசிய அறிஞர் பொதப்னியா (A.Potebnya) முதலியவர்கள் கவனம் செலுத்தியுள்ளனர்.

க்யூ.டி.லீவிஸ் (ஆங்கிலத் திறனாய்வாளர் ஃஎப்.ஆர்.லீவிசின் மனைவி) இந்த அடிப்படையில் விரிவாக முயற்சி மேற் கொண்டுள்ளார் (Fiction and the Reading Public) மேலும், ஒப்பிலக்கியம், 'ஏற்றல் கொள்கை' (Reception Theory) என்பதன் மூலமாக, ஒரு நாட்டு இலக்கியம் இன்னொரு நாட்டில் அல்லது இன்னொரு மொழியில் எவ்வாறு ஏற்றுக்கொள்ளப்படுகிறது - அதன் தடயங்களும் தாக்கங்களும் எத்தகையன என்பது பற்றிப் பேசுகிறது.

வாசகருடனான நேரடிப் பேட்டிகள், புறவய வினா விடைகள், குறிப்பிட்ட படைப்பின் விற்பனைக் குறிப்புகள், தொடர்ந்து வரும் பதிப்புக்கள், மதிப்புரைகள், எதிரும் புதிருமான விமரிசனங்கள், குறிப்பிட்ட படைப்பிலிருந்து பிறரால் எடுத்தாளப் பெறும் மேற்கோள்கள், அப்படைப்பினைப் பின்பற்றி அல்லது அதனால் தாக்கம் பெற்று வந்த பிற படைப்புக்கள், மொழிபெயர்ப்புக்கள், வேறு சாதனங்கள் (நாடகம், வானொலி, தொலைக்காட்சி, திரைப்படம்...) மூலமாகச் செய்யப்படுகிற மாற்று வடிவங்கள் முதலியவை குறிப்பிட்ட கலை இலக்கியப் படைப்பின் 'எதிர்கொள்வு' பற்றிய ஆய்வுக்குத் துணை புரியக்கூடியவை.

இந்த வகையில் நல்ல உதாரணம் - பாரதியார் பற்றிய பல்வேறு ஆய்வுகளாகும். பாரதிக்குக் கிடைத்த 'ஏற்பு' பல் வேறு கோணங்களைக் கொண்டது; பல்வேறு கொள்கைகள், அரசியல்கள் அதிலே உண்டு. மேலும், ராஜாஜி, கல்கி போன்றவர் களால் அவர் முதலில் உதாசீனப்படுத்தப்பட்டார். பிறகு அவர் களே அவரை மிகவும் பாராட்டவும் செய்தனர். பாரதியார்க்குக் கிடைத்த சுவாரசியமான எதிர்வினைகளும் ஏற்புகளும், கா.சிவத்தம்பி, அ.மார்க்ஸ் எழுதிய 'பாரதி மறைவு முதல் மகாகவி வரை' என்ற நூலில் சான்றுகளுடனும் விளக்கங் களுடனும் பதிவாகியுள்ளன. அதுபோன்று புதுமைப்பித்தனை எதிர்கொள்வதிலும் ஏற்றுக்கொள்வதிலும் காணப்பட்ட பல்வேறு செயல்பாடுகளைத் தொ.மு.சி.ரகுநாதனின் 'புதுமைப் பித்தன் கதைகள் - விமரிசனங்களும் விஷமத்தனங்களும்' என்ற நூல், விரிவாக எடுத்துச் சொல்லுகிறது.

**சமுதாயச் சித்திரிப்பு:**

இலக்கியத்தில் சமுதாயம் (அல்லது சிலவற்றில் தனிமனித வாழ்வு) சித்திரிக்கப்பட்டிருப்பது என்பது, அவ்விலக்கியத்தின்

பொதுவான பண்பேயாகும். அது, அவ்விலக்கியத்தின் பல்வேறு கூறுகளிலும் பல்வேறு முறைகளிலும் பல்வேறு நிலைகளிலும் வெளிப்படுகிறது. சமுதாயத்தைச் சித்திரிப்பதில் எழுத்தாளர்களிடையே அவர்தம் பின்புலம், நோக்கம், சமுதாயத் தேவை, எதிர்கோள் ஆகியவற்றின் பின்னணியில், தொடர்புடைய நான்கு நிலைப்பாடுகள் இருக்கின்றன:

ஒன்று: சமுதாயத்திலுள்ள பிரச்சனைகளையும், துன்ப துயரங்களையும் எதிர்கொண்டு ஆனால் நேராகக் காட்ட விரும்பாமல், ஒன்றில், மிகையான கற்பனையுடன் புனைந்துரைத்தல்; அல்லது பழைய வாழ்க்கையைப் பொன்னுலகமாகக் காட்டி அதனைத் திரும்பக் கொண்டு வரவிரும்புதல்; கீழே கால் பரப்பாமல் மேலெழுந்தவாரியாக யாதோ ஒன்றைக் கூறுதல். இத்தகையன, நழுவல் (escapism) போக்காக இருக்கலாம். ஆனால் அப்படித்தான் இருக்க வேண்டும் என்பதில்லை; நிறுவனங்களுக்கெதிரான புறக்கணிப்பாகவும் இருக்கலாம். இரண்டு: வாழ்க்கையையும் அனுபவங்களையும் மற்றும் சுற்றியிருப்பவற்றையும் நுணுக்கமான விவரங்களுடன் இயல்பு நவிற்சியாகச் சித்திரித்தல். மூன்று: சமுதாயத்தையும் வாழ்க்கையனுபவங்களையும் அப்படியே சொல்லுவது மட்டுமின்றி அவற்றை எள்ளுதலும், விமரிசித்தலும்; நான்கு: சமுதாய நிலைகளையும் போக்குகளையும் காரணகாரிய முறையில் கண்டு, அவற்றிலுள்ள முரண்களையும் மாற்றங்களையும் நிலைப்பாடுகளையும் இனங்கண்டு, அவற்றை இலக்கியப் பொருளாக எடுத்தாளுதல்.

எழுத்தாளனின் இத்தகைய நிலைப்பாடுகளை அவனுடைய எழுத்துக்களின் வழி அறிந்துகொண்டு, அவனுடைய படைப்புக்களில் உள்ள உள்ளடக்கங்களையும் அவற்றால் அவை பெற்றிருக்கின்ற உத்திகளையும் அறிந்துகொள்ள வேண்டும். முக்கியமாகச், சமுதாய நிறுவனங்கள், உறவுகள் முதலியவை உள்ளிட்ட சமுதாயச் சித்திரிப்புக்கள் இலக்கியத்தில் எவ்வாறு இடம் பெற்றுள்ளன என்று மதிப்பீடு செய்வதற்கு இந்த நிலைப் பாடுகள் அவசியம். இவற்றுள் 'குடும்பம்' எனும் நிறுவனம் தற்காலத் தமிழ் இலக்கியங்களில் பெரும் கவனத்தைப் பெற்றுள்ளதைக் கவனிக்கலாம்.

குடும்பம், மரபுவழிப்பட்ட ஒரு நிறுவனம். சமுதாய அமைப்பிற்கு இது அடிப்படையாக விளங்குகிறது. சங்க

காலத்தில் - சிலப்பதிகார காலத்திலும் கூடத் - தனிக்குடும்பமே நிரவலாகக் காணப்படுகிறது. தொடர்ந்து வருகிற தமிழ் இலக்கியங்களில் குடும்பம் பற்றிய சித்திரங்கள் மிகவும் குறைவாகவே உள்ளன. நம் சமகாலத்திய இலக்கியங்களில் - முக்கியமாகப் புனைகதைகளிலேயே குடும்பம் பற்றிய சித்திரிப்பு அதிகம் காணப்படுகிறது. குடும்ப உறுப்பினர்களுக்கு இடையே யுள்ள உறவுகளுக்கு இன்று புதிய பொருள்கள் தோன்றியுள்ளன. அவற்றை வரலாற்று நிலையில் இயக்கப் போக்காகப் புரிந்து கொள்ளும்போதுதான், இலக்கியத்தில் அவை சித்திரமாகி யுள்ளதைச் சரியாக அவதானிக்க முடியும். ஃபிரடரிக் ஏங்கல்ஸ், குடும்பம் பற்றி எழுதியுள்ள கருத்துக்கள் இதற்கு நல்ல அடிப் படையைத் தரக்கூடியவை.

குடும்பம் என்பதில் போலவே, சமுதாய மதிப்பு என்ற முறையிலும், (உதாரணம்: காதல்), நிறைய மாற்றங்கள் ஏற்பட்டுள்ளன. இதனை இன்றைய எழுத்தாளர்கள் பல கோணங்களில் நின்று படமாக்கியிருக்கிறார்கள். பொதுவாக முக்கோணக் காதல்தான் பலரைக் கவர்ந்துள்ளது. ஆரம்ப காலத்துத் தமிழ் நாவல்களில் காதல், 'மெய்தொட்டுப் பயிலாத' லட்சியக் காதலாக உலவுவதைப் பார்க்கிறோம். மு.வரதராசனின் நாவல்களில், மேல் மத்தியதர வர்க்கத்து மனைவிமார்களிடம் 'ஒழுக்கப் பிறழ்வு' ஏற்படுகிற ஒரு மவுனமான எதிர்ப்பைப் பார்க்கிறோம். மரபு மதிப்பு நிலையில் காதலைப் புனிதப் படுத்துகிற போக்கு, கல்கியிடம் காணப்படுகிறது. நா.பார்த்த சாரதியின் நாவல்களில் ஒரு வகையான இயலாமை மனநிலையி லிருந்தும் அகிலன் நாவல்களில் ஆணாதிக்கக் கோணத்திலிருந்தும் காதலைப் புனிதப்படுத்துகிற போக்கு பிரதானமாக இருக் கின்றது. இதே சாராம்சம்தான் சற்று வித்தியாசமான நடையிலும் பாணியிலும் பாலகுமாரனிடம் வெளிப்படுகின்றது. தி.ஜானகி ராமனிடம் அந்த மோகம், ஒருவரில் தீராததாகவும் பலரிடம் தொட்டுக் கலப்பதாகவும் பாலியல் சுதந்திரத்தை முன் வைக்கிறதைப் பார்க்க முடிகிறது. அக்கினிப் பிரவேசங்களைத் தற்செயல் புற நடைகளாக்கிக் காதலை அத்வைதமாகச் சமரசப்படுத்துகின்ற போக்கினை ஜெயகாந்தனிடம் காணமுடிகிறது. சுஜாதா, இந்துமதி, சிவசங்கரி முதலியவர்களிடம் காதல், மையமற்று நிற்கிற நிலையினைக் காண முடிகிறது. சாரு நிவேதிதாவிடம் மையம் கடந்து போன காதல், வக்கீரமான மொழிக்குள் விழுந்து சாரமற்றுப் போகிறது. பிரேம் - ரமேஷ் நாவல்களில், உடல்

மொழிக்குள் சிக்கிக்கொண்டு, காதல் தூலமற்ற வெளிகளைத் துழாவுகின்றது.

நினைவுகளின் தினவுகளும் அவற்றினிடையே நிகழும் சில பிறழ்வுகளும் துணிவுவராதபோது, பிரம்மைகளாகவும் பிரமிப்பு களாகவும் தயங்கி நின்று, தீர்ந்து போகின்றன. இத்தகைய நிகழ்வுகளும், உணர்வுகளும், சு.வேணுகோபாலின் பல புனை கதைகளில் எடுத்துரைப்புச் செய்யப்படுகின்றன. இன்றையப் புதுக்கவிதைகள் பலவற்றில், காதல், ஒன்றில் - சப்தம் போடுகிறது, அல்லது ஜிகினா வேலைகளில் திணறித் தவிக்கிறது, அல்லது உடல்மொழியில் சிக்குண்டு வியர்த்துப் போகிறது. காதல் பற்றிய பிரதானமான இந்தப் படைப்புப் போக்குகளிடையே, ஒரு சமூக மதிப்பாக - அல்லது தனிமனித மதிப்பாக எவ்வாறு, இது வெளிப்பட்டு நிற்கிறது என்பதனைத் திறனாய்வாளன் கண்டறிய வேண்டும்.

இவற்றை உளவியல் முறையில் ஆராய்வது என்பது வேறு. ஆனால் காதல் உறவுகள் என்பவை ஒரு வகையில், சமுதாய உண்மைகளும் ஆகும். இந்நிலையில், சமுதாயவியல் திறனாய்வு அதில் கவனம் செலுத்துவது மிகவும் அவசியமாகும். சங்க இலக்கியத்தில் காதல் உறவுகளே பெரும் இடத்தைப் பெறு கின்றன. பின்னர் நீண்ட காலமாகத் தமிழ் இலக்கிய உலகில், சமயம் பெரும் ஆதிக்கம் செலுத்தியது. காதலும் குடும்பமும் புறம் தள்ளப்பட்டன. ஆனால் இன்று, முக்கியமாகத் தீவிரத் தன்மை வாய்ந்த புனைகதைகளில் காதல், குடும்பம், சமயம் ஆகியவை பின்னுக்குத் தள்ளப்பட்டிருக்கின்றன. மேலும் இவற்றிற்கு மாறாகக் காதலும் குடும்பமும் பிரச்சனைகளுக்கும் மறுபரிசீலனைகளுக்கும் உட்படுத்தப்படுகின்றன. அரசியலைப் பொருத்தவரை இன்றைய இலக்கியத்தைவிட அன்றைய இலக்கி யங்கள் கூடுதலாகவே அக்கறை காட்டியுள்ளன என்றுதான் சொல்ல வேண்டும்.

இன்றைய இலக்கியவுலகில், அரசியல், பாரதிக் கவிதை களிலே சிறப்பாக இடம்பெறுகிறது; அவரில் இது ஒரு முக்கிய மான மையப் பொருள். சுட்டி, ஒருவர்ப் பெயர் சொல்லாமல் அரசியலைக் கலைப்படுத்துவதில் சிரமம் உண்டு. தமிழகத்தில் 16, 17 நூற்றாண்டுகளாகிய பின்னிடைக் காலத்திலும் புலவர் களுக்கு இந்தச் சிரமம் இருந்தது. ஆனால், அவர்கள் தமது எதிர்ப் புணர்வை, வேறொரு வகையில் வெளிப்படுத்தியிருக்கிறார்கள்.

பொதுவாகவே, இந்தப் பின்னிடைக் காலத்தில் தெலுங்கு இனத்தவராகிய நாயக்க மன்னர்களைப் புகழ்கிறதை அக் காலத்தியத் தமிழ் இலக்கியங்கள் தவிர்த்துள்ளன. அன்றைப் புலவர்கள், தமது அரசு எதிர்ப்பை இப்படிச் செய்கிறார்கள்:

1. தம்காலத்து நாயக்க அரசர்களின் பெயர்களைச் சொல்லாமல், ஆனால் நேரடியாகவே அரசுகளையும் - அரச காரியங்களையும் - சாடுதல் (படிக்காசுப் புலவர், அடுத்துக் காளமேகப் புலவர்) 2. மைய அரசுகளாகிய நாயக்க மன்னர் களைப் பற்றிக் குறிப்பிடாமல், சிறுசிறுவட்டார அதிகார மையங்களாகிய பாளையங்களைப் புகழ்தல்; 3. தம் காலத்து அரசுகளை உதாசீனப்படுத்திவிட்டு (அவர்களுக்கு எரிச்சல் வரும் வண்ணம்) கடந்த காலத்திய தங்கள் தமிழ் அரச மரபினரை வலிந்து புகழ்தல்; நாயக்க மன்னர்கள் வேற்றுப் புலத்தவர்கள் என்ற எண்ணத்தை ஏற்படுத்துதல்.

## குடியிருப்புக்கள்

குடியிருப்புக்கள் அல்லது வாழிடச் சூழல்கள் என்ற முறையில் நகரங்களையோ கிராமங்களையோ சித்திரிப்பது சமுதாயக் காட்சிக்கு உகந்த ஒரு வழிமுறையாகும். பொதுவாக, நகரம் என்பது நாகரிகம், கல்வியறிவு, ஆரவாரம், கேளிக்கை, ஆட்சியதிகாரம், மத்தியதர வர்க்கம், முயன்று ஆக்கப்பட்ட நெறி என்பவற்றோடு இணைத்துக் காணப்படுகிறது. இது நகர வாழ்க்கைச் சித்திரம். இனிக் கிராமம் என்பது, எளிமை, அறியாமை, அப்பாவித்தனம், அமைதி, இயற்கையோடியைந்த நெறி, பழைமையான மரபு என்பவற்றோடு இணைத்தே எண்ணப் படுகிறது. குறைந்த மக்கள் தொகை, சாதிக் கட்டுப்பாடு, வீம்புகள், சச்சரவுகள், நாட்டுப்புறச் சிறுதெய்வங்கள், குறைந்த அளவிலான போக்குவரத்து என்பவை, கிராமங்களை அடையாளங் காட்டுவன. இவ்வாறு புனைகதையிலக்கியத்தில் கிராமப்புறச் சூழலை வரைந்து காட்டுவது பரவலாகக் காணப்படுகிறது. ராஜம் ஐயரின் 'கமலாம்பாள் சரித்திரம்' இதற்கு முன்னோடி. அதன் பின்னர் கா.சீ.வேங்கடரமணி; அதன் பின்னர் ஓரளவு புதுமைப் பித்தன், சி.சு.செல்லப்பா, கு.அழகிரிசாமி முதலிய எழுத்தாளர்கள்; சுதந்திரத்திற்குப் பிறகு, ஆர்.ஷண்முகசுந்தரம்; 70-களில் முக்கியமாகக் கரிசல் நிலத்து வாழ்க்கையைச் சித்திரிப்பவர் களாகக் கி.ராஜநாராயணன் அவரைத் தொடர்ந்து பூமணி, பா.செயப்பிரகாசம், வண்ணநிலவன், லிங்கன், வீர.வேலுச்சாமி,

ஆ.சந்திரபோஸ், மேலாண்மை பொன்னுச்சாமி, சோ.தருமன் முதலிய பலர்...

தமிழிலக்கியத்தில் கிராமப்புறச் சித்திரிப்பு எவ்வாறு அமைந்துள்ளது என்று காண்பது (அதுபோல, நகர்ப்புறச் சித்திரிப்பும் தான்), சமுதாயவியல் திறனாய்வுக்கு ஒரு சிறந்த களமாகும். நிலவுடைமையமைப்பு இன்னும் இறுகிக் கிடக்கின்ற இடம், கிராமம். சாதியமைப்பு, வறுமை, சுரண்டல், நிலவுடைமைக் குரிய கௌரவங்கள், காதல், திருமண உறவுகள், கோபதாபங் களுக்கிடையே மனிதநேய உணர்வுகள், முரண்பாடுகள், மாற்றங்கள் முதலியவற்றைக் காண்பதற்கு இத்தளம் இடம் தருகிறது. ஆனால், ஒவ்வொரு காலப்பகுதியிலும், சமுதாய - பொருளாதாரமாற்றங்கள் காரணமாகவும் அறிவியல் தொழில் நுட்பம் காரணமாகவும், சமுதாய - பொருளாதார மாற்றங்கள் காரணமாகவும், கிராமப்புறமும் அது பற்றிய கண்ணோட்டமும் மாறியே வந்துள்ளன.

**சமுதாயக் குழுக்கள்:**

எழுத்தாளர்கள் மத்தியில் காணப்படுகின்ற இன்னொரு போக்கு, ஆங்காங்குள்ள (பிறப்பு அடிப்படையிலான) இனக் குழுக்களைச் சித்திரிப்பதாகும். ராகுல் சாங்கிருத்யாயனின் சிந்து முதல் கங்கை வரை, வால்கா முதல் கங்கை வரை ஆகிய காப்பிய நாவல்களில் வரலாற்றடிப்படையில் இது மிகச் சிறப்பாக அமைந்துள்ளது. இவற்றின் தாக்கம், தமிழில் கணிசமாகக் காணப்படுகிறது. சரியான சூழமைவுகளுடனும் பின்புலங் களுடனும் இனக்குழுக்கள் சித்திரிக்கப்பட்டிருக்கின்றனவா என்று ஆராய்வது, செய்திகளின் நம்பகத் தன்மையையும் நேர்த்தியையும் காண்பதாகும். இருக்க. உடல் ஊனமுற்றோர், மனம் பிறழ்ந்தோர் முதலிய விளிம்புநிலை மாந்தர்கள் பற்றியும், அலிகள் - அரவாணிகள் - திருநங்கையர் என்றழைக்கப்படும் பிரிவினர் பற்றியும் சமூக உணர்வுடன் கலை - இலக்கியங்களில் சித்திரிப்பது, பலவடிவங்களில் காணப்படுகிறது. சமுதாயவியல் திறனாய்வு, இவ்உண்மைகளைக் கவனமாகக் கணக்கிலெடுத்துக் கொள்கிறது.

சமுதாயத்திலுள்ள இனக்குழுக்களையும் அவற்றின் நம்பிக் கைகள், சடங்குகள் முதலியவற்றையும் ஆராய்வது சமுதாய மானுடவியல் (Social / Cultural Anthroplogy) எனும் தனித்துறை

யாகும். மானுடவியல் என்பதும் ஒரு வகையில் சமுதாயவியலே; இருப்பினும், தற்காலப் புனைகதையிலக்கியத்திலும், தனித்தனிக் குழுக்களும் அவர்களின் பழைமையான சடங்குகளும் மரபு களும் இடம்பெறுவதால், மானுடவியலின் ஆய்வுமுறைகள் பயனுடையனவாக உள்ளன. பழந்தமிழ் இலக்கியங்களை ஆராய்வதற்கு இவ்வணுகுமுறை பெரிதும் பயன் தருகின்றது. நாட்டுப் புறவியல் ஆராய்ச்சியில் மானுடவியல் பெரும்பங்கு வகிக்கின்றது. இத்தகைய ஆராய்ச்சியில் நா.வானமாமலை விஞ்ஞானபூர்வமாக மிகப் பெரும் வெற்றி பெற்றுள்ளார். நாட்டுப்புற இலக்கியங்களை அணுகுவதற்கு அவருடைய வழிமுறை சிறந்த வழிகாட்டியாகும். பழக்கவழக்கங்கள், சடங்குகள், முதலியவற்றையும் இன்றும் நிலவுகின்ற பழைய மரபுகளின் எச்சங்களையும் அவற்றின் உண்மையான பொருளில் விளங்கிக் கொள்வதற்கு வரலாற்றியல் உணர்வோடு சமுதாய மானுடவியலும் துணை செய்கின்றது.

**சமுதாய மதிப்புக்கள் : வரையறை**

அடுத்து, சமுதாயவியல் அணுகுமுறையில் அதிகம் கவனத்தைப் பெறுவது சமுதாய மதிப்பு அல்லது விழுமியம் ஆகும். இது சமுதாய உறவுகளின் பிணைப்பிலே, நடப்பின் காரணமாகத் தோன்றுகிற சமுதாயஉணர்வு வடிவங்களில், ஒன்று. இதனைப் பின்வருமாறு வரையறை செய்யலாம்: சமுதாயம் முழுமைக்கோ அதன் குறிப்பிட்ட ஒரு பிரிவு அல்லது வர்க்கத்திற்கோ உள்ள பொதுவான மனித நடத்தைகளின் நியதிகள் மற்றும் தகவுகளின் (rules & standards) தொகுதியே சமுதாய மதிப்புக்கள் ஆகும். 'வல்லவன் வகுத்ததே வாய்க்கால்' என்பது போல, சக்தி வாய்ந்த குழுவினரின் அல்லது ஆளும் வர்க்கத்தவரின் விருப்பங்கள், அரசியல் சட்டத் தகுதி பெற்றுச் சட்டங்களாகின்றன. ஆனால் சமுதாய மதிப்புக்கள், மக்கள் கருத்தின் சக்தியிலும் அவர்களின் உள்ளார்ந்த பற்றுறுதிகள், (convictions), பழக்கவழக்கங்கள், வளர்ப்பு முறைகள் முதலியவற்றின் சக்தியிலும் நிலை கொள் கின்றன. இவை, குறிப்பிட்ட சமுதாய - பொருளாதார உருவாக்கங்களின் பின்னணியில், வரலாற்றின் அடிப்படையில் தோன்றுகின்றன. அதனாலேயே மாறக்கூடியன; நாட்டுக்கு நாடு, காலத்துக்குக் காலம் இவை மாறுபடக்கூடும்; மேலும் தமக்குள் நேரடியாக முரண்படுகிற நிலையிலும் இவை அமையக்கூடும்; ஆயின் சில போது - இவை தோன்றுவதற்குக் காரணமான

சமுதாய நிலைகள் மறைந்து விட்ட பின்னரும், இவற்றுள் சில தொடர்ந்து வாழக்கூடும்.

இதுவே, 'சமுதாய மதிப்புக்கள்' என்பதன் வரையறையாகக் கொள்ளத்தக்கது. இதனடிப்படையில், இலக்கியங்களில் கலை யுருவம் பெற்றுள்ள அவ்வக்காலத்தின் சமுதாய மதிப்புக்கள் ஆராயத்தக்கன. காட்டாகக், கற்பு என்பது ஒரு சமுதாய மதிப்பு. அது, காலந்தோறும் பல நிலைகளில் வழக்காறு பெற்று வந்துள்ளது. கொளற்குரி மரபினோர் கொடுப்ப ஒருத்தியை ஒருவன் கொள்வது ஒரு காலத்திய கற்பு. அதாவது கற்பு என்பது தொல்காப்பியர் காலத்தில் "அறியப்பட்ட" திருமணத்தைக் குறிப்பிடுகிறது. ஒருத்திக்கு ஒருவனே என்பது, பின்னர் எழுந்த (சொத்துடைமையும் ஆணாதிக்கமும் ஏற்பட்டுவிட்ட) காலத்தின் வலுவான ஒரு கருத்துநிலை இளங்கோ, கம்பன், நீலகேசி, குண்டலகேசி, பெரிய புராணம்... இப்படிப் பல படைப்புக்களில் இக்கருத்து நிலையின் (வேறுபட்ட) வளர்ச்சிப் போக்குகளைக் காணலாம். நாட்டுப்புறக் கதைகளிலும் கதைப்பாடல்களிலும் காணப்படுகின்ற கற்பு பற்றிய செய்திகள் சுவாரசியமானவை. புதுமைப்பித்தன், தி.ஜானகிராமன், ஜெயகாந்தன் ஆகிய படைப்பாளர்களின் எழுத்துக்களில் 'கற்புக்கு' சில புதிய அணி கலன்கள் உண்டு; விளக்கங்கள் உண்டு. சமுதாய மதிப்புப் பற்றிய திறனாய்வு, குறிப்பிட்ட மதிப்பினை விவரிப்பது மட்டு மல்ல; அதன் பின்னணிகளையும் மாற்றங்களையும் கண்டறிந்து சொல்வதுமாகும்.

**சமுதாயச் சிக்கல்கள்:**

சமுதாயச் சிக்கல்கள் என்பவை, மாறிவரும் அரசியல் பொருளாதார நிலைகளின் காரணமாகச், சமுதாய உறவுகள் மத்தியிலும் மதிப்புக்கள் மத்தியிலும் காணப்படுபவை. உண் மையில், சமுதாயம் என்பது ஒரே சீரான நிலையை - வளர் நிலையைக் - கொண்டதல்ல. அடிப்படையில், அது, தனது அமைப்பிலேயே சில முரண்பாடுகளைக் கொண்டிருக்கின்றது. இதன் காரணமாக அதிலே 'சிக்கல்கள்' தோன்றுகின்றன. இவ்வாறு, தோன்றுகிற சிக்கல்கள், சில மங்கிப் போகலாம்; சில புதிய வடிவம் கொள்ளலாம்; புதியன தோன்றலாம்.

நிலவுடைமைச் சமுதாயம் விரிசல் அடைந்து முதலாளித் துவம் எழுச்சி பெற்றுள்ள இக்காலத்தில், புதிய பல சிக்கல்களும்

எழுச்சி பெற்றுள்ளன. தொடக்க காலத்துத் தமிழ்ப் புனைகதைகளில் நிலவுடைமை அமைப்பு சார்ந்த சமுதாயச் சிக்கலான பால்ய விவாகமும் விதவையர் நிலையும் பிரதான சிக்கல்களாகச் சித்திரிக்கப்பட்டுள்ளன. வ.வே.சு.ஐயரின் 'குளத்தங்கரை அரசமரத்'திலும், தொடர்ந்து, மாதவையா மற்றும் பலரின் எழுத்துக்களிலும் இந்தச் சிக்கல்கள் முதன்மையாக இருக்கின்றன. கல்கியின் 'கேதாரியின் தாயார்' ஒரு மகனின் கண்ணோட்டத்திலிருந்து விதவையர் நிலையை அழகாகச் சித்திரிக்கின்றது. இன்றைப் புனைகதைகளில், முதலாளித்துவப் பொருளாதாரம் தந்த நெருக்கடிகளின் காரணமாகத் தோன்றிய மணமாகாத முதிர்பெண்டிர் நிலைகளும், மணமுறிவுகளும் சித்திரமாகியுள்ளதைக் காணலாம். இதுபோல் பெண் - எழுச்சியின் காரணமாக ஆண்களிடையே தோன்றுகின்ற மனமயக்கங்களும் சிக்கல்களும் புனைகதையுலகில் பெரும் இடத்தைப் பெற்றுள்ளன.

மகளிரின் புதிய கோலம், ஒரு புதிய பரிமாணம். பெண் விடுதலையைப் பொருள்படுத்திக் கொள்வதில் வேறுபாடுகள் இருந்தாலும், பழைய தளைகளை அறுத்தெறிவதற்கான முயற்சிகளை (மறுபக்கம், அந்த எழுச்சியை மலினப்படுத்தவும் மட்டப்படுத்தவும் நடக்கின்ற முயற்சிகளையும்) பரவலாக இன்றைய இலக்கியத்தில் காணலாம். இதனை ஒட்டியமைவதுதான் அலுவல் மகளிர் சிக்கலும் ஆகும். பெண் என்பதனாலேயே அவளுக்கு அலுவலகங்களில் சிக்கல்கள் ஏற்படுகின்றன. அதேபோது, குடும்பத்திலும், அவளுக்குச் சிக்கல்கள் ஏற்படுகின்றன. இது 'பங்குநிலை மோதல்' (role - conflict) எனப்படுகிறது. அலுவல் மகளிரின் பங்குநிலை மோதல்கள் பல திறத்தவை. அவை சரியான சமுதாயவியல் கண்ணோட்டத்துடன் ஆராய்வதற்குரியவை. இதுபோன்றே, தாழ்த்தப்பட்ட மக்களின் (தலித்துக்களின்) பிரச்சினைகளும் இன்று புதிய வடிவம் எடுத்துள்ளன. சமுதாயவில் திறனாய்வின் புதிய பரிமாணங்களாகப் பெண்ணியமும் தலித்தியமும் அடையாளம் பெற்றிருக்கின்றன.

**சமுதாய மாற்றம்:**

சமுதாய மாற்றத்தைக் காட்டுவது என்பது, படைப்பாளனுடைய சமுதாயவுணர்வினையும் உலகக் கண்ணோட்டத்தினையும் பொறுத்தே அமைகின்றது. பொதுவாகச், சமுதாயம் என்பதே அதன் தன்னிலைகளினாலும் புறவயத்தாக்கங்களினாலும்

மாறுதலுக்குரியதுதான். இம்மாற்றம் முன்னோக்கி அமைவது. நல்ல இலக்கியம் என்பது சமுதாய மாற்றத்தை உள்வாங்கி யிருக்கும்.

சமுதாயத்தின் ஒரு வெளிப்பாடாகிய இலக்கியம், சமுதாயத்தைக் குறிப்பிட்ட ஒரு தளத்திலிருந்து சித்திரிப்பதோடு அதன் செயல்பாட்டோடு கூடிய ஒரு சக்தியாகவும் விளங்குகிறது. சமுதாயவியலில் அக்கறை கொண்ட அறிஞர்கள் பலரும் இதனை வற்புறுத்துகின்றனர். உதாரணமாக, டெர்ரி ஈகிள்டன் எனும் அமெரிக்கத் திறனாய்வாளர், இலக்கியத்தைச் சமுதாயத்தின் உற்பத்தியென்றும், சமுதாய சக்தி என்றும் வருணிக்கிறார். வரலாற்றின் வளர்ச்சியில் சமுதாய அமைப்புக்கும் சிந்தனைக்கும் இடையே இயக்கவியலான உறவுகளை இலக்கியம் பிரதிநிதித்துவப் படுத்துவதாக, ரேமாண்டு வில்லியம்ஸ் கூறுவார். இலக்கியம் தீர்மானிக்கப்படுகிற சக்தியாகவும் அதேபோது, தீர்மானிக்கிற சக்தியாகவும் விளங்குகிறது என்று சார்த்ரே கூறுவார்.

**முடிவாக:**

இவ்வாறு, சமுதாயவியல் அணுகுமுறை, விசாலமான எல்லைப் பரப்புடன், பல சாதனங்களையும் சாதனைகளையும் பெற்றுள்ளது. இலக்கியத்தில், கலையுருவமாக ஆக்கம் பெற்றுள்ள உள்ளடக்கத்திலே (artistic content) அக்கறை காட்டுகின்ற இத் திறனாய்வு, உண்மையில் ஒரு சமுதாவியல் விஞ்ஞானியின் பணியினைச் செய்கின்றது. கலைப் படைப்பின் பாத்திரத்தையும் பங்கினையும் அளவிடுவதோடு படைப்பாளியின் உலகக் கண்ணோட்டத்தினையும் (world outlook) வெளிப்படுத்துகின்றது. எனவே, சமுதாயவியல் அணுகுமுறை, மிகப் பல திறனாய்வாளர் களால் போற்றப்பட்டும் பின்பற்றப்பட்டும் வந்துள்ளது. தமிழிலும் இது பிரசித்தமே; என்றாலும் இதுவரை விளக்கிய வாறு, இது தன்னை இன்னும் ஆழப்படுத்திக் கொள்ளவும் முறைப்படுத்திக் கொள்ளவும் வேண்டும்.

## 3.3
## வரலாற்றியல் அணுகுமுறை

இலக்கியம் வெற்றுவெளியிலிருந்து தோன்றுவதில்லை; குறிப்பிட்ட காலத்தின் பின்னணியில், குறிப்பிட்ட காலத்தைச் சேர்ந்த படைப்பாளியினால் படைக்கப்படுகின்றது. காலத்தை எப்படி அது சித்திரிக்கின்றது என்பது வேறு கேள்வி. ஆனால், இலக்கியம் என்பது குறிப்பிட்ட காலத்தின் வெளிப்பாடு என் பதனை மறுக்க முடியாது. உண்மையில், வரலாற்றிற்கு அடிப் படையான காலம், இடம் எனும் மையங்களில் காலூன்றி நிற்கும் இலக்கியம், நினைவுகளையும் நிகழ்வுகளையும் வரித்துக் கொண்டு எங்கே சுழன்றாலும், அதன் 'ஈர்ப்பு' இந்த மையங்களை நோக்கியது தான். காலம் அடுத்தடுத்த புள்ளிகளை நோக்கி வளரும்போது, சரியான ஈர்ப்புத்திறனுடைய இலக்கியமும் அதனோடு சேர்ந்து வளர்கிறது; சற்று முன்னும் பின்னும் சென்று அந்த முனை களைத் தழுவிக் கொள்கிறது. வரலாற்றில் ஏற்படும் மாற்றங் களை சுவீகரிக்கவும் அந்த மாற்றங்களுக்குத் தானும் ஒரு காரண மாக அமையவும் கூடிய திறன்பெற்ற இலக்கியம், அதன் காரிய மாகவும் அமையக்கூடியது. இலக்கியத்தை, வரலாற்று உந்து சக்திகளின் ஒளியில் தரிசிக்கும் பார்வையே வரலாற்றியல் அணுகு முறையாகும்.

மொழி, கலை, இலக்கியம், பண்பாடு முதலியவற்றை ஆராய்கின்றவர்கள் அவற்றை ஆய்வுக்களங்களாக எடுத்துக் கொள்கிறபோது, ஒன்றில் அவற்றைக் கிடைநிலையில் (horizontal) எடுத்துக் கொள்வர்; அல்லது செங்குத்து நிலையில் (vertical) எடுத்துக் கொள்வர். கிடைநிலையில் எடுத்துக்கொள்வது என்பது, ஒரே காலத்தினவாக (synchronic) அவற்றை எடுத்துக் கொள்வதாகும். உதாரணமாக, சிறுகதைகளை எடுத்துக்கொள்கிற போது, அவற்றைக் காலவரிசையில் நிறுத்தாமல், குறிப்பிட்ட

கருத்தியல் தளத்தில் அவற்றின் பண்புகளையோ உத்திகளையோ, தனிப்பட்ட படைப்பாளர்களின் பங்களிப்புகளையோ, திறனாய் வதாகும். இதற்கு மாறாகச், செங்குத்துநிலையில் ஆராய்வ தென்பது, உதாரணமாக, யதார்த்தம் என்பதை வேதநாயகம் பிள்ளை, ராஜம் ஐயர், மற்றும் புதுமைப் பித்தனிலிருந்து, பெருமாள் முருகன், யூமாவாசுகி வரை எவ்வாறு எடுத்து கொண்டிருக்கிறார்கள் என்று திறனாய்வதாகும். செங்குத்து நிலையில் எடுத்துக்கொள்வதாக இங்குக் குறிப்பிடப்படுவது, ஒன்றுக்கு மேற்பட்ட வரிசைமுறைப்படியான (dichronic) காலங் களை எடுத்துக் கொள்வதாகும். இந்த இரண்டாவதனையே, பொதுவாக, வரலாற்றியல் ஆராய்ச்சிக் குரியதாகக் கருதுகிறோம். இரண்டு அல்லது இரண்டுக்கு மேற்பட்ட காலப் பகுதிகள் இணைந்தோ, ஒன்றோடு ஒன்று சார்ந்தோ, ஒரு வரலாற்றுக் கண்ணோட்டத்தைத் தருகின்றது.

வரலாற்றுக் கண்ணோட்டங்கள், காலங்கள்தோறும் மாறி வந்திருக்கின்றன. வீரநாயகர்களும் அவர்களையொட்டிய பெரும் நிகழ்ச்சிகளும் தத்துவங்கள் அல்லது எண்ணங்களும் தான் வரலாற்றை உருவாக்கும் சக்திகள் என்ற கருத்து, நீண்ட காலம் இருந்தது; இன்றுகூடச் சிலரிடையே அக்கருத்து நிலவுகிறது. இவர்கள் அற்புதங்களை நம்புகிறவர்கள். இவர்கள் காலங்களுக்கிடையேயான தொடர்ச்சியையும் சாராம்சமான உந்து சக்திகளையும் புறக்கணிப்பவர்கள். ஆனால், மன்னர் களையும் போர்களையுமே பிரதானப்படுத்திய பழைய கண் ணோட்டத்திலிருந்து விடுபட்டு, இன்று பலரும் (ஆனால், எல்லோரும் அல்ல) மக்களாலேயே வரலாறு தீர்மானிக்கப் படுகிறது என்ற கண்ணோட்டத்திற்கு வந்துள்ளனர்.

மனிதகுலம், தனது இயல்பான பண்பின் காரணமாகவும் புறநிலைகளின் காரணமாகவும் வளர்ச்சி பெறக்கூடியது. இது, வரலாற்றுக்குரிய அடிப்படைக் கருதுகோள். ஆகவே, வரலாறு என்பது தொடக்கத்தை உட்படுத்திய தொடர்ச்சியையும், காலம், இடம் என்ற அச்சுக்களில் காரண காரியங்களுடன் கூடிய முன்னோக்கிய மாற்றங்களையும் கொண்ட நிகழ்வுகளின் இழை யோட்டத்தைக் குறிப்பிடுகின்றது. அவ்வாறாயின், வரலாற்றியல் என்பது, உருவாதல், வளர்தல் என்ற செயல்நிலைகளைக் கொண்டனவும், அந்தச் செயல்நிலைகளினால் தீர்மானிக்கப் படுவனவுமான பொருள்களைப் பற்றிய ஓர் அறிதல்முறையாகும். மாற்றம் என்பது வரலாற்றின் அடிப்படைப் பண்பு; ஆனால்

எல்லா மாற்றங்களும் குறிப்பிடத்தக்கன அல்ல. பொருள்களின் குறிப்பிட்ட பண்புகளையும் குறிப்பிட்ட உறவுகளையும் பிரதி நிதித்துவப்படுத்தக் கூடியனவும், அப்பொருளின் சாராம்சமாக விளங்கக்கூடியனவுமாகிய மாற்றங்களையே வரலாற்றியல், கணக்கில் எடுத்துக் கொள்கிறது. இலக்கியம் எனும் பொருளை அல்லது இலக்கியத்தில் காணலாகும் பொருள்களை, வரலாற்றியல் அணுகுமுறை இவ்வாறுதான் ஆராய்கின்றது.

வரலாற்றியல் இலக்கியக் கண்ணோட்டம் 18-ஆம் நூற்றாண்டில் செல்வாக்குடன் விளங்கியது. அதற்குமுன் 17-ஆம் நூற்றாண்டின் இறுதிப் பகுதியில் ஃபிரான்சிஃ பேகன், இலக்கியத்தைக் 'காலத்தின் ஆன்மா' (Spirit of the age) என்று சொல்லியிருப்பார். 18-இல் செல்வாக்குப் பெற்றிருந்த இக்கண்ணோட்டம் 19-ஆம் நூற்றாண்டில், 'கலை, கலைக்காகவே' எனும் கொள்கை வலுப்பெற்ற போது செல்வாக்கிழந்தது. இம்மானுவேல் காண்ட், ஏ.சி.பிராட்லி, டபிள்யு.பி.கெர் முதலியவர்கள், வரலாற்றுப் பார்வைக்கு எதிராகக் குரல் கொடுத்தார்கள். ஆனால் பல்துறை ஆராய்ச்சி நோக்கும், மற்றும் பொதுவாக இலக்கியத் திறனாய்வும் ஒப்பிலக்கியமும் வளர்ச்சி பெற்ற இந்நூற்றாண்டில் இவ்வணுகு முறை மீண்டும் புத்துணர்வு பெற்றது. இன்று, இலக்கியவுலகில் தவிர்க்க முடியாத ஓர் அணுகுமுறையாக இவ்அணுகுமுறை விளங்குகிறது.

அறிஞர்கள், திறனாய்வாளர்கள் மத்தியில் நடைமுறையில் இருப்பவற்றைச் சாராம்சமாகக் கொண்டு, வரலாற்றியல் திறனாய்வினை 'ஐ, இன், இல்' எனும் முப்பெரும் பகுப்புகளாக வகைப்படுத்திக் காணலாம். அவை;

1. இலக்கியத்தை வரலாற்றின் அடிப்படையில் அல்லது அதன் பின்னணியில் நோக்குதல். (ஐ)
2. இலக்கியத்தின் வரலாறு காணுதல் (இன்)
3. இலக்கியத்தில் வரலாறு கண்டறிதல், அதாவது, இலக்கியத்தை வரலாற்று மூலமாகக் கொள்ளுதல். (இல்)

**1. இலக்கியத்தை வரலாற்றின் அடிப்படையில் நோக்குதல்:**

இது வரலாற்றியல் திறனாய்வின் முதன்மை நோக்கமாகும். இலக்கியத்திற்கு அதன் சூழமைவு காரணமாக இருக்கிறது

என்ற முறையில் திறனாய்வு செய்கின்றபோது, குறிப்பிட்ட சொற்றொடர்கள், படிமங்கள், கட்டமைப்புக்கள் முதலிய வற்றிலுள்ள தனிச்சிறப்புக்கூறுகள் விளக்கம் பெறும்; அவ் விலக்கியம் கூறுகின்ற செய்திகளின் உண்மையாக அதன் காரண - காரியத் தொடர்பான பரிமாணங்கள் புலப்படும்; படைப் பாளியின் நோக்கமும் நலனும் தெரியவரும். காட்டாக, 'செய்க பொருளை' என்ற வள்ளுவர் வாசகத்திலுள்ள வேகத்தையும் அந்தத் தொடரிலுள்ள அழுத்தத்தையும் அவருடைய காலப் பகுதியின் குரலாகத்தான் புரிந்துகொள்ள வேண்டும். நில வுடைமைச் சமுதாய வளர்ச்சியின் அடுத்த கட்டமாக, வணிக வர்க்கம் எழுச்சி பெற்ற கால கட்டத்தில், அதனுடைய நலனும் தத்துவமும் கவனம் பெறுகின்றன. எனவே, தள்ளா விளையுளும் தக்காரும் மட்டும் போதா - தாழ்விலாச் செல்வரும் சேர்வது தான் நாடு என்ற கருத்து முன்வைக்கப்படுகிறது. செறுநரைச் சென்றறுக்கும் எஃகாகவும், ஒரு பொருட்டாகக் கருத வேண்டா தாரைப் பொருட்டாகக் கருத வைப்பதாகவும், இன்பத்தை மட்டுமல்லாமல் அறத்தையும் தரக்கூடியதாகவும், இவற்றிற்கும் மேலாக மன இருளை அறுக்கும் பெய்யா விளக்காகவும், பொருள் அல்லது செல்வம் வருணிக்கப்படுகிறது. குறளின் குரல் இது. வணிக வர்க்கத்தின் குரல் இது. இதனை அக்காலத்துச் சமுதாயத்தின் சூழலில் வைத்துப் புரிந்துகொள்கிறோம். சங்க இலக்கியங்களுக்குப் பின் தோன்றிய குறளும் சிலம்பும் பிறவும், இத்தகைய வரலாற்றின் வெளிப்பாடுகளாக அறியக் கிடக் கின்றன. எனவே இலக்கியத்தை வரலாற்றின் தளத்தில் வைத்து ஆராய்வது அவசியமாகிறது.

**காலச்சூழல்**

இலக்கியத் திறனாய்வின் போது, அதற்குப் பூர்வாங்க மாகவும் நடப்பாகவும் அமைந்திருப்பது, வரலாற்றுச் சூழமைவு (historical context), ஆகும். இலக்கிய ஆராய்ச்சியில், வரலாற்றுச் சூழமைவின் தளத்தையும் கருதுகோளையும் முக்கியமாக ஐந்து நிலைகளில் கூறலாம்:

1. குறிப்பிட்ட காலமும் இடமும், குறிப்பிட்ட வகையான கலை - இலக்கியங்களைத் தோற்றுவிக்கிறது.

2. கலை - இலக்கியத்தின் பாணி, நடை, உத்தி முதலிய வற்றிற்கு அவ்வக்காலச் சூழல், முக்கியமான காரண மாக அமைகிறது.

3. கலை - இலக்கியம் கூறும் செய்தி, வரலாற்றுச் சூழமை வினை மனதிற்கொண்டதாக அமைகிறது.

4. கலை - இலக்கியம் பற்றிய ரசனையும் ஏற்பும்கூட, அவ்வக்காலச் சூழமைவினைப் பொறுத்ததே. ஒரு காலத்திய இலக்கியம், இன்னொரு காலத்திலும் ஏற்கப் பெறும் என்பதில்லை. அவ்வாறு ஏற்கப்பெறுமானால், அது இரண்டற்கும் இடையேயுள்ள பொதுவான இழைகளையும் தளைகளையும் பொறுத்தது.

5. குறிப்பிட்ட காலச்சூழமைவு என்பது திரும்ப மீண்டும் நிகழ்வதில்லை.

இத்தகைய வரலாற்றுச் சூழமைவு, முக்கியமாக மார்க்சீயத் திறனாய்வில் அதிகம் கவனத்தைப் பெற்றுள்ளது. ஹோமர், எஸ்கிலஹ் முதற்கொண்டு ஷேக்ஸ்பியர், கதே, பால்ஃஜாக் வரையிலான பலரின் கருத்துக்களையும் மார்க்சும் ஏங்கெல்சும் அவ்வக்கால வரலாற்றுச் சூழமைவுகளின் தளத்தில் வைத்தே மதிப்பிடுவதையும், அவற்றை அந்தக் காலங்களின் வெளிப்பாடு களாகவும் குரல்களாகவும் கருதுவதையும் அவர்களின் நூல் களிலே காணலாம். மேலும், ரஃபேல், டாவின்சி, திதியன் ஆகிய புகழ்பெற்ற ஓவியர்களை மார்க்சும் ஏங்கல்சும் இத்தாலிய மறுமலர்ச்சிக் காலத்தின் பின்னணியிலேயே புரிந்துகொள் கின்றனர். இவ்ஓவியர்களிடம், அவரவர்க்குரிய தனிச்சிறப்புத் தன்மைகள், கலைத்திறன்கள் உண்டு.

லெனின், தான் மாபெரும் இலக்கிய மேதையாக ஏற்றுக் கொள்கிற லெவ் டால்ஸ்டாயின் நிறைகளையும் குறைபாடு களையும் சுட்டிக்காட்டுகிறபோது, டால்ஸ்டாயின் காலச் சூழ்நிலையை மிகக் கவனமாக எடுத்துக்கொள்கிறார். அன்றியும் அதனை வற்புறுத்தவும் செய்கிறார். லெனின் சொல்லுகிறார்: "டால்ஸ்டாயின் படைப்புக்கள் (1861-1905), ருசியாவில் நில வுடைமைச் சமுதாய அமைப்பு தாழ்வுற்று, முதலாளித்துவ சமுதாயம் முகிழ்க்கத் தொடங்கிய மாறுதல் காலத்தைச் சேர்ந்தவை. இந்தப் பின்னணியில், நிலப்பிரபுக்களையும் விவசாயிகளையும் கொண்ட கிராமப்புற ருசியா, பண்ணை யடிமை முறையும், பழைய மதிப்புக்களும் சீர்குலைந்து போக, புரட்சிக்குத் 'தயாராகிக்' கொண்டிருந்தது. இத்தயை ஒரு சூழ்நிலையை அவர் படம் பிடித்துக் காட்டுகிறார். அவருடைய

சித்திரங்கள், அன்றைய ருசிய சமுதாயத்திலுள்ள பலவீனத்தையும், விவசாயிகளின் எதிர்ப்புக்களிலிருந்த குறைபாடுகளையும், கிராமப் புறத் தந்தை வழிச் சமுதாய மக்களின் குழப்ப நிலைகளையும் 'முஃஜிக்கு'களின் கோழைத்தனத்தையும் பிரதிபலிக்கிற காலக் கண்ணாடியாக விளங்குகின்றன. அதேபோது, இக்குரல், 'தீமை கண்டு பொங்காதே' என்று போதிக்கக் கூடியதாகவும் கிறித்துவ ஆன்மீகச் சார்புக்குள் அடங்கி வருவதாகவும் இருந்தது." இவ்வாறு டால்ஸ்டாயை மதிப்பிடுகிறார், லெனின். தொடர்ந்து, டால்ஸ்டாயின் முரண்பாடுகளுக்குரிய காரண சாத்தியங் களையும் அவர் கூறுகிறார். அதேபோது அம்முரண்பாடுகளை, இன்றையத் தொழிலாளி இயக்கத்தின் கருத்துநிலையிலிருந்தோ சோஷலிச நோக்கிலிருந்தோ அனுமானிக்கக்கூடாது என்றும் அவர் அறிவுறுத்துகிறார். காலவழுவுக்கு உட்படாமல் அவ்வக் காலச் சூழமைவின் பின்னணியிலேயே படைப்புக்கள் பார்க்கப் பட வேண்டும். (V.I.Lenin, Lev Tolstoy as Mirror of Revolution) டால்ஸ்டாய் பற்றி லெனின் தந்த விமர்சனம், வரலாற்றுச் சூழமைவினை இவ்வாறு முறைப்படுத்தவும் வலியுறுத்தவும் செய்கிறது.

**வரலாற்றுச் சூழலும் இலக்கிய வடிவங்களும்**

குறிப்பிட்ட சமுதாய வரலாற்றுச் சூழலானது, குறிப்பிட்ட இலக்கிய வகைகள், வடிவங்கள் முதலியவற்றின் தோற்றத்திற்கும் வாழ்விற்கும் காரணமாக அமைகின்றது. உதாரணமாக, 'ஆற்றுப்படை' எனும் இலக்கிய வடிவம், இடம் பெற்றதற்குரிய அக்காலத்திய சமுத=ாய வரலாற்றுச் சூழ்நிலையைப் பின்வருமாறு அனுமானிக்கலாம்:

1. தனிச்சொத்துடைமையின் கீழ், நிலவுடைமைச் சமுதாய அமைப்பு அரும்பிய அக்காலப் பகுதியில், உபரி வருமானம் பெருகத் தொடங்கி தளம், அது.

2. வேலைப் பிரிவினைகள் ஏற்பட்டு வளர்ந்துவந்த நிலையில், உடல் உழைப்பின் வர்க்கம், ஒரு பக்க மாகவும் கலைஞர்குழு - இன்னொரு பக்கமுமாகத் தோன்றிய நிலை.

3. இனக்குழுக்களாக வாழ்ந்த நிலை மாறி, பல பகுதிகளும் புவியியல் அடிப்படையில் இணைந்து தொடர்பு பட்டு வருகிற சூழ்நிலையில், பாதைகளும் பயணங்களும்

தகவல்களும் நெருங்கி வந்துகொண்டிருந்த - அதற்கு அவசியமிருந்த நிலை.

4. தனித்தனியான இனக்குழுக்கள் என்ற நிலையிலிருந்து, பொருளாதார, பண்பாட்டுநிலைகளில் இனங்கள் ஒருமைப்பட்டு வாழ்கிற நிலைமை.

5. வலுவான ஒரே அரசு என்று தோன்றியிராத, ஆனால் சிற்றரசுகள், நிலக்கிழார்கள் வலுவுடனிருந்த இடப் பகுதி அல்லது காலப்பகுதி.

6. உண்டி கொடுத்து உதவும் மனப்பான்மை - 'கொடை' - சமுதாய மதிப்பாகச் செல்வாக்குப் பெற்றிருந்த நிலை. அதேபோல 'புகழ்' என்பதும் சமுதாய மதிப்பாக வளர்ச்சி பெற்றிருந்த நிலை.

புசித்தவன், பசித்தவனைப் புரவலரிடம் அனுப்புவதாக அமைகிற இவ்ஆற்றுப்படை, சங்ககாலத்திய இலக்கிய மர பாகும். முதலில், குறைந்த சில அடிகளில், தனிநிலைப் பாடல் களில் (புறநானூறு), முன்கூறிய சாராம்சமான சூழமைவுக் காரணங்களின் விளைவாகத் தோன்றிய இது, அவ்வடிவம் போதாது என்ற நிலைமையில், விளக்கநிலைப் பாடல் களாக (பெரும்பாணாற்றுப்படை, சிறுபாணாற்றுப்படை, பொருநராற்றுப்படை) வளர்ந்தமைவதையும் காணுகிறோம். சில நூற்றாண்டுக்குப் பின்னர், நிலவுடைமைச்சமுதாயத்தின் உற்பத்தியுறவுகள் இறுக்கம்பெற்று வளர்கிறபோது, அதன் சூழ்நிலையில், ஒய்வுவர்க்க சிந்தனையும் சமய எழுச்சியும் ஏற்பட்ட காலத்தில், இவ்வாற்றுப்படை எனும் உத்தி, கடவுளின் 'பெருமையைப் பாடுபொருளாக ஏற்க வேண்டியதாகிறது. (திருமுருகாற்றுப்படை). உண்மையில், சமயஎழுச்சி என்பது புதிய சில இலக்கிய வடிவங்களைப் பிறப்பித்ததோடன்றிப் பழைய இலக்கியவடிவங்கள் பலவற்றைச் சுவீகரித்துக் கொள்ளவும் முயன்றது.

**ஈழத்து மலையக இலக்கியம்:**

இதுபோல் இன்னொரு உதாரணம்: இலங்கை மலை யகத்துத் தமிழ் நாவல்களின் ஆழஅகலங்களையும் அவசியங் களையும் ஆத்மார்த்தங்களையும் புரிந்துகொள்வது பற்றியது. இவற்றைப் புரிந்துகொள்ள வேண்டுமானால், 150 ஆண்டுகளுக்கு முன்பே ஆங்கிலேய முதலாளிகளால் இலங்கையில் தேயிலைத்

தோட்டங்களை உருவாக்கவும் வளர்த்தெடுக்கவும் இந்தியத் தமிழகத்திலிருந்து தமிழ் மக்கள் வேலைக்கமர்த்தப்பட்ட நாளிலிருந்து, தொடர்ந்து அவர்கள் பட்ட - படும் - துன்பங் களைப் புரிந்துகொள்வது அவசியமாகின்றது. தொழிலாளர்கள் என்ற முறையிலும், நீண்ட காலமாகத் தேசிய இனமாக அங்கீ கரிக்கப்படாதவர்கள் என்ற முறையிலும், இலங்கைஅரசுகளின் எதிர்நிலையான நடவடிக்கைகள் மற்றும் சிங்களவர்களின் அத்துமீறல்கள், இந்தியஅரசுகளின் மெத்தனங்கள், இங்குள்ள இந்தியத் தமிழக்குடிகளின் பம்மாத்துப்பேச்சுக்கள் முதலிய வற்றின் காரணமாக இவர்களுக்கு விளைந்த துயரங்கள் எண்ணி லடங்காதவை. டொனமூர் அரசியலமைப்பில், பெயரளவில் பொது வாக்கெடுப்பில் பங்கு கிடைத்த 1939-இன் காலப் பகுதியிலிருந்து தொடங்கி, 1964-இல் ஏற்பட்ட மேலோட்டமான சிறீமாவோ லால்பகதூர் ஒப்பந்தத்தையும், 1972-76-இல் அன்றைய காணிச் சீர்திருத்தச் சட்டத்தின் கீழ்த், தோட்டங்களைச் சுவீகரித்துக் கொள்ளும் இலங்கை அரசின் திட்டத்தையும், எதிர்கொள்ள வேண்டியிருந்தது. மேலும், உரிமைகளுக்காக நடந்த உருளை வள்ளிப் போராட்டம் மற்றும் சத்தியாக் கிரகங்கள் முதலிய பல போராட்டங்களையும் சந்திக்க நேர்ந்தது. இவற்றைக் கடந்து, '50களிலும் 70'களிலும் பின்னர் '83-87களிலும் இவர்களின் பாடுகள் உக்கிரமடைந்தன. இலங்கை மலையகத்துத் தமிழ் இலக்கியங்களை அணுகுவதற்கு இத்தகைய வரலாற்றின் பின்னணி அவசியம்.

பொதுவாக, மலையகத்துத் தமிழ் நாவல்கள் எல்லாமே தோட்டத் தொழிலாளர்களின் பிரச்சினைகளைச் சரியான வரலாற்று உணர்வுடன் தருகின்றன என்று சொல்ல வேண்டும். வரலாறு ஏற்றிவைத்த சுமையை, அதன் பெருமூச்சுக்களோடும் திமிறல்களோடும் அவை தருகின்றன. உண்மையில், ஒரு வட்டாரம், அல்லது ஒரு வகுப்பினர் என்ற அளவில், இந்த அளவிற்கு உணர்ச்சிகரமாகவும் அவலத்துடனும் சொல்லுகிற நாவல்கள், ஒரு மொத்தமான நிலையில் தமிழில் இல்லை; இந்த அளவிற்கு இவை (ஒருசேர), தனிச் சிறப்பானதொரு இடத்தைப் பெறக் கூடியவை. அதுபோல இன்றைய ஈழத்துத் தமிழ் இலக்கியத்தின் கூர்மையும், போராட்ட குணமும், குறிப்பாகப் புலம்பெயர்தல் என்ற பிரச்சனையின் குரூரமும், ஈழத்தமிழர் மற்றும் இலங்கை அரசியல் வரலாற்றின் தளங்களில் வைத்துத்

திறனாய்வதற்கு உரியவை. தமிழ் இலக்கியத்தில் வரலாறு, ஒரு புதிய பரிமாணத்தைத் தோற்றுவித்திருக்கிறது. புலம்பெயர் இலக்கியம் என்பது அதன் பெயர்.

## 2. இலக்கியத்தின் வரலாறு காணுதல்:

இலக்கியத்தின் வரலாறு (Literary history) காணுதல் என்பது, இலக்கியங்களை மாற்றங்களோடு கூடிய ஒரு தொடர்ச்சியாக அல்லது தொடர்ச்சியின் ஒரு பகுதியாகக் காண்பது ஆகும். ஆங்கில இலக்கியக் கோட்பாட்டாளராகிய பேராசிரியர் ரென வெல்லக், (Rene wellek) இலக்கியத் திறனாய்வும் இலக்கிய வரலாறும் இணை பிரிக்க முடியாதவை என்று வலியுறுத்துவார். திறனாய்வாளனை அகவயமான சொந்த விருப்பு வெறுப்பு களுக்குப் போகவிடாமலும், அவசர முடிவுகளுக்குச் சென்று விடாமலும், இலக்கியத்தின் வரலாறு பற்றிய அறிவு பாது காக்கின்றது. எது அசல் இலக்கியம். எது சார்பு இலக்கியம், எது எதனைப் பின்பற்றி எழுந்தது என்பது பற்றிய விவரம் அவனுக்குத் தெரியாமல் போகுமானால் அவனுடைய முடிவுகள் தவறாகிப் போய்விடக்கூடும். மேலும் இலக்கியத்திற்குரிய வரலாற்றுத் தொடர்புகளும் காரணங்களும் அறியப்படவில்லை யென்றால் குறிப்பிட்ட இலக்கியத்தைப் புரிந்துகொள்வதிலும் அதன் இடத்தை அனுமானிப்பதிலும் தொடர்ந்து தவறுகள் ஏற்படும். இவ்வாறு இலக்கியத்திற்கும் வரலாற்றுக்குமுள்ள உறவினை அவர் வற்புறுத்துவார். மேலும், இலக்கிய வரலாறு எழுதுபவன் நல்ல திறனாய்வாளனாகவும் இருக்க வேண்டும்; சரியான திறனாய்வுக் கொள்கை இல்லையென்றால் இலக் கியத்தின் பண்புகளையும் தரங்களையும் இனம்பிரித்துக் காண முற்படாமல், இலக்கிய வரலாறு காணமுற்படுபவன் பெருந் தவறுகள் செய்துவிடுவான் என்றும் அவர் கூறுவார். இதனடிப் படையில், இலக்கிய வரலாறுகள் எப்படி எழுதப்பட்டுள்ளன என்பதையும் தமிழில், இலக்கிய வரலாற்றின் வரலாறு பற்றியும் இங்கே சொல்வோம்.

ஆங்கில உலகில், இலக்கியத்தின் வரலாற்றை முதன் முதலாக எழுதியவராகக் கருதப்படுகின்றவர், தாமஸ் வார்ட்டன் (Thomas Warton). அதற்கு முன்னும் பல முயற்சிகள் மேற்கொள்ளப் பட்டனவெனினும், அவை முழுமையாகவோ, சரியான வரலாற்றுக் கண்ணோட்டத்துடனோ எழுதப்படவில்லை. வார்ட்டன் (நான்கு பகுதிகளாக) எழுதிய 'ஆங்கிலக் கவிதை

வரலாறு' எனும் நூலே (1774-81) இந்த வகையில் முதலாவதாகக் கருதப்படுகிறது. இத்தகைய முயற்சிகளின் வரலாறு பற்றி ரெனி வெல்லக், 'ஆங்கில இலக்கிய வரலாற்றின் எழுச்சி' (The Rise of English Literary History - 1941) எனும் தனது நூலில் பல்வேறு சான்றுகளுடன் விளக்கிக் காட்டியுள்ளார்.

இதற்கு முன், (இலக்கிய) வரலாறு என்பது வாழ்க்கை வரலாறுகளின் தொகுப்பாகவே மேனாடுகளில் பல காலம் கருதப் பட்டு வந்தது. 18-இல் தான் வரலாற்றியல் பற்றிய கண்ணோட்டம் முறைப்பட்டது. தமிழில் இலக்கிய வரலாறு காண்பதற்குரிய முயற்சி, 19-இல் தொடங்கியிருக்கிறது என்று சொல்ல வேண்டும். (அதற்கு முன் சில புலவர்களைப் பற்றிச் சில கதைகள் உண்டு; அவை, வேறு), ஈழத்துத் தமிழ் மண்ணில், ஆங்கிலக் கல்விச் சூழலில், இது தொடங்கியது. சைமன்காசிச் செட்டி (Simon Casie Chetty) என்பவரின் ஆங்கில நூலான "The Tamil Plutarch", 1859-இல் வெளியாயிற்று. அகர வரிசையில் 196 புலவர்களின் வாழ்க்கை - பணி - பற்றிச் சுருக்கமாகக் கூறுகிறது, இந்நூல். இது எழுந்த காலத்தில் சங்க இலக்கியம் பதிப்பிக்கப் பெறவில்லை. சங்க இலக்கியப் பாடல்கள் பற்றியோ, 'வரலாற்றுச் சான்றுகள் பற்றியோ தெரியாதநிலையில், ஆசிரியர் மிகப்பெரும் சிரமத்திற்கு ஆளாகியிருப்பது தெரிகிறது. சில புராணக் கதைகளும், திருவள்ளுவ மாலையில் காணப்படும் பெயர்களும், கபிலரகவலும்தான் இவருக்குத் துணை. இவரை அப்படியே பின்பற்றி, ஆனால் மேலும் பட்டியலைப் பெருக்கி (214) - மற்றோர் ஈழத்தமிழரான அ.சதாசிவம்பிள்ளை (J.R.Arnold) 'பாவலர் சரித்திர தீபிகம்' என்றொரு நூலை (தமிழில்) 1866-இல் வெளியிட்டார்.

தொடக்க காலத்திய இத்தகைய நூல்களில் புராண மரபு, தலைதூக்கி நிற்கிறது. காட்டாக ஔவையாரைப் பற்றிச் சற்று விரிவாகவே பேசும் இந்நூல்களில், இவர், ஒரு சங்கப் புலவர் என்ற கருத்தோட்டம் கிடையாது. மேலும், அதிகமான் காலத்து ஔவையாரிலிருந்து சித்தர் மரபில், யோகநெறி போற்றி 'ஔவைக் குறள்' எழுதிய பிற்காலத்திய ஔவையார் வரை, தமிழ் இலக்கியத்தில் நிறைய ஔவைகள் உண்டு. ஆனால், மேற்கூறிய இரு நூல்களும் (இதன்பின் தண்டபாணி சுவாமிகளின் 'புலவர் புராணம்': 1909) எழுந்த காலப் பகுதிகளில் சரியான தகவல்களோ வரலாற்றுணர்வோ கிடைத்திருக்க வாய்ப்பில்லை. எனவே,

ஔவையார் பற்றிக் கூற, புராணக் கதை மரபுகளை நம்பியிருக்க வேண்டிய தேவைகள் இவர்களுக்கு ஏற்பட்டன.

எவ்வாறாயினும், தமிழில் இலக்கிய வரலாறு எழுதுதற்குரிய மனப்பான்மைக்கு முன்னோடி, சைமன் காசிச் செட்டிதான். நூலுக்கு உரிய இவரின் திட்டமும் ஆர்வமும் அழுத்தமானவை. ரோமானிய வரலாற்று நாயகர்களின் சுவாரசியமான சரிதைகளை 'வாழ்க்கைகள்' (Lives) என்ற பெயரில், புளூட்டார்க் (Plutarch) எழுதினான். இந்த 'வாழ்க்கைகள்' தான், பின்னால் ஷேக்ஸ்பியரின் நாடகங்கள் பலவற்றிற்குக் கதைக் கருத்துக்களைத் தந்துள்ளன. இந்தப் புளூட்டார்க்கின் மேலுள்ள ஈடுபாட்டினால் போலும், இலக்கிய வரலாற்றைக் கவிஞர்களின் வாழ்க்கைகளாகக் கண்ட ஜான் டிரைடன் (John Dryden, 1683) இத்தகைய தனது நூலுக்கு 'புளூட்டார்க்கின் வாழ்க்கைகள்' (Plutorch's Lives) என்றே பெயரிட்டார். மேலும், புலவர்களின் வாழ்க்கைகளையே இலக்கிய வரலாறாகக் காணுகிற போக்கு மேனாட்டில் பல காலம் இருந்த ஒன்றுதான். சாமுவேல் ஜான்சனின் (Dr.Johnson) பிரசித்தி பெற்ற நூலாகிய 'கவிஞர்களின் வாழ்க்கைகள்' (Lives of the Poets, 1779) இத்தகையதுதான். இவற்றை அறிந்து, இவற்றைப் பின்பற்றித்தான் சைமன் காசிச் செட்டி தனது நூலைத் திட்டமிட்டிருக்கிறார்.

தமிழில், இலக்கிய வரலாற்றை, அதன் சரியான பொருளில், விவாத விளக்கங்களுடன் எழுதியவர்களுள் முன்னோடி, பேராசிரியர் பெ.சுந்தரம்பிள்ளைதான் என்று சொல்ல வேண்டும். 1891-இல் சென்னை கிறித்துவக் கல்லூரி மலரில், பத்துப் பாட்டுக்கள் (The Ten Tamil Idyls) பற்றி அவர் எழுதிய விளக்கமான ஆங்கிலக் கட்டுரை, அக்காலத்திலேயே பலருடைய கவனத்தையும் கவர்ந்தது. இதே காலப் பகுதியில் (கிறித்துவக் கல்லூரி மலரிலேயே) அவர் திருஞானசம்பந்தர் பற்றியும், ஆங்கிலத்தில் விளக்கமான கட்டுரை ஒன்று எழுதினார். 'தமிழ் இலக்கிய வரலாற்றில் சில மைல்கற்கள் அல்லது திருஞானசம்பந்தரின் காலம்' (Some Milestones in the History of Tamil Literture or the Age of Tiru Gnanasambanda) எனும் விரிந்த நோக்கத்துடனான தலைப்புடன் கூடியது இக்கட்டுரை. கால ஆராய்ச்சிக்கு வித்திட்ட இவ்வாராய்ச்சிகள், இவற்றின் மேன்மை கருதி 1909-இல் 'தமிழியல் தொன்மை' (The Tamilian Antiquary) எனும் அக்காலத்திய மிகச் சிறந்த ஆய்வு இதழில் மறுபிரசுரம்

செய்யப்பட்டன. இவற்றின் பின்னர், குறிப்பிடத்தக்கவை, இக்காலப் பகுதியில் தமிழில் வெளிவந்த மாணிக்கவாசகர் காலம் குறித்து கே.ஜி.சேஷ ஐயர் எழுதிய விளக்கமான ஆய்வும், 'தமிழ் இலக்கியத்தில் செவ்வியல் காலம்' (The Augustan Age of Tamil Literature) குறித்து என்.கிருஷ்ணசாமி ஐயங்கார் எழுதியதும், பத்துப்பாட்டுக் காலம் குறித்து டி.ஏ.ராமலிங்கம் செட்டியார் எழுதியதும் தமிழகத்துக் கவிஞர்கள் (The Poets of the Tamil Lands) குறித்து ஜி.யு.போப் எழுதியதும் குறிப்பிடத்தக்கவை. தொடர்ந்து, எம்.எஸ்.பூரணலிங்கம் பிள்ளை, முதல் முதலாக நூல் வடிவில் இலக்கிய வரலாறு எழுதினார். அதன் பின்னர், கா.சு.பிள்ளையின் இலக்கிய வரலாறு இரு தொகுதிகளாக வெளிவந்தது. அடுத்து, எஸ்.வையாபுரிப்பிள்ளை, தெ.பொ.மீ., மயிலை சீனி.வேங்கடசாமி, மு.வ., அ.மு.பரமசிவனாந்தம், அ.சீனிவாசராகவன், க.கைலாசபதி, ஆ.வேலுப்பிள்ளை, ப.அருணாசலம், மு.அருணாசலம், வல்லிக்கண்ணன், சிட்டி, சிவபாதசுந்தரம், கா.சிவத்தம்பி முதலிய பலர் இலக்கிய வரலாறு எழுதினார்கள். இவர்களுடைய கால எல்லைகளும் அணுகுமுறைகளும் பலவகையின. இவற்றில் பல, இலக்கியங்களைப் பல வகையினங்களாகக் கொண்டு எழுதப்பட்டவை. மேலும், செக் நாட்டுத் தமிழறிஞர் டாக்டர் கமில் சுவலபில் எழுதிய, 'A History of Tamil Literature' - பலவகைகளில், தனிச்சிறப்புக்கள் கொண்ட ஒரு நூலாகும்.

**இலக்கிய வரலாறெழுதியல்:**

இலக்கியத்திற்கு வரலாறு காண்பதில் அதாவது, இலக்கிய வரலாறு எழுதுவதில், நடைமுறையில் ஐந்து கோணங்கள் அல்லது வகைகள் இருப்பதை அவதானிக்கலாம். அவை:

1. நூற்றாண்டுக்கால வரிசை
2. அரச மரபு வரிசை
3. இலக்கிய வகைகளின் வழி
4. இலக்கிய இயக்கங்களின் வழி
5. கருத்து நிலைகளின் வழி

தமிழில் இலக்கிய வரலாற்று நூல்களில் இந்தப் போக்குகளைக் கவனிக்க முடியும் என்பது போகவும், இவற்றைப் பொதுவாகவும் தனித்தனிப் போக்குகளாகவும் எடுத்துக்கொண்டு

வரலாற்று முறையியல்களை (Literary historiagraphy) ஆராய் வதும் கூடும்.

'கருத்துநிலைகளின் வழி' என்பது, நீதிநெறி முதலியவற்றை மட்டுமன்றி அவற்றை மையமாகக் கொண்ட சமயம் முதலிய நிறுவனங்களையும் குறிக்கும். அறிஞர் கே.என்.சிவராஜபிள்ளை 'பழந்தமிழரின் மரபுவழி' (The Chronology of the Early Tamils: 1932) என்ற தனது அருமையான நூலில், பண்பாட்டு - ஆய்வாளர் களின் முறையியலைப் பின்பற்றித் தமிழ் இலக்கியங்களின் திரளைத் தனித்தனியே மூன்று தெளிவான படிநிலைகளில் பார்க்க முடியும் என்கிறார். அவை: இயற்கை நெறிக்காலம் (naturalistic) அறநெறிக்காலம் (ethical) சமயநெறிக்காலம் (religious) என்பன. மொழிநிலை, யாப்புவகை, இலக்கிய வகை முதலியவற்றின் அடிப்படையில் பார்ப்பதைவிட, இந்த வகையான பண்பாட்டுக் கருத்துநிலைகளின் வழி, காலப் பகுதிகளை வரையறுத்து, வரலாறு காண்பது மிகவும் ஏற்புடையது என்று அந்நூலில் அவர் பேசுகிறார். ஐம்பதாண்டுகள் கழித்து, ஈழத்து அறிஞர் ஆ.வேலுப்பிள்ளை, தமிழ் இலக்கியத்தில் காலமும் கருத்தும்' எனும் தனது நூலில், இதே பகுப்பு முறையை, ஆனால், சிவராஜபிள்ளையை எங்கும் மேற்கோள் காட்டாமல் - பின் பற்றியுள்ளார். இது அறியப்பட வேண்டிய உண்மை. நிற்க. தமிழ் இலக்கியத்தை, அதன் வரலாற்று வளர்ச்சிக் கண்ணோட்டத்தில் கருத்துநிலைகளின் பின்னணியில் பார்ப்பதன் மூலமாக, அதிலே 'தேசிய உள்ளத்தின்' (national mind) வளர்ச்சி பற்றிய கோட்பாடு களைக் கண்டறிய முடியுமா என்று பார்ப்பதற்கு சிவராஜ பிள்ளை அறைகூவல் விடுவது, இலக்கிய வரலாற்றின் நோக்கத்தை மிக அருமையாக வரையறுப்பதாக உள்ளது.

அடுத்து, இலக்கிய வகைகளின் வழி, இலக்கியத்தின் வரலாறு கண்டறிவது, தமிழில் நிறையவே (ஓரளவு நன்றாகவும்) காணப்படுகிறது. அவற்றுள், குறிப்பிடத்தக்கவை, பேராசிரியர் வையாபுரிப்பிள்ளையின் 'காவிய காலமும்', கலாநிதி கைலாச பதியின் 'தமிழ் நாவல் இலக்கியமும்' ஆகும். இனி, அரசமரபு வரிசையில் இலக்கிய வரலாறு காணும் முயற்சிகளும் தமிழில் காணப்படுகின்றன. எனினும் இவை குறைவே. மாறாக, நூற்றாண்டுக் கால வரிசையில் இலக்கிய வரலாற்றை அறுதியிடுவது மிகப் பலரால் பொது நியதியாகப் பின்பற்றப்பட்டு வருகிறது. ஆயின், குறிப்பாக, இம்முறையில் வரலாறு காண முற்பட்டவர்களிடையே

காலப் பகுதிகளை (periodization) வரையறுப்பதில் கருத்து வேறுபாடுகள் உண்டு. சமீப காலம் வரை இதிலே கருத்து வேறுபாடுகளும் சிரமங்களும் அதிகம் இருந்தன என்பது உண்மையே. இன்னும் உண்டு; ஆனால் மிகக் குறைவு.

எவ்வாறாயினும், இலக்கிய வரலாற்றின் நோக்கம் 1. இலக்கியத் திறனாய்வுக்கும் இலக்கியக் கோட்பாட்டிற்கும் வழியமைப்பது; அதற்கு உறுதுணையாக நிற்பது; 2. இலக்கியத்தின் (குறிப்பிட்ட ஒரு இலக்கியத்தின், அல்லது ஒரு இலக்கிய வகையின் அல்லது ஒரு போக்கின்...) தோற்றத்தை அதன் வளர் நிலைகளிலுள்ள படிநிலைகளுடனும் எதிர்நோக்குடனும் காண்பது (genetic history) 3. ஒரு நாட்டின் அல்லது ஒரு தேசிய இனத்தின் பொதுமையான தேசிய உள்ளம் (National Mind) காண்பது.

## 3. இலக்கியத்தில் வரலாறு காண்பது:

இனி, வரலாற்றியல் அணுகுமுறையில், மூன்றாவதாகக், குறிப்பிட்ட 'இலக்கியத்தில் வரலாறு காண்பது' என்பது இலக்கியத்தை வரலாற்று மூலமாகக் (sources of history) கொள்ளுதலாகும். இலக்கியங்களை வரலாற்றுக்குரிய சான்று மூலங்களாகக் கொள்வதைச் சில வரலாற்றுப் பேராசிரியர்கள் ஏற்றுக்கொள்வதில்லை. எனினும், குறிப்பாக அகழ்வாராய்ச்சிக் கண்டுபிடிப்புக்கள், கல்வெட்டுக்கள், செப்பேடுகள், நாணயங்கள் முதலிய முதன்மைச் சான்றுகள் கிடைக்காதபோதும், அல்லது சரிவரக் கிடைக்காத போதும் இவர்களுக்கே கூட இலக்கியங்களின் துணை பெரிதும் தேவைப்படுகிறது. மேலும் ஏனைய சான்றுகள் கூறும் செய்திகள், இலக்கியங்களில் விளக்கம் பெறுதலும் உண்டு. தவிரவும், தனித்தனியே அறிவுத் துறைகள் விதந்து கிளைத்து வளராத காலத்தில் இலக்கியமே, அக்காலத்திய அறிவியலிலிருந்து, மருத்துவம், சோதிடம் வரை அறிவுத் துறைகள் பலவற்றிற்கும் கொள்கலனாக இருந்தது. எவ்வாறாயினும், காலம் - இடம் எனும் தளத்திலிருந்து முகிழ்க்கும் இலக்கியம், அவ்வக் காலத்தின் வாழ்வுகளையும் உணர்வுகளையும் பதிவு செய்யும் அருமையானதொரு கலை வடிவமாகும். எனவே, வரலாறு எழுதுவதில் இலக்கியம், சான்று மூலமாக அமைகின்ற உரிமையும் தகுதியும் பெற்றுள்ளது. வரலாற்றாய்வாளர்கள் அதனை ஒதுக்குவது எவ்வகையிலும் அபத்தமே.

‘ஒரு நாட்டின் கவிதை வரலாறு என்பது, அந்த நாட்டின் அரசியல், விஞ்ஞான, சமய வரலாற்றின் சாராம்சமேயாகும்’ என்பார் கார்லைல். ‘இலக்கியம் என்பது காலங்கள் தோறும் காட்சி விளக்கக் குரல்களாகக் கேட்கும் ஒரு கூட்டுக் குரல் ஒலியே’ என்பார், ரெனிவெல்லக். சார்லஸ் டிக்கன்ஸ், தாக்கரே, சார்லத் பிராந்தே, எமில் பிராந்தே முதலிய 19-ஆம் நூற்றாண்டு ஆங்கில நடப்பியல் நாவலாசிரியர்களைப் பற்றிக் குறிப்பிடு கையில், ‘அவர்களின் எழுத்துக்கள், தொழில்முறை அரசியல் வாதிகள், பத்திரிக்கையாளர்கள், அறநெறியாளர்கள் ஆகியவர் களின் ஒருங்குசேர்ந்த குரல்களை விடவும் அக்காலத்திய அரசியல், சமுதாய உண்மைகளை அதிகமாகவே ஒலிக்கின்றன’ என்று கார்ல் மார்க்ஸ் கூறுகின்றார். இதுபோல், பிரடரிக் ஏங்கல்ஸ், ‘பிரெஞ்சு நாவலாசிரியரான பால்ஃஜாக்கின் எழுத்துக்கள், (Comedia Humaine) தொழில்முறை வரலாற்றறி ஞர்கள், பொருளாதாரவாதிகள், புள்ளிவிவரக்காரர்கள் ஆகியவர்களை விடவும் உண்மையாகவும் அற்புதமாகவும் பிரெஞ்சு வரலாற்றைத் தருகின்றன என்று கூறுகின்றார். இந்தக் கூற்றுக்கள் இலக்கியங்களை வெறுமனே புகழ்வதற்காகக் கூறப்பட்டன அல்ல. ஆனால் அரசுத் தரப்பிலிருந்து வெளி யாகும் கல்வெட்டுக்களையும், அரசர்களைப் புகழும் மெய்க் கீர்த்திகளையும், அரசு ஆவணச் செப்பேடுகளையும் அரசின் பல்வேறு துறைகளைச் சேர்ந்த பதிவிதழ்களையும் விடவும், மக்களின் உணர்வுகளையும் வாழ்வு அனுபவங்களையும் இலக்கியம் அதிகமாகவே சொல்லுகிறது என்பதில் என்ன சந்தேகம்? ஆனால், இலக்கியம் ஒரு கலை வடிவம்; ஆவணம் அல்ல. எனவே, இதனைச் சான்றாகக் கொள்ளும்போது, சில எச்சரிக்கைகள் அல்லது நிபந்தனைகள் தேவைப்படுகின்றன. அவை:

1. நடப்பியல் உண்மைகளை, அல்லது வரலாற்றுச் செய்திகளை, இலக்கியம் அப்படியே தருவதில்லை; நேரடியாகத் தருவதில்லை. கலை வடிவமாக ஆகும்போது, படைப்பாளி, அவனுடைய சூழல், அவனுடைய நலன், நோக்கம் ஆகியவற்றின் அடிப்படையில் உண்மைகள் பிரதிபலிக்கப்படுகின்றன. எனவே, கலையாக்க முறைகளைப் புரிந்துகொண்டு, கற்பனையின் பங்கினை அறிந்துகொண்டு வரலாறு காணுதல் வேண்டும். சேய்மைக் காலத்துப் பழமைக்கு மட்டுமல்ல, அண்மைக்காலத்து

வரலாற்றுக்கும் இது அவசியமாகிறது. காட்டாக, 1968 டிச.25-இல் தஞ்சைக் கீழவெண்மணியில் விவசாயக் கூலிகளாகிய தாழ்த்தப்பட்டோரின் 40க்கும் மேற்பட்ட குடும்பங்கள், உயர் சாதி நிலக்கிழார்களால் நெருப்புக்கு இரையாக்கப்பட்டன. இதனை ஞானக்கூத்தன், இன்குலாப், தணிகைச் செல்வன், பரிணாமன் முதலிய பல கவிஞர்கள் எழுதியுள்ளனர். ஆனால், இவற்றில், வித்தியாசப்பட்ட கோணங்கள், பார்வைகள் உண்டு. இவற்றினூடேதான் கவிதகளை அறிந்துகொள்ளவேண்டி யிருக்கிறது.

2. அடுத்து, இலக்கிய மரபு. இலக்கியத்திலிருந்து வரலாறு காண விழைகின்றவன், இலக்கிய மரபின் பண்பினையும், தாக்கத் தினையும் நினைவில் கொள்ளவேண்டும். சோழர் காலத்திய வரலாறு எழுதுவதற்கு முக்கியமான சான்றுகள், மெய்க்கீர்த்தி களாகிய கல்வெட்டுக்கள் ஆகும். ஆனால், இவற்றில் முன்னைய மன்னவர் செயல்களைப் பின்னவர்க்கு ஏற்றிச் சொல்வது ஒரு மரபாக உள்ளது. அதுபோலவே, இலக்கியத்திலும் இத்தகைய யாந்திரீக மான மரபு உள்ளது; எனவே, மரபுகளின் இந்தப் பொதுமையை ஒருபுறம் இருத்தி, வித்தியாசப்பட்ட கூறு களையும், தனிப் பண்புகளையும் செய்திகளையும் பிரித்தறிய வேண்டும். உதாரண மாகத், தொல்காப்பியம் மற்றும் சங்க இலக்கியங்கள் கூறும் அகத்திணை மரபுகள், அவற்றின் பின்னைக் காலங்களிலும் பதினெண் கீழ்க்கணக்கு, இறையனார் அகப் பொருள் முதலிய நூல்களிலும் பரவலாக இருக்கின்றன. திரும்பத் திரும்ப வரும் பொதுமையான இந்தப் பெருந் தாக்கத்தினைச் சற்று ஒதுக்கி வைத்துப் பார்த்தால்தான், பின்னைக்கால அகவொழுக்கத்தினை அறிய முடியும்.

3. சரியான இலக்கிய வரலாறு, அவ்வக்காலப் பகுதிகளைச் சேர்ந்த இலக்கியங்கள் இன்னின்னவை என்பதனை அடை யாளங் காட்டுகின்றது. மேலும், சரியான இலக்கியங்களைத் தெளிவு செய்யவும், மற்றும் செய்திகளை உரிய தளத்தில் வைத்துப் பார்க்கவும் இது உதவுகிறது. உதாரணமாக சைவசமயக் குரவர்களில் ஒருவராகிய மாணிக்கவாசகரின் பெயர், தேவாரம் பாடிய முதலிகளின் வரிசையிலோ, அறுபத்துமூன்று நாயன் மார்களுக்குள்ளேயோ காணப்படவில்லை. அது கண்டு அதிசயிக்கிற மறைமறையடிகள் போன்ற சைவ அறிஞர்கள் அவரைத் தூக்கிக் கொண்டு போய், கி.மு.வில் வைப்பர். சரியான

இலக்கிய வரலாறும், உட்சான்றுகள் பற்றிய சரியான கவனிப்பும் இல்லாததே இத்தகைய தவறுகளுக்குக் காரணம்.

'மிண்டிய மாயா வாத மென்னும்
சண்ட மாருதம் சுழித் தடித்ததுவே'

மணிவாசகரின் இந்தத் திருவாசக மொழி, சங்கரரின் மாயாவாதம் என்று வருணிக்கப்படும் தத்துவம் மிகப்பெரும் செல்வாக்குப் பெற்றிருந்த காலச் சூழலில் தோன்றியது என்பதனையும், இதன் எதிர்வினையாகத்தான் நெஞ்சுருகப் பாடுகின்ற அவசியம்கூட மணிவாசகர்க்கு நேர்ந்திருக்கிறது என்பதையும் வரலாற்றின் வெளிப்பாடுகளாய்ப் புரிந்து கொள்வது அவசியம்.

4. இலக்கியங்கள் கூறுகின்ற உண்மைகளை ஏனைய பிற சான்றுகள் கிடைக்குமானால் அவற்றோடு இணைத்துப் பொருத்தியும் முரண்படுத்தியும் பார்த்துக்கொள்வது அவசியம். அண்மைக் காலமாக, வரலாற்றுச் சான்றுகளும், ஆய்வுகளும் நிறைய வெளிவந்திருப்பது, இவ்வகையில் உதவும். விரிவான சான்றுகள், தெளிவான வரலாறு தரக்கூடும்.

5. சான்றுகள், தகவல்கள் எல்லாமே பெரும்பாலும் அவற்றிற்குரியோரின் சார்புநிலை பெற்றனவே. கல்வெட்டுக் களும் அப்படித்தான். இலக்கியமும் அப்படித்தான். இலக்கியத் திறனாய்வாளன், வரலாற்றியல் அணுகுமுறையின்போது, சார்பு நிலைகளின் சாத்தியப்பாடுகளை அறிந்துகொள்ள வேண்டிய வனாகிறான்.

### சில முயற்சிகள்

'குடியேற்ற ஆதிக்கத்திலிருந்து இந்தியா விடுதலை பெறத் துடித்தபோது தமிழ்நாட்டில், அன்றைய மனவுணர்வுகளின் பின்னணியில் (மூன்றாம் உலகநாடுகள் பலவற்றில் காணப் பட்டது போலவே) தமது வரலாறு பற்றி அறிந்து கொள்ளுதற் குரிய ஆர்வமும் முயற்சியும், 19-ஆம் மற்றும் 20-ஆம் நூற்றாண்டுச் சந்திப்பில் காணத் தொடங்கின. அறிஞர்கள் வெ.கனகசபை, பேராசிரியர் பெ.சுந்தரம்பிள்ளை, பி.டி.சீனிவாச ஐயங்கார், எம்.சீனிவாச ஐயங்கார், தி.பொன்னம்பலம்பிள்ளை, கே.என்.சிவ ராஜபிள்ளை, அயோத்திதாசர், ஆபிரகாம் பண்டிதர், எம்.எஸ்.பூரண லிங்கம்பிள்ளை, எஸ்.கிருஷ்ணசாமி ஐயங்கார், கே.ஜி.சேஷையர்,

மு.இராகவையங்கார், வி.ஆர்.ஆர் தீட்சிதர், மறைமலையடிகள்... முதலியவர்கள் இவர்களுள் குறிப்பிட்டத்தக்கவர்கள்.

கிரேக்கத்தின் பழங்கால வரலாறு எழுதியவர்களுக்கு அந்நாட்டின் பழமரபுக் கதைகளும் காவியங்களும் நாடகங்களும் முக்கியமான சான்றுகளாக விளங்கின. வட இந்தியாவின் தொன்மை வரலாறு எழுதியவர்களுக்கு வடமொழி இதிகாசங்களும் வேதங்களுமே முக்கிய சான்றுகளாக விளங்கின. இங்குத் தமிழகத்தின் தொன்மை வரலாறு கண்டவர்களுக்குச் சங்க இலக்கியங்களே அடிப்படைச் சான்றுகளாக அமைகின்றன. குறிப்பாக, வரலாற்றியல் அறிவு அதிகம் கைவரப் பெறாத காலத்தில் - ஏனைய வரலாற்றுச் சான்றுகள் அதிகம் கண்டறியப் பட்டும் அவை பலருக்கு எட்டியிருக்காத காலத்தில் - வரலாறு எழுதிய முன்னவர்களுக்கு இலக்கியங்களே கொளுகொம்பு களாக இருந்திருக்கின்றன. இதனால் பல சிரமங்களும் ஏற்பட்டிருக்கின்றன.

அறிஞர் வெ.கனகசபை, முதலில் 'மதராஸ் ரெவியு'வில் 1895-1901 காலப் பகுதியில் தொடராக எழுதிப், பின்னர் 1904-இல் முழுநூலாக வெளியிட்ட '1800-ஆண்டுகளுக்கு முற்பட்ட தமிழர்கள்' (The Tamils Eighteen Hundred Years Ago') எனும் ஆங்கில நூலில் (இலக்கியத்தை ஆதாரமாகக் கொண்டெழுந்த தமிழக வரலாறு பற்றிய நூல்களில் இதுவே முன்னோடி), அப்போது சில ஆண்டுகளுக்கு முன்னர்தான் அச்சேறியிருந்த சங்க இலக்கியப் பாடல்களின் வழித், தமிழர்களின் தொன்மை வரலாற்றை எழுதுகிறார். அவருடைய காலத்தில் 1800 ஆண்டு களுக்கு முன்னர் என்றால், இக்காலத்தில், 1900 ஆண்டுகளுக்கு முன் என்று பொருள். அந்நூலில் அவர், கி.பி.50-150 என்ற ஒரு நூற்றாண்டுக் கால (குறுகிய) பகுதிக்குள் மிக நீண்ட வரலாற்றுக் காலத் தமிழர்களின் முழுப் பழமையையும் அடக்கிவிடுகிறார். மேலும், ஐங்குறுநூறிலிருந்து, சிலம்பு, மேகலை, திருக்குறள், இன்னா நாற்பது, திருமுருகாற்றுப்படை வரை நீண்ட இலக்கியப் பரப்பை அந்தக் குறுகிய காலப் பகுதியின் எல்லைக்குள் அடக்கி விடுகிறார்... இவை, இந்நூலின் அடிப்படையான பலவீனங்கள். மேலும் அவருக்குக் கிடைத்த ஏனைய வரலாற்றுக் குறிப்புக் களும் மிகக் குறைவு. மெக்கிரிண்டில் (Mecrintle) என்பார் விளக்கிப் பதிப்பித்த, தாலமி, பெரிபளூஸ், மெகஸ்தனீஸ் வரலாற்றுக் குறிப்புக்கள், இவற்றுள் முக்கியமானவை.

அக்காலத்தில் வெளிவந்த 'இந்தியப் பழைமையியல்' (Indian Antiquary) மற்றும் லோகன் என்பவரின் 'மலபார் மலர்' (Malabar Manual) ஆகிய ஆய்வுப் பத்திரிக்கைகளின் கட்டுரைகளும் இவருக்கு உதவின. பிற, மிகச் சிலவே. இந்த எல்லைக்குட்பட்டு எழுதும்போது, சிரமங்கள் இயல்பே. ஆயினும் தமிழர் சமுதாயத்தை விரிவான முறையிலும், நல்ல திட்டத்துடனும் எழுதியுள்ள பான்மை மிகவும் கவனிக்கத்தக்கது. அக்காலத்து இலக்கியங்கள் கூறும் சமுதாயச் செய்திகளை முதன்முதலாகச் சாராம்சமாகத் தொகுத்துத் தந்த பெருமை அந்த நூலுக்கு உண்டு.

இவரையடுத்து வந்த அறிஞர்களுக்கு இவர் பட்ட சிரமங்கள் அதிகம் இல்லை. கல்வெட்டுக்கள், புதைபொருள் ஆராய்ச்சிகள், ஏனைய பிற வரலாற்றறிஞர் குறிப்புக்கள் என்று பலவும் கிடைத்த நிலையில் - இவர்களுடைய வரலாறுகள், சற்று வலுவான தளத்தில் அமைந்துள்ளன. உதாரணமாக முன்னர்க் குறிப்பிட்ட கே.என்.சிவராஜபிள்ளையின் 'பழந்தமிழரின் மரபுவழி' எனும் நூல். இது, பதிற்றுப்பத்து, புறநானூறு முதலிய சங்கப்பாடல்களை மட்டுமல்லாமல், அகழ்வாராய்ச்சி, கல்வெட்டியல், தொல்பழைமையியல், புவியியல், சமய, தத்துவ வரலாறுகள், அகராதிகள், பல மொழிகளின் இலக்கிய வரலாறுகள், பிற வரலாற்றறிஞர்களின் வரலாற்று முறை மைகள், ஆய்வுப் பத்திரிகைகள் என்று பல திசைகளிலிருந்தும் எண்பதுக்கும் மேற்பட்ட நூல்களின் உதவிகைளயும் பெற்றுள்ளது.

**4. சில எச்சரிக்கைகள்**

வரலாற்றியல் அணுகுமுறையில், திறனாய்வாளனுடைய 1. அகவய உணர்வுகள், ஆசைகள் 2. சமயம், சாதி, மொழி - விருப்பு வெறுப்புக்கள் 3. சான்றுகள் சரியாகக் கிடைக்காமை 4. சரியான கொள்கைகளும் வழிமுறைகளும் பெற்றிராமை - ஆகியவற்றின் காரணமாக,

1. பண்டைக்கால நிகழ்ச்சிகளுக்குச் சமகாலவிளக்கம் கூறுதல்
2. பண்டைக்காலக் கருத்தோட்டங்களைச் சமகால நிகழ்ச்சியில் ஏற்றிக் கூறுதல்
3. நிகழ்வை நிராகரித்துவிட்டு, இறந்தகாலத்தைப் பொற்காலமாக இலட்சியப்படுத்துதல்

4. சில காலப் பகுதிகளையும் சில சான்றுகளையும் சில நிகழ்வுகளையும் ஒதுக்கியும் மறைத்தும் விடுதல் - அதாவது பிறழ்வு செய்தல்.

இத்தகைய தவறுகள் ஏற்படக்கூடும். இதற்குத் தமிழில் பல உதாரணங்கள் உண்டு. இங்கு ஓர் உதாரணத்தைக் காட்டலாம். நூற்றாண்டுக்கால வரிசையில், மிகுந்த உழைப்புடனும் நிறையத் தகவல்களுடனும் இலக்கிய வரலாற்று நூல்கள் பல எழுதி யுள்ளவர், காந்தி ஆசிரமம் அறிஞர் மு.அருணாச்சலம்பிள்ளை ஆவர். இவர், தான் ஒரு சைவப் பெருமகன் என்ற முறையில், தமிழகத்தின் அசல் சமயம் சைவம் மட்டுமே - வைணவம்கூட இடையில் வந்ததுதான் - என்று அறிவிக்க விரும்புகிறார். பக்கச் சார்பு, சொல்லுகிற செய்திகளையும் முந்திக்கொண்டு வருகிறது. அவர் சொல்லுவார்: 'இடையில் சில நூற்றாண்டுக்காலம் சைனம் (சமணம்) வந்து புகுந்து பேரிடர் விளைத்துப் பின்னர் ஒடுங்கி விட்டது. பௌத்தம் வந்து நுழைந்தது. ஆனால் இடர் விளை விக்கவில்லை. இடைக்காலத்தில் வைணவம் தோன்றி மிகப் பெரும் சமயமாக வளர்ந்தது. தமிழ்நாட்டில் மட்டுமின்றி வடநாட்டிலும் பெருகி அந்நாடு முழுமையும் தன்வசப்படுத்திக் கொண்டுவிட்டது'. இது அவருடைய கூற்று. அடுத்துச் சில பக்கங்களில் அவர் தொடர்வார்; '11-ஆம் நூற்றாண்டில் இராமானுசர் என்ற பிரசித்தம் பெற்ற ஆச்சாரியார் தோன்றினார். வைணவம் என்ற புதுச்சமயம் வகுத்து நூறாயிரக்கணக்கான சைவர்களை வைணவர்களாக ஆக்கினார். (தமிழ் இலக்கிய வரலாறு - 11ஆம் நூற்றாண்டு; பக்.284; 330) இப்படி எழுதிக் கொண்டே போகிறார். வைணவம் ஒரு புதுச்சமயம் என்பதும் இராமானுசர் அதனை வகுத்தார் என்பதும், சைவச்சார்புடைய (சைவத்துவம்) இந்த ஆசிரியருடைய 'தீண்டாமை'யினால் வந்த வேடிக்கைகள்! பக்கச் சார்பும் பக்கவாதமும் பரிதாபமான வையே.

வரலாற்றியல் திறனாய்வு, சுய விருப்புவெறுப்புக்களின் அடிப்படையிலோ, அகவய மனப்பதிவுகளின் முறையிலோ அமைவது அல்ல. சரியான தகவல்களுடனும், போதிய சான்று களுடனும் அறிவியல்பூர்வமான காரண காரியத் தொடர்பு களுடனும், திட்டமான வரலாற்றுக் கொள்கைகளுடனும் முறையான இலக்கியக் கோட்பாட்டுப் பின்னணியுடனும் அது

அமைதல் வேண்டும். வரலாற்று இயக்கப் போக்கினைப் புரிந்து பயன்படுத்தும்போது, இவ்வரலாற்றியல் அணுகுமுறை, இலக்கியவுலகினைச் சரியாகவும் தெளிவாகவும் புலப்படுத்தும். கடந்த காலம் சமைத்த பாதையில் மட்டுமல்லாமல், நிகழ்வின் வெளிப்பாடுகளிலும் எதிர்வின் தரிசனங்களிலும், அது ஒளி பாய்ச்சும்.

## 3.4
## உளவியல் அணுகுமுறை

உளவியல், உள்ளத்தின் கோலங்களையும், கோணங்களையும் ஆராய்கிற ஓர் அறிவியலாகும். உயிரியலின் ஒரு பிரிவாக முன்னர்க் கருதப்பட்டு வந்த இது, குழந்தை உளவியல், மிகை (abnormal) உளவியல், தொழிற்சாலைப் பணி உளவியல் (industrial psychology) சமுதாய உளவியல் முதலிய பல வகைகளையும் மற்றும் நடத்தைமுறை (behaviouristic) ஒருமிப்புமுறை (gestalt), அலசல் அல்லது பகுப்புமுறை (analytic) முதலிய பல அணுகுமுறைகளையும் கொண்டுள்ளது. இவற்றுள் ஃபிராய்டியம் என்பது உளவியலை மருத்துவ முறைக்குட்படுத்தி, உளவியல் பகுப்பாய்வாக (psychoanalysis) ஆராய்கிறது. இவருக்குப் பிறகு, குஸ்தவ்யுங், ஆட்லர், எரிக் எரிக்சன், எரிக்ஃபுரோம், சலீவான், லக்கான் முதலிய பல உளவியல் அறிஞர்கள் இலக்கியத்தில் உளவியலைப் பொருத்திப் பார்ப்பதில் ஆர்வம் காட்டினர்.

இலக்கியம் ஒரு படைப்பாளியின் கைதேர்ந்த செய்திறனால் மட்டுமல்ல - பிரத்தியேகமான ஒரு மனஎழுச்சியினாலும் அமைவதாகும். ஒரு மனத்தின் வழியாக இன்னொரு மனத்துடன் அது பேசுகின்றது; மனித வாழ்வின் அனுபவங்களையும் மனித நடத்தையையும், அவற்றிற்கு அடிப்படையாக உள்ள மனத்தையும் (தன்னால் முடிந்த அளவு) ஆழமாகவும் அழகாகவும் சித்திரிக்க முயலுகிறது. இலக்கியத்தில் உள்ளம் ஓர் உண்மையாதலின், உளவியல் அதில் அக்கறை கொள்வதில் வியப்பில்லை. 'மனித உள்ளத்தின் உணர்வே (human psyche) எல்லா அறிவியல்களுக்கும் கலைகளுக்கும் கருவறையாக விளங்குவது. எனவே, அத்தகைய உள்ளத்தின் வழிமுறைகளை ஆராய்கிற உளவியல், இலக்கியம் பற்றிய ஆராய்ச்சிக்கும் ஏற்புடையதாக இருக்க முடியும்' என்று யுங் (G.Jung) சொல்லுவார்.[1]

இந்த ஏற்புடைமை, அதாவது திறனாய்வில் உளவியலின் பங்களிப்பு, முக்கியமாக ஆறு நிலைகளில் காணப்படுகிறதெனலாம். அவை:

1. இலக்கியப் படைப்பாக்கத்தின் அல்லது அது தோற்றம் பெறுவதின் வழிமுறைகளை உளவியல் நிலையில் புலப்படுத்துதல்.

2. படைப்பாளியின் உள்ளத்து நிலையையும் அதற்குரிய காரணங்களையும் அறியக் கொண்டுவருதல். அதவாது படைப்பாளியின் சுயவரலாற்றைப் படைப்பில் காணுதல்.

3. குறிப்பிட்ட இலக்கியத்தில் காணப் பெறுகின்ற கதை மாந்தர்களின் உணர்வுகளையும் செயல்களையும் விளக்குதல்.

4. இலக்கியத்தில் தொல்படிமம் (archetype) முக்கிய இடம்பெறுகிறது என்பதைக் கருதுகோளாகக் கொண்டு அதன் உருவாக்கத்தைப் புலப்படுத்துதல்; (காண்க: தனிக்கட்டுரை)

5. குறிப்பிட்ட இலக்கியப் படைப்பிலுள்ள தனிச் சிறப்பான சொற்களையும் தொடர்களையும் மற்றும் சிறப்பான உத்திமுறைகளையும், உள்ளத்து உணர்வுப் பிரதிபலிப்புக்களாக இனங்கண்டு விளக்குதல்.

6. வாசகரிடம், இலக்கியம் ஏற்படுத்துகிற உறவையும், தாக்கத்தையும் காணுதல்.

7. இலக்கியத்தின் மொழியமைப்பிலும் அதன் நிகழ்வுகளிலும் செய்திகளிலும் பிற கூறுகளிலும் காணப் படக்கூடிய உளவியல் பிரதிபலிப்புக்களை அது தேடுகிறது.

**படைப்பு வழிமுறை:**

உளவியல் திறனாய்வு, குறிப்பிட்ட ஓர் இலக்கியம் என்றில்லாமல், பொதுவான நிலையில் இலக்கியத்தின் பிறப்பு அல்லது வழிமுறை பற்றி அறிதற்கு விளக்க முறையில் அக்கறை கொள்கிறது. இலக்கியம் எவ்வாறு படைக்கப்படுகிறது அதன் வழிமுறைகள் என்ன என்பதற்குரிய அகவயக் காரணங்

களை விளக்குவதற்குரிய முயற்சி, பல காலமாகவே இருந்து வருவதுதான். முக்கியமாகப் புனைவியல்காரர்கள் இதில் ஈடுபாடு காட்டினர். வேர்ட்ஸ்வொர்த்தின் பிரசித்தமான கட்டுரையில் (Preface to Lyrical Ballads) இதனை வெகுவாகக் காணமுடியும்.[2] உணர்வுகளிலும் உற்சாகத்திலும், அனுபவங்களை உள்வாங்கிப் புலப்படுத்துவதிலும் ஏனைய மனிதர்களிலிருந்து, கவிஞர்கள் சற்றேனும் வித்தியாசப்பட்டவர்கள் என்றும், கவிதை ஒரு வித்தியாசமான மனஎழுச்சியினால் உருவாக்கப்படுகிறது என்றும் புனைவியல்காரர்கள் பேசுகிறார்கள். இத்தகைய 'மனஎழுச்சி'யை உண்டாக்கிக் கொள்வதற்காகப் பல கவிஞர்கள் குடிப்பழக்கத்தை ஏற்படுத்திக் கொள்கிறார்கள் என்றும் சொல்லப் படுவதுண்டு.[3]

உணர்வுவயப்படுதல் என்பது பற்றிய இத்தகைய கருத்துக்கள், சற்று வேறு வகையில், பகுப்புமுறை உளவியல் ஆராய்ச்சியில், 'நரம்பியல் செயல் திரிபுகளாக' (neurosis) விளக்கப்படுகின்றன. 'படைப்பு எழுத்தாளர்களும் பகல் நேரக் கனவுகாணுதலும்' என்னும் தனது கட்டுரையில், ஃபிராய்டு இவ்வாறுதான் படைப்பு வழிமுறைகளுக்கு விளக்கம் காண முயலுகிறார்.[4] நனவிலி மனத்தின் (unconscious mind) ஒரு வெளிப் பாட்டு முறையாக அதனை அவர் பார்க்கிறார். 'பிள்ளைப் பருவத்தில் குழந்தைத்தனமான விளையாட்டுக்கள் என்பது இயல்பு. வயது ஏறிவரும் காலத்தில் அதனை விடுத்து, அதன் பதிலியாக, 'விநோதப்படுத்துதலில்' (fantasy) அவன் ஈடுபடு கிறான். அதாவது, சாதாரணமான சங்கதியை - செய்தியை - செயலைச் சாதாரணமாக, இயல்பாகப் பார்க்காமல் ஓர் அற்புதமான - மாயமான - ஆற்றலாகவும் - பொருளாக்வும் ஒரு கனவுத் தோற்றத்தின் தன்மையோடு பார்த்தல், விநோதப்படுத்தல் ஆகும்.

இத்தகைய விநோதப்படுத்தலை வெளிப்படுத்துவதற்குச் சாதாரண மனிதர்கள் கூசுகிறபோது, நரம்பியல் செயல் திரிபு கொண்டவனோ (அதாவது மனநிலையில் மாறுபாடு கொண்டவன்) அந்த விநோதங்களை வெளியே புலப்படுத்திக் கொள்கிறான்' என்று அக்கட்டுரையில் சொல்லுகிறார் பிராய்டு. மேலும், இத்தகைய விநோதப்படுத்தலின் பின்னணியில் இருப் பவை, பாலியல் உணர்வுகளை முதன்மையாகக் கொண்ட நிறை வேறப்படாத ஆசைகளே என்றும், இவையே விநோதங்களின்

வழியாகத் திருப்திப்பட்டுக் கொள்கின்றன என்றும் அவர் கூறுவார். வாசகனும் இத்தகைய மனநிலை காரணமாகவே, குறிப்பிட்ட கலை வடிவத்தில் ஈடுபாடு கொள்கிறான்; மேலும், அத்தகைய விநோதப்படுத்தலில் தன்னை அவன் இனங்காணு கிறான் என்பதும் அவர் வாதம். இத்தகைய வாதத்தைப் பின் பற்றுகின்ற சிலர், இன்னும் ஒருபடி மேலே சென்று, 'கவிதைப் படைப்பு வழிமுறை என்பது, வலியில் மகிழ்ச்சி பெறுகின்ற - முக்கியமாகப் பாலியல் நிலையிலான அத்தகைய மகிழ்ச்சியைப் பெறுகின்ற (psychic masochism) ஒரு தற்காப்பு உத்தியே' என்று வருணிக்கின்றனர்.[5]

கலைப் படைப்பை நரம்பியல் செயல் திரிபோடு சேர்த்து வைத்துப் பேசுவதை உளவியல் அணுகுமுறையில் வல்ல பல திறனாய்வாளர்களே மறுக்கின்றனர். 'நரம்பியல் திரிபுக்கும் கவிதையாக்கத்திற்கும் இடையே பெரும் வேறுபாடு உண்டு. இதனை உணர்வது அவசியம்' என்று கென்னத்பர்க் கூறு கின்றார்.[6] நரம்பியல் செயல்திரிபு கொண்டவன், விநோதமாக்கு தலுக்கு அல்லது அரை மயக்கக் கற்பனையின் ஆதிக்கத்திற்கு உட்படுகிறவன். ஆனால் கவிஞன், விநோதமாக்குதலைக் கட்டுப் படுத்தி, அதனை ஆள்கிற திறனுடையவன்' என்பார், லியோனல் ட்ரில்லிங்.[7] எனவே இரண்டையும் ஒன்றாகப் பார்ப்பது தவறு.

### கனவும் கவிதையும்

மேலே கூறிய விநோதப்படுத்தல் என்பதோடும் நரம்பியல் செயல் திரிபு என்பதோடும் தொடர்புடையது, கனவு ஆகும். ஃபிராய்டு, கனவுகளின் ஆராய்ச்சியில் கவனம் செலுத்தியவர். தம்முடைய மனநோயாளிகளை, அவர்களுடைய கனவுகளைக் கேட்டறிந்து, மனநோய்களுடைய மூலங்களை அறிய அவர் வழி சொல்லியிருக்கிறார். 'கனவுகளின் விளக்கம்' (Interpretation of Dreams) அவருடைய பிரசித்தமான நூல். கனவுகள், யதார்த்தத்தின் திரிபுகள்; பிறழ்வுகள்; அதன் வெவ்வேறு குறியீட்டு வடிவங்கள் - என்று கூறுகிற அவர், கனவு என்பது, அடிப்படையில், நிறை வேறாத ஆசைகளின் (முக்கியமாகப் பாலியல் விருப்பங்கள்) சுய திருப்திகளே (wishfulfilment) என்று விளக்குகின்றார். நடப்பிலே சந்திக்கின்ற அல்லது விரும்புகின்ற ஆசைகள் அல்லது கற்பனைகள், இயலாமை காரணமாகவோ, சமூக உறவுகளின் மறைமுகமான அல்லது மரபார்ந்த தடைகள் (social taboos) காரணமாகவோ,

நிகழ முடிவதில்லை. எனவே அவை, அடிமனத்திலே சென்று படிகின்றன. நேர்நேர் வரிசையில் அல்ல - குழம்பியும் கலந்தும் கிடக்கின்றன.

கனவுகளுக்கு விளக்கம் தந்தவர், அத்தகைய கனவு போன்றது தான் கவிதையும் என்று கூறுகின்றார். கவிதையின் குறியீடுகள், வார்த்தைச் செட்டுமைகள், சிலவற்றைப் பூதாகரப்படுத்தும் சித்திரிப்புக்கள், நழுவல்கள், தப்பித்தல் உணர்வுகள்... முதலியவை இவற்றின் வடிவங்கள் என்கிறார். இலக்கியத்தில் இடம்பெறுகின்ற கனவுகளுக்கு, அவர் வழிவந்த திறனாய்வாளர்கள், அத்தகைய விளக்கங்கள் தரவும் செய்கின்றனர். ஆனால், இந்திய மரபில் - இலக்கியங்களும், நம்பிக்கைகளும் கூறுகிற - கனவுகள், பெரும் பாலும், பின்னால் வருபவற்றை முன்னால் சித்திரிக்கின்ற - வருமுன் உரைத்தல் - உத்தியாகவே உள்ளன என்பது ஒரு செய்தி.

**ஒத்துணர்வு:**

இன்றைய அழகியலில், உள்ளத்தின் செயலையும் வெளிப் பாட்டையும் கருத்திற்கொண்டு, கலைப் படைப்பின் பிறப்புக்கு 'ஒத்துணர்வே' (empathy) முக்கிய காரணம் என்று கூறப்படுகிறது. ஒத்துணர்வு என்பது பிறருடைய மனவுணர்வோடு தன்னுடைய மனநிலையானது , உணர்வு அடிப்படையில் ஒத்துப் போதலைக் குறிப்பிடுகிறது. இன்னின்ன சூழ்நிலைகள், இன்னின்ன உணர்வு நிலைகளை ஏழுப்பக் கூடியவை என்பதனை, நம் கடந்தகால அனுபவங்களும் மரபுகளும் கற்றுத் தந்துள்ளன. இந்நிலையில், அத்தகைய சூழ்நிலைகளில் ஒருவரைக் காணுகிறபோது, நம்மை நாமே அச்சூழ்நிலைமைகளில் ஏற்றிக் காணுகிறோம்; பொது வாக, அப்போது அவர் பெறக்கூடிய, அல்லது அப்படிப் பெறு கிறார் என்று நாம் இயல்பாகக் கற்பனை செய்கிற உணர்வு நிலைகளை நாமும் பெறுகிறோம்.

இது, அறவியல் ஒத்துணர்வு, அழகியல் ஒத்துணர்வு என இரண்டாகப் பகுத்துக் காண்பதற்கு உரியது. அறவியல் ஒத்துணர்வில், கருத்தாப் பொருளாகிய (subject) நாம், அதாவது, காண்போர் அல்லது கேட்போர் என்ற நிலையில் உள்ள நாம், நமது உணர்வுநிலையை இழப்பதில்லை; நமக்கும் கருவிப் பொருளாகிய (object) அனுபவவாளனுக்கும் இடைவெளி இருக்கிறது. மேலும், நம்முடைய மொத்த மனநிலை, கடந்தகால அனுபவங்கள், நிகழ்வு விருப்பங்கள் மற்றும் குறிப்பிட்ட சூழ்நிலைகள் முதலியவற்றிலிருந்து இந்த அறவியல் ஒத்துணர்வு

முற்றிலும் விடுபடுவதில்லை. தவிர, அறவியல் ஒத்துணர்வின் போது வினைபடுநிலைக்கு யாதானும் ஒரு அளவில் நாம் இட்டுச் செல்லப்படுகிறோம். உதாரணமாக, ஒரு கிழவி கீழே விழுந்து விடுகிறாள் - அழுகிறாள். அதனைப் பார்க்க நேர்ந்த நாம், வருத்தப் படுவதோடு நின்று விடுவதில்லை. அவளைத் தூக்கிவிடவும் முயலுகிறோம். இது ஒரு வகையில் பரிவுணர்வு (sympathty) என்றே அறியப்படுகிறது.

அழகியல் ஒத்துணர்வு என்பது, உள்ளார்ந்த போன்மை ஆக்கத்தை (inner imitation) அதாவது 'போலச் செய்தல்' என்பதற்குரிய ஓர் உந்துணர்வை நம் உள்ளத்தே தூண்டி விடுகிறது. அதாவது ஒரு பொருளை நாம் பார்க்கிறோம் அல்லது கேட்கிறோம் என்றால் நம் உள்ளத்தில் அதன் தாக்கம் அந்தப் பொருளையொத்த சலனங்களை மேலும் நிகழ்த்து கின்றன. பார்த்த - கேட்ட - பொருளின் 'போலச் செய்தல்' நம் உள்ளத்தே நிகழ்கிறது. மேலும், இத்தகைய அழகியல் ஒத்துணர்வின் போது, நம்மை நாமே 'மறந்து' ஒரு வகையில் நிபந்தனையற்ற முறையில் கருவிப் பொருளோடு ஒன்றிப் போய் விடுகிறோம். முக்கியமாக, இத்தகைய அழகியல் ஒத்துணர்வின் அடிப்படையிலேயே கலை - இலக்கியம் பிறப்பெடுக்கிறது என்று சொல்ல வேண்டும்.[8] மேலும், வாசகன், குறிப்பிட்ட ஒரு படைப்பின் மேல் ஈடுபாடு கொள்வதற்கும் இவ்அழகியல் ஒத்துணர்வே முக்கியமான காரணமாகவும் அமைகிறது. இருக்க.

**வாழ்க்கை வரலாற்றுத் திறனாய்வு**

கலைஞனை ஏனைய மனிதர்களைப் போல் அல்லாமல் சமுதாயத்தில் அந்நியப்பட்டுப் போன ஒருவகையான நோயாளி யாகப் பார்ப்பது, நரம்பியல்-உளவியல் ஆராய்ச்சியின் முக்கிய மான ஒரு கருதுகோளாகும் இந்த அடிப்படையிலேயே ஃபிராய்டிய உளவியலாளர்கள் படைப்பாளியின் (உளவியல் அளவிலான) சுயவரலாற்றினை அவருடைய படைப்பிலுள்ள நிலைகளிலிருந்தும் அலைகளிலிருந்தும் எழுப்பி, விளக்க முயலுகின்றனர். அத்தகையவர்கள், இதனை (முன்னதை விடவும்) பயனுடையதாகவும், வாய்ப்புடையதாகவும் கருதுகின்றனர். படைப்பாளியின் வாழ்க்கையை அவனைப் பற்றிய பல்வேறு குறிப்புக்களிலிருந்தும் தொகுத்து அறிந்து, அதன் மூலம் அவனுடைய வெற்றி - தோல்விகள் பற்றிய செய்திகளையும்,

கசப்புக்கள், காழ்ப்புக்கள் முதலிய அனுபவ உணர்வுகள் பற்றிய கருத்துநிலைகளையும் உருவாக்கிக்கொண்டு, அவற்றை அவனுடைய படைப்புக்களில் - சொற்கள் முதற்கொண்டு பாத்திரப் படைப்பு வரையிலான பல்வேறு அம்சங்களிலும் - பொருத்திப் பார்த்து விளக்குவது, அல்லது படைப்பிலுள்ள இத்தகைய அம்சங்களிலிருந்து அவனுடைய வாழ்க்கை அனுபவங்களும் உணர்வுநிலைகளும் இன்னின்ன மாதிரியாக இருக்கக் கூடும் என்று வடிவமைப்பது. இது, உளவியல் அடிப்படையிலான வாழ்க்கை வரலாற்றுத் திறனாய்வின் (Biographical Criticism) நோக்கமாகும்.

இவ்வகையான திறனாய்வின் மூலம் லியோனாடா டாவின்சி முதலிய கலைஞர்களின் படைப்புக்களுக்கும் வேர்ட்ஸ்வொர்த், கீட்ஸ், ஷெல்லி, பைரன், கிப்ளிங், எட்கார் ஆலன்போ முதலிய இலக்கியவாதிகளின் எழுத்துக்களுக்கும் பின்னணியாகவும் காரணமாகவும் அவர்களின் தனிப்பட்ட பாலியல் நிலையிலான வாழ்க்கை இருப்பதாக ஆல்பர்ட் மொர்டல் (Albert Mordell) எனும் திறனாய்வாளர் எடுத்துக் காட்டுகிறார். இவர், ஃபிராய்டின் காலத்தவர். அவரால் பாராட்டப்பட்டவர். ‘படைப்பாளி, தன்னுடைய படைப்பில் எப்போதும் தன்னையறியாமல் மறைவாக இருக்கவே செய்கின்றான்’ (the author always unconsciously in his works) என்பது அவரின் முடிவு. இதன் அடிப்படையில் அவர் சொல்லுகிறார்:[9] ‘புதிய ஓர் உண்மையைக் கண்டறிகின்றவர்களையும் பிரம்மாண்டமான அழகைச் சித்திரிக்கின்றவனையும் நாம் ஒரு மேதை என்கின்றோம். எப்போது? தீவிர மனவுணர்வுகளால் அழுத்தப் பெற்றவன், தனது உணர்வுகளைச் சமூகம் மதிக்கவில்லை என்ற முடிவுக்கு வந்த நிலையில் அவன் அப்படி உருவாகிறான். அழுத்தப் பெற்றவன், தனது உணர்வுகளைச் சமூகம் மதிக்கவில்லை என்ற முடிவுக்கு வந்த நிலையில் அப்படி உருவாகிறான். அழுத்தப் பெற்ற மனவுணர்வுகளுக்குத் திறன் வாய்ந்த சித்திரங்கள் தருகிறபோது அவன் ஒரு பெருங்கலைஞன்; அழுத்தப் பெற்ற அவ்வுணர்வுகளிலிருந்து தப்பிக்கிற வழிகளைக் காண்கின்றபோது அவன் பெருஞ் சிந்தனைவாதி. தனக்கு மறுக்கப்பட்ட மகிழ்ச்சியினை (அந்த வகையான தடையின்றிப்) பிறர் எவ்வாறு பெறுவது என்ற வழியை இந்த உலகத்திற்குச் சொல்கின்றபோது அவன் ஒரு சிறந்த மனிதாபிமானி.’

சமூகஒழுக்கம், வரையறை, முதலியவற்றின் காரணமாக, மனிதனின் மனவுணர்வுகள், சுதந்திரமாக வெளிப்படாமல் அழுத்தப்படுகின்றன. இவ்வுணர்வுகளும், அடிமனத்தில் ஆழமாய் மையங்கொண்டிருக்கும் பாலியல் உணர்வுகளும், நனவிலி மனத்தின் ஊடாக, அவனேயறியாத நிலையில், அவனுடைய சொல்லிலும் செயலிலும் வெளிப்படுகின்றன. கலைஞனிடம் இத்தகைய உணர்வுகள், அவனுடைய கலைப் படைப்பில் வெளிப்பட்டுவிடுகின்றன. இவ்வாறு, உளவியல்காரர்கள், கலை வெளிப்பாடு என்பது பற்றிப் பேசுகின்றார்கள். காட்டாக, ஜேன் ஆஸ்டின் (Jane Austen) எனும் ஆங்கில எழுத்தாளரின் நாவல் களை ஜியோ ஃப்ரிகோரர் என்பார் ஆராய்கிறார். ஜேன் ஆஸ்டினுடைய மையமான நான்கு நாவல்களிலும் இடம் பெறுகிற நாயகியர், ஒரு குறிப்பிட்ட வகையான படிமத்தைப் பிரதிநிதித்துவப்படுத்துவதாக அவர் கூறுகிறார். இப்பெண்கள் ஒவ்வொருவருக்கும் இளமையான, அழகான - 'சரியில்லாத' ஆடவர்களுடன் முதலில் மணம் பேசப்படுகிறது. பின்னர் இவர்களே அந்த ஆடவர்களை நிராகரித்துவிட்டுத் தாங்கள் மரியாதை கொள்கிற வேறு ஆடவருடன் மணம் கொள்கின்றனர். தங்கள் அம்மாக்களின் ஏற்பாடுகளையும் முடிவுகளையும் விடுத்து, அதற்கெதிராக அப்பாக்களின் பண்புகளைப் பிரதி பலிக்கக்கூடிய ஆடவர்களையே இவர்கள், இறுதியில் மணந்து கொள்கின்றனர். இவ்வாறு அத்திறனாய்வாளர் எடுத்துக் காட்டுகிறார். நாவல் நாயகிகளின் இந்தச் செய்கைகள், நாவல் ஆசிரியையின் (ஜேன் ஆஸ்டின்) அடிமனத்தையே பிரதிபலிப் பதாகவும், அந்த நாவலாசிரியையிடம், 'தந்தை மீதான மகளுக் குரிய பாலியல் வேட்கையுணர்வு' (எலக்ட்ரா மனவுணர்வு) காணப்படுவதாகவும் அவர் வருணிக்கிறார்.10

கலைப் படைப்பின் உள் அமிழ்ந்த பொருள்களையும், ஒரு மனிதன் என்ற முறையில் கலைஞனின் மனவுணர்வுகளையும் உளவியல் ஆராய்ச்சியினால் விளக்க முடியும் என்பது ஃபிராய்டின் நம்பிக்கை. இதனைப் பின்பற்றித் தமிழிலும் சில முயற்சிகள் அரிதாக மேற்கொள்ளப்பட்டுள்ளன. காட்டாகப், பாரதியின் காதல் பற்றிய சில பாடல்களுக்கும், கண்ணம்மா பற்றிய படிமத் திற்கும், அவருடைய பிள்ளைப் பிராயத்துக் காதல் ஏமாற்றங் களும், ஏக்கங்களுமே உள்ளார்ந்த காரணங்கள் என்று புலனாய்ந்து சொல்ல முயன்றுள்ளனர். இன்னும், மௌனியின்

எழுத்துக்களில் காணப்படுகிற சாவு பற்றிய விளிம்போர பிரம்மைகள், பயம், விரக்தி, இருண்மை முதலியவற்றை அவருடைய சுயவாழ்க்கையிலுள்ள பிரத்தியேகமான நிலைகளாக - அவருடைய வாழ்க்கை வரலாற்றுத் தடயங்களின் பின்னணியில் விளக்க முடியும். இதே போல் ஜி.நாகராஜன், நகுலன், சாரு நிவேதிதா, கோணங்கி முதலிய தமிழ் எழுத்தாளர்கள் பலருடைய எழுத்துக்களில் உள்ள சில உளவியல் காரணங்களையும் பின்புலங்களையும் பார்க்க முடியும்.

ஆனால், இங்கு ஓர் எச்சரிக்கை அவசியமாகிறது. படைப்பாளியின் வாழ்க்கைக்கும் அவனுடைய படைப்புக்கும் இடையே உள்ள உறவானது, எப்போதும் நேரடியானது அல்ல. மேலும் படைப்பாளனைப் பற்றிய விரிவான, சரியான தகவல்கள் கிடைக்காமலும் போகக்கூடும். மேலும், இது எழுத்தாளர்களின் தனி வாழ்க்கையில் (privacy) அத்துமீறி நுழைவதாகவும் அமையக் கூடும். இந்நிலைகளில், இத்திறனாய்வுமுறை சிரமத்திற்கும் தடுமாற்றத்திற்கும் ஆளாகிறது. ‘உளவியலாளர்கள் செய்வது போலப் படைப்பிலிருந்து படைப்பாளனைப் பார்க்கப் போவது, விபரீதமாகவும் பல சமயங்களில் வீணாகவும் போய்விடுகிறது’ என்று டேவிட் டெய்ச்சஸ் சொல்கிறார். மேலும், இதனை இலக்கியத் திறனாய்வு என்றும் சொல்ல முடியாது.11 என்பது அவர் வாதம்.

உளவியல் பகுப்பாய்வு மூலமாக அல்லாமல், சமுதாய உளவியல் பின்னணியில், வாழ்க்கை வரலாற்றையும் எழுத்துக்களையும் பொருத்தி வைத்துப் பார்க்கிற முயற்சியும் உண்டு. இத்தகைய முயற்சியாளர்களுள் அமெரிக்கத் திறனாய்வாளர் எட்மண்ட் வில்சன் ஒருவர். இவர், சார்லஸ் டிக்கன்ஸ் நாவல்களில் காணப்படும் கற்பனைகளுக்கும் கசப்புணர்வுகளுக்கும் உரிய காரணங்களாக அந்தப் படைப்பாளியின் வாழ்க்கையில் ஏற்பட்ட அனுபவங்களை எடுத்துக்காட்டி விளக்கியுள்ளார். இளமைக்காலத்தில் தம்முடைய அந்தச் சிறிய வயதில் டிக்கன்ஸ், பட்டறையொன்றில் கடின வேலைக்குச் சென்றது, அங்கே அவமானங்களும் சிரமங்களும் அனுபவித்தது. வேலைக்குக் கட்டாயமாக அனுப்பிய அம்மாவின் மீது கோபமும் மனத் தாங்கலும் கொண்டது, முதலியவை, ஆலிவர் ட்விஸ்ட் முதலிய பிரசித்தமான அவருடைய நாவல்களில் குறிப்பிட்ட உணர்வு

களுக்கும் போக்குகளுக்கும் காரணமாக அமைகின்றன என்று எட்மண்ட் வில்சன் எடுத்துக் காட்டுகின்றார்.

**உள்ளத்தின் பகுப்புக்கள் / அடுக்குகள்**

ஃபிராய்டின் உளப்பகுப்பாய்வில் உள்ளம் என்பது அடுக்கு நிலையில் இருப்பதாக வருணிக்கப்படுகிறது. மூன்றடுக்குகள் கொண்டது இது. மேலடுக்கில் இருப்பது, நனவுடைமனம் (conscious mind) இது நம் நினைவுக்குத் தெரிவது; உணர்வு ரீதியானது; தருக்க ரீதியானது; வெளிப்படையாகக் காணப் படுவது. ஆனால், தன்னிச்சையானது அல்ல; உள்ளே கிடக்கும் அடுக்குகளுக்குக் கட்டுப்பட்டது. இதற்கு அடுத்து, உள்ளே இருப்பது, உள்மனம் அல்லது நனவிலி மனம் (unconscious mind) ஆகும். இது வெளிப்படையாக உணராதநிலையில், உள்ளிருந்து நனவுடைமனத்தை இயக்குகின்றதிறன் வாய்ந்ததாகும். அடிப் படையில் மொத்தமான உள்ளத்தின் செயலுக்கும் ஆற்றலுக்கும் இது காரணமாக இருக்கிறது. நனவிலி நிலையிலுள்ள இந்த உள்மனம், இன்ப வேட்கையின் (pleasure principle) வடிவமாக உள்ளது. அதனை மையமிட்டுத் தன்னை வெளிப்படுத்திக் கொள்வது. இன்ப வேட்கையின் காரணமும் காரியங்களும் வெளிப்பட்டுக் காணமுடியாதவை; நுண்மையானவை; குழம்பிக் கிடப்பவை. நனவிலிமனம், இந்தச் செயல்பாடுகளைப் பல கோணங்களில் வெளிப்படுத்துகின்றது. மேலும் இன்பவேட்கை சார்ந்த 'விருப்பம் நிறைவேற்றல்' (wish - fulfilment) பொருட்டாகவும், அதன விளைவாகவும் எண்ணிறந்த உளைச்சல்கள் ஏற்படுவதாகப் பகுப்பாய்வு உளவியல் கூறுகின்றது. இந்த உளைச்சல்களுக்குத் தளமாக இருப்பது, இந்த நனவிலி மனமேயாகும். நிறைவேறாத ஆசைகளின் பல்வேறு வடிவங்கள், வக்கிரங்கள், விகாரங்கள் முதலியவற்றின் வடிகால், இந்த நனவிலிமனம்.

நனவிலிகளுக்கு அடியில் ஆழ்ந்து கிடக்கும் அடுக்கு, அடிமனம் (sub conscious mind) ஆகும். இதுதான், குறிப்பிட்ட தனிமனிதனின் உளவியலைக் கட்டுப்படுத்துகிற, வெளிப்பட்டுத் தெரியாத, இருண்மைக் கேந்திரமாகச் சொல்லப்படுகிறது. 'தான்' (Id) எனும் முனைப்புடன் கூடியது இந்த அடிமனம்; இது, libido என்று வருணிக்கப்படுகிற 'பாலியல்' உணர்வுகளால் வடிவமைந்தது. இது அடிப்படையானது மட்டுமல்ல; காரணகாரியம் தெரியாமல் பால பருவத்திலிருந்தே அமைந்து தொடர்ந்து வருவது; பிற உளைச்சல்களையும், நனவிலி நிலைகளையும் இது இயக்குகிறது.

வெளிப்பட உணரமுடியா நிலையில் ஆழ்ந்து படிந்து கிடக்கும் அடிமனத்தின் லிபிடோ, ஒத்த அல்லது மோதி முரண்படுகிற ஒரு சூழலில், வெடித்து எழுந்து வேறு வடிவம் பெறுகிறது. இவ்வாறு, சிக்மண்ட் ஃபிராய்டு, மனத்தின் அடுக்குமுறைகளை விவரிக் கின்றார்.[13] பாலியலால் ஆன இந்த அடிமன உணர்வுகளின் ஒரு முக்கியமான கோலம்தான் உணர்வுக் கோளம் (complex) ஆகும். இது முக்கியமாக, ஓடிபஸ் உணர்வுக் கோளம், எலக்ட்ரா உணர்வுக் கோளம் என்ற இரு நிலைகளில் அமைந்திருக்கிறது என்றும் அவர் சொல்லுகிறார்.

ஃபிராய்டு வலியுறுத்துகின்ற லிபிடோ, பாலியல், தனிமனித உணர்வுக்கோளம் முதலியவற்றை குஸ்தவ் யுங்க் மறுக்கிறார்; கூட்டு நனவிலிமனம் (collective unconsciousness) என்ற ஒரு கருத்துநிலையை முன்வைக்கிறார். தொல்படிமமாக அமைகிற கருத்துச் சாரங்களினால் அது அமைந்திருக்கிறது என்றும் அவர் சொல்லுகிறார். அதனைத் தொல்படிமத் திறனாய்வு பற்றிப் பேசுகிறபோது, நாம் பார்க்கலாம். இங்கே, உளவியல் திறனாய்வாளர்கள் பலரைக் கவர்ந்திழுக்கிற உணர்வுக் கோளங்களைப் பற்றிப் பார்க்கலாம்.

## ஓடிபஸ் மனவுணர்வு

ஷேக்ஸ்பியர் நாடகங்கள் சிலவற்றிலுள்ள சிக்கல்கள், உளவியல் முறையில் விளக்கப்பட்டுள்ளன. ஹாம்லெட்டின் 'செய்வதா - இல்லையா' (To be or not to be) என்ற தயக்கம் பிரசித்தமானது. ஹாம்லெட்டின் தந்தையைக் கொன்றுவிட்டு அவனுடைய தாயை மணந்துகொண்டான் அவன் சிற்றப்பன். அந்தச் சிற்றப்பனை ஹாம்லெட் கொல்ல வேண்டும். தந்தையின் ஆவி அப்படிக் கேட்டுக் கொண்டுள்ளது. ஆனால் கொல்ல வேண்டியவன் தயங்குகிறான்? ஏன் இந்தத் தயக்கம்? ஷேக்ஸ்பியர் சொல்லவில்லை. தயக்கத்தை ஒரு புதிராகக் கருதித் திறனாய் வாளர்கள் பல விளக்கங்கள் தருகிறார்கள். கொலை செய்யத் தயங்குவதற்குக் காரணம்;

1. அவனோடு பேசிய ஆவி, உண்மையில் தந்தையின் ஆவிதானா என்பதை நிச்சயப்படுத்திக் கொள்ளவே.
2. இல்லை - கொலை செய்வது குற்றம் ஆகாதா என்ற குற்றவுணர்வின் உந்துதலே;

3. இல்லை - கிறித்தவ அறக்கோட்பாட்டுணர்வின் காரணமாகவே;

4. இல்லை - நம்பிக்கையுணர்வுக்கும் அல்லாததற்கும் இடையிலான அக்காலத்திய சமூகத்தின் ஊசலாட்ட மனப்போக்கின் காரணமாகவே;

5. இல்லை - ஒரு வகையான நாடக ஆர்வநிலையை ஏற்படுத்த விரும்பியதாலேயே;

6. இல்லை - நம்முடைய திட்டங்கள் முழுக்க நம் கையில் இல்லை என்ற உண்மையை உணர்த்துவதற்காகவே

-இப்படிப் பல காரணங்கள் சொல்லப்படுகின்றன. இவை ஒரு பக்கம் ஆக, ஃபிராய்டு வேறு ஒரு விநோதமான காரணம் சொல்கிறார்.[14] அதனை அடியொற்றி அமெரிக்காவின் எனஸ்ட் ஜோன்ஸ், உளவியல் அடிப்படையிலான அக்காரணத்தை விரிவாக விளக்குகிறார்.[15] ஃபிராய்டு, ஜோன்ஸ் முதலியவர்களின் விளக்கப்படி - ஹாம்லெட்டிற்கு இருந்த உணர்வு, 'ஓடிபஸ் மனவுணர்வு' ஆகும். அதன்படி, பால பருவத்தில் அவனுக்குத் தன் தாயின் மீதான 'பாலுணர்வு' படிந்துகிடக்கிறது. அதன் காரணமாகத், தந்தையைக் 'கொல்ல வேண்டுமென்ற பொல்லாப்பு உணர்வு' அந்த இளம்பருவத்தில் அவனிடம் இருந்து வந்திருக்கிறது. பின்னர், தந்தை சிற்றப்பனால் கொல்லப்பட்டபோது, அதற்காகவே அந்தச் சிற்றப்பனிடம் தன்னையறியாமலேயே நனவிலிமனத்தில், தன்னை - தன் உணர்வை - அவன் இனம் காணுகிறான். எனவேதான், இத்தகைய சிற்றப்பனைக் கொல்ல ஹாம்லெட் தயங்குகிறான் - இது அவர்களின் விளக்கம். ஆனால், இதற்கு நாடக வாசகத்தில் சரியான முகாந்திரம் எதுவும் இல்லையென்றும், ஹாம்லெட்டை ஷேக்ஸ்பியரின் நாடக மாந்தராக அல்லாமல், இன்னின்ன சூழ்நிலைகளில் இன்னின்ன வாறு நடந்தால் இன்னின்ன உணர்வுகள் தான் இருக்கும் என்று ஒரு வாய்பாடு அல்லது விதி (formula) கொண்டு அவனைப் பரிசோதனைக் கூடத்தில் கிடத்தியதுபோன்றுதான் இந்தப் பார்வை உள்ளது என்றும் கூறி ட்ரில்லிங் உள்ளிட்ட பல திறனாய்வாளர்கள் இதனை மறுக்கின்றனர். யார்[16] இந்த ஓடிபஸ்?

ஓடிபஸ் என்பவன் கிரேக்க புராண நாயகன். பெற்றோரை யறியாத அவன், தற்செயலாக (பின்னணியில் அவனை இயக்கு பவர்கள் - தேவதைகள்) ஒரு சண்டையில் தன் தந்தையை

(யாரென்று தெரியாமல்) கொன்று விடுகிறான். அந்த இடத்தில் இவன் அரசனாகவும் ஆக்கப்படுகின்றான். அன்றைய மரபிற் கேற்ப, பழைய அரசனின் மனைவியை - அதாவது தன் தாயை - (யாரென்று அறியாமல்) மணந்தும் கொள்கிறான். ஆனால், உடனடியாக, உண்மை தெரிகிறது; தெரிந்த பிறகு அழிந்து போகிறான். இது ஓடிபஸ் கதை.

ஏற்கெனவே, ஒரு மருத்துவர் என்ற முறையில் மனநோயாளி களையும், முறிந்து போனவர்களின் மூளைக் கோளாறுகளையும் ஆராய்ந்து, அத்தகைய மன விகாரங்களுக்குக் காரணம் யாது என்று தேடிக் கொண்டிருந்தவர், ஃபிராய்டு. அவருக்கு, இந்தக் கிரேக்கக் கதை, பெரும் விருந்தாக அமைந்துவிட்டது. அன்றைய கிரேக்கத்தின் இனக்குழு வாழ்க்கையிலுள்ள பழக்கவழக்கங் களையும் மரபுகளையும் புறந்தள்ளிவிடுகிறார்; அவர், தனக்குகந்த உளவியல் பகுப்பாய்வு விளக்கத்தின் பொருட்டு இந்தக் கதையைத் தன் வசதிக்கேற்பப் பயன்படுத்திக் கொள்கிறார். ஒவ்வொரு ஆண்மகன் மனத்திலும் பால பருவத்தில் தாய் மீதான பாலுணர்வு இச்சை இருப்பதாகவும், அதன் காரணமாகத் தந்தை மீதான பொல்லாப்பு - கொலையுணர்வு - அவனிடம் படிந்து கிடப்பதாகவும் அவர் விளக்கம் தருகிறார். இந்த மனவுணர்வுக் கோளமே, ஓடிபஸ் மனவுணர்வு (Oedipus Complex) ஆகும்.

இதற்கு மறுதலையானது, எலக்ட்ரா மனவுணர்வு (Electra Complex). அதாவது, மகளுக்குத் தந்தை மீது, பால பருவத்தில், பாலுணர்வு இச்சையும் இதன் காரணமாகத் தாயின் மீது பொல்லாப்புப் பகையுணர்வும் அப்பருவத்தில் படிந்து கிடப்பதாக இது விளக்கப்படுகிறது.

**சொல்லும் உத்தியும்**

இலக்கியங்களில் இடம்பெறும் மனவுணர்வுகளை விளங்கிக் கொள்வதற்குத் துணைபுரியும் உளவியல் திறனாய்வு, இலக்கி யத்தின் சில பிரத்யேகமான உத்திகளையும் மொழிக்கூறு களையும், புரிந்துகொள்ளவும் உதவுகிறது. அடிமனத்தின் பிரதிபலிப்பைச் சொற்கள் பிரதிபலிக்கும் என்ற கருதுகோளை அடிப்படையாகக் கொண்டது இது. வழக்கத்திற்கு மாறாக வருவனவும், தம்மை அறியாமல் கட்டுப்படுத்தப்படாமல் நாத் தடுமாறியும் நழுவியும் வருவனவும் உளறலாக விழுவனவும் - பேசுபவனின் அல்லது எழுதுபவனின் உள்மனத்தை அதிகமாகப் புலப்படுத்தக் கூடியன என்பது உளவியலாளர்களின் கருத்து.

சிலம்பில், கோவலன் பற்றிப் (பொய்யாகப்) பொற் கொல்லன் சொன்னவுடன், ‘கொன்றச் சிலம்பு கொணர்க’ என்று பாண்டியன் நெடுஞ்செழியன் சொல்கிறான். அது அவனுடைய அப்போதைய மனநிலையின் வெளிப்பாடே. அரசன் என்ற தோரணையில் இருப்பவன், தன் மனைவியின் சிலம்புதானா அது என்று விசாரித்து அறிய முயலாமல், கொன்றாயினும், காரியம் செய்துவிடுகிற அதிகார மையத்தின் உள்மனக்குரலே, கட்டுப்பாடின்றி இவ்வாறு வெளிப்படுகிறது. ஆனால், சொல்லுக்கும் தொடருக்கும், நேரடிப் பொருளன்றியும் - உணர்வுகளைத் தாங்கி வரும் அவற்றிற்கு மறைமுகமான, உருவக அளவிலோ அல்லது குறியீட்டளவிலோ ஆன பொருட்களும் உண்டு என்பதை வலியுறுத்தும் உளவியல் காரர்கள், மொழிக்கூறுகளின் அத்தகைய பண்புக்கு உளவியலே காரணம் என்பர். எனவே, அத்தகையவற்றிலிருந்து படைப்பாளி அல்லது கதைமாந்தரின் உள்ளத்து உணர்வுகளை வெளிக் கொணர்ந்து காட்ட முயலுகின்றனர். ஆனால் அதிகாரம் சார்ந்த மனநிலை அவனையறியாமலேயே நழுவி வருவதாக இது, பொருள்பட வேண்டும்.

**நனவோடை:**

சொற்களும், சொற்றொடர்களும் அன் யும், உத்திகளும் உளவியல் திறனாய்வில் பெருங்கவனத்தைப் பெற்றுள்ளன. குறிப்பிட்ட இலக்கியத்தினுடைய குறிப்பிட்ட சூழலின் தேவை, கதை மாந்தரின் செயல்கள் மற்றும் உணர்வுகளின் முறைமை, படைப்பாளியின் நோக்கம் இவை காரணமாகச், சொல்லுகிற பாணியிலும் வடிவமைப்பிலும் வேறுபாடுகள் காணப்படும். ஏற்கெனவே ஃப்ராய்டு, கவிதையை நனவிலி மனத்தின் செயல் பாடுகளோடு இணைத்துப் பேசியிருப்பார். நனவுடை மனத் தோடு நனவிலிமனம் தொடர்ந்து போராடிக் கொண்டிருக்கிறது. பொதுமையிலிருந்து தூலப்படுத்துதலை (concretisation) நோக்கி அது தொடர்ந்து தாவுகிறது. அதன்போது தூலமான அற்பங் களை அது காண்கிறது. இத்தகைய நனவிலிமனம், ஒரே சீராக நேர்கோட்டில் அமைவதில்லை. ஒன்றனைத் தொட்டு ஒன்று படர்வதாக அமைகிற அதன் பண்புகளின் பின்னணியில், அதனோடு தொடர்ந்து போராடுகிற, நனவுடைமனத்தின் நானாவித இயங்கு திசைகளைச் சித்திரிப்பது, நனவோடை உத்தி (Stream of consciousness) ஆகும். நனவோடை என்பது கதை

மாந்தரின் உளவியல் வாழ்க்கையையும் அதன் முனைப்புக் களையும் அவற்றின் போக்கிலேயே சென்று சித்திரிப்பது. நிகழ்ச்சிகளையும் அனுபவங்களையும் சொல்லுகின்றபோது அவற்றை அவற்றின் நேர் வரிசைமுறையில் அல்லாமல், அவை உணரப்படுகின்ற முறையில், ஒன்றனைத் தொட்டு ஒன்று தாவியும் உருண்டும் போகிற முறையில் சொல்லுகிறது, இவ் உத்திமுறை.

இதனை மேலைநாடுகளில், வெர்ஜினியாஉல்ஃப், ஜேம்ஸ் ஜோய்ஸ், ஹென்றி ஜேம்ஸ், ஃபிரான்ஸ் காஃப்கா, ஆல்பர் காம்யு முதலியவர்கள் கையாண்டுள்ளனர். தமிழில் இந்தக் கோளங்கள் மிகக் குறைவு. 'ஜீவனாம்சம்' நாவலில் சி.சு.செல்லப்பா, இவ் உத்தியை (ஒரு பகுதியில்) அழகாகக் கையாண்டுள்ளார். ஆட்டு உரலில் மாவரைக்கின்ற ஜீவனாம்சத்தின் நாயகி, ஏற்கெனவே உள்வாங்கிய (introvert) மனநிலை கொண்டவள். செயல்களை முன்னிறுத்தி நினைவுகளைக் கட்டுப்படுத்துகிற மனத்திறன் இல்லாத நிலையில், இறந்துவிட்ட தன் கணவன் பற்றியும், கணவன் வீட்டார் பற்றியும் அவள் நினைத்துப் பார்க்கிறாள். ஒரு குறிப்பிட்ட இடத்திலிருந்து பின்னோக்கிச் சென்று, துளும்புகிறது, அவள் மனது. பின்னோக்கியுள்ள காட்சிகள் அவளுடைய உள்ளத்தின் பிரதிபலிப்புக்களாக வெளிப்படுகின்றன. அவற்றின் போக்கில் முன் பின்னவாக உணர்வுகளின் வழியே நிகழ்ச்சிகளும் உணர்ச்சிகளும், காட்சிகளும் அசை போடப்படுகின்றன. இம் முறையில் ஜீவனாம்சத்தின் முக்கியமான இப்பகுதி அமைந் துள்ளது. மௌனியிடமும், லா.ச.ரா.விடமும் நனவிலி மனத்தின் போக்குகள் சித்திரமாகியுள்ளதைப் பார்க்க முடியும். மற்றபடி தமிழில் இத்தகைய சித்திரங்கள் குறைவுதான். தமிழில், பின்னோக்கு உத்தி (flash back) அதிகம் உண்டு. குறிப்பிட்ட நினைவின் ஒரு புள்ளியிலிருந்து காட்சிகள் பின்னோக்கிச் செல்வதாக அமைவதுவே இது; திரும்பப் பழைய இடத்திற்கு அது வந்துவிடும். இந்நினைவுகள் வரிசைமுறையில் தொடர்பு பட்டுப் பின்னப்படுகின்றன. முன்னைய நிகழ்ச்சியைக் கதையின் தேவை கருதி நினைவுபடுத்திக் கொள்ளும் இவ்வுத்தி, பின்னோக்கு உத்தி. ஆயின், நனவோடை உத்தியென்பது, நனவிலி மனத்திற்கும் நனவுடை மனத்திற்குமான போராட்டத்தில் சிதறுண்டு வரிசை பிறழ்ந்து ஓடுகின்ற இயங்கு திசைகளைக் குறிக்கின்றது. இதன் சித்திரங்களை மனக்குகை ஓவியங்கள் என்றும் குறிப்பிடலாம்.

**முடிவாக...**

உளவியல் திறனாய்வுக் கொள்கை, இவ்வாறு இன்று இலக்கியக் கோட்பாட்டிலும் திறனாய்வுக் கோட்பாட்டிலும் முக்கியமான இடத்தைப் பெற்றுள்ளது. மேலும், புதிதாக வருகின்ற பல கொள்கைகளையும்கூட உளவியல், வெகுவாகப் பாதித்துவருகிறது. உதாரணமாக மிகையதார்த்த வியலையும் (Surrealism) அமைப்பியலையும் அது வெகுவாகக் கவர்ந்துள்ளது. லக்கான் (Jacques Lacan), உளவியல் பகுப்பாய்வை, அமைப்பியலில் மிகத் தீவிரமாக பின்பற்றியவர்; போதித்தவர். இன்று, பின்னை அமைப்பியல் (Post Structuralism) என்ற கொள்கை, லக்கான் முதலியவர்களின் உளவியலோடு நெருக்கம் கொண்ட ஒன்றாக ஆகிவிட்டிருக்கிறது.

இருக்க, உளவியல் திறனாய்வாளர்கள் - அவர் குமாரி பாட்கினா கட்டும், லியோனல் ட்ரில்லிங்கோ, நார்த்ரோப் ஃபிரையோ ஆகட்டும் - குறிப்பிட்ட ஒரு அம்சம் அல்லது ஒரு கொள்கையை மட்டுமே வரையறையாகப் பின்பற்றுகிறார்கள் என்று சொல்ல முடியாது. தாராள முறையிலே, அவர்களில் மிகப் பலரும், உளவியலின் பல வழிமுறைகளைப் பயன்படுத்திக் கொள்கிறார்கள். இருக்க, உளவியல் இன்று ஃபிராயிடமிருந்து வெகுவாக விலகி வந்திருக்கிறது.

தமிழில், படைப்பிலக்கியத்தில் உளவியல் சார்பு என்றால், சமுதாய உளவியலையே அதிகம் பார்க்க முடிகிறது.[18] 'திறனாய் வாளனுக்கு, உளவியல் மேலும் பயனுடையதாக ஆகவேண்டு மானால் தனிமனிதன் என்ற நிலையில் அது அமிழ்ந்து போய் விடுவதாக ஆகிவிடக் கூடாது, விரிந்த பண்பாட்டுத்தளத்தின் தாக்கம் கொண்டதாக அதன் இடைவெளிக்குப் பாலம் சமைத்திட வேண்டும். இது, கலையைச் சமுதாயத்தின் ஒரு குறியீட்டுச் செயல்வடிவமாகக் கருதுவதன் மூலமே சாத்தியப்படுகிறது.'[19]

**குறிப்புக்கள்**

1. Gustav Jung, "Psychology of Literature" 20th Century Literary Criticism, (Ed.) David Lodge, London, 1972, p.175
2. David Daiches, Critical Approaches to Literature, London, 1964, p.330.
3. Malcolm Cowley, Converstations with Cowley. (Ed.) Thomas Daniel Yound (Missisipi), 1983, p.85

4. Sigmund Freud, "Creative Writers and Day - Dreaming", 20th Century Literary Criticism, (Ed.) David Lodge, p.37
5. Edmund Ber₃ler, The Writer and the Psycho - Analysis "Newyork" 1949, p.43
6. Kenneth Burke, The Philosophy of Literary Form, New York, 1941, p.121
7. Lionel Trilling, "Freud and Literature" 20th Century Literary criticism, (Ed.) David Lodge. p.276
8. Chu Kwang Tisen, "The Psychology of Tragedy" Hongkong, 1987, p.56-57
9. Albert Mordell, The Erotic Motive in Literature, (Collier Books), New York, 1962, p.80 (first pub.99)
10. Geoffrey Gorer, "Myth in Jane Austen", as quoted by Walter Sulton, Modern American Criticism (Greenwood), 1977, p.203.
11. David Daiches, op.cit, p.336-337
12. Edmund Wilson, "Dickens: The Two Scrooges", The Wound and the Bow, New York, 1941, p.6-10
13. Ref. Sigmund Freud, Three Contributions to a Theory of Sex, (Tr.) New York. 1910.
14. Sigmund Freud "Psychopathic Characters on the Stage in Art and Literature", (Penguin), 1985, p.119 - 127
15. Ernest Jones, Hamlet and Oedipus, New York, p.93
16. Lionel Trilling, op.cit. p.280 - 282
17. "Surrealism" - இன் முதல் கொள்கையறிக்கையை விடுத்தவர், 1924-இல் பிரஞ்சுக்கவிஞர் Andre Breton என்பவர்.
18. "சமுதாய உளவியல் என்பது, சமுதாயச் சூழமைவுகளின் உறவில், குழுக்கள், நிறுவனங்கள், பண்பாடு, தனிமனித நடத்தைகள் முதலியவற்றில் பிரதிபலிக்கக்கூடிய மனவுணர்வு நிலைகளைப் பற்றியது ஆகும். James Drever, A Dictionary of Phychology, (Penguin), 1964, p.273
19. Kenneth Bruke, op.cit.

## 3.5
## தொல்படிமவியல்

திறனாய்வு அணுகுமுறைகளில் கணிசமான கவனத்திற்கு உரியது, தொல்படிமவியல் அணுகுமுறை (Archetypal Approach). இது, சில சமயங்களில் இனக்குழுப் பார்வைமுறை என்றும் தொன்மவியல் அணுகுமுறை அல்லது சடங்கியல் அணுகுமுறை (Totemic / Mythical / Ritualistic) என்றும் அழைக்கப்படுவதுண்டு. ஏனைய பிற அணுகுமுறைகளின் மத்தியிலே மிகவும் ஆர்வந் தூண்டுகிற வித்தியாசமானதொரு இடத்தை இது வகிக்கின்றது. மனித மதிப்புக்களின் மீது அதிகம் அக்கறை செலுத்துகிற இவ்வணுகுமுறை, வாசகரின் உளவியல் நிலையை எதிர்கொள்கிற ஆற்றல் கொண்டதாகக், கலைப் படைப்பை ஆராய்கின்றது; அதன் போது, இது உளவியல் அணுகுமுறையாகத் தோன்று கின்றது; ஆயினும், தன்னுடைய ஈர்ப்புக்கு மையமாகச் சில சாராம்சமான அடிப்படைப் பண்பாட்டு வடிவங்களின் மீது இது, கவனஞ்செலுத்தத் தவறுவதில்லை. அந்நோக்கில், இது சமுதாயவியல் தன்மையுடையதாகவும் விளங்குகின்றது.

அடுத்துப், பண்பாடு அல்லது சமுதாய நிலையிலான கடந்த காலத்தை ஆராய்கின்ற நோக்கில், இது வரலாற்றியல் தொடர்பினதாக விளங்குகின்றது. எனினும் குறிப்பிட்ட கால அளவுக்குள் அகப்படாத இலக்கியத்தின் காலங்கடந்த 'மதிப் பினை' எடுத்துக்காட்டுகின்ற விதத்தில் இது, வரலாற்றியலுக்கு உட்படாத ஒரு முறையாகவும் விளங்குகின்றது.

இவ்வாறு, வில்பர் ஸ்காட், தொல்படிமவியல் திறனாய்வு அணுகுமுறையினை அறிமுகப்படுத்துகின்றார். இவ்விளக்கம் தொல்படிமவியல் திறனாய்வின் பண்பினையும் பன்முகமான செயற்பாட்டையும் குறிப்பிட்டுக் காட்டுகின்றது. சாராம்சத்தில், இத்திறனாய்வு, இலக்கியத்தினுடைய திரண்ட பொருளிலே

அமைந்து கிடக்கின்ற அடிப்படையான சில பண்பாட்டு வடிவங்களை எடுத்து விளக்குகின்றது என்று சொல்லலாம். இத்தகைய ஆய்வுக்கு வழிவகுத்தவர்கள் முக்கியமாக, இருவர். ஒருவர், மேலைநாட்டுத் தொன்மக் கதைகளையும், புராண வடிவங்களையும், The Golden Bough எனும் பிரம்மாண்டமான நூலில் (பன்னிரண்டு தொகுதிகள்) திரட்டித் தந்த, ஸ்காட்லாந்து தொல்மானிடவியல் அறிஞராகிய, ஜேம்ஸ் ஜார்ஜ் ஃபிரேஃஜர் (Sir.James George Frazer) ஆவார். இன்னொருவர், சிக்மண்ட் ஃபிராய்டின் மாணவரும், பின்னால் அவரிடமிருந்து மாறுபட்டவருமான, கூட்டு நனவிலிமனம் (collective unconsciousness) பற்றி விளக்கிய ஸ்வீடன் நாட்டு உளவியலாளரான கார்ல் குஸ்தவ் யுங் (Carl Gustav Jung) ஆவார். தொடர்ந்து, விக்கோ (Vicco) காசிரெர் (Cassirer) சூசன் லாங்கர் (Susanne K.Langer) ஆகியோரின் நூல்கள் தொன்மங்கள் பற்றி விளக்கின. ரிச்சர்ட் சேஸ் (Richard Chase), குமாரி மாட்பாட்கின் (Miss Maud Bodkin) நார்த்ரோப் ஃபிரை (Northrop Frye) முதலியோர் தொன்மங்கள் அடிப்படையில் இலக்கியத்தை அறிந்துகொள்ளுதல் பற்றி விளக்கமாகப் பேசினர். தொல்படிமவியல் திறனாய்வு, மேலைநாடுகளில் செல்வாக்குமிக்க ஒன்றாக வளர்ச்சி பெற்றது.

மனிதன் எவ்வளவுதான் நவநாகரிகங்களினால் அலைப் புண்டாலும் அவனுடைய மனத்தின் ஆழத்தில் - அவனே அறியாத நிலையில் - வரலாற்றுக்கு முந்திய அவனுடைய தூரத்து மூதாதையின் - இனத்தின் - அறிவும் உணர்வும் நினைவுகளும் சாராம்சமாகிப் படிந்து, உறைந்து கிடக்கின்றன. அடிப் படையில், இவை, மேலும் மேலும் பகுத்தறிய முடியாத தன்மை யுடையவை. எனவே இவை சாராம்சமான அடிப்படை (மூல) வடிவங்களாகும் (primordial types). பின்னைய மனிதன், அவற்றைத் தொன்மங்களாக - குறியீடுகளாக - சடங்குகளாக - எச்சங்களாக யாதாயினும் குறிப்பிட்ட சூழ்நிலைகளில் வெளியிடுகின்றான். இவ்வாறு யுங், ஃபிரை ஆகியவர்கள் குறிப்பிடுகின்றார்கள். புராதன மனிதன், சடங்குகளையும் இனக்குழு சார்ந்த மரபுத் தடைகள் அல்லது விலக்குகளையும் (taboos) நனவுடை நிலையி லேயே நிகழ்த்தினான்; புரிந்துகொண்டான். ஆனால், நாகரிக மனிதன் இவற்றை நனவிலி நிலையிலேயே சந்திக்கிறான் என்று ஃபிராய்டு கூறுவார். மேலும் நனவிலிநிலையில் தோன்றும் தொன்மங்களின் வெளிப்பாட்டை நரம்பியல் செயல்திரிபாகவே

(ஒரு நோயாக) அவர் வருணிக்கிறார். யுங் இதனை மறுக்கின்றார். குறிப்பிட்ட இனத்தின் மரபுவழியான உடலியல் - உளவியல் கூறுகளில் படிந்து கிடக்கும் உயிர்ச் சத்தான மூலபடிவம் (Protoplastic pattern) இது, என்கிறார், அவர். மேலும், இதனையே தனிமனிதன் திரும்பவும் ஏதாவது ஒரு வடிவத்தில், சூழலில், வெளிப்படுத்துகின்றான். இது கூட்டுநனவிலி மனத்தோடு கூடிய அவனுடைய இயல்பான பங்களிப்பே ஆகும் என்று யுங் கூறுகின்றார். கவிஞன், இத்தகைய தொன்மத்தைக் கவிதை மொழியில், குறிப்பிட்ட வடிவத்தில் திரும்ப நிகழ்த்துகின்றான். அவன், தன்னுடைய நனவிலி உணர்வின் கிடங்கிலிருந்து மூலபடிவ உண்மையைப் பேசுகின்றான்; தொன்மத்தை உருவாக்குபவனாக (myth-maker) அவன் விளங்குகின்றான்.

திரும்பச் சொல்வதானால் - தொல்படிமம் என்பது வரலாற்றுக்கு முந்திய காலந்தொட்டு மனிதகுலத்தின் மூளையில் படிமங்களாக அல்லது வகை மாதிரி வடிவங்களாகப் பதிந்து விட்ட பண்பாட்டுத் தடயங்களின் சாரம்; மரபு வழியாகத் தொடர்ந்து வரும் கூட்டு நனவிலி மனத்தின் வடிவம்; மனித குலம் அதன் வெவ்வேறு காலகட்டங்களில் சந்தித்த ஒரே வகை மாதிரியான எண்ணற்ற அனுபவங்களின் உளவியல் நிலையிலான எச்சம்; குழுக்களின் பொதுவான குறியீடுகளாகத் தொன்மங் களாக, சடங்குகளாகத் தன்னை வெளிப்படுத்திக்கொள்ளும் மூலபடிவம்; தொடர்ந்து வருவதன் அடிப்படையில் முறைப் படுத்தி உணரப்படும் வகை மாதிரிப் படிமம் (type - image). இவ்வாறு தொல்படிமம் வருணிக்கப்படுகிறது. மேலும், பகுத்தறிவுக்கு ஒவ்வாததாகத் தோற்றமளிக்கின்ற இத்தொல் படிமம், தொல் பழங்காலங்களின் இயல்பூக்கம் மற்றும் நனவிலிநிலை ஆகிய வற்றின் முழுமைக்கும், நிகழ்காலத்தின் நனவுடைநிலைக்கும் இடையிலே ஒரு பாலமாக விளங்குகின்றது. மேலும், நனவிலி நிலையின் உயிர்ப்புடைய அடித்தளத்திற்கும், நனவுடை மனத்திற்கும் இடையே இது சமரசநிலையை ஏற்படுத்துகின்றது.

தொல்படிமம் மற்றும் தொன்மம் என்ற கருத்துநிலையின் முக்கியமான பண்பு, அது காலக்கடப்போடு கூடிய ஒரு பொது மையைக் குறிக்கிறது என்பதாகும். எதிர்காலத்தோடு நிகழ் காலத்தின் ஒன்றிணைந்த கலப்பும் எல்லாக் காலமும் ஒரே காலம் தான் என்ற அங்கீகாரமும் தொன்மவியலின் பண்புகள்

ஆகும். இருக்க, தொன்மம் தொல்படிமம் என்ற இரு சொற்களும் பொதுவாக, வேறுபாடின்றியே திறனாய்வாளர்களால் பயன்படுத்தப்படுகிறது. ஆனால் நுண்மையான வேறுபாட்டைக் குறிப்பிடுகிறார், ஃபிரை. தொல்படிமம் எனும் சொல், சிறப்பியல் நிலையினையும் குறிப்பிடத்தக்க பண்புகளையும் அறுதியிட்டுக் கூறுகிறபோது பயன்படுத்தப்படுகிறது; பெரும்பாலும் கூட்டு நனவிலி மனம் பற்றிப் பேசுகிற உளவியல் வகைப்பட்ட திறனாய்வில் இச்சொல் பயன்படுகிறது. தொன்மம் என்பது, குறிப்பிட்ட ஒரு நிலையிலிருந்து தொல்படிமம் வெளிப்படுகின்ற போதும், மற்றும் கதை, வருணனை முதலிய பேச்சுக்களின் போதும் மற்றும் தொல் மானிடவியல், நாட்டுப்புறவியல், சமுதாயவியல், புராணீகம், முதலியவை தொடர்பான ஆராய்ச்சிகளின் போதும் இச்சொல் பயன்படுகிறது. இருப்பினும், இந்த இரண்டு சொற்களும் நடைமுறையில் வேறுபாடின்றியே பயன்படுகின்றன. எவ்வாறாயினும் நிகழ்காலத்தின் அர்த்தங்களையும் உள் அர்த்தங்களையும் தொல்பழங்காலம் விட்டுச்சென்ற எச்சங்களாகிய இத்தகைய படிமங்கள் விளக்குகின்றன என்பதுவே முக்கியம்.

இவ்வாறு அறியப்படுகிற தொன்மங்களில் நடுவணதாக ஃபிரை, ஃபிட்லர், பாட்கின் முதலியவர்களால் கருதப்படுவது, 'தேடல் தொன்மம்' (Quest - myth) ஆகும். தன்னை, தனது பண்பாட்டு இலச்சினையை, தனது உள்ளத்தை, தனது ஆன்மாவை, தனது வாழ்வை, தனக்குரிய துணையைத் தேடுவது அல்லது அதனை நோக்கி நகர்வது என்பது இதன் பொருள். ராஜம்மையரின் நாவலில் தேடல் தொன்மம் முக்கியமானதாக உள்ளது. ஜெயகாந்தனின் 'சில நேரங்களில் சில மனிதர்கள்', 'கங்கா எங்கே போகிறாள்' எனும் இரு நாவல்களிலும் கங்கா எனும் பெண்ணின் வாழ்க்கைச் சாராம்சம் அல்லது முடிவுநிலை, இந்தத் தேடல் தொன்மத்தையே உணர்த்துகிறது. குறிப்பிட்ட ஒருவனால் கெட்டுப் போய் விட்டதாக நினைத்த அவள், அந்த ஒருவனை (பிரபுவை) தேடிப் போகிறாள் - அவனே, தனக்குத் துணையாக இருக்க முடியும் என்ற நம்பிக்கையில்! ஆனால், ஏற்கெனவே திருமணமானவன், அவன். இருப்பினும் அவனுடைய குடும்பத்தில் கங்கா, பாசம் வைக்கிறாள். அவனைத் திருத்த முயலுகிறாள். மேலும் மேலும் அவனை நோக்கியே அவளது தேடல் அமைகிறது. இது ஆணாதிக்க சமுதாயத்தின் ஒரு

வெளிப்பாடு நிறைவு பெறாத போது, மேலும், ஆழமான வாழ்க்கைத் தேடலாக ஆன்மீகத் தேடலாக அது, நீள்கிறது. இறுதி வரை கங்கா தேடிக் கொண்டிருக்கிறாள். - தன்னை - தன்னில் இழந்த ஏதோ ஒன்றைத் - தனக்கு நிறைவு தரும் ஏதோ ஒன்றை - அவள் தேடிக்கொண்டிருக்கிறாள். மேலும், தி.ஜானகி ராமனுடைய பல நாவல்களிலும் இத்தகைய தொன்மத்தினை இனங்காண முடியும். அம்மா வந்தாள், மரப்பசு - நல்ல உதாரணங்கள். பொதுவாக, ஜானகிராமனுடைய நாவல் களில் தேடல் தொன்மத்திற்குரிய பிரதிநிதிகள், பெண்மாந்தர் களே. நவீன எழுத்தாளர்களாகிய கோணங்கி, எஸ்.ராம கிருஷ்ணன் முதலியவர்களின் நாவல்களில் பழைமையை நோக்கிய தேடுதல்கள், கதைமைப்படுத்தப்பட்டுள்ளன.

குமாரி பாட்கின், தொல்படிமவியல் திறனாய்வாளர்களில் ஒரு முன்னோடி. இவர், தனது "Archetypal Patterns in Poetry" *(1934)* எனும் நூலில், ஆங்கிலக் கவிஞர்கள் பலரிடம் 'மறுபிறப்புத் தொல்படிமம்' காணப்படுவதாக ஆராய்ந்து கூறுகிறார். இது, ஓர் ஆள் இறந்து அதே ஆள் திரும்பப் பிறப்பது என்பதைக் குறிப்பது அல்ல. தான் என்ற முனைப்பும் பேராற்றலும் உடைய ஒருவன் / ஒருத்தி, அவற்றை இழந்து செத்துப் போவது அல்லது சாகடிக்கப்படுவது இது. இனக்குழு சமுதாயத்தில் அதனுடைய வாழ்வுக்காகவும், வளர்ச்சிக்காகவும் தங்களுக்குள் ஒருவரைப் 'பலி' கொடுப்பது போன்றதாகும் இது. ஒன்றில் மாய்ந்து இன்னொன்றில் உயிர்ப்பது இது. கண்ணகி, கோவலன், பாண்டியன் நெடுஞ்செழியன், கோப் பெருந்தேவி ஆகியோரின் சாவுகள் இத்தகையன. இளங்கோ இத்தகைய மறுபிறப்புப் படிமத்தை வெளிப்படையாகவே சித்திரித்துக் காட்டுகிறார். மேலும், பெரிய புராணத்துக் காரைக்காலம்மையார், திருநாளைப் போவார் (பின்னாளைய நந்தனார்) ஆகியோரின் கதைகள் இத்தகைய படிமத்தை உணர்த்துகின்றன. நாட்டுப்புறக் கதைகளில், மதுரைவீரன் கதை, காத்தவராயன் கதை, நல்ல தங்காள் கதை, ஐவர் ராசாக்கள் கதை, அண்ணன்மார் சுவாமிகள் கதை முதலியவை சமூக வரலாற்றில் காணப்படுகின்ற இத்தகைய தொன்மத்தின் வெவ்வேறு வகை வெளிப்பாடுகளே.

நார்த்ரோப்ஃப்ரை, தொன்மங்களின் நான்கு கட்டங்களை (phase) அல்லது வகைகளை அவற்றின் உட்பண்புகளோடு காட்டுகிறார்:

1. **பிறப்புக்கட்டம்:** *அதிகாலைப்போது - வசந்தம் - தலைவனின் பிறப்பு, புத்தெழுச்சி, புத்துயிர்ப்பு, படைப்பு, நல்ல சக்திகளின் வெற்றி மற்றும் பனிக் காலம், சாவு, இருள் ஆகிய சக்திகளின் மீதான வெற்றி - இவை தொடர்பான தொன்மங்கள் - புனை வியலின் தொல்படிமம், (துணைநிலை மாந்தர்கள் - தாயும் தந்தையும்)*

2. **திருமணம் அல்லது வெற்றிக்கட்டம்:** *நடுப்பகல், கோடைக் காலம் - நாயகன் வானுறையும் தெய்வநிலையாதல், புனிதமான திருமணம், தேவலோகம் நுழைதல் - இவை பற்றிய தொன்மங்கள் - இன்பியலின் கவிதைகளின், தொல்படிமம், (துணைநிலை மாந்தர் : மணமகள், தோழி, பாங்கன்)*

3. **சாவு அல்லது மறைவுக்கட்டம்:** *மாலை / சாயுங்கால நேரம் - இலையுதிர் காலம் - வீழ்ச்சி, சாகும் தெய்வங்கள், வன்முறைச்சாவு, தியாகம், தலைவனின் தனிமை அல்லது அநாதரவு பற்றிய தொன்மங்கள் - துன்பியல் இலக்கியம், கையறுநிலை ஆகியவற்றின் தொல்படிமம், (துணைநிலை மாந்தர் - துரோகி, துயரம் பாடும் பாடகர்)*

4. **சீரழிவு அல்லது சிதைவுக்கட்டம்:** *இருள் - பனிக்காலம் - இந்த அழிவுச் சக்திகளின் வெற்றி, வெள்ளம், குழப்பங் களின் மீள் வருகை, தலைவனின் தோல்வி இவை பற்றிய தொன்மங்கள் - எள்ளல் இலக்கியத்தின் தொல்படிமம், (துணைநிலைமாந்தர் - பேய், பிசாசு, சூனியக்காரர்).*

தொல்படிமக் கட்டங்கள் பற்றிய ஃபிரையின் இந்தத் திட்ட வரைவுகள், தொல்காப்பியர் அகம் - புறம் திணைகள் பற்றிக் கூறுகின்ற - முதல், கரு, உரிப்பொருள்களுடன் கூடிய - திட்ட வரைவுகளை ஓரளவு ஒத்திருக்கின்றன என்று சொல்ல முடியும். மேலும் இதே போன்று தொல்படிமவியல் கொள்கையினைத் தொல்காப்பியர் கூறும் செய்திகளிலும் சங்க இலக்கியங்களில் கண்டற்குரிய செய்திகளிலும், பிற்காலத்திய தகவல்களிலும் ஏற்கும் வழிப் பொருத்திப் பார்க்க முடியும். அவ்வாறு பொருத்திப் பார்த்துப் பின்வரும் ஆறுகட்டங்களாகத் (phases) தொல்படிம வரைத்திட்டங்களை இம்மரபிலிருந்து தரமுடியும். குறிஞ்சி, முல்லை, மருதம், பாலை, கைக்கிளை, பெருந்திணைத் -

தொல்படிமங்களாக இவற்றிற்குப் பெயரிடலாம். நெய்தல், இவற்றுள் அடங்காது; ஏனெனில் இவற்றில் தனித்தன்மைகள் இல்லை - முல்லையிலும் பாலையிலும் இவற்றின் சாராம்சங்கள் அடங்கிவிடுகின்றன.

1. **குறிஞ்சித் தொல்படிமம்** - இரவுப் போது, குளிர்காலம், மலையும் அடர்ந்த காடும், இருள், களவு, திருட்டு, சிறுசிறு சண்டைகள், பொய், அச்சம், இன்பம், பாலியல் வேட்கையும் நிறைவும், பெற்றோர் - மூத்தோர் - அரசுக்கெதிரான அறைகூவல் - தேடல் - வெறியாட்டு, சோதிடம், மந்திரம், ஊர்ப்பேச்சு, திருமணம், யானை, புலி, குரங்கு, பன்றி, மயில்.

2. **முல்லைத் தொல்படிமம்** - மாலைநேரம், மழைக்காலம், புல்வெளி, சமவெளிக்காடு சமபலம், வெற்றி - தோல்வி யற்ற நிலை, பாதுகாப்பான குடும்ப அமைப்பு, கற்பு, புனிதப் பெண்மை - வருத்தம், ஏக்கம், ஆர்வநிலை, எதிர்பார்ப்பு, திரும்புதல், சுழற்சி, புத்தெழுச்சி, புத்துயிர்ப்பு, விளையாட்டுக்கள், ஆடு, மாடு, மான்.

3. **மருதத் தொல்படிமம்** - வைகறைப்போது, சமவெளி, செழிப்புநிலம், ஆற்றங்கரை, உபரிவருமானம், வர்க்க வேறுபாடுகள், குடிநிலைபேறு, ஆணாதிக்கம், விபச் சாரம், பாலியல் தாராளத்துவம், குடும்ப நெருக்கடி - சகிப்பு - தற்காப்பும் பாதுகாப்பின்மையும், பாசாங்கு, கோபம், எரிச்சல், மகிழ்ச்சி, தனிமை.

4. **பாலைத் தொல்படிமம்** - நடுப்பகல், கோடைக்காலம், மணல், நீண்டவெளி, கடல், வெறுமை, வறட்சி, துயரம், காதலர் - கணவன், மனைவி - பிரிவு, அரசுகள் உறவுத்தூது, கல்வி, பொருள் தேடுதல், குடிபெயர்வு, குடும்பச்சிதைவு, சமுதாய பரஸ்பர உறவுகள், வழிப்பறி, கொள்ளை, கொலை, பகை - தாங்கும் ஆற்றல், வெற்றி.

5. **பெருந்திணைத் தொல்படிமம்** - பகல், ஒளிவுமறைவற்ற செயல், வயது முதிர்வு, பாலியல் வக்கிரம், வன்முறை, போர், அந்நியமாதல், நிலையற்ற தன்மை, சாவு, மகன், கணவன் அல்லது மனைவி சாவு, விதவை மனைவி - தீப்பாய்தல், விதி, தத்துவச் சிந்தனை, துறவு.

6. **கைக்கிளைத் தொல்படிமம்** - பருவமடையாத, முதிர்ச்சி யடையாத உறவுகள், அடித்தள மக்கள், தாழ்ந்தோர் - உயர்ந்தோர், மேல் - கீழ், பக்கச்சார்பு, பங்கீடும் பகிர்வும், கொடை, புகழ்ச்சி, அமைதி, அதிகாரப் பரவலும், அங்கீகாரமும், தெய்வநிலை பெறுதல் / உருவாதல், வழிபாடு, கலைஞர்கள் - ஆடல், பாடல்.

இங்கே வரையறை செய்யப்பட்ட மேற்குறித்த தொல் படிமங்களும் அவற்றின் உட்கூறுகளும், இலக்கியங்களின் பல்வேறு சொற்களில் கருத்துக்களில், நிகழ்ச்சிகளில், உணர்வு களில், தொன்மங்களாகவோ, சடங்குகளாகவோ, குறியீடு களாகவோ வெளிப்படுகின்றன. இந்த முறையில் இவை மேலும் ஆராயத்தக்கன. பண்பாட்டுச் சாரங்களை, வகைமாதிரிப் படிமங்களாக ஒரு முறையியலுக்குட்படுத்துகின்ற இத்தகைய ஆய்வை மேலும் விரிவாகப் பார்க்க வேண்டும். குறிப்பாக, இன்றைய இலக்கியத்தில் அமைப்பியல் முறையிலும், சமுதாய நிலையிலும் அமிழ்ந்து கிடக்கும் தொல்படிமங்கள் - தமிழ் இனத்தின் மற்றும் மனித இனத்தின் பண்பாடுகளை இனங் காணும் வகையில் காண்பதற்குரியன. திணைசார் வாழ்க்கையின் அடிப்படையில் இன்றைய இலக்கியங்களைக் காண்பதற்கும், இனவரைவியல் (ethnographic) அடிப்படையில் திறனாய்வினை மேற்கொள்ளுவதற்கும், இங்கே நாம் கட்டமைத்துத் தந்திருக்கிற திணைத்தொல் படிமக் கட்டமைப்பு பெரிதும் உதவும்.

இவ்வகையில் ஏற்கெனவே விளக்கிய தேடல், மறுபிறப்பு ஆகிய முதன்மைத் தொல்படிமங்களும் நார்த்ரோப்ஃபிரை காட்டிய பிறப்பு முதற்கொண்ட நான்கும், நாம் சற்றுமுன் வகைப்படுத்திக்காட்டிய குறிஞ்சி முதற்கொண்ட ஆறு தொல் படிமங்களும் என இவையன்றியும், கீழே இறுதியில் இன்னும் சிலவற்றை நாம் காட்டலாம். இவை, தாய், தந்தை, கற்பு, கொடை, அதிகாரம் எனும் தொல் படிமங்களாகும். குறிப்பிடத் தக்கவை. இவற்றுள் அதிகாரம் (power) எனும் தொல்படிமம், இங்கே, இன்றையச் சிந்தனைக்கேற்பப் புதுவதாக இனங் காணப்படுகின்றது. இவையன்றியும், சொர்க்கம், நரகம், வளமை, நன்றி, மானம் - முதலியனவும் தொல்படிமங் களாகக் கவனிப்பதற்குரியவை. மொத்தத்தில் - இவையெல்லாமே, தொல்படிமவியல் திறனாய்வுக்கு வழி தருபவை; அணி சேர்ப் பவை. இவை, கருத்தியல் வடிவங்களோடு கூடியவையெனினும், இவற்றைச் சுற்றிக் கதைமை சார்ந்த செரிமானங்களும் புனைவு களும் படிந்து கிடக்கின்றன.

1. **புனிதமான அன்னை** - ஒளி, அன்பு, தியாகம், மங்கலம், பணிவு, அறியாமை, பிறப்பு, தகப்பனுக்கு மாறான பண்புகள், விளக்கு, நிலம், நீர், பயிர், சக்தி, தெய்வநிலை.

2. **தந்தை** - சொத்துடைமை, வருமானம், அறிவு, மூர்க்கத் தனம், அதிகாரம், தாயை அடக்குதலாகிய வேட்கை, தீ, காற்று, வானம்.

3. **கற்பு** - புனிதம், தூய்மை, பாலியல் கட்டுப்பாடு, தாலி, பெண்ணடிமைத்தனம், சாவு, சாகடிப்பு, மானம், தீ, மனம் - உடல் இருநிலை எதிர்வு; தொன்மக்கதை வெளிப்பாடு - கண்ணகி, பெருங்கோப்பெண்டு, மாதவி, சீதை, மண்டோதரி, அகலிகை, அருந்ததி.

4. **கொடை** - உடைமையடிப்படையிலான சமூக வேறு பாடு, மேலோர் - கீழோர், பிராயச்சித்தம், சாதுரியம், கருணை, பலி, உயர்வு நோக்கிய நகர்வு, சுவர்க்கம், மறுபிறப்பு, அமரத்துவம், தொன்மக்கதை வெளிப்பாடு - கடையெழு வள்ளல்கள், பண்ணன், குமணன், கர்ணன், சீதக்காதி.

5. **அதிகாரம்** - சொத்துடைமை, அரசியல், சமுதாயப் படிநிலைகள், அரசு கட்டில், கொடி, கொடிமரம், காவல்மரம், முரசம், பீடம், காவல், முத்திரைகள், யூனிபாரம், தொலைபேசி, தகவலிய சாதனங்கள், மேடை, கட் - அவுட், ஒலிபெருக்கி, ஊர்வலம், தீ, குண்டு, துப்பாக்கி, பிரம்பு, அதிகார மையம் - சச்சரவுகளும் பரிமாற்றங்களும், எதிர்நிலையில் விளிம்போரங்கள், ஒடுக்கம், அழுகை.

மேலே கூறிய தொல்படிமங்கள், கூட்டு நனவிலிநிலையில், தொல்பழங்காலந்தொட்டு வருகின்ற பண்பாட்டு மதிப்புக்களின் *சாராம்சமான மூலவடிவங்களாக உள்ளன.* இவற்றின் உட் பகுதிகளாகக் காட்டப்பட்டவை, அந்த அந்த மூலவடிவங்களின் வெளிப்பாடுகளாகவோ - குறியீடுகளாகவோ, சடங்குகளாகவோ வெளிப்படுகின்றனவாகும். காட்டாக, அதிகாலைப் பொழுது என்பது மங்கலமான ஏதோ ஒன்றின் அல்லது ஒருவரின் பிறப்பினைச் சுட்டிக்காட்டுகிறது. இது, பல இலக்கியங்களிலும் தொடர்ந்து வருவதைப் பார்க்கலாம்.

இத்தகைய தொல்படிமங்களும் அவற்றின் வெளிப்பாடு களும் இலக்கியங்களிலும், நாட்டார் கதைகளிலும், புராணங் களிலும், சடங்குகளிலும், நம்பிக்கைகளிலும் மட்டுமல்லாது இன்றைத் திரைப்படங்களிலும் காணமுடியும். காட்டாக, எம்.ஜி.ஆர்., பற்றிய சித்திரிப்புக்கள், குறிப்பிட்ட வகையான 'கொடை' குறித்த தொல்படிமமாக உருவாகியிருக்கிறதைக் காணலாம். ரஜினிகாந்த் - மம்முட்டி நடித்த மணிரத்னத்தின் தளபதி என்ற திரைப்படம், 'கர்ணன்' கதையைப் புதிய சமூகச் சூழல்களில் தொல்படிமமாகச் சித்திரிக்கின்றது. பாத்திரங்களும் சூழல்களும் செயல்களும் இதற்குகந்த விதத்தில் வடிவமைக்கப் பட்டுள்ளன. திரைப்படத்தில் தொல்படிமம் - உருவாக்கத்திற்கு ஒரு சிறப்பான உதாரணமாகும், இது.

இவ்வாறு, தலைமுறை தலைமுறையாகப் படிந்து கிடக்கும் தொல்படிமங்கள், தொடர்ந்து பல வடிவங்களில் வெளிப் படுகின்றன. இவற்றிற்கு இலச்சினையாகப் புராண, வரலாற்று மாந்தர்களின் பெயர்கள் நினைவு கொள்ளப் படுகின்றன. புனிதவதியார், கோவலன், கண்ணகி, மாதவி, இராமன், சீதை, வீடணன், அகலிகை... இப்படிப் பலர் தொல்படிமங்களுக்கு அடையாளங்களாக நிற்கிறார்கள். 'அகலிகை' என்பது ஒரு தொன்மம். கற்பு பற்றிய கருத்து நிலையைக் குறிக்கிறது. உடலா? மனமா? என்று பகுத்துப் பார்த்துக், கற்பின் 'உண்மையை' மற்றும் வரலாற்றை விவாதிப்பதற்கு இது ஓர் இடம். தொல் படிமவியல் திறனாய்வில், அகலிகையைக் குறியீடாகவும், ஒரு சமூக மதிப்பாகவும் கொண்டு, காலந்தோறும் அதன் வெளிப் பாடுகளைப் பார்க்கலாம். பெயர்கள் முக்கியமல்ல; அவற்றில் சாராம்சமாகப் படிந்துள்ள கருத்து நிலைகளே முக்கியமாகும்.

**References**

1. C.G.Jung, "Psychology and Literature" in 20th Century Literary Criticism - A Reader, (E.d.) David Lodge, London, 1972, p.175-189

2. Northrop Frye. "The Archetypes of Literature" Ibid., p.422-432

3. William K.Wimsatt Jr., & Cleanth Brooks, Literary Criticism - A Short History, (Oxford & IBH) Calcutta, 1964

4. Maud Bodkin, Archetypal Patterns of Poetry, (Oxford), 1934

5. Wilbur S.Scott, Five Approaches of Literary Criticism, (collier), Neryork, 1962

6. Rajnath (Ed.), Twentieth Century American Criticism, Inter - Disciplinary Approaches, (Arnold Heinemann), New Delhi, 1977.

7. Walter Suttan, Modern American Criticism, (Prentice Hall Inc:), 1963

8. *தி.சு.நடராசன், தி.ஜானகிராமனின் நாவல்கள் - ஒரு மறுவாசிப்பு அனுபவம், (என்.சி.பி.எச்.) 2014.*

## 3.6
## மொழியியல் அணுகுமுறை

மொழி, ஒரு கருவி - ஒரு தகவலியல் சாதனம்; சிந்தனைக்கும் செயலுக்கும் கருவியாக இருக்கிற அதேபோது, அச்சிந்தனை மற்றும் செயலினுடைய விளைவாகவும் அது, அமைகிறது. மனிதனின் அனுபவங்களும், உணர்வுகளும், கற்பனைகளும், சிந்தனைகளும், தடம் பதித்துச் செதுக்கிய மொழி, மனிதப் பண்பாட்டு - அறிவுத் துறைகள் எல்லாவற்றிலும் ஆரோகணித்து விளங்குகிறது. மானிடவியலாளர் மாலினோவ்ஸ்கி சொல்வார்; 'உலகத்தின் மீதான பிரதிபலிப்புக்களின் கருவி அல்ல, மொழி; அது, மனித நடத்தையின் ஒரு வகைமை; அதன் ஒன்றிணைந்த பகுதி,1 மொழியை அறிவது என்பது பண்பாட்டினை அறிவது ஆகும். ஏனெனில், பண்பாட்டுச் சூழ்நிலையின் சூழமைவினை (Context of Situtaion) அது எப்போதும் சார்ந்தே அமைகிறது. பண்பாடு → மொழி → பண்பாடு என்ற உறவினை, அல்லது பண்பாடு → மொழி என்ற உறவினைப் பெற்றிருக்கிறது, இது. எனவே, மொழி பற்றிய கோட்பாடு (மொழியியல்), பண்பாடு பற்றிய கோட்பாட்டின் ஓர் அங்கமாக விளங்குகிறது.

இலக்கியத்தை மொழிசார்கலை (Verbal Art) என்றும், பண்பாட்டு நடப்பு என்றும் கொண்டு, அவ்விலக்கியத்தை உணர்வதற்கும், உணர்த்துவதற்கும், அதனுடைய மொழித் திறனைச் சரிவரப் புரிந்துகொள்ளவேண்டும் என்று வற்புறுத்துவதற்கும் இதுதான் அடிப்படை.

இலக்கியத் திறனாய்வின் சிறப்பான அம்சங்களில் ஒன்று, மொழியியல் வழியிலான அணுகுமுறையாகும். நடையியல் (Stylistics) என்றும், மொழியியல் திறனாய்வு (Linguistic Criticism) என்றும், இது அழைக்கப்படுகிறது. இலக்கியம் என்பது, முதலில் மொழியாலானது என்று இது, கருதுகிறது. எனவே,

'இலக்கியத்தின் மொழியமைப்பானது, அவ்விலக்கியத்தின் பண்புகளுக்குக் காரணியாகவும் அடையாளமாகவும் அமையக் கூடியது' என்பதனை இது கருதுகோளாகக் கொண்டிருக்கிறது. பல பரிமாணங்களையும் பல வளர்ச்சிக் கூறுகளையும் கொண்ட மொழியியல், மொழியாலான இலக்கியத்தினை அளவிடுவதற்கும் உரிமை கொண்டது என்று மொழியியலார் வாதிடுகின்றனர். ஒலியியல், சொல்லியல், தொடரனியல் முதலிய மொழிப் பகுதிகளும் அவற்றின் செயல்பாடுகளும் பண்புகளும் மொழி யியலின் பகுதிகளாக அல்லது தளங்களாக அமைந்திருப்பவை. மேலும், இயல்பு வழக்கு, செய்யுள்வழக்கு பற்றிய பார்வைகளும், மொழியின் பிறழ்நிலை, மற்றும் அதன் சிறப்புநிலைக் கூறுகள் பற்றிய கண்ணோட்டங்களும் மொழியியலில் முக்கிய பங்கு வகிப்பவை.

மொழியியல் திறனாய்வுக்கு அறுபதுகளின் கால கட்டம், ஒரு வசந்தம். 1958-இல் அமெரிக்காவின் இந்தியானா பல்கலைக் கழகத்தில் முதன்முறையாக 'நடை' பற்றிய கருத்தரங்கம் (Indiana Style Conference) நடைபெற்றது. பெரும் வீச்சும் செல்வாக்கும் கொண்ட இதன் நடைமுறைகள், 1960இல் தாமஸ் செபியோக் (Thomas A.Sebeok) எனும் அறிஞரால் தொகுத்து வெளியிடப்பட்டன. இதில் ருசிய உருவவியலாளரும் மொழி யியலாளருமாகிய ரோமன் யகோப்சனின் (Roman Jakobson) மொழியியலும் கவிதையியலும் எனும் கட்டுரை[2] முத்தாய்ப்பான தாகவும், இத்திறனாய்வுக்கு மலர்ச்சியையும் உந்துதலையும் தருவதாகவும் அமைந்தது. தொடர்ந்து வெவ்வேறு நூல்களிலும் கட்டுரைகளிலும், உல்மன் (Stephen Ullman) லெவின் (Samuel R.Levin), சாட்மன் (Seymour Chatman), எப்ஸ்தெயின் (E.L.Epstein) ஃபவுலர் (Roger Fowler), ஓமன் (Richard Ohmann), ரிஃபாத்தேர் (M.Riffattera), ரோலந்த் பார்த் (Roland Barthes), குல்லர் (Jonathan Culler) ஹாலிடே (Halliday, M.A.K.) பிராத் (M.L.Pratt) முதலிய பலர், இத்திறனாய்வுக்குப் பல கோணங்களில் பங்களிப்புச் செய் துள்ளனர்.

### அடிப்படைக் கருத்து நிலைகள்:

மொழியியல் வழித் திறனாய்வு, குறிப்பிட்ட ஓர் அணுகு முறையாக விளங்குவதற்கு, மொழி பற்றிய சில அடிப்படையான கருத்துநிலைகள் அனுசரணையாக உள்ளன. அவை: 1. மொழி என்பது தனக்குள் சீர்மை பெற்றுள்ள ஓர் ஒழுங்கமைவு (System).

2. அதற்குள் நெருக்கமான உறவு கொண்ட பல உள் ஒழுங்குகள் உண்டு. 3. மரபுகளின் தொடர்ச்சியாகவும், காலம், இடம் தேவை கருதிய வளர்ச்சியாகவும் அம்மொழி அமைகிறது, 4. சமுதாயத்தின் - அதன் பண்பாட்டின் - ஓர் உற்பத்திப் பொருளாகவும் சாதன மாகவும் உள்ள மொழி, அச்சமுதாயத்தின் புலப்பாடாகவும் பொருட்பாடாகவும், இலச்சினையாகவும் குறியீடாகவும் செயல்பாடு கொண்டது. 5. பல படிநிலைகளைக் கொண்ட அம்மொழி, பல பரிமாணங்களையும் எல்லைகளையும் ஊடகங் களையும் கொண்டது. 6. அது, அறிவியல்பூர்வமாகப், புறவய நிலையில் - ஆனால், அதன் அகவயச் சார்பு சிதைவுறாமல் புலப்படும்படியாக ஆராயப்படக்கூடியது. இவ்வாறு மொழியியல் பிரகடனம் செய்கிறது. மொழி பற்றிய அறிவியலின் இந்தக் கருத்து நிலைகளும் செயற்பாடுகளும் இலக்கியத்தை அணுகுவதற்கு ஏற்ற அடிப்படைகளைத் தருகின்றன.

ஆரம்பகாலப் பகுதிகளில், இத்திறனாய்வு, மொழியமைப்புக் கூறுகளாகிய ஒலியியலிலும் சொல்லியலிலும் மிகுந்த அக்கறை காட்டியது. நடையியல் கூறுகளை விளக்கிக் காட்ட முயல்வதே அதன் முக்கியமான பணியாக இருந்தது. கவிதையே அதன் தளமாக இருந்தது. பின்னர், மாற்றிலக்கணக் கோட்பாடும், அமைப்பியல் கோட்பாடும் செல்வாக்குப் பெற்ற போது, தொடரியல் பிரதானப்படுத்தப்பட்டுச் செயல்பாட்டு முறையில் அம்மொழியமைப்பு விளக்கப்பட்டது. மொழியின் அடிப்படைக் கூறுகளைத் தாண்டியும் அது போய் வந்தது. கவிதையன்றியும் உரைநடைகளும் அதன் தளங்களாயின. மொழியியலில் அமைப்பியலின் கருத்தோட்டத்திற்கு முன்னோடி, சசூர் (1916). இவருடைய முறையியல், இலக்கியத்தைப் பொருத்த அளவில் பின்வருகின்ற மூன்று முக்கியமான கருத்து நிலைகளுக்கு உந்துதல் அளித்தது 1. இலக்கியப் பனுவல் (text), மொழியியலின் அடிப்படையில் விளக்குவதற்கு, வாய்ப்பானமுறையில் வாக்கியங் களின் தொடர்ச்சியாக அமைந்துள்ளது. 2. வாக்கியஅமைப்பு முறையில் மட்டுமில்லாமல், அந்தப் பனுவல், தனக்கென உள்ளார்ந்த அமைப்புக் கூறுகளையும் கொண்டுள்ளது; 3. பரந்த பண்பாட்டு அமைப்பின் சூழலில், பொருத்தமான பிற கலை இலக்கியங்களின் பின்னணியில் இந்தப் பனுவல், இலக்கியம் என்ற ஒழுங்கமைவின் ஒரு பகுதியாகக் கருதப்படக்கூடும்.

சசூரின் இந்தக் கருத்துநிலைகள், உருவவியலாளராகிய யகோப்சனின் மொழியியல் அணுகுமுறையியல் வேரூன்றியுள்ளன; விளக்கம் பெறுகின்றன.[3] இலக்கியப் பனுவலை, மொழியியலின் முறையியலுக்கு உட்படுத்த இக்கருத்தோட்டம் விரிவான தளம் அமைத்தது. தொடர்ந்து, பொருண்மையியல் (Semantics) என்ற பகுதியும் இவ்வகைத் திறனாய்வுக்கு வழிமுறை தந்தது. இலக்கியத்தில் இடம்பெற்றுள்ள சொற்களும், தொடர்களும் நேரடியாக அன்றியும், அடுக்குநிலை என்ற தன்மையிலும் குறிப்பு மற்றும் குறியீட்டு நிலை என்ற தன்மையிலும் பொருள்களைத் தரக்கூடியவை. அந்த முறையில், அவற்றை விளக்குவதற்கு இது, சில வழிமுறைகளைத் தந்தது.

### புதைவடிவமும் புறவடிவமும்

கேட்பாரையும் படிப்பாரையும் பிணிக்கும் தகையதாய்த் திறனறிந்து சொல்வது, இலக்கியத்தின் தலையாய பண்பு. சொல்லுதற்குரிய ஊடகமாகவும் வழிமுறையாகவும் உள்ள மொழிக் கூறுகளின் வழியாக இது எப்படிச் சாத்தியமாகிறது? தொடரமைப்பு ஒரு சிறந்த வழிமுறையாக விளங்குகிறது. மேல் நிலையில், ஐவுறவுகளையும் (ambiguity) உள்ளார்ந்த நிலையில் ஆழங்களையும் அடுக்குகளையும் கொண்ட ஒரு புதிராக விளங்குவது, தொடரமைப்பு. நோஓம் சாம்ஸ்கி, தனது மாற்றிலக்கணக் கோட்பாட்டின் மூலம் (1957 : 1965) தொடர் நிலையமைப்பின் புதிர்களுக்கு விளக்கம் தந்தார். (வாசகன் முன்) தூலமாக வெளிப்பட்டுத் தோன்றும் புறநிலைத் தொடர் (suface structure), பொருண்மைநிலையில் ஐயுறவுகளையும் மயக்கநிலைகளையும் கொண்டிருக்கக்கூடும். ஆனால், இவை வெளிப்படத் தோன்றாமல் உள்புதைந்து கிடக்கிற புதைநிலைத் தொடரில் (deep structure) தெளிவு பெறுகின்றன. புதைநிலையிலுள்ள தொடர்கள், அடிப்படையானவை (kernal); எளிமையானவை; நேரடியானவை. இவை, ஒன்றும் பலவுமாகக் கலந்தும் மயங்கியும் உட்செருகியும், புறநிலையில் வெளிப்பட்டுத் தோன்றுகின்றன.

> **‘ஊரெங்கும் விஷப்புகை**
> **வானெங்கும் எஃகிறகு**
> **தெருவெங்கும் பிணமலை’** **(ந.பிச்சமூர்த்தி – பூக்காரி)**

இக்கவிதை வரிகள், புறநிலை வடிவமாகத் தரப்படுபவை. அழகியல் நோக்கில் செறிவும் ஆழமும் உடையவை. இது எப்படிச் சாத்தியமாகிறது? புதைநிலை வடிவத்திலுள்ள விளக்க

மான தொடர்கள், புறநிலையில் மடங்கியும் செறிந்தும் தோன்று வதன் மூலம் சாத்தியமாகிறது. 'ஊரெங்கும் புகை பரவி யிருக்கிறது. இந்தப் புகை விஷம் போன்றது. வானமெங்கும் ஆகாய விமானங்கள் செல்கின்றன. இவை பறவை போன்று பறக்கின்றன. இவற்றின் இறகுகள் எஃகால் ஆனவை. இவை போர் விமானங்கள். எனவே - தெருவெங்கும் பிணங்கள் கிடக்கின்றன. பிணங்கள் மலைபோல் குவிந்து கிடக்கின்றன.' இந்த வரிகள், மேற்காட்டிய கவிதை வரிகளுக்குரிய புதைநிலை வடிவங்கள். அதாவது அடித்தளத்தில் அமைந்திருக்கின்ற வாக்கியங்கள். இவையே ஒன்றனுள் ஒன்று இணைந்து படிமங்கள் உள்ளிட்ட செறிவான மொழியமைப்புடன் புற நிலையில் வெளிப்பட்டுக் கவிதையாக வடிவம் பெறுகின்றன.

மொழிதல் அல்லது வெளிப்பாட்டோடு கூடிய புறநிலை வடிவத்தில் ஆகுபெயர், அன்மொழித்தொகை, உள்ளுறை, இறைச்சி, படிமம், உருவகம் முதலியவை அமைந்து கிடக்க, அவற்றின் புதைநிலை வடிவத்தில் அவை தெளிவு பெறுகின்றன. இவற்றுள் உருவகம் (metaphor) புறநிலை வடிவமாக இருக்க, அதன் புதைநிலை வடிவமாக உவமம் (simile) உள்ளது. காட்டாக, 'காளை வந்தான்' - இது உருவகம். 'அவன் காளை போல் இருக் கிறான்; அவன் வந்தான்' - இது உவமம்; புதைநிலை வடிவம்.

இத்தகைய புதைநிலை - புறநிலை பற்றிய கருத் தோட்டத்தினை நடையியலுக்குப் பொருத்துவது, மொழியியல் திறனாய்வுக்குச் செழுமை தரக்கூடியதாகும். ஏற்கெனவே கூறியது போல, புறநிலை வடிவத்திலிருந்து புதைநிலை வடிவத்திற்குச் செல்கின்றனபோது பொருளின் ஆழமும், சொல்லப்படுகின்ற விதத்தின் அழகும் புலப்படுகின்றன. கவிதை வரிகள் - மொழித் திறனிலிருந்து (competence) எவ்வாறு மொழிப்புலப்பாட்டினை (performance) வெளிப்படுத்துகின்றன என்பதை அறியவும் இது பயன்படுகிறது. தவிரவும், இலக்கியமாகின்ற உள்ளடக்கத்தினை அல்லது நோக்கப் பொருளைப் புதைநிலைத் தொடராகவும் அதனை வெளிப்படுத்திச் சொல்லுகின்ற முறையைப் புற நிலைத் தொடராகவும் கொள்வோமானால் ஓர் உள்ளடக்கப் பொருளுக்குப் பல வடிவங்கள், பல உருவவியல் கூறுகள் சாத்தியமாகின்றன என்பது புலப்படும். அவற்றுள், தேர்ந் தெடுக்கப் பெறும் உருவவியல் கூறுகள், அந்தப் படைப் பாளனுடைய நடையியல் கூறுகள் ஆகும். அவனுடைய

தேவைக்கும் பயிற்சிக்கும் ஏற்ப இந்தக் கூறுகள் அமையும். இவ்வாறு, இலக்கியத்தின் பொருளுக்கும் வடிவத்திற்கும் உள்ள உறவு, புதிய கோணத்தில் விளக்கம் பெறுகின்றது.[4]

**மொழிப்பிறழ்வும் கவிதையும்**

அன்றாட நடைமுறை மொழியிலிருந்து மாறுபட்டதா, இலக்கிய மொழி? அப்படிச் சிலர் வாதிட முயல்வதுண்டு; ஆனால், அன்றாட நடைமுறை மொழியையே சிறப்பான விளைவுகளுக்காகச் சிறப்பான முறையில், இலக்கியம் பயன் படுத்திக் கொள்கிறது. கலையியல் பண்பு வேண்டி, வேண்டப் பட்ட சூழமைவுகளில் மொழி, வேண்டியவாறு இயங்குகிறது. பேச்சு வழக்கு மொழி, இலக்கிய வழக்கு மொழியாக உருவாக்கம் பெற்று வருகிறது. அதற்குரிய வெளிப்பாடுகள் - வேறுபட்டு வரும் வழக்குகள் - அவற்றின் சிறப்புக் கூறுகள் ஆகும். யகோப்சனும் பிறரும் இதனைக் கவிதை மொழிப்பிறழ்வு (poetic deviation) என்பர். தொல்காப்பியர், இத்தகையதொரு பண்பினை அறிந்துள்ளார். ‘பாடல் சான்ற புலனெறி வழக்குப் பற்றிப் பேசியவர் அல்லவா அவர்! ‘செய்யுள் வழக்குப்’ பற்றியும் ‘செய்யுள் ஈட்டச் சொல்’ பற்றியும் ‘செய்யுள் கண்ணிய தொடர்மொழி’ பற்றியும் பேசுகின்றவர், அவர்.

பொதுவிலிருந்து தனிப்பட்டு, அவ்வக் கவிதைகளுக் குரியனவாகக் காணப்படுகின்ற தனிச் சிறப்பான மொழிக் கூறுகளை, நடையியல் கூறுகள் (stylistic features or markers) என்பர். இவை, குறிப்பிட்ட பனுவலுக்குச் சிறப்பாக உரியன; அதன் மொழிப்பண்பினையும் அழகினையும் மற்றும் நேர்த்தி யினையும் இனங்காட்டுவன; மேலும் அந்தப் பனுவலில் தூக்கலாகத் தெரிவதாகவும் அமையக்கூடியவை. குறிப்பிட்ட நடைப் பண்பின் மொழி சார்ந்த பதிவன்கள் (registers) இவை. இவை, ஒலியியல் அளவிலோ, சொல்லியல் மற்றும் தொடரியல் அளவிலோ அமைகின்றன. காட்டாகத் தமிழில், எழுவாய், செயப்படுபொருள், பயனிலை - என்ற முறையில் தொடர்கள் அமைவது பெருவழக்கு. ஆனால், இது மாறியும் அமையலாம் - பயன் கருதி; அழகும் சக்தியும் கருதி - செய்யுள் கண்ணிய தொடர் மொழியாக அமையலாம்; எடுத்துக்காட்டாக, ‘யான், கற்பினுக்கு அணியைக் கண்களால் கண்டனன்’ என்று அமைவது (பெரு வழக்கு) இயல்பு எனின், ‘கண்டனன் கற்பினுக்கணியைக் கண் களால்’ என்பது, கவிதை நோக்கில் அமைந்த வழக்கு. சீதையைப்

பார்த்து வந்த அனுமன், இராமனிடம் கூறுவதாக இது அமைகிறது. இந்த வாக்கிய அமைப்பு, இயல்பு வழக்கிலிருந்து சற்று மாறிக், கவிதை மொழிப்பிறழ்வாக - செய்யுள் கண்ணிய தொடர்மொழியாக, இங்கு இடம் பெறுகின்றது. பயனிலையை முதலாவதாகக் கொண்டிருக்கிறது. இவ்வாறு, இயல்பான தொடர்நிலையமைப்பிலிருந்து, கவிதையின் நலன் கருதி, மாற்றம் பெற்று வருவது, கவிதைத் தொடர்நிலை மாற்றம் (poetic inversion) எனப்படும். இது, இக்கவிதையின் நடையியல் கூறு ஆகும்.

உரைநடையிலிருந்தும் இயல்பான பேச்சு வழக்கிலிருந்தும், கவிதை மொழி அல்லது அழகியல் சார்ந்த மொழி, இவ்வாறு இலக்கண அமைப்பிலிருந்து மாறி வருமானால், மாற்றிலக்கணக் கோட்பாட்டாளர்கள், அதனை, 'இலக்கணமல்லாத் தன்மை' (ungrammaticalness) என்றழைப்பர். இதனையே தொல்காப்பியர் 'வழுநிலை' என்றும் அது ஏற்றுக்கொள்ளப்படுவதாயின் அதனை 'வழுவமைதி' என்றும் குறிப்பிடுகின்றார். காட்டாக, இயற்பெயரும் சுட்டுப்பெயரும் ஒரே தொடர்நிலைக்குள் வருமாயின், 'பாண்டியன் வந்தான் - அவன் நல்லவன்' என்ற முறையில், முதலில் இயற்பெயரும் பின்னர் சுட்டுப்பெயரும் என்ற வரிசையில் வருவதே வழக்காறு - இலக்கணமுடையது. மாறி வருமானால், அது இலக்கணமல்லாதது. ஆயின், முற்படக் கிளத்தல் செய்யுளுள் உரித்தே' (சொல், 39) என்று தொல் காப்பியர், வழுநிலையை (குறிப்பிட்ட சூழலில்) ஏற்றுக் கொள்ளலாம் என்று 'வழுவமைதி' கூறுகிறார். அதுபோலவே, இன்னோரிடத்தில்,

'இனச்சுட்டில்லாப் பண்புகொள் பெயர்க்கொடை
வழக்காறல்ல செய்யுளாறே (சொல்.18)

என்று குறிப்பிடுகின்றார். அதாவது, 'ஞாயிறு' என்பது ஒரு பொருளைக் குறிப்பிட்டுக் காட்டக் கூடியது; பொதுச் சொல் அல்ல. இந்நிலையில், அதனை அடைகொடுத்து விசேடித்துச் சொல்வது வழக்காறல்ல. செஞ்ஞாயிறு, வெண்திங்கள் என்று வருமானால், அவை செய்யுள் வழக்கே. இவ்வாறு, இலக்கண மல்லாதது என்று கருதப்படுபவை கூட, நடையியல் சிறப்புக் கென இலக்கியத்தில் இடம்பெற்று வரக்கூடும். இதனை, மொழியியல் வழித் திறனாய்வு கவனத்திற் கொள்கிறது.

**ஒலிக் கோலம்**

பேச்சுமொழியிலும் சரி, கவிதை மொழியிலும் சரி, சொற்களும் ஒலிகளும் குறிப்பிட்ட ஒரு கட்டுக்கோப்பில் அமைந் திருக்கின்றன. ஆனால் இவை, எல்லாவற்றிலும் ஒரே மாதிரியாக அமைவதில்லை. சூழல், தேவை, நோக்கம் முதலியவற்றிற்கேற்ப ஒலிகளின் பங்கீடு அமைகிறது. எனவே குறிப்பிட்ட இவற்றின் குறிப்பிடும்படியான பங்கீடு (distribution) அதன் முக்கியமான நடையியல் பண்பாக அமைகிறது. அவற்றின் வரல்களும் (occurrences) மறித்துவரல்களும் (recurrences) எவ்வெவ்வாறு - அளவியல் நிலையில் - அமைந்துள்ளன என்பதைப் புள்ளி விவரவியல் அடிப்படையில் விளக்குதற்கும் மொழியியல் அறிஞர்கள் பலர் முற்படுகின்றனர். ஒலிகளின் வரல்முறை அல்லது பங்கீடு, கவிதைக்குக் குறிப்பிட்ட ஒலிக்கோலம் (sound texture) தருகின்றது. இது, அப்பாடலில் கருக்கொண்டிருக்கும் பொருளுக்கும் சூழலுக்கும் உணர்வுக்கும் தொடர்புடையது; அவற்றைச் சரியாக வெளிப்படுத்தக்கூடியது என்பர். இந்தக் கருத்தில்தான், பாக்களின் வண்ணங்களை (இவற்றுள் சில யாப்பு வடிவம் சேர்ந்தவை) தொல்காப்பியரும் பின்னைய இலக்கணி களும் விளக்கிக் காட்டுகிறார்கள் என்று சொல்லலாம். வல்லிசை வண்ணம், மெல்லிசை வண்ணம், நெடுஞ்சீர் வண்ணம், குறுஞ்சீர் வண்ணம், தூங்கல் வண்ணம், ஏந்தல் வண்ணம் என்று (20) வண்ணங்களைத் தொல்காப்பியர் விளக்குகின்றார். இவற்றில் பெரும்பாலான வண்ணங்களுக்குரிய விளக்கங்களும் உரிய எடுத்துக்காட்டுகளும் ஒரு வகையில் மொழியியல்காரர்கள் தரும் ஒலிக்கோலத்தோடு பெரும் பகுதி ஒப்புமை உடையவை.

நடையியல் கூறுகளைக் கொண்டதாகிய இவ்ஒலிக்கோலம், கவிதையின் அமைப்பில், குறிப்பிட்ட சந்த அமைதியினைக் காட்டுகின்றது; அன்றியும் அக்கவிதையின் உணர்வுக்கும் நோக்கத் திற்கும் உகந்ததாகவும் அமைகிறது. எடுத்துக்காட்டாகச் சொல் வதானால், கம்பனில் பல பாடல்களை நினைவு கொள்ளலாம். தூரத்தே மறுகரையில் பரதனைப் பார்த்த குகன், 'ஆழநெடுந் திரை ஆறு கடந்து இவர் போவாரோ...' என்று சினந்து உரைக்கும் வீரவுரைகள்; கும்பகர்ணனை ராக்கதப் படைகள் 'உறங்குகின்ற கும்பகன்ன உறங்குவாய் உறங்குவாய் இனிக்கிடந்து உறங்குவாய்', என்று துயிலெழுப்புகிற பாடல்கள்; அழகன் ராமன் முன், சூர்ப்பனகை பேரழகியாகத் தோற்றம் கொண்டு 'நஞ்சமெனத்

தஞ்சமென வஞ்சமகளாக' நடை பயின்று வருவதைக் காட்டும் பாடல்கள் - இப்படி நிறையக் காட்டலாம். உணர்வுகளுக்கும் ஒலிகளுக்கும் இடையேயான ஒத்தியைபுகளை இவை காட்டுகின்றன; அவ்வச் சூழமைவுகளை இப்பாடல்களின் ஒலிக்கோலங்கள் வலுப்படுத்துகின்றன; அவற்றிற்கு அழகூட்டுகின்றன.

உணர்வுகளுக்கேற்ப ஒலிக்கோலங்கள் எவ்வாறு அமைந்திருக்கின்றன என்பதைப் புள்ளிவிவர மொழியியல் வழியாகக் காட்டலாம். இதனடிப்படையில், இங்கே, ஒலிக்கோலங்களின் வேறுபாடு மூலமாக அவற்றின் நடையியல் வேறுபாடுகள் எப்படி அமைந்திருக்கின்றன என்று காண்பதற்கு வாய்ப்பாக இரண்டு குறுந்தொகைப் பாடல்களை விளக்கிக் காட்டலாம். ஒன்று, காமஞ்சேர் குளத்தார் பாடிய பாடல்:

'நோமென் னெஞ்சே நோமென் னெஞ்சே
யிமைதீய்ப் பன்ன கண்ணீர் தாங்கி
யமைதற் கமைந்த நங்காதல
ரமைவில ராகுதல் நோமென் னெஞ்சே'

இப்பாடலின் நடையியல் கூறுகள், பாடலின் குறிப்பிட்ட நோக்கத்திற்கு வலுவூட்டுகின்றன. இந்தக் கருதுகோளுக்குத் துணை செய்யும் ஒரு முரண்தளமாகத், திப்புத்தோளாரின் பாடல்:

'செங்களம் படக்கொன் றவுணர்த் தேய்த்த
செங்கோ லம்பிற் செங்கோட் டியானைக்
கழறொடிச் சேஎய் குன்றம்
குருதிப் பூவின் குலைக் காந்தட்டே'

இந்த இரண்டு பாடல்களிலும் ஒலிகளின் வரல்கள் (வருகைகள்) கவனிக்கத்தக்கவை. திப்புத் தோளார் (தி.தோ.) பாடலில், தடை ஒலிகள் (stops) அதிகம் இடம் பெறுகின்றன. காமஞ்சேர் குளத்தார் (கா.கு.) பாடலில் இவை குறிப்பிட்டுச் சொல்லுகிற அளவில் குறைந்திருக்கின்றன. ஆனால், மாறாக, இவர் பாடலில் மெல்லினங்களாகிய மூக்கின மெய்களின் (nasals) வருகை அதிகம். தி.தோ. பாடலிலோ இது குறைவு. வேறுபட்டு நிற்கும் இந்நிலை, இப்பாடல்களின் ஒலிக்கோலங்களைக் காட்டுகின்ற தனிச்சிறப்புக்கூறு ஆகும். இப்பாடல்களில் அமைந்துள்ள ஒலிகளின் வரல்முறைகளைப் பின்வரும் பட்டியல் விவரித்திடும்:

| | கா.கு. | | தி.தோ. | |
|---|---|---|---|---|
| ஒலியன்களின் வரல்கள் | 89 | | 97 | |
| மெய்களின் | 53 | 59.6% | 60 | 61.8% |
| உயிர்களின் | 36 | 40.4% | 37 | 38.2% |
| மெய்களுக்குள் | | | | |
| தடைஒலி | 17 | 32% | 37 | 61.7% |
| மூக்கினமெய் | 27 | 51% | 12 | 20% |
| /க/ | 5 | 9.4% | 12 | 20% |
| /ட/ | - | - | 6 | 10% |
| ந.ன. | 13 | 24.5% | 4 | 16.6% |
| உயிர்களுள் | | | | |
| நெடில் | 15 | 41.7% | 10 | 27% |
| குறில் | 21 | 58.3% | 27 | 73% |
| குவி உயிர் உ.ஒ. | 4 | 18% | 10 | 27% |
| விரி உயிர் இ.ஐ.எ. | 17 | 47% | 12 | 32% |

இவ்வாறு இப்பாடல்களின் ஒலிப்பங்கீடு அமைந்துள்ளது. இது ஒலிக்கோலத்தில், வேறுபடுத்தும் சிறப்புநிலைப் பண்பினைக் காட்டுவதாக அமைகின்றது. மெய், உயிர் வரல்முறைகளைப் பொருத்த அளவில், இவை, மெய்யர் (Meyer) எனும் மொழி யியலறிஞர் தருகின்ற 'ஒலிவரல் நியதி'யோடு இணைந்து வருகின்றது குறிப்பிடத்தக்கது. பொதுவாகக் கவிதையில் உயிர் ஒலிகள் 37.0% என்ற கணக்கிலும் மெய் ஒலிகள், 62.1% என்ற கணக்கிலும் வரும் என்பது மெய்யெர் கணக்கு.[5] இந்த விகித அளவோடு ஒப்பிடுகிற போது, கா.கு. பாடல், சற்று உயிரொலித் தன்மை கூடியதாக உள்ளது; மேலும்; தி.தோ.பாடலுக்கு மாறாக, கா.கு. பாடலில் உயிர்களாகிய இ,ஈ,ஐ,எ,ஏ ஆகியவற்றின் வரல்கள் அதிகமாக இருப்பதையும். மேலும் குறில்களை விட நெடில் ஒலிகளின் வரல்கள் தூக்கலாக இருப்பதையும் கவனிக்கலாம். ஒலிகளின் பங்கீட்டில் இத்தன்மையானது, இவ்விரு பாடல்களின் நடையியல் பண்பாக உள்ளது. மேலும் தி.தோ.வின் ஒலிக்கோலத்தில் 'வன்மை'யும் (வல்லின மெய்யின் மிகுதி) கா.கு.வில் 'மென்மை'யும் (மெல்லெழுத்துக்களின் மிகுதி) சற்றுத் தூக்கலாக இருப்பதையும் கவனிக்கலாம்.

இத்தன்மைகள், இப்பாடல்களின் நோக்கப் பொருளொடும் பாடல் மாந்தரின் மனநிலையோடும் தொடர்புடையன. கா.கு.வின் நடையியல் கூறுகள், பிரிவாற்றாமையினால் நெஞ்சம் நோகும் தலைவியின் சோகத்தோடு இழைந்து ஒலிக்கின்றன. உணர்ச்சிக்குகந்த ஒலிக்கோலம் இங்கே கவனிக்கத்தக்கது. இதற்கு மாறாக, தி.தோ.வின் பாடல், போர்க்களத்தை வருணிக்கிற போது, அதற்குரிய காட்சியினையும் வன்மையான உணர்வு களையும், (பட, கொன்று, தேய்த்து) காட்டக் கூடியதாக உள்ளது. வல்லெழுத்து மிகுதியாக உள்ள ஒலிக்கோலம் அதற்குப் பொருந்துவதாக உள்ளது.

குறிப்பிட்ட ஒலியமைவு, குறிப்பிட்ட உணர்ச்சியின் ஒலிக் குறியீடாகக் (sound symbolism) கருதத்தகுந்தது. தவிர, ஒலிக் கோலம் அன்றியும் சொல்லும் சொற்றொடரும் இலக்கியத்தி லுள்ள குறிப்பிட்ட வாசகத்தின் நடையினை உணர்த்த உதவு வதைப் பார்க்கலாம். ஒலியியலின் அளவுநிலை, பாடலின் பண்புநிலைக்கு உதவுவது போலவே, சொல் - சொற்றொடர் ஆகியவை இடம்பெறுகின்ற வரல்முறைகளின் அளவுநிலையும் இலக்கியத்தின் பண்புநிலைக்குப் பொருந்துவதாகவும் அதனை வளர்ப்பதாகவும் அமைவதைக் காணலாம். உண்மையில், மொழியியல் திறனாய்வு, அளவு - பண்பு என்ற இருநிலை களையும் கவனத்தில் கொண்டாக வேண்டும். ஒலிக்கோலம் அன்றியும், சொல், தொடர் ஆகியவற்றின் வருகை முறையும் அவற்றின் அமைவும் நடையியல் கூறுகளின் முக்கியமான பகுதிகளாகும்.

### சொல்லும் தொடரும்

மேற்காட்டிய இரு பாடல்களிலும் சொல்களின் வரல் முறைகள், அவற்றின் நோக்கப் பொருளோடு பொருந்தி, வலுவும் அழகும் தந்து நடையியல் கூறுகளாக அமைந்திருப்பதைக் காணலாம். நான்கு அடிகளும் பதினைந்து சீர்களும் கொண்ட இரண்டிலுமே சொல்களின் வருகை எண்ணிக்கை, சமநிலையில் (20) உள்ளது. ஆனால் சொல்வளம் (diction) என்பதைப் பொருத்த அளவில், குறிப்பிடத்தக்க வேறுபாடுள்ளது. கா.கு.வில் 12 (வேறு வேறான) சொற்கள் இடம்பெற, தி.தோ.வில் (50% அதிகமாக) 18 சொற்கள் இடம்பெறுகின்றன. இச்சொல்வளம், இரு பாடல்களின் நோக்கமும் வேறுபட்டன என்பதை உணர்த்தும், 'சொல்வளம் குறைவாக இருக்குமானால், சொற்கள்

திரும்பவருவது (மறித்துவரல்) அதிகமாகிறது; சொல்வளம் - அதாவது சொல் தேர்வின் வளம் - அதிகமாக இருக்குமானால், சொல் மறித்துவரல் குறைகிறது' என்பர், மொழியியல் அறிந்த புள்ளியியலாளர்.[6] கா.கு. பாடலும், தி.தோ. பாடலும் இதற்குச் சான்று பகர்கின்றன.

பெயரடியாகப் பிறக்கிற குறிப்பு வினையே தி.தோ.வில் பயனிலையாக அமைந்துள்ளது - தெரிநிலை வினைமுற்று இல்லை; அதாவது, 'குலைக்காந்தளை உடையது' என்று அல்லாமல் குலைக்காந்தட்டு (காந்தள் +து) என்று அமைந் துள்ளது. இதற்கு மாறாகக், கா.கு.வில் தெரிநிலை வினைமுற்று (நோம் = நோகும்) இடம் பெற்றுள்ளது. அது மட்டுமல்லாமல், அது மும்முறை மறித்தும் வருகிறது. இதனால் அப்பாடல் அமைவில், தொடர்அமைப்பு இருமுறை முறிகின்றது. இத்தகைய தொடர்முறியும் (ceasura) குறிப்பிடத்தக்க நடையியல் பண் பாகும். இதன் சக்தி, அதன் ஒலிக்கோலத்தோடு இணைத்துப் பார்க்கிறபோது, நன்றாக விளங்கக் கூடுவதாக இருக்கிறது.

மேலும், 'செங்களம்படக் கொன்று' எனத் தொடங்கும் தி.தோ.வின் பாடலில் வேற்றுமை உருபுகளின் செயல்பாடு கவனிக்கத்தக்கதாகும். பெயர்ச் சொற்கள் அதிகம் (13) உடைய இதில், வேற்றுமை உறவுகளும் அதிகமுண்டு; எனவே அதற்குரிய உருபுகள் எதிர்பார்க்கப்படுகின்றன. ஆனால் இருமுறைதான் உருபு இடம் பெறுகின்றது. இருமுறை என்றாலும் உருபு (இன்) ஒன்றே ஒன்றுதான் இடம் பெறுகின்றது. 'அவுணர்(ஐ) தேய்த்த' என்பது போன்று, உருபுகள் வரவேண்டிய இடத்தில், வராமல் தொகைநிலைகள் ஆதிக்கம் செலுத்துகின்றன; மேலும், இந்தத் தொகைநிலைகள் சங்கிலித் தொடராகவும் அமைகின்றன. இவ்வியல்பு, தி.தோ.வின் தனிச்சிறப்பு ஆகும். தொகை நிலைகள் அதிகம் இடம்பெறுவது, அதுவும் சங்கிலித்தொடராக அமைவது, இப்பாடலின் இயற்கை வருணிப்புத் தன்மையையும் (narrative structure) பொருள் நோக்கில் ஒரு செறிவுச் சீர்மையையும் (complexity) மற்றும் நேரடியாக அல்லாத குறிப்புத் தன்மையையும் உணர்த்துகின்ற கருவியாக அமைகிறது. அடையும் அடை கொளியுமாக வருவது, வருணிப்புப் பண்புக்கு உரிய சிறப்பான தொரு நடையியல் கூறாகும்.[7]

சங்கப் பாடல்கள் பலவற்றிலும் மற்றும் பத்துப்பாட்டிலும் வருணனைக்குரிய இத்தகைய நடையியல் கூறுகளைக் காணலாம்.

சிலப்பதிகாரத்தில் 'அந்திமாலைச் சிறப்புச் செய் காதை'யில், அடையும் அடைகொளியுமாகச் (attributes and attributives) சொற்கள் பிணைந்து சங்கிலித் தொடர் போன்று அமைந்திருக்கின்றன. இவ்வமைப்பு, பாடலின் வருணனைத் திறனைக் காட்டுகின்றது. மிகவும் கவனிக்கத்தக்கது. இதற்கு மாறாகக் கொலைக்களக் காதையிலும் வழக்காடு காதையிலும் இதன் போக்கு வேறுபட அமைந்திருப்பதையும் கவனிக்கலாம். இக் காதைகளின் நோக்கங்கள் - சொல்கிற செய்திகள் - வேறுபட்டவை என்பதை இது உணர்த்துகின்றது.

தி.கோ.பாடலில் உள்ள சங்கிலித் தொடரமைப்புக்கு மாறாக, கா.கு. பாடலில் சொற்றொடர் அமைப்பு வேறுபட்டு வருகின்றது. இங்கு, நோ(கு)ம் என்ற ஒரே வினைமுற்று வடிவம் மும்முறை வருகின்றது. மும்முறைகளிலும், இந்த வினைமுற்று (பயனிலை) முதலிலும், எழுவாய் (என் நெஞ்சு) இறுதியிலுமாக வருகின்றது. மேலும், இப்பாடலில், வினை வடிவங்கள் அதிகம் இடம் பெறுகின்றன. 'அமை' எனும் வினையடிச்சொல், தொடர்ந்து இருமுறை உடன்பாட்டு நிலையில் வருகிறது. பின்னர் அதுவே எதிர்மறை விகுதி பெற்று 'அமைவிலர்' என்று வருகின்றது. இவை சிறப்புக் கூறுகளாகக் கவனம் பெறுகின்றன. இப்படி இவற்றின் சொல்லமைவுகளைப் பகுத்துக் காட்டிட முடியும்:

| | | கா.கு. | தி.தோ. |
|---|---|---|---|
| சொற்கள் வரல் (மொத்தம்) | - | 20 | 20 |
| சொல்வளம் | - | 12 | 18 |
| குறிப்பு வினைமுற்று | - | - | 1 |
| தெரிநிலை வினைமுற்று | - | 1 | - |
| பெயர்ச்சொல் | - | 4 | 13 |
| தொகை நிலை | - | 2 | 10 |
| இடப்பெயர் | - | 2 | - |
| தொடர் முறி(வு) | - | 2 | - |

சொல்களின் வருகையிலுள்ள வேறுபட்ட இத்தகைய அமைவுகளைக் கவனிக்கிறபோது, வெளிப்பட்டு நிற்கும் இன்னொரு பண்பு - தி.தோ. பாடல், செறிவுச்சீர்மை (complexity) கொண்டிருக்க, கா.கு. பாடல் நேரடித்தன்மை கொண்டதாக

அமைந்திருக்கிறது என்று அறியலாம். தகவலியல் கோட்பாட்டாளர்கள் (Information Theorists) 'ஏனைய அமைவு வடிவுகளைவிட, உரையாடல் தன்மை பெற்ற அமைவுகள், தன்மை முன்னிலை படர்க்கை ஆகிய இடப்பெயர் வடிவங்களை அதிகம் கொண்டிருக்கும்' என்று கூறுவர்.[8] இது இங்கு உண்மையாதலை, அறியலாம்; கா.கு. பாடலில் இடப்பெயர் வடிவங்கள் (என், நம்) அமைந்துள்ளன. ஆனால், 'செங்களம்' எனத் தொடங்கும் தி.தோ. பாடலில், முன்னிலை, தன்மை முதலிய எந்த இடப்பெயரும் இடம் பெறவில்லை. இவ்வாறு மொழியியல் தந்த மொழி பற்றிய கண்ணோட்டமும் பகுப்புமுறையும் பண்புகளும் இலக்கியத்தின் - முக்கியமாகக் கவிதையின் - நடையியல் கூறுகளைக் கண்டறிய உதவுகின்றன.

**மூலபாட ஆய்வு**

இலக்கிய அமைவுகளில், மொழியியல் கூறுகளை அளவு நிலையில் பகுத்தும் கணக்கிட்டும் கூறுகின்ற புள்ளியியல் முறையிலான முயற்சி, சில மொழியியலாளர்களாலும், மொழியியல் அறிந்த புள்ளியியலாளர்களாலும் மேற்கொள்ளப்பட்டு வந்துள்ளது. ஷேக்ஸ்பியர் போன்ற பெரும் படைப்பாளர்களுடைய நூல்களின் மூலபாட ஆய்வுக்கும் நடையியல் ஆய்வுக்கும் இத்தகைய முயற்சிகளை இவர்கள் மேற்கொண்டு உள்ளனர். நடையியல் தொடர்பான புள்ளியியல் கணக்கீடுகளை 'நடையியல் புள்ளியியல்' (Stylo Statistics) என்றும் அழைப்பதுண்டு. இம்முயற்சி, - 1. மொழி பற்றிய அமைப்பினை, இலக்கியத்தின் பனுவல் அமைவாகிய தளம் கொண்டு ஆராயவும், 2. மொழி பயன்படுகிற பல்வேறு தளங்களில் அம்மொழியின் பல்வேறு செயல்பாடுகளை விளக்கவும் மட்டுமல்லாமல், 3. ஒன்றுக்கு மேற்பட்ட படைப்புக்களில் குறிப்பிட்ட ஒரு நூலாசிரியனின் வேறுபட்ட மொழிநிலைகளை அறிந்திடவும், 4. ஒன்றுக்கு மேற்பட்ட நூலாசிரியர்களிடையே காணப்படும் மொழிநிலை வேறுபாடுகளைப் பகுத்தறியவும் - பயன்படுகிறது.

இவற்றுள், இறுதியிரண்டும் மூலபாட ஆய்வோடு (textual criticism) தொடர்புடையன. ஒரு நூலின் சரியான பாட அமைவினை அல்லது பனுவலை (text) மீட்டுருவாக்கம் பண்ணவும், நூலின் ஆசிரியர் இன்னார் என்பது பற்றிய ஐயுறவு எழுகிறபோது, அதன் உண்மை நிலையினைக் கண்டறியவும், குறிப்பிட்ட நூலின் காலம் பற்றிக் கணக்கிடவும் மூலபாட ஆய்வு

பயன்படுகிறது. இன்று, நவீன கணினிகள் மூலம் சிலர் இத்தகைய ஆய்வினை மேற்கொண்டு வருகின்றனர். காட்டாக, சீன மொழியில் 17-ஆம் நூ.ஆ.இல் எழுதப்பட்ட அம்மொழியின் முதல் நாவலாகிய 'சிவப்பு அரங்கின் கனவு' (The Dream of the Red Chamber) எனும் நூலின் சில பகுதிகள் அதே நூலின் பிறபகுதிகளோடு சரியாக இணைந்திருக்கவில்லை என்பதால் அதன் ஆசிரியர் 'ஒருவர் தானா' என்பது பற்றிய ஐயுறவு எழுந்தது. இதனை, பிங். சி. சௌ என்பார், கணினி வழி, நடையியல் - புள்ளியியல் மூலம் ஆராய்ந்து, அதனை எழுதியவர் 'சவோ உற்யுகின்' (Cau-xue qin) என்பவர் தான் என்று அறுதியிடுகிறார்.9 இதுபோன்ற ஆய்வுகள், தமிழில் தொல்காப்பியத்துக்கும், கம்பன் வாசகங்களுக்கும் மேலும் பலவற்றுக்கும் தேவைப்படுகின்றன. ஏனெனில் இவற்றின் பனுவல்கள் சிலவற்றில் நம்பகத்தன்மைகள் கேள்விக்குரியனவாக உள்ளன.

**முடிவாக: மொழிப்பகர்வும் அழகும்:**

இலக்கியத்தின் மொழி, அழகானது; பொலிவு உடையது; ஐயமில்லை. ஆனால், பரந்த சமுதாய வழக்கிலிருந்து, அது தனிமைப்பட்டது அல்ல; தனி முழுமையானதல்ல அது. இலக்கிய மொழி எனும் கருத்துநிலையை முன்வைக்கிற மொழியியல் முன்னோடிகளில் ஒருவராகிய புகழ்பெற்ற சசூர் சொல்வார்; 'இலக்கிய மொழி என்று நான் சொல்வது, இலக்கியத்தில் வழங்கும் மொழியை மட்டுமல்ல இன்னும் பொதுவான பொருளில் - மனித சமுதாயம் முழுமைக்கும் சேவை செய்கிற, பண்பட்ட எல்லாவகையான மொழியையும் சேர்த்துத்தான்,'10 சமுதாய மொழியியலாளர் ஹாலிடே சொல்லுவார்: 'மொழி என்ற பொதுமையில், இலக்கியத்தின் மொழி ஒரு பகுதி; ஏனைய வழக்குமொழிகளோடு, அது உறவு கொண்டது; அவற்றைச் சார்ந்து அமைவது. பரந்த சமுதாயத்தின் பின்னணியில்தான் மொழியின் செயலும் பொருளும் நினைத்துப் பார்க்கப்பட வேண்டும்.'11

எனவே, அழகு என்பது இலக்கிய மொழிக்கு மட்டும் பிரத்தியேகமானது அல்ல. மேலும் இலக்கியமொழியும் ஒரு வகை மொழிப்பகர்வே. ஆயின், குறிப்பிட்ட சூழமைவுகளும் மற்றும் செயலும்பயனும் நோக்கிய தேவைகளும், இலக்கிய மொழிக்குச் சில சாத்தியப்பாடுகளைத் தருகின்றன. அதனை, ஒரு பரந்த தளத்தில் வைத்து அணுகுகிற பொழுதுதான் அதன்

உண்மையான அழகு துலங்குகிறது. இதன் அடிப்படையில்தான் மாரிலூயி பிராத் எனும் மொழியியலாளர், இலக்கிய மொழியும் அதன் அழகும் பற்றிய கொள்கையை 'இலக்கியப் பகர்வின் (சொல்லாடலின்) பேச்சு நடப்புக் கொள்கை' (Speech Act Theory of Literary Discourse) என்பதாக வகுத்துக் காட்டுகிறார்.[12] மொழியியல் வழித் திறனாய்வுக்கு இது ஒரு புதிய பரிமாணத்தைத் தந்துள்ளது.

குறிப்புக்கள்

1. Malinowsky, B., "The Problem of Meaning in Primitive Languages" in Magic, Science and Religion and other Essays, Glencoe, 1948, p.242

2. Roman Jakobson, "Closing Statement: Linguistics and Poetics, in T.A.Sebeok, (Ed.) Style in Language, Cambridge, M.I.T., 1960, pp.350-377 தமிழில், மொ.பெ., தி.சு.நடராசன், 'கவிதையியலும் மொழியியலும்', என்.சி.பி.எச். 2013

3. Roger Fowler, Literature as Discourse - The Practice of Linguistic Criticism, (B.A.E.), London, 1981, p.14

4. Richard Ohmann, 'Generative Grammars and the Concepts of Literary Style' (1964), (repr.in) Donald C.Freeman (Ed.) Linguistics and Literary Style, Newyork, 1970, p.258-78

5. Meyer's Poetic Norm, as quoted by - Frank G.Ryder, "Vowels and Consonants as Features of Style", Linguistics, (The Hague), 1969, 'No.37, p.95.

6. Williams, E.B., Style and Vocabulary - Numerical Studies, (Griffin) London, 1970, p.72.

7. Natarajan, T.S., 'Attributes as Stylistic Markers', All India University Tamil Teachers' Conference, Madurai, 1977, (Revised), 1986.

8. Ramakrishna B.S., et al., 'Some Aspects of Relative efficencies of Indian Languages' (A Study from Information - Theory Point of View), I.I.Sc., Bangalore, 1962, p.12

9. Ping XI Chou, "The Dream of the Red Chamber", (Joint pub - Hongkong, 1986.

10. Ferdinand De Saussure (1915), Course in General Linguistics, (Tr.) Wade Baskin, Newyork, 1959, p.267.

11. Halliday, M.A.K., Language as Social Semiotics, (Edward Arnold) London, 1978.

12. Mary Louis Pratt, Ibid

## 3.7
## உருவவியல் திறனாய்வு

உருவவியல் கொள்கை, பொதுவாக ருசியக் கொள்கை யாகவே பேசப்படுகிறது. அங்கே தான் அது, 1917-இல் உருக் கொண்டது. இந்நூற்றாண்டின் முதல் கால் பகுதியில் மிகுந்த செல்வாக்குப் பெற்றிருந்த இக்கொள்கை, ருசிய வரலாற்றிலிருந்து பிரிக்க முடியாத ஒன்றாக ஆகிவிட்டது. இதன் வரலாற்றை முதன்முறையாக முழுமையாக எழுதி, ஆங்கிலம் அறிந்த உலகிற்கு விரிவாக அறிமுகப்படுத்திய விக்டர் எர்லிஹ் (Victor Erlic, Russian Formalism, 1958) இதனை ருசியாவில் நடந்த புரட்சிக் காலத்தின் குழந்தை என்றும் அதன் பிரத்தியேகமான அறிவுலகச் சூழ்நிலையின் ஒன்றிணைந்த ஒரு பகுதியாக ிு நு ஆகிவிட்டது என்றும் வருணிக்கின்றார்.

இந்த உருவவியலுக்குச் சற்று முந்தியது, ருசியாவில் அந்தச் சமயத்தில் செல்வாக்குடனிருந்த, குறியீட்டுக் கொள்கை (symbolism) யாகும். இதன் சமகாலத்தில் இருந்த இன்னொரு கொள்கை, வருங்காலத்துவம் (futurism) என்பது. இவற்றைப் பின்தள்ளிவிட்டு, உருவவியல் தோன்றுவதற்குக் களமாக இருந்தவை மொழியியல் பற்றிய சிந்தனைகளும் கவிதையில் மொழிநிலைகளின் இடம் பற்றிய சிந்தனைகளும் ஆகும்.

ரோமன் யகோப்சனை உள்ளிட்ட மாஸ்கோ மொழியியல் வட்டாரம் (1915) என்ற அமைப்பும், அதே காலப் பகுதியில் பெட்ரோகிராட் நகரிலிருந்த கவிதை மொழிக்கான கழகம் (Opoyaz) (1916) எனும் அமைப்பும் இந்தக் கருத்துப் பள்ளிக்கு நிறுவனத்தளங்களாக இருந்தன.

உருவவியல் கொள்கையின் முன்னவர்கள், விக்டர் ஷ்க்லோவாஸ்கி, போரிஸ் எய்ஹென்பாம், ரோமன் யகோப்சன்,

தொமோஷோவ்ஸ்கி, யூரி தின்யானொவ் ஆகியோர். ஆயின், இவர்கள் யாரும் தம் கொள்கையை உருவவியல் என்று அழைத்துக் கொள்ளவில்லை. ஆயினும் இவர்தம் கொள்கையின் ஆதாரமான செய்தி உருவம் பற்றியது ஆதலின், இவர்தம் கொள்கை, உருவவியல் கொள்கை என்றே அழைக்கப்படுகிறது.

'கலை - ஓர் உத்தியாக' (Art, as Device) என்று ஷ்க்லோவ்ஸ்கி 1916இல் ஒரு கட்டுரை எழுதினார். 'கலை என்பது, அடிப்படையில் ஒரு உத்திதான். உத்திகளின் மொத்தமே கலையாக வடிவங் கொள்கிறது' என்று பேசிய இக்கட்டுரை, உருவவியலின் கொள் கைக்கு அடிப்படையை வகுத்துத் தந்தது. 'ஒரு படைப்பினுடைய பல்வேறு உறுப்புக்களின் ஒன்றிணைந்த முழுமையே உருவம்' என்பது இக்கொள்கையின் மையமாகக் கருதப்படுகிறது. இதனை இன்னும் சற்று விளக்கமாகக் கூறலாம். ஒரு கலை உருவாவதற்கு எத்தனையோ மூலாதாரப் பொருட்கள் தேவை. அது ஒலியாக இருக்கலாம்; சொல்லாக இருக்கலாம் அல்லது அதுபோன்ற வேறொன்றாக இருக்கலாம்; கலையியல் படைப் பாக உருவாவதற்கு முன், இந்த மூலாதாரப் பொருட்கள், உருவம் சாரா உறுப்புகள் அல்லது கலைவயப்படா உறுப்புகள் ஆகும். கலைப்படைப்பாக ஆவதற்குரிய சிறப்பான பண்புகள், தனித் தனியாக அவ்வுறுப்புகளில் இல்லை. ஆனால் அவ்வுறுப்புகள், குறிப்பிட்ட ஒரு சீர்மைத் தன்மையுடன் ஒன்றிணைகிறபோது, அவற்றின் ஒன்றிணைந்த செயற்பாடுகளிலும் பயன்களிலுமே கலையியல் பண்பு வெளிப்படுகின்றது. எனவே உருவம் என்பது, ஒரு படைப்பில் செயல்பாட்டளவில் (functional), ஒன்றிணைந்த பல உறுப்புக்களின் ஒரு மொத்த வடிவமேயாகும். மேலும், உள்ளடக்கம் என்பதுவேகூட, 'நடையியல் உத்திகளின் ஒரு ஒட்டுமொத்தமே, (sum total of the stylistic devices) என்று ஷ்க்லோவ்ஸ்கி சொல்லுவார். மேற்காணும் கூற்றுக்கள், உருவ வியலின் அடிப்படையை உணர்த்துகின்றன.

இவ்வாறு, வழக்கிலுள்ள சாதாரண மூலாதாரப் பொருட்கள், குறிப்பிட்ட உத்திமுறைகளோடு ஒன்றிணைந்து, செயல் பாட்டளவில் ஒரு முழுமையைத் தருகின்றன. அதுவே கலை வடிவமாக உருக்கொள்கிறது. இத்தகைய உருவத்திலிருந்து இவர்கள், இலக்கியத்தை வேறுபடுத்திப் பார்ப்பதில்லை. 'உருவம் பற்றிய கருத்துநிலை, இலக்கியம் பற்றிய கருத்து நிலையாக அதனோடு ஒன்றிணைந்துவிட்டது' என்று இவர்கள்

பேசுகிறார்கள். அதாவது, இலக்கியத்திற்கும் உருவத்திற்கும் வேறு பாடில்லை; உருவம்தான் இலக்கியம். ஆகவே, இலக்கியத்தின் படைப்பாக்க முறையையும் அதன் துணைமைச் செயலாகிய அழகியல் நிலையிலான புலப்பாட்டையும் இவ் இலக்கிய உருவத்தின் பரஸ்பர செயல்பாட்டினுடைய சூழமைவுக் குள்ளேயே புரிந்துகொள்ளவேண்டும்; இதன் எல்லைக்குள் படைப்பாளி இல்லை; படைப்பாளியின் பின்புலங்கள் இல்லை; பனுவலும் அதற்குட்பட்ட உறுப்புக்களும் உத்திகளுமே அதன் எல்லைக்குள் இருப்பவை என்றாகிவிடுகிறது.

உருவவியலின் இந்தக் கொள்கையை இன்னும் சற்றுக் கூர்மையாக ரோமன் யகோப்சனிடம் கேட்கலாம். அவர் சொல்கிறார்: இலக்கிய ஆராய்ச்சியின் உண்மையான தளம், இலக்கியம் அல்ல - ஆனால் இலக்கியத்தனமே (பண்பு) ஆகும் - அதாவது, குறிப்பிட்ட ஒரு படைப்பை எது அல்லது எந்தப் பண்பு இலக்கியமாக ஆக்கியிருக்கிறது என்பதேயாகும். (The real field of literary science is not litt., but "literariness" - in other words, that which makes a specific work, literary" (1919)

நடைமுறையில், மொழியைத் தளமாகக் கொண்ட எத்தனையோ அமைப்புகளைப் பார்க்கிறோம். செய்தியாக, அறிவிப்பாக, அறிக்கையாக, இப்படி எத்தனையோ. இவற்றுள், எது இலக்கியமாக இருக்கிறது; எந்தப் பண்பு அதனை இலக்கியமாக ஆக்கியிருக்கிறது; வித்தியாசப்படுத்திய பண்பு - கூறு - என்ன? உருவவியல் இதில் அக்கறை கொள்கிறது. அதன் முக்கியமான பணி இதுதான்.

யகோப்சன் கூறுகிற 'இலக்கியத்தனம்' அல்லது இலக்கிய மாகியிருக்கிற பண்பு என்பது உருவவியல் கொள்கையின் முக்கியமானதொரு பகுதியாகும். மொழிசார்ந்த குறிப்பிட்ட ஓர் உருவத்தை, இலக்கியத் தன்மை உள்ளது - இலக்கியத் தன்மை இல்லாதது - என்று வேறு பிரிப்பதன் மூலம், இலக்கியத் தன்மை என்பதனை ஒரு சிறப்பியல் பண்பாக இது உணர்த்திவிடுகிறது. இதே கருத்தினடிப்படையில் இன்னொரு உருவவியல்காரராகிய தின்யனொவ் பேசுகிறார்: 'கலை பற்றி அக்கறை கொள்கிற எந்த ஆராய்ச்சித் திட்டமும் கலையையும் கலையல்லாததையும் வேறுபடுத்துகின்ற சிறப்பியல் பண்புகளை உள்ளடக்கியதாகவே இருக்க வேண்டும்'.

உருவவியல் பேசுகிற இந்தச் சிறப்பியல் பண்புகள் எவை? குறிப்பிட்ட வித்தியாசமான ஒலிப்பின்னல்கள், குறிப்பிடும் படியான சொற்சேர்க்கைகள், புதிய சொல்வழக்கு, சொற் பொருள்மாற்றம் (semantic shift), உவமங்கள், உருவகங்கள், படிமங்கள், குறிப்புச் சொற்கள், ஒலி அல்லது சொல் திரும்ப வருதல் போன்றவை மற்றும் சொல்கிற முறையில் தொடரமைப் பிலுள்ள குறிப்பிடும்படியான பண்புநிலைகள், இவற்றோடு பலவிதமான உறுப்புக்களும் ஒன்றோடு ஒன்று இணைந்திருக்கிற விதமாகக் காணப்படுகின்ற கவனிக்கத்தக்க தன்மைகள் - இவை உருவவியலின் செயல்பாட்டளவிலான சிறப்புக்கூறுகள் ஆகும். இவை எப்படி அல்லது எந்த வழிமுறையில் இலக்கியப் பண்பாக உருக்கொள்கிறன்றன? சொற்களையும் தொடர்களையும் மட்டு மல்லாமல், நடைமுறையில் வெளிப்படையாகவும் உடனடி யாகவும் தோன்றக்கூடிய அனுபவம் முதற்கொண்ட மூலாதாரப் பொருட்களை, அதாவது பழகிய பொருட்களைப், 'பழக்க மிழக்கச் செய்தல்' (defamiliarize) என்பதன் மூலம் இலக்கியப் பண்பு உருக்கொள்வதாக இவர்கள் சொல்கிறார்கள். தமிழ் இலக்கணப் பின்னணியிலிருந்து சொல்வோமானால், இயல்பு வழக்கு என்பதனைச் செய்யுள் வழக்காக மாற்றுவது, இது. நடைமுறைப் பேச்சுமொழியிலும், உரைநடையிலும், மொழி வழக்கு என்பது இயல்பு வழக்காக இருக்குமானால், கவிதையில் வேறுபட்ட நடையினதாக - செய்யுள் வழக்காக அது மாற்றம் பெறுகிறது. பேச்சுவழக்கில் சிலபோது, வழுக்களாக இருப்பவை, செய்யுள் வழக்கில் வழுவமைதி பெறக்கூடும். தொல்காப்பியக் கிளவியாக்கம் இது பற்றிப் பேசுகிறது. 'செய்யுள் கண்ணிய', செய்யுள் கண்ணிய தொடர்நிலை என்றெல்லாம் தொல் காப்பியர் பேசுவார். இத்தகைய வேறுபட்ட தன்மைகளைச் செய்யுட் பிறழ்நிலை (poetic deviation) என்று ரோமன்யகோப்சன் பேசுகிறார். இதுவும் கலைவயப்படுத்துகின்ற ஒரு பண்பாகக் கூறப்படுகின்றது.

இலக்கியமாக ஆவதற்குரிய இந்தப் பண்பு அல்லது சக்தியினை ஆராய்வதற்கு, அதற்குரிய பிரத்தியேகமான அக் கறையும் முறையியலும் தேவை என்று உருவவியல் பேசுகின்றது. உருவவியல் சார்ந்த திறனாய்வாளனின் முக்கியமான வேலை, இலக்கியத்தின் வழிமுறை அல்லது உத்திமுறையிலேயே (devices) இந்த இலக்கியத்தன்மை அமைந்திருப்பதாகக் கொண்டு அதனைக் கண்டு சொல்ல வேண்டும்.

கவிதையிலக்கியத்தைப் பொறுத்த அளவில் இவ்வழிமுறை அல்லது உத்திமுறை, ஓசையொழுங்கு (rhyme) உட்பட்ட குறிப் பிட்டுச் சொல்லும்படியான ஒலிப்பின்னலில் (sound texture) காணப்படுகிறது. தமிழில் தூக்கு, தொடை, பா, வண்ணம் என்று கூறப்படுவனவெல்லாம் ஒலிப்பின்னலைச் சேர்ந்தவையே. தொல்காப்பியர் கூறுகிற வண்ணங்கள், பாடலின் உணர்ச்சி வேறுபாடுகளோடு தொடர்புபட்டவையே. கவிதைக்கு ஒலிப் பின்னல் என்றால் உரைநடையிலக்கியம் மற்றும் எடுத்துரைப் பியலைப் (narrative) பொறுத்த அளவில் கதைப்பின்னல் (plot or szyuzed), ஓர் உத்தியாகவும் ஊடிழையாகவும் காணப்படுகிறது.

இலக்கியத் திறனாய்வுக்கு உருவவியல் தந்த ஒரு முக்கியமான பங்களிப்பு - கதைப்பின்னல், கதைக்கூறு, இழைபொருள் ஆகிய கருத்துநிலைகளைத் தந்தது ஆகும். இக்கருத்து நிலைகள், முக்கியமாக, முதலில் விக்டர் ஷ்க்லோவ்ஸ்கியால் விளக்கப் படுகின்றன. பின்னர் பிற உருவவியல்காரர்களால் பின்பற்றப் படுகின்றன.

இவற்றுள், இழைபொருள் (motif) என்பது, புனைகதை யிலக்கியத்தின் அல்லது வண்ணனையின் மிகச் சிறிய பகுதியாகும். மையக் கதையோடு தொடர்பு கொண்டதாகவோ தொடர்பு அற்றதாகவோ விளங்குகிற தனித்தனிக் காட்சிகள், செயல் நிலைகள் முதலிய யாவும் இழை பொருட்களேயாகும்.

கதைக்கூறு (fabula) என்பது, தமக்குள் பரஸ்பரமாகவும் உள்ளார்ந்தும் தொடர்பு கொண்டிருக்கிற பல நிகழ்ச்சிகளின் கூட்டு மொத்த வடிவம் ஆகும். ஆனால், இது இலக்கியமாவதற்கு முந்திய ஒரு மூலாதாரப் பொருளே (தின்யனொவும் தொம ஷோவ்ஸ்கியும் - இது இலக்கிய நிகழ்வுக்கு முந்தியதாகவும், அதே நேரத்தில் அதற்கு உட்பட்டதாகவும் என்று இரு நிலை களுக்கும் உட்பட்டிருப்பதாகக் கூறுகிறார்கள்). இது எழுத் தாளன் உருவாக்கிக் கொண்டதல்ல; ஏற்கனவே இருப்பது; அவன் தனது படைப்பில் பயன்படுத்திக்கொள்வதற்காக இருப்பது.

இனிக், கதைப்பின்னல் என்பது, மூலாதாரமான கதை நிகழ்ச்சிகளைத், தமக்குள் ஒன்றிணைகிற முறையில், கலையியல் நேர்த்தியுடன் கட்டமைப்பது ஆகும். தொடர்புபட்ட பல இழை பொருட்களைத் தன்னுள் கொண்டு, புனைகதை முழுவதும்

பரவிப் பிணைந்து உருவ நிலையிலான உருவாக்கத் திறனைப் பெற்றிருப்பது இக்கதைப்பின்னல். கதை நிகழ்ச்சிகளின் அழகியல் அளவிலான கட்டுக்கோப்பைக் குறிக்கின்ற இத்தகைய கதைப் பின்னலின் முக்கியத்துவத்தை வலியுறுத்து கின்ற ஷ்க்லோவ்ஸ்கி, 'உருவம் என்பதே கதைப்பின்னல் அமைப்பின் ஒரு விதிமுறை தான்' என்று உருவத்தையும் கதைப் பின்னலையும் ஒப்பக் கூறு கின்றார். மேலும், இத்தகைய கதைப்பின்னலின் கோணத்தில் பார்க்கிறபோது, 'உள்ளடக்கம்' என்ற சொல்லே வேண்டு வதில்லை என்பார் அவர். 'என்ன' என்பதற்குக் கதைக்கூறு (fabula) விடைதரும் என்றால், 'எப்படி' என்பதற்குக் கதைப் பின்னல் விடை தருகிறது. ஆனால் கதைப் பின்னலே முக்கிய மானது; இது கலையியல் பண்பு கொண்டது; இலக்கியத்திற்கு இலக்கியத் தன்மை தருவது. இது உருவவியல் கொள்கையின் வாதம் ஆகும். ஆனால் இந்தக் கதைப்பின்னல், புனைகதை களுக்கும் வண்ணனைக் கவிதைகளுக்கும்தான் பொருந்துமே தவிர, எல்லா இலக்கிய வகைகளுக்கும் உரியதல்ல என்பது கவனத்திற் கொள்ளப்பட வேண்டும்.

இவ்வாறு இலக்கியம் என்பது, முக்கியமாக, ஓர் உருவமே என்றும், எனவே திறனாய்வு உள்ளிட்ட இலக்கிய அறிவியல் என்பது இத்தகைய கருதுகோளை அடிப்படையாகக் கொண்டு, உருவத்தின் பல்வேறு அம்சங்களையும் பண்புகளையும் அறிவார்ந்து புலப்படுத்த வேண்டும் என்றும் இது, வலியுறுத்துகிறது. ஆனால் இலக்கியத்தின் வேறு பண்புகளையும் தளங்களையும் வீச்சுக் களையும் புறந்தள்ளுகின்ற இந்த உருவவியல், அது பிறந்து வளர்ந்த ருசிய மண்ணில் பலத்த எதிர்ப்புக்கு உள்ளாகியது.

ருசியாவில் மார்க்சியம், அரசியல் அதிகாரத்துக்கு வருகிற சூழ்நிலையில்தான் இந்த உருவவியலும் பிறக்கிறது. மார்க்சியம், எந்தப் பொருளையும் தன்னளவில் மட்டுமே இயங்குவது என்றோ முழுமையானது என்றோ கருதுவதில்லை. மேலும் வரலாற்று - சமுதாய நிலைமைகளையும் அவற்றின் முக்கியத்துவத்தையும் மார்க்சியம் வலியுறுத்துகின்றது. ஆனால், உருவவியல், இந்த நிலைபாடுகளுக்கு மாறானதும் முரணானதும் ஆகும். எனவே மார்க்சியவாதிகளுள் ஒரு சிலர், உருவவியலின் சில ஏற்புடைத் தன்மைகளை, முக்கியமாக, இலக்கியத்தை, அறிவியல் பூர்வமாக அணுக வேண்டும் என்பது போன்ற சில விதிகளை ஒத்துக் கொண்டாலும், மிகப் பலரால் அது மறுதலிக்கப்பட்டது.

இந்தச் சூழ்நிலையில், ருசியாவில் உருவவியல் 1925இல் பின் தள்ளப்பட்டது. ஆனால், அது செக்கோஸ்லேவ்கியா மண்ணில் பதியம் போடப்பட்டது. ருசியாவைச் சேர்ந்த யகோப்சன், பிராகு நகர்க்குக் குடிபெயர்ந்தார். அப்போது, உருவவியல், மொழியியல், தொல்மானிடவியல், நாட்டுப்புறவியல் முதலிய துறைகளைத் தழுவிக் கொண்டது. கலை - இலக்கிய உருவத்தை முதலில், சீர்மைத் தன்மை கொண்ட ஓர் ஒழுங்கமைவு (system) என்று இது, வருணித்தது; பின்னர், அதனைத் தொடர்ந்து, அது ஓர் அமைப்பு (structure) என்றும் விளக்கத் தொடங்கியது. பிராகு நகரில் அமைந்த, பிராகு மொழியியல் வட்டம் (Prague Linguistic Circle, 1926 - 48) இந்தக் கருத்துநிலையை முன்கொண்டு சென்றது. யான்முக்கரோவ்ஸ்கி, ட்ரூபெட்ஸ்காய், ரோமன் யகோப்சன், மதேசியஸ் முதலியோரால் அமைப்பியல், ஒரு கொள்கையாக உருவெடுத்தது. இலக்கியக் கொள்கைள் என்ற நூலை எழுதிய ரெனேவெல்லக்கும் தொடக்க காலத்தில் இந்தக் குழுவைச் சேர்ந்தவரே.

ஐரோப்பாவில் உருவவியல் தோன்றி வளர்ந்த காலத்தில், அமெரிக்காவில் நவீனத் திறனாய்வு (New Criticism) என்பது 1920இன் சூழலில் தோன்றியது. இதுவும் உருவம் பற்றிப் பேசுவது தான். இலக்கியத்தின் பனுவலை அதற்கு வெளியே போகாமல் 'நெருங்கி நோக்கல்' (close - reading) வேண்டும் என்று இது வற்புறுத்துகிறது. ஜான்க்ரோ ரேன்சம், கிளீந்த் புரூக்ஸ், ஆர்.பி.பிளாக்மூர், ஆலன்டேட் முதலியவர்கள் இதில் முக்கிய மானவர்கள். பொதுவாகவே, இலக்கியத்தில் உருவத்தின் நேர்த்தியைப் பார்ப்பது என்பது புதிதல்ல. தமிழிலும் அழகியல் பார்வை கொண்டவர்களிடம் இது காணப்படுகிறது. (பார்க்க: 'ரசனைமுறைத் திறனாய்வு' எனும் தனிக் கட்டுரை) ஆனால், உருவவியல், தமிழில் இவ்வாறு விளக்கம் பெறவில்லை. மேலும், கலை - இலக்கியத்தைத் தமிழ் மரபு, ஒரு 'தனி முழுமை' என்று கருதுவதில்லை. மாறாக, உருவவியல் அப்படிக் கருதுகிறது.

இன்று, அமைப்பியலும் அதனை ஒத்த பிற கொள்கைகளும் உருவவியலின் பங்களிப்புக்களையும் அதன் திடமான பார்வை களையும் மதித்துப் போற்றினாலும், 'உத்திகளின் ஒட்டுமொத்தமே உருவம்' என்பதனையும், 'உருவமே இலக்கியம்' என்பதனையும் இவை, ஏற்றுக்கொள்ளவில்லை. உருவவியலேகூடத் தனது

பிற்காலத்தில், உருவத்தைப் பற்றி மட்டுமல்லாமல் இலக்கியத்தில் பாடுபொருளாகியிருக்கின்ற செய்திகளை - உணர்வுகளை - வாழ்க்கை அனுபவங்களைப் பேசத் தொடங்கியிருக்கிறது.

உருவவியல், இவ்வாறு இலக்கியம் பற்றிய கருத்தியல் நிலைகளில் அல்லது கோட்பாடுகளில் ஒரு அடித்தளமாக நிற்கிறது. தொடர்ந்து, சூழலும் தேவையும் பிற கொள்கைகளின் தாக்கமும் அதனை முன்னகர்த்திச் செல்கின்றன; அல்லது, மாற்றத்திற்கும் வளர்ச்சிக்கும் உள்ளாக்குகின்றன. உருவவியலைச் சார்ந்து, அதன் வளர்நிலைகளாகப் பல கொள்கைகள் எழுகின்றன. அமைப்பியல் அப்படி வந்ததுதான். அதன்பின், அதனைச் சார்ந்தும் மறுத்தும், பின்னை அமைப்பியல் தோன்றுகிறது. அதனோடு உறவாடிப், பின்னை நவீனத்துவம் தோன்றுகிறது. அதன் பின், தொடர்ந்து, பின்னைக் காலனித்துவம் வருகிறது. இப்படிப், பல கொள்கைகள் உருவாகின்றன. கலை இலக்கியப் படைப்புப் பற்றிய சிந்தனை எப்போதும் தனது வெளிகளைத் திறந்தே வைத்திருக்கிறது.

## 3.8
## தலித்தியமும் திறனாய்வும்

இந்தியச் சமூக அமைப்பில் சாதியும் சமயமும் தம்முள் பிணைந்து, மாற்றமும் சமதருமம் நோக்கிய வளர்ச்சியும் காண விரும்புவோர்க்கு எப்போதும் ஓர் அறைகூவலாக இருந்து வருகிறது. இருப்பினும் கட்டமைப்பின் உள் முரண்பாடுகள் மற்றும், புறச்சூழல்களின் நெருக்கடிகள் காரணமாக மாற்றங்களை நோக்கிய எழுச்சிகள் தோன்றி வருகின்றன. இதிலே தலித் எழுச்சி மிகவும் கவனிக்கத்தக்கதாக உள்ளது. பரவலாகவும் சற்று ஆழமாகவும் உரத்த குரலில் இது தன்னைக் காட்டி வருகிறது. முக்கியமாக அரசியல் - பண்பாட்டுத் தளத்திலும் இலக்கியத் தளத்திலும், இந்த வெளிப்பாடுகள் இன்று அக்கறையுடன் கவனிக்கப்பட்டு வருகின்றன. தமிழ்ச் சூழலில், 19-ஆம் நூற்றாண்டினிறுதியில், அயோத்திதாசர், எம்.சி.ராஜா முதலியவர்களின் முன்னெடுப்பில் தாழ்த்தப் பட்டோரின் குரல், மேமெழுந்து வரத் தொடங்கியது. இருபதாம் நூற்றாண்டில், குறிப்பாக 90களுக்குப் பிறகு அரசியல் உள்ளிட்ட தலித்திய வெளிப்பாடுகள், நிகழ்வுகள் மற்றும் அதன் முக்கியச் செயற்பாடுகள் அதிகம்.

தலித் என்ற சொல், தாழ்த்தப்பட்ட சில சாதிகளின் கூட்டு வடிவ இலச்சினையாகவும், ஒரு பண்பாட்டு அரசியலின் அடையாளமாகவும் இருக்கின்றது. 'ஒடுக்கப்பட்ட மக்கள்' என்ற ஒரு பொதுவான பொருளில் மராட்டியச் சொல்லாக இருந்து, தாழ்த்தப்பட்ட வகுப்பினர் என்ற வரையறுத்த பொருளில், இன்று அகில இந்தியத் தன்மை பெற்ற சொல்லாகவும் ஒரு கருத்தியலாகவும் வழக்கேறியிருக்கிறது. தலித் என்ற சொல்லோடு, போராடுகிற ஒரு குணம், கூர்மையான விவாதம் என்ற பொருள் இணைந்திருக்கிறது. இந்தச் சொல்லும் இதன் கருத்தமைப்பும், உண்மையில், பிரபலமடைந்தது,

இரண்டாண்டுகள் (1991, 92) (இந்திய அரசின் முன் முயற்சியோடு) கொண்டாடப் பட்ட அம்பேத்கார் நூற்றாண்டு விழாவை ஒட்டித்தான். இதற்கு முன்பும், தாழ்த்தப்பட்டோர் வழியிலான சிந்தனைகளும் செயல்பாடுகளும் இருந்தன என்றாலும், 90களுக்குப் பிறகு, நூற்றாண்டுவிழாத் தூண்டுதலில், தீவிரமாகத் தலித்தியச் சிந்தனை வெளிப்படத் தொடங்கியது. தமிழகத்தில், தலித்மக்கள் மீது அக்கறை கொண்ட அரசியல் - இலக்கிய ஆர்வலர்கள், தன்னார்வக் குழுக்களைச் சார்ந்த சில சிந்தனையாளர்கள், 1993-இல், தஞ்சையில் கூடித் தலித் அரசியலின் தேவைகளைப் பற்றி விவாதித்தார்கள்.

அதிலே, அ.மார்க்ஸ் (தலித் அல்லாதவர்) 'தலித் அரசியல்' என்றதோர் அறிக்கையைச் சமர்ப்பித்தார். தலித் உணர்வும் போராட்ட குணமும் உடையவர்கள், அடித்தள மக்கள் மத்தியிலிருந்து வந்த முதல் தலைமுறைமத்தியதர வர்க்கத்தினர், புதிததாய்ச் சமூக அரசியல் அதிகாரங்களைப் வென்றெடுக்க விரும்பியவர்கள் என்ற முறையில் உகந்ததொரு சூழமைவு ஏற்பட்டது. நவீனத்துவம் சார்ந்த வாழ்க்கை முறைகளும், ஜனநாயகமும், அறிவியலும், ஊடக வாயில்களும் தளம் அமைத்துத்தர, தலித் கருத்தியல் சொல்லாடல்கள், தலித் (நாடக/ இசை) அரங்கம், தலித் இலக்கியம், தலித் அரசியல் / சமூக எழுச்சிச் செயல்பாடுகள் - என்று பல முனைகளில், பரவலாகத், தலித்தியம் வெளிப்பட்டது. இதற்கு முன் பிரபலமடைந்திருந்த பெண்ணியத்தைவிடத் தலித்தியமே பரவலாகவும் கூர்மை யாகவும் படைப்பிலக்கியத்திலும் பண்பாட்டு - சிந்தனை உலகத்திலும் தடம் பதித்திருக்கிறது.

தலித்திய வழியிலான திறனாய்வு என்பது நடைமுறையில், சமுதாயவியல் திறனாய்வேயாகும். இலக்கியத்தில் தலித்து மக்கள் எவ்வாறு சித்திரிக்கப்பட்டிருக்கிறார்கள், அவர்களுடைய வாழ்க்கை அனுபவங்கள், உணர்வுகள், சிந்தனைகள், எதிர் வினைகள் எவ்வாறு சித்திரிக்கப்பட்டிருக்கின்றன என்று பார்ப்பது, இதன் வேலை. குறிப்பிட்ட வகுப்பினரின் வாழ்க் கையைச் சொல்லுவதாக இருந்தாலும் அதனை ஒரு நேர் கோடாகப் பார்க்க இது மறுக்கிறது. சாதீயம் என்பது பார்ப்பனீ யத்தை மையமிட்ட உயர்சாதியினரின் ஏவல்வினை; அது, இந்துத்துவம் என்ற அடிப்படை மதவாதத்தோடு பிணைந்து கிடக்கிறது என்பதைக் கருத்திற்கொண்டு - அத்தகையதொரு

சூழலை மறுதலிப்பதும் அதற்கு மாற்றுத் தேடுவதும் தலித்தியத்தின் பிரதானமான செயல்முறையாக இருக்கிறது. எனவே தலித் இலக்கியத்தை இயங்கியல் முறையில், முரண்பட்ட சக்திகளின் மோதலாகப் பார்க்க வேண்டும்.

அமிழ்த்தப்பட்டுக் கிடக்கும் தலித்துக்களுக்கு, முக்கியமாக இரண்டு பரிமாணங்கள் உண்டு. முதலில், வர்க்கம் என்ற அடிப்படையில், தொழிலாளிகளாக அல்லது உழைப்பையே கூலியாக நம்பியிருக்கிற விவசாயக் கூலிகளாக இருப்பது. அடுத்து, சாதீயம் என்ற அடிப்படையில் சமூகத்தின் அடிப்படை உரிமைமறுப்பு, தீண்டாமை முதலியவற்றின் பிடியில் இறுக்குண்டு தாழ்த்தப்பட்டவர்களாக இருப்பது. வரலாற்று நிலையில், பொருளாதார சமூக தளங்களில் இவ்விரண்டும் தொடர்ந்து காணப்பட்டு வருகின்றன. தலித்துக்கள் எவ்வாறு எதிர்வினை கொள்கிறார்கள் என்பதைத் தலித்தியம் பேசுகிறது.

இதனுடைய ஒரு முக்கியமான பகுதி, தலித்தியப் பெண்கள் பற்றியதாகும். அவளுடைய பிரச்சனைகளில் இரண்டு பரிமாணங்கள் உண்டு. முதலில், தலித்து என்ற முறையில்; அடுத்துப் பெண் என்ற முறையில். பொதுவாகப் பெண் என்பவளே அடிமைப்பட்டுக்கிடப்பவள். அதிலும், தலித்துப் பெண்? இந்தியாவின் பல்வேறு மாநிலங்களிலும், தலித்துப் பெண்களுக்கெதிரான வன்முறைகள் பல வடிவங்களில், பல காலமாக வெளிப்பட்டு வருகின்றது. உயர்சாதியினரின் பொருளியல் மற்றும் சாதீய முறையிலான அடக்குமுறைகளுக்குத் தலித்துப் பெண் - உடல், ஒரு களமாக ஆக்கப் படுகிறது. உயர்சாதிப் பெண்ணின் உடல் மீது நிகழ்த்தப் பெறும் வன்முறை, பெரும்பாலும் பாலியல் தொடர்பானது; அல்லது பழிவாங்குதல் தொடர்பானது ஆகும். ஆனால், தலித் பெண் மீதான வன்முறை - சமூக பொருளாதார வன்மங்களை அடிப் படையாகக் கொண்டது. இது, போலீஸ், நீதிபரிபாலனம் முதலிய அரசு நிறுவனங்களால் உதாசீனப்படுத்தப்படுவது; அதுமட்டுமல்ல, அவர்களால் மறைமுகமாக ஆதரிக்கப்படுவதுமாகும். தலித்தியம், இத்தகைய சூழலை எதிர்கொள்கிறது; இதனோடு எதிர்வினை நிகழ்த்துகிறது. நடைமுறையிலுள்ள இந்த நிலைகளையும் நிகழ்வுகளையும் தலித்து சார்பான இலக்கியம், கலைவயப்படுத்த வேண்டும். திறனாய்வு அதனை இனங்கண்டு,

அதன் பரப்புக்களைக் காரண காரியங்களோடு பரிசீலிக்க வேண்டும்.

இந்த வகையான திறனாய்வின் முக்கியமான பிரச்சனை - தலித் வாழ்க்கைப் பரிமாணங்களை, அவற்றின் பிரத்தியேகமான தன்மைகள் என்று கூறப்படுவனவற்றின் பின்னணியில் கண்டறிவதாகும். தமிழ்ச் சூழலில், 'தலித் அடையாளம்' பற்றிப் பேசுகிறவர்களும் மற்றும் தலித்தியச் சார்போடு, பத்திரிகைகளில் எழுதுவோரும் மற்றும் சில நாட்டுப்புறவியலாளர்களும் முன்வைக்கிற அதிகாரம் செலுத்துகிற கருத்து - தலித்துகளுக்கெனத் தனியே அடையாளம் இருக்கிறது என்பதாகும். அவர்களின் மொழி நிலை, உயர்சாதியினர் கேட்கக்கூசும் வார்த்தைகளால் ஆனது என்றும், அவர்களுக்கெனத் தனியே ஒரு வாழ்நிலை இருக்கிறது - அது, பிற சாதியினர் பார்த்து முகஞ்சுளிக்கும் நிலைகளால் ஆனது என்றும், நெருக்கடி மிகுந்த சேரி, சாக்கடை நாற்றம், ஆராக்கியமற்ற குடிசைகள், பன்றிகள், மாட்டுக்கறிகள்... என்று இப்படிப் பல வார்த்தைகளோடு / சூழல்களோடு இந்தக் கருத்து கட்டமைக்கப்படுகிறது. அப்படியானால், பிறவற்றோடு தொடர்பில்லாத ஒரு அநாதியாகவும், மாறாமல் அப்படியே இருக்கும் ஒரு தேக்கமாகவும், ஒரு சிந்தனை வடிவமாகவும், இது அமைகிறது. வாழ்க்கையை வளர்நிலைகள் கொண்ட நிஜங்களாகப் பார்க்காமல், கோட்பாடுகளாகப் பார்க்கும் முயற்சி இது.

தலித் சொல்லாடல்களும் தலித் இலக்கியமும், அதன் திறனாய்வும் சந்திக்கின்ற இன்னொரு முக்கியமான பிரச்சனை - தலித் இலக்கியம் யாரால் எழுதப்படுகிறது என்ற கேள்வியை ஒட்டியதாகும். தலித் எழுதுவதே, தலித் இலக்கியம் - என்றொரு கருத்துநிலை முன்வைக்கப்படுகிறது. அப்படியானால், அதனைச் சார்ந்து, தலித் எழுதுவதெல்லாம் - தலித் இலக்கியம்' என்ற ஒரு நிலைப்பாடும் சேர்ந்து எழுகிறது. இது, எளிமையாக்கப்பட்ட - மலினப்பட்ட ஒரு கருத்துநிலை. இன்று, பொதுவாக, இதனை யாரும் ஏற்றுக் கொள்ளுவதில்லை.

1958-இல் மும்பை மாநகரில் நடைபெற்ற தலித்துக்களின் மாநாட்டில், "ஒடுக்கப்பட்டோரால் எழுதப்பட்ட இலக்கியமும், ஒடுக்கப்பட்டோர் பற்றி மற்றோரால் எழுதப்பட்ட இலக்கியமும் தலித்இலக்கியம் எனும் தனியடையாளத்துடன் ஏற்றுக்கொள்ளப்படுகிறது" என்று ஒருவழிகாட்டுதல் பிரகடனப்படுத்தப்பட்டது. எழுத்தில், ஒடுக்கப்பட்டோர் மனநிலையும் வாழ்நிலையும்

உண்மையாக வெளிப்பட வேண்டும் என்ற கருத்தியலை இது முன்வைக்கிறது. எனவே, இதனைப் பார்ப்பது தான் இவ்வகைத் திறனாய்வின் முதன்மையான நோக்கமாக இருக்க முடியும். தலித்துச் சார்பு நிலையென்பது, தலித் மக்களின் சாராம்சமான விடுதலையுணர்வை மையமிட்டது. உயர்சாதி மனோ பாவங்களுக்கும், ஆதிக்க சக்திகளுக்கும் எதிராக - வெளிப்படுகிற கலகக் குரலை - ஒரு எழுச்சியை - மாற்றம் வேண்டுகிற ஒரு தேடலை இந்த வகையான இலக்கியம் முன்னிறுத்துகின்றது.

தலித்துகளையும் அவர்கள் எதிர்கொள்கிற பிரச்சனைகளையும் வாழ்நிலைகளையும் மையப்படுத்தாமல், அதேபோது, அந்தப் பிரச்சனைகளில் சற்றேனும் கரிசனம் காட்டுகின்ற, வேறுவேறு சமூகச் சித்திரங்களை முதன்மையாகக் கொண்ட பல படைப்புக்கள் தமிழில் உண்டு. முக்கியமாகக் காந்தியச் சிந்தனையில் ஈடுபாடு கொண்டோரின் படைப்புக்களிலும், மனிதநேயம் மற்றும் சமூகவுணர்வுடன் கூடிய பல படைப்புக்களிலும் இவ்வகைப்பட்ட செய்திகளையும் சித்திரங்களையும் பார்க்க முடியும். தலித்தியம் என்ற தளத்தில் இது ஒரு முக்கியமான பரிமாணம் ஆகும். மறுதலையாக, தலித் வாழ்வு களையும் மனிதர்களையும் காட்ட வேண்டிய அவசியமிருக்கின்ற சூழல்களிலும்கூட, அதனைத் தவிர்த்துவிட்டு மவுனம் காட்டுகின்ற (மவுனத்திற்கும் அரசியல் உண்டு) எழுத்துக்களையும், மேலும், தலித்துகளைக் காட்டுவது போல் காட்டி, மிகச் சாதுரியமாக அவர்களை எதிர்நிலையிலும் இழிநிலைகளிலும் நிறுத்துகின்ற எழுத்துக்களையும் பார்க்க முடிகிறது. இது, இன்னொரு பரிமாணம். இவற்றையெல்லாம், தலித்தியத் திறனாய்வு தருக்கரீதியாகவும் தார்மீக உணர்வுடனும் மறுவாசிப்புச் செய்ய வேண்டியிருக்கிறது.

இத்தகைய கோணங்களை விடுத்துப் பார்த்தால், தலித் வாழ்நிலைகளோடும் உணர்வுநிலைகளோடும் பின்னிக் கிடக்கின்ற படைப்புக்கள் அவற்றின் பொருண்மையிலும் போக்கிலும் பன்முகப்பட்ட நிலைப்பாடுகளோடு நின்று அவதானிக்கக் கூடியவையாக இருக்கின்றன. அவற்றில் முக்கியமானவற்றை இங்கே சொல்ல முடியும்:

i. இலக்கியமும் சிந்தனை வடிவங்களும் உயர்சாதி வர்க்கத்தினர்க்கே வாய்க்கும் பிறவிப் பயன்கள் என்றும், புனிதமானவையென்றும் உருவாக்கப்பட்ட சொல்லாடல்களை மறுதலித்து

அவற்றை ஜனநாயகப்படுத்துவது; அகவயப்பட்ட அமுத்தல்களிலிருந்து இலக்கியத்தை நடப்பியலுக்குக் கொண்டு வருவது; இருப்பவற்றை அப்படியே ஒத்துக்கொண்டும் பணிந்து ஏற்றுக் கொண்டும் போகாமல், சமூக - தனிமனித - நியாயங்களுக்காக இலக்கியம் குரல் கொடுக்கும் என்ற நிலைப்பாட்டிற்கு வலிமை சேர்ப்பது; மேலும், தலித் உணர்வு என்பது, அடிப்படையில், ஆதிக்க சக்திகளுக்கு எதிரான ஓர் எதிர்ப்புணர்வு - மாற்றங்களை முன்மொழியும் ஒரு அறிவுப்புலன் - என்ற கருத்துநிலையை முன்கொண்டு செல்லுவது. இவையெல்லாம் இலக்கியத்தில் 'தெரிநிலைப் பொருள்களாக' எவ்வாறு அறியவருகின்றன?

ii. தலித் வாழ்நிலையையும், வாழுகிற இடம், குடியிருப்பு, அவற்றின் சுற்றுச்சூழல் முதலியவற்றையும் அவர்களின் பிரத்தியேகமான தனிநிலைப்பண்புகளாகவும், அம்மக்களை, அவையே சரியாக அடையாளங்ககாட்டுவன என்பதாகவும், அதற்கேற்ப உறவுகளும் வன்முறைகளும் வம்புகளும், பட்டவர்த்தனமான கொச்சைகளும் கொண்ட மொழி வழக்குகள் அமைந்திருப்பதாகவும் சித்திரிக்கின்ற முயற்சிகள் உண்டு.

iii. சமூக பொருளாதார மாற்றங்களில், தலித்துக்களில் ஒரு சாரார், சொத்துடைமையும் அதிகார முனைப்பும் கொண்டவர்களாக வளர்கிற நிலையில், அவர்களை, மாற்றமில்லாதவர்களாகவும் பழைய பாமரர்களாகவும் காட்டாமல், நடப்பியல் தளங்களில், சிலர், நவீன பிராமணர்களாகவும் (Neo-Brahmens) சக தலித்துக்களோடு அந்நியமாகிவிட்டவர்களாகவும் எதிர்மை கொண்டவர்களாகவும் ஆகிவிட்ட ஒரு நிலையைக் காட்டுதல், ஒரு முக்கியமான நிலைப்பாடு. காட்டாக, டி.செல்வராஜின் "மலரும் சருகும்" நாவல், ஒரே இனத்துக்குள் பொருளாதார முரண்பாடு, சமூக முரண்பாடுகளையும் மோதல்களையும் உருவாக்குகிறதாகிய ஒரு நடப்பியலைச் சித்திரிப்பதாக அமைகிறது.

iv. இன்னொரு வகையான சித்திரம், சாதுரியத்தோடும் காட்சிப் பிழையோடும் (decepture appearance) காட்டப்படுவதாகும். ஜெயகாந்தனின், 'ஒரு பகல் நேரத்துப் பாசஞ்சர் வண்டியில்' எனும் நீண்ட கதை, அம்மாசிக் கிழவன் எனும் ஒரு தலித் மனிதனை யதார்த்தமாகவும் அனுதாபத்தோடும் காட்டுவதை நோக்கமாகக் கொண்டது போன்று தோற்றமளிக்கின்ற அதே போது, உண்மையில், அது அம்மனிதனைப் பின்புலமாகக்

கொண்டு, பிராமணிய விழுமியங்களின் மேல் அனுதாபம் கொள்ளச் சொல்லுகின்றதாக அமைகின்றது.

v. தலித்துக்களைப் பிற இனத்தவரோடு உறவுகள் அற்ற தனிக்குழுக்களாகக் காட்டி நிறைவு செய்து விடாமல், பிற இனத்தவரோடும் ஆதிக்க சாதியினரோடும் சேர்த்தியும் உறவு படுத்தியும் முரண்படுத்தியும் காட்டுவது. பாமா, இமையம், ராஜ்கவுதமன் முதலிய பலருடைய படைப்புக்களில் இது, முக்கியமான முறைமையாகக் காணப்படுவதைப் பார்க்கலாம்.

பூமணியின் 'அஞ்ஞாடி', (2012) தென்தமிழகப் பள்ளர் மக்களின் வாழ்நிலைகளை, வரலாற்று நிலையில் விளக்கமாகப் பேசுகிறது. அதே போது, அது, அவ்வாழ்க்கையை அருகேயுள்ள நாடார் மக்களின் வாழ்நிலைகளோடும் எழுச்சிகளோடும் மற்றும் பிற ஆதிக்கச் சாதியினரின் செயல்பாடுகளோடும் ஒருங்கிணைத்துச் சித்திரப்படுத்தியிருக்கிறது. சமூக பொருளாதார மாற்றங்களையும், முரண்பாடுகளையும் மோதல்களையும் சமூக நடப்பியல் சார்ந்த நிலைப்பாட்டோடு அது பேசுகிறது.

vi. சமூக வரலாற்றைக் கிடக்கை நிலையாகவும் ஒற்றைப் பரிமாணம் கொண்டதாகவும் அல்லாமல், இயங்கியல் நிலை கொண்டதாகப் பார்க்கின்றபோது தலித்தோ பிற இனத்தவரோ, பெண்டிரோ, வர்க்கப் பின்புலத்தோடு இயங்குவதைப் பார்க்க முடிகின்றது. ஸ்ரீதர கணேசனின் 'உப்புவயல்' எனும் நாவலில், ஒரு பெண், பெண் என்ற நிலையோடும் அதனோடு, அவள் ஒரு தலித், ஒரு தொழிலாளி, என்ற நிலைகளோடும் ஒருங்கியைந்து இயங்குகிறாள்; போராடுகிறாள். எவ்வாறு முரண்பட்ட இந்தச் சமுதாயத்தில் இது சாத்தியமாகிறது என்பதனை இந்நாவல் பேசுகின்றது. சோ.தருமனின் நாவல்கள், தலித்துகளாகவும் விவசாயக் கூலிகளாவும், உழைப்பாளிகளாகவும் இருந்துபடுகிற மக்களின் சமூக அவலங்களை அழுத்தமாகச் சித்திரிக்கின்றன.

vi. காதல் உறவுகள் மற்றும் கலப்புத் திருமணங்கள் பற்றியும் இவற்றின் எதிர்வினைகள் - விளைவுகள் - பற்றியும் சொல்லுதல். மாறிவரும் சமூக - பொருளாதார உறவுகளில், தலித்துகள் சார்ந்த இந்தப் பிரச்சனைகள், ஆதிக்க சாதியினராலும், ஆளுகின்ற வர்க்கத்தினராலும் பூதாகரப்படுத்தப்படுகின்றன. இந்த நிலைகளைத் தமிழ் இலக்கியம் சித்திரிக்க முயலுகிறது. இது ஒரு நிலையெனின், தலித் மக்களின் ஒழுக்கப் பிறழ்ச்சியையும்

அதற்குரிய சமூகச் சூழமைவினையும் சொல்லுகின்ற முயற்சியும் தற்காலத் தமிழ் இலக்கியத்தில் காணப்பட்டு வருகிறது. இது ஒரு பக்கம் இருக்க - ஆள்கின்ற வர்க்கத்தினராலும் ஆதிக்க சாதியினராலும் சமூக - பொருளாதார அடித்தளங்களில் நிற்போர், வன்முறைகளுக்கும் பாலியல் வன்கொடுமைகளுக்கும் ஆளாகின்ற நிகழ்வுகள் இன்றைய இலக்கியத்தில் ஆழமாகவே பதிந்துள்ளன. ஏனெனில் இத்தகையவை, நடைமுறையில் இதனை விடவும் கூட வன்மத்துடன் நடக்கிற நிகழ்ச்சிகள்தாம். அண்மையில், தருமபுரியில் (ஜுன், ஜுலை - 2013) நடந்த இளவரசன் திவ்யா கலப்புத் திருமணம் எவ்வாறு எதிர்வினைகளைச் சந்தித்தது என்பதையும் பின்னர், கொலை, தற்கொலை, சமூகக் கலவரம், அரசியல் அதிகார அலட்சியம், பம்மாத்து - இப்படியெல்லாம் ஆகிவிட்டதையும் அறிவோம். தலித் வாழ்வியல் சித்திரங்களை வசப்படுத்தும் படைப்புக்கள் பல, இவ்வகையான செய்திகளை நிரவலாகச் சொல்கின்றன.

கண்மணிகுணசேகரன், பண்ணையார்கள், தம் தலித் கூலிகளிடம் எவ்வாறு நடந்து கொள்கிறார்கள்; கற்பழிப்புக்களும் சூறையாடல்களும் எவ்வளவு சாதுரியமாக நிகழ்த்தப்படுகின்றன என்பதையும், இந்தப் பெண்கள் இதைச் சகித்துக் கொள்கிறார்களே என்பதனையும் குமுறல்களோடு சொல்லிப் போகிறார். தன்னுடைய கவிதைகளிலும் கதைகளிலும் கிராமப்புறத்து உழைக்கும் விவசாயக் கூலிகளாகிய தலித் இனமக்களைச் சாதி சார்ந்த அடையாளங்களிலிருந்து வர்க்கம் சார்ந்த அடையாளங்களுக்கு இவர், நகர்த்திச் செல்கிறார். நமுட்டலான ஒரு எள்ளலோடு, உள்ளே சிவந்து கிடக்கும் கனல், இவருடைய மொழியின் சக்தி. ஜே.பி.சாணக்கியாவின் சிறுகதைகள், தலித் மக்களிடையே காணக்கிடக்கும் ஒழுக்கச் சிதைவுகளையும் காதல் உறவுகள் தொடர்பான எதிர்வினைகளையும், அவற்றிற்குக் காரணமான சூழமைவுகளோடு வரைந்து காட்டுகின்றன. அழகும் அழுத்தமும் கொண்ட ஆற்றல் மிகுந்த மொழிநடை, சாணக்கியாவின் எழுத்துக்கு மெருகூட்டுவதோடு தலித்து உணர்வுகளைக் கோலங் காட்டி வீரியம் கொள்ளச் செய்கின்றன. இவை சில புதிய பரிமாணங்கள்.

vii. தலித் எழுத்துக்கள் என்று சொல்லப்படுபவற்றின் ஒரு முக்கியமான பரிமாணம், தலித் மக்களிடையே உள்ள பிரிவினைகளையும் அடையாளங்களையும் அறிவுபூர்வமாகவும் உணர்வு

பூர்வமாகவும் வெளிப்படுத்துதல் என்பது. முக்கியமாக, அருந்ததியர்/சக்கிலியர் என்று சொல்லப்படும் இனத்தவரின் உணர்வு நிலையோடும் எழுச்சியோடும் சம்பந்தப்பட்டது, இது. இவர்களின் தொழில், ஆயாசமும் அவலமும் நிறைந்தது; மற்றவர் களின் முகங்களைச் சுளிக்க வைப்பது. அருந்ததியரின் தொழில் சார்ந்த வாழ்நிலைகளை அனுதாபத்தோடும் ஆக்ரோஷத்தோடும் பெருமாள் முருகனின் 'பீக்கதைகள்' முன்னிறுத்துகின்றன. இவர் தலித் அல்ல; ஆனால் மனித நேயத்தோடு கூடிய தலித் உணர்வு, இவருக்குக் கைகொடுத்திருக்கிறது. பிற தலித் சாதியினரை மறுதலித்து, அருந்ததியருடைய உணர்வுகளை முதன்மைப் படுத்தித் தீக்கனலை உள்ளே வைத்து எழுந்த கவிதைகள், ம.மதிவண்ணனுடைய கவிதைகள். அருந்ததியரின் வாழ்க்கை யையும் உணர்வையும் ஏனைய பிறமக்கள் புரிந்து கொள்ள வேண்டுமாய் இவருடைய கவிதைகள் ஓங்கி உரத்துச் சொல்லு கின்றன. விழி.பா. இதயவேந்தனின் சிறுகதைகள், அருந்ததியரின் வாழ்க்கையைச் சொல்லுகிற அதே நேரத்தில், பறையர் உள்ளிட்ட ஏனைய பிற தலித்துகளே, இவ்வருந்ததியர் மேல் தீண்டாமை உணர்வு கொண்டிருப்பதாகக் காட்டுகின்றன. தலித் இலக்கிய வெளியில், அருந்ததியர் இலக்கியம், ஒரு புதிய பரிமாணம் மட்டுமல்ல, அது வேகமும் கோபமும் நிறைந்தது.

இறுதியாகத் - 'தலித்தியமும் இலக்கியமும் திறனாய்வும்' என்ற முப்பரிமாணத் தளத்தில், கவனத்தில் கொள்ளுகிற ஒரு செய்தி - தலித் என்ற சொல் விளைவிக்கும் சொல்லாடல் (discourse) அல்லது கருத்தாக்கம், ஒரு பெருங்கதையாடலா (grand narrative?) என்பது. உள்ளே சிறிதும் பெரிதுமாகப் பல பிரிவுகளும் பகுப்புக்களும், விநயங்களும் விவாதங்களும் இருக்க, அவற்றையெல்லாம் கண்டுகொள்ளாமல், 'முழுமைப்படுத்தல்' (totalization) என்ற முறையில், பெரும்போக்காகவும் சாராம்சப் படுத்தலாகவும் (essentialism) தலித் என்ற சொல்லாடல் அமை கிறதா? இது குறிப்பிட்ட ஒரு சாதியினரை மட்டும் மையப் படுத்துவது அல்ல. இதன் பின்னால், பல உட்பிரிவினர்கள் உண்டு. இவர்களின் அடையாளங்களும் பிரத்தியேகப் பிரச்சனை களும் இந்தச் சொல்லாடலுக்குள் பாரபட்சமின்றி வருகின்றனவா? அப்படியானால், 'தலித்' என்ற சொல் அல்லது அதன் தளம், விவரணங்களோடு விசாரித்தறிய வேண்டும் ஒரு விவகாரமாகி விடுகிறது.

ஒரு கருத்துருவாக்கத்தில், அதன் உள்ளீடுகளாக, வேறு பாடுகளும், தனித்தன்மைகளும் முரண்பாடுகளும் கொண்ட பல கூறுகளும் பல பண்புகளும் இருக்கத்தான் செய்யும். பிளவு படுத்தும் கூறுகளைப் பெரிதுபடுத்தாமல், முதலில், பிற ஆதிக்க சக்திகளின் மறுமுனையில் இருப்பது, இது, என்ற ஒரு 'எதிர்வில்' (opposition / contrast) நிறுத்திச், சமூக நியாயமும், விடுதலையும், ஒரு மாற்றும் தேடுகிற வெகுதிரள் மனஎழுச்சியை முன்னிறுத்து கின்ற ஒரு கருத்தியலாக முதலில் இதனைப் புரிந்துகொள்ள வேண்டும்.

அடிமைப்பட்ட மனிதக்குழுக்கள், தங்களைப் பிணைத் திருக்கின்ற தளைகளை / சங்கிலிகளை, இன்னவை, இத்தகை யவை என்பதை அறிந்து அவற்றை உடைத்தெறிய மனங் கொள்ளுவதுதான் தலித் உணர்வுநிலையாகும்; அடித்தள மக்களின் உணர்வுநிலையாகும். அந்த உணர்வைப் பகிர்ந்து கொள்ளும் இலக்கியத்தை அடையாளம் கண்டு சொல்ல வேண்டுவது, இவ்வகைத் திறனாய்வின் கடமை.

> ஆகப்போவ தொன்றுமில்லை
> எல்லா எத்தனமும் வீணேயெனினும் -
> முளை யொன்றோடு பிணைத்து உன்
> கழுத்தைச் சுற்றிக் கிடக்கும் வலிய சங்கிலியின்
> இரும்புக் கண்ணிகளைக்
> கடித்துக் கொண்டாவது இரு.
>
> -ம.மதிவண்ணன்

## 3.9
## பெண்ணியத் திறனாய்வு

பெண்ணின் நோக்கில் அல்லது பெண்ணின் பார்வையிலிருந்து செயல்படும் திறனாய்வு, பெண்ணியத் திறனாய்வு என்று இதனைப் பொதுவாக வரையறை செய்வர். ஆனால் இது போதாது. பெண் என அறியப்படுபவர் எல்லோரும், தம்மையும் தம்முடைய நிலையையும் அதன் காரணங்களையும் உணர்ந்தவர் எனக் கொள்ள முடியாது. பெண் என்பவள் தன்னை அதாவது தனது இருப்பையும் ஆளுமையையும் உணர்ந்தவள் என்ற பொருள், முன்பு உணரப்படாமலிருந்தது; அதன் முக்கியத்துவம் பலகால் அறியப்படாமலிருந்தது; அப்படி ஒருபெண், தனது ஆளுமையைத் தானே உணரமுடியாத நிலையிலும், உணர்ந்தாலும் வெளிப்படுத்த முடியாத நிலையிலும், இந்தச் சமூகம் அவளை ஆக்கி வைத்திருக்கிறது. தன்னுடைய திறமைக்கும் தகுதிக்கும் தேவைக்கும் ஏற்ப அவளால் ஒரு நிலைப்பாடு எடுக்க முடியாத ஒரு நிலைமை இருந்தது / இருக்கிறது. இந்நிலைமை இன்று வெகுவாக மாறி வருகிறது. பெண், தன்னை உணர்கிறாள்; தனது இருப்பை உணர்த்துகிறாள். மாறிவரும் இந்நிலையை ஆணும் அறியத் தொடங்கியிருக்கிறான். நடைமுறையில் பெண் விடுதலை பற்றிய உணர்வு, சமூக எழுச்சியின் ஒரு பகுதியாகும்.

இந்தச் சூழ்நிலையில்தான் பெண்ணியம் என்ற கருத்தியல் உருவாகிறது; எனவே, இதன் ஒளியில், சமூகம் என்ற பன்முகப் பட்ட அனுபவ நிலையில், பெண்ணினுடைய ஆளுமை எவ்வாறு இலக்கியத்தில் வெளிப்படுத்தப்படுகிறது என்று பார்ப்பதாக, இது அமைகிறது. சொல்லப்பட்டு வந்த நியாயங்கள், உருவாக்கப் பட்ட மதிப்புக்கள், விதிக்கப்பட்ட, கற்பிக்கப்பட்ட புனிதங்கள் என்பனவற்றைப் பெண்ணியத் திறனாய்வு, அடையாளங்கண்டு

விளக்குகின்றது; ஆண்களை மையமிட்ட இந்தச் சமூகத்தில் பெண்களின் எதிர்வினைகளை எடுத்துப் பேசுகிறது.

பிரான்சு நாட்டைச் சேர்ந்த சய்மோன் தெ பௌவோ (Simone De Beauvoir) எழுதிய இரண்டாவது பாலினம் (The Second Sex; 1949) என்ற நூலை முன்னோடியாகக் கொண்டு, பெண்ணியம் ஓர் அறிவார்ந்த கொள்கையாகவும் போராட்டக் கருவியாகவும் முன்வைக்கப்பட்டது. தொடர்ந்து, மேலை நாடுகளில் பல வடிவங்களில் இது வெளிப்பட்டது. ஆனால், ஒரு கருத்துநிலை என்ற அளவில் இதனுடைய ஆழமான ஒரு உணர்வுநிலை பற்றிய நிலைப்பாடுகள் தொடர்ந்து பரவலாக இருந்து வந்திருக்கின்றன. தமிழகத்தில் முதல் நாவலாசிரியராகக் கருதப்படுகிற முனிசீப் வேதநாயகம் பிள்ளை, மகாகவி பாரதி யார், திரு.வி.கலியாண சுந்தரனார், பெரியார் ஈ.வே.ராமசாமி முதலியோர் பெண் விடுதலை பற்றிப் பேசியிருக்கிறார்கள். முக்கியமாகப் பாரதியாரும், ஈ.வே.ராவும் சொல்லியிருக்கிற கருத்துக்கள் மேலைநாட்டார் சொல்லியிருப்பனவற்றை விடவும் சிறப்பானவை; வலுவானவை. ஆனால், அவற்றின் தாக்கம் இங்கே எப்படியிருக்கிறது? யோசிக்க வேண்டும். பெரியார் ஈ.வே.ரா.வின் இயக்கத்தினைச் சேர்ந்தரும் அவருடைய வழித் தோன்றலுமாகிய புரட்சிக் கவிஞர் பாரதி தாசன், குறிப்பாகக், குடும்ப விளக்கு முதலிய அவருடைய சிறு காப்பியங்களில் எந்த அளவிற்குப் பெரியாரின் பெண்ணியக் கருத்தினைப் பின்பற்றி யிருக்கிறார் - என்பது, பாரபட்சமற்ற விமரிசனத்திற்குரியது.

பெண்ணியம், பலவகையான சிந்தனைப் போக்குகளையும் செயல்பாடுகளையும் கொண்டது. ஆணுடனான பாலியல் உறவினையும், கணவனையும், கருவறையையும், பிள்ளை வளர்ச்சி யையும், குடும்ப அமைப்பையும் மறுப்பது என்பது ஒரு வகை. குடும்பத்தையும் பிற உறவுகளையும் ஏற்றுக்கொண்டாலும் தமக்கென உரிய இடம், உரிய பங்கு, உரிய மரியாதை முதலிய வற்றைக் கேட்பது அல்லது எடுத்துக்கொள்வது என்பது ஒரு நிலை. தனது உடல் பற்றிய பிரக்ஞையும் தனது மொழி பற்றிய பிரக்ஞையும் கொண்டிருப்பது அல்லது வெளிப்படுத்துவது என்பது இன்னொரு முக்கியமான நிலையாகும்; மற்றும் சமூக, அரசியல் தளங்களில் அதிகாரப் பகிர்வுகளைக் கேட்பதும் அல்லது எடுத்துக் கொள்வதும் மற்றும் உலக நாடுகளில் பெண்கள் சம்பந்தப்பட்ட பிரச்சனைகளின் பொதுவான

அவலங்களையும் அபாயங்களையும் களைய முற்படுவதும் முக்கியமான செயல்பட்டு வடிவங்களாகக் காணப்படுகின்றன. படைப்பிலக்கியத்தில், பெண்ணியம் பற்றிப் பலவகையான சார்புநிலைகள்/வெளிப்பாடுகள் இன்று கவனிக்கத்தக்கனவாக இருக்கின்றன.

இலக்கியத்தில் பெண்ணியம் பதிவாகியிருப்பதை மேலை நாடுகளின் சூழலில் மூன்று வகையாகக் காண்கின்றனர். 1. பிரஞ்சுப் பெண்ணியத் திறனாய்வு - இது முக்கியமாக உளவியல் பகுப்பாய்வு முறையில் பெண்ணியத்தை விளக்குகிறது. பெண்ணின் சுயமான விருப்பங்கள், உணர்வுகள், அவற்றின் முறிவுகள், சிதைவுகள் முதலியவை உள்ளத்தே அழுத்தப்பட்டிருக்கின்றன. (repression) என்பதாக, இது சொல்லுகிறது; அதனையே பிரதானமாகக் கொண்டு பிரஞ்சு பெண்ணியத் திறனாய்வு பேசுகிறது. 2. ஆங்கில பெண்ணியத் திறனாய்வு - இது முக்கிய மாக, மார்க்சிய ஒளியில் பெண்ணியத்தை விளக்குகிறது. சமுதாய அமைப்பில் பெண்ணடிமைத்தனம், அதன் வடிவங்கள் மற்றும் அதன் வெளிப்பாடுகள் பற்றிச் சொல்கிறது. சமூக வெளியில், பெண் எவ்வாறு ஒடுக்கி (oppression) வைக்கப்பட்டிருக்கிறாள் என்பதையும் அதற்குரிய தீர்வுகளையும் இத்திறனாய்வு, முக்கிய மாகப் பேசுகிறது. அதே போது பிரஞ்சுத் திறனாய்வின் செல் வாக்கும் இதிலே உண்டு. 3. அமெரிக்க பெண்ணியத் திறனாய்வு - இது முக்கியமாகப் பனுவலை மையமிட்டு அமைகிறது. பெண்ணியம், வெவ்வேறு பனுவல்களில் எவ்வாறு தன்னைச் சொல்லிக் கொள்கிறது அல்லது அவளிடம் வெளிப்படுத்திக் கொள்கின்றது (expression) என்பதை இது பேசுகிறது. இங்கே, இந்தியச் சூழலிலோ, தமிழ்ச் சூழலிலோ பெண்ணியத் திறனாய்வின் தன்மையினை இன்னது - இத்தகையது என அறுதியிட்டுக் கூற முடியாது; மூன்றினுடைய தாக்கங்களும் இங்கே உண்டு. எனினும், முக்கியமாக ஆங்கில - பெண்ணியத் திறனாய்வின் தாக்கம் - அதிகமாக உண்டு.

தமிழ் இலக்கியவுலகில், பெண்மையின் சித்திரிப்புக்கள் எவ்வாறு இருக்கின்றன என்பதை மேற்காட்டிய மூன்று கோணங் களிலிருந்தும் பார்ப்பது மிகவும் பயன் அளிக்கும். மரபுகள், சமய - புராண பாரம்பரியங்கள் முதலியவை, பெண்களை, முக்கியமாகப் பழங்காலத்தில், மிகக் கோரமாக அமுக்கி வைத்திருக்கின்றன என்பதைக் காட்டுவதற்குப் பெண்ணியத் திறனாய்வு நிறையவே இடம் தருகின்றது.

சங்கப் பாடல்களில் பல இடங்களில், பெண்ணடிமைத் தனம் (அக்காலத்திய சமூக வாழ்க்கையைக் காட்டுவதாக) ஆழமாகப் பதிவாகியுள்ளது. அதே போது, அதனை மீறுகின்ற உணர்வு நிலைகளையும் செய்திகளையும் அவை காட்டாமலில்லை. இத்தகையவற்றை, நேர்முகமாக இலக்கியங்கள் காட்டும் என்று எதிர்பார்க்க முடியாது. கலையியல் நேர்த்தியோடு அமைந்திருப்பவற்றைக், குறிப்பிட்ட அணுகுமுறையின் வழி, மீள்வாசிப்புச் செய்கின்றபோதுதான், உண்மைநிலை அறியவரும். ஒரு எடுத்துக்காட்டு; மன்னன் பூத பாண்டியன் இறந்துவிட்டான். அவனுடைய மனைவி பெருங்கோப்பெண்டு, ஈமக்காட்டிலே நிற்கிறாள்; எதிரே ஈமத்தீ கொழுந்து விட்டெரிகிறது. தீயிலே குதிக்கத் தயாரான நிலையிலிருக்கிறாள். சுற்றிவர நிற்கிற சான்றோர் கூட்டம், அனுதாபத்தோடு, வேண்டாம் எனத் தடுக்கிறது. "பல்சான்றீரே, தடுக்காதீர்கள் என்னை" எனச் சொல்லுகிறாள். அவளுடைய கூற்றாக அமைந்த இப்பாடல், அவளுக்குக் கணவன் மேல் பெருங்காதல் இருந்ததாகவும் அவன் இறந்தவுடன், தானும் அதே தீயில் விழுந்து சாக நினைப்பது, அவளுடைய மனத்திண்மையையும் கற்பையும் காட்டுவதாகவும் வழிவழியாகச் சொல்லப்பட்டுவருகிறது. ஆனால், பாடலில் என்ன இருக்கிறது? அவளுக்கு அவன் மேலுள்ள தீராக் காதலும், அவனுக்கு இவள் மேல் உள்ள தீராக்காதலும் எங்காவது சொல்லப்பட்டிருக்கிறதா? காதல் இருக்கலாம்; அதுவேறு; ஆனால் மாறாக இங்கே 'கைம்மை' இது, இங்கே (புதுவதாக வைதீகமரபிலிருந்து வந்த ஒரு வழக்கு). நோன்பின் கொடுமையும், அதன் மேல் அவளுக்கிருந்த கோபமும் மறுப்பும் அல்லவா, சொல்லப்பட்டிருக்கிறது? கைம்மை தரும் அவலமும் கொடுமையும் விரிவாக ஏன் சொல்லப்பட வேண்டும்? எங்கேயாவது காதல் சொல்லப்பட்டிருக்கிறதா? (காண்க: புறநா., 246)

இறுதியில், "உயவற்பெண்டிரேம் அல்லேம்" (உயவற் பெண்டிர் = கைம்மை நோன்புகளினால் துன்புறும் பெண்டிர்) என்று அவள் பிரகடனப்படுத்துகிறதாகப் பாடல் சொல்லுகிறது. இது, ஒரு பெண்ணின் அவலக்குரலாகவும் பெண்ணுக்கு எதிராக ஏவப்பட்டிருக்கும் கைம்மைக்கு எதிரான கலகக் குரலாகவும் வெளிப்படுகிறது. பெண்ணியத் திறனாய்வு இப்படிப் பழைய இலக்கியங்களில்கூட மீள்வாசிப்புச் செய்யக்கூடிய தேவை

இருக்கிறது என்பதை அறிந்திருக்கிறது. இந்தப் புறப்பாடலோடு, கடுந்தோட் கரவீரன் எனும் புலவர் பாடிய, "கருங்கண் தாக்கலை..." எனத் தொடங்கும் குறுந்தொகைப் பாடலையும் (69) ஒப்பிட்டுப் பார்த்துக் கொள்ள வேண்டும். இரண்டு பாடல்களின் செய்தியும் நோக்கமும் அன்றைச் சமூகம் நிர்ப்பந்தப் படுத்திய கைம்மைக் கோலங்களுக்கு எதிரானவை தான். பாடல் முறை தான் வேறு. அது, புறப்பாடல்; இது உள்ளுறையோடு கூடிய அகப்பாடல்.

இதுவன்றியும், பெண்ணுரிமையை வெவ்வேறு தளங்களில் வலியுறுத்துவதும் பெண்ணியத்தின் ஒரு முக்கியமான செயல்பாடு ஆகும். குறிப்பாக, இன்றைக் காலத்தில் அதன் தேவை அதிகமாகவே உணரப்பட்டு வருகிறது. பெண்ணும் ஆணும் எல்லா நிலைகளிலும் சமவுரிமை பெற்றிருக்க வேண்டும்; பெண்ணின் செயலூக்கமான பங்களிப்பு இல்லையானால் - குடும்பத்திலும் சரி, அரசியலிலும் சரி, எல்லாவற்றிலும்தான் - சமூக முன்னேற்றமே தடைப்பட்டுவிடும் என்று பெண்ணியம் வலியுறுத்துகிறது.

ராஜம் கிருஷ்ணனின் "கரிப்பு மணிகள்" என்ற நாவலை முன்வைத்து இதனைப் பார்க்கலாம்: எழுபதுகளுக்கு முன்னால் உயர்சாதியின் மனோநிலையிலிருந்து வழக்கமான குடும்ப நாவல்கள் எழுதியவர் இவர். அதன் பின்னர், சமூக உணர்வும் போராட்ட குணமும் கொண்ட படைப்புக்களை எழுதத் தொடங்கினார். "அலைவாய்க் கரையில்" என்ற நாவலுக்குப் பிறகு, அவர் எழுதிய நாவல், கரிப்பு மணிகள் என்பது. இது தூத்துக்குடி உப்பளத் தொழில் பற்றியது. உப்பளத்தில் பல பிரச்சனைகள். வேலை நிரந்தரமின்மை, தொழிலாளர்களுக்கு வசதிகள் மறுப்பு, போதாதகூலி, பெண் தொழிலாளர்களுக்கு எதிரான பாலியல் வன்முறைகள் - இப்படி அவ்வப்போது தொடர்ந்து வருகின்றன, பிரச்சனைகள். சங்கம் வைக்கிறார்கள். போராடுகிறார்கள். ஆனால் பாதிக்கப்படுகிறார்களே தவிர, வெற்றி கிடைக்கவில்லை. ஏன் இந்தத் தோல்வி? காரணம்? நாவலாசிரியர், கதையின் ஊடேயும் இறுதியிலும் முத்தாய்ப் பாக முன்வைக்கும் கருத்து: தொழிலாளிகளில் பாதிக்கு மேற்பட்டவர்கள் பெண்களாக இருப்பினும், அதிகமாக சிரமங்களுக்கும் கொடுமைகளுக்கும் ஆளாகிறவர்களும் அவர்களாகவே இருப்பினும், தொழிற்சங்கத்தில் பங்கு பெற்றிருப்போர் எல்லோரும் ஆண்கள். போராட்டத்தில் தலைமை

தாங்குபவர்களும் முன்னணியில் நிறுத்தப்படுபவர்களும் ஆண்கள். சங்கஅமைப்புக்களிலும் போராட்டங்களிலும் பெண்களின் பங்கு இல்லை. இதனாலேயே போராட்டம் தோல்வியுறுகிறது. இந்தக் கருத்து, நாவலின் சாராம்சமாகச் சித்திரிக்கப்படுகிறது. இறுதியில் இது ஒரு இடிப்புரையாகவும் தீர்வாகவும் வைக்கப் படுகிறது. ஆண் பெண் சமத்துவம் என்பது, சங்கங்கள், போராட்டங்கள் உட்படச் சமுதாயத்தின் பல பரிமாணங் களிலும் ஏற்பட வேண்டும் என்று பெண்ணியம், நேர் முக மாகவும் மறைமுகமாகவும் சொல்லுவதைப் பெண்ணியத் திறனாய்வு, கண்டறிந்து விளக்குகிறது.

ஆண்டாண்டுக்காலமாக - மரபுவழியாகப் - பெண்ணையும் பெண்ணுடலையும் 'அழகு' எனும் பெயரில் போகப் பொரு ளாகவே கருதி, வருணித்து வருகிறார்கள். மேலும், ஆன்மீக வழிபாட்டுக்கும் முக்தி நிலைக்கும் பெண்ணும் பெண்ணுடலும் தீட்டுக் கொண்டதாக ஒரு கருத்தமைவு இருக்கிறது. பெண்ணின் ஆளுமையைப் புரிந்துகொள்ளாதது அல்லது எதிர்நிலையாகப் புரிந்துகொள்வது காரணமாக இருக்கலாம். இடைக்காலத்தில், சில இலக்கியச் செய்திகள் அப்படி இருக்கின்றன. எடுத்துக் காட்டு, சீவகசிந்தாமணி. சமண நூல் அது; மண நூல் என்று அழைக்கப்படுவது. பல நாடுகள் சென்று பல வகையான பெண்களைக் 'காதலித்து'ச் சாதுரியமாக மணந்துகொண்டவன் சீவகன். கட்டற்ற விடுதலைக் காதல், அவனுடையது. அப்படி யாகப் பட்டவன், இறுதியில், அத்தனை பேருடைய உடலின் பத்தையும் வெறுத்து ஒதுக்கிவிட்டு, அவர்களிடமிருந்து விலகி, முக்தி நிலையைத் தேடி ஓடுகிறானாம்.

பின்னர் வந்த சித்தர்கள் - இவர்கள் நிலவுடைமைச் சமுதாயச் சீரழிவின் இடிபாடுகளில், இடைப்பட்டோரின் பிரதிநிதிகளாக இருந்து - வருணாசிரமத்திற்கும், வைதீக சமய வழிபாட்டுமுறைகளுக்கும் எதிராகக் கலகக்குரல் எழுப்பியவர்கள் - ஆனால், அதே போது, இவர்களில் பலர், பெண்ணையும் பெண்ணுடலையும் அருவருப்பாகப் பார்த்துத் 'தீட்டு' என்று ஒதுக்கம் செய்கின்றனர். மேலும், இவர்களில் சிலர், பெண்களை ஒழுக்கம் அற்றவர்களாகவும் பார்க்கின்றனர். காட்டாகப் பத்திரிகிரியார்:

"மருவும் அயல்புருடன் வரும் நேரம் காணாமல்
உருகும் மனம்போல் என்னுளம் மருகுவது எக்காலம்" (56)

என்று கூறப், பட்டினத்தார் கூறுகிறார்:

கைப்பிடி நாயகன் தூங்கையிலே அவன் கையெடுத்து
அப்புறந்தன்னில் அசையாமல் முன்வைத்து அயல் அளவில்
ஒப்புடன் சென்று துயில் நீத்துப் பின்வந்து உறங்குவளை
எப்படி நான் நம்புவேன்? இறைவா கச்சியே கம்பனே!"
-(திருவேகம்பமாலை - 3)

இது, பெண்ணின் ஆளுமையையும் சமூக விழுமியத்தையும் கேள்விக்குள்ளாக்கும் ஒரு எதிர்நிலையான நிலைப்பாடு. பெண்ணியத்தின் அடிப்படையில், இப்படிச் சித்தர்களையும் மறுவாசிப்புச் செய்யவேண்டியிருக்கிறது.

பெண்ணின் உடலைக் கொண்டாடுவதில் இன்னொரு நிலை, பெண்ணுடல் போகப் பொருளாக ஆக்கப்படுவதோடு, அதனை ஆதிக்க அரசியலின் ஒரு பகுதியாகப் பார்ப்பது பற்றியது. பாலினபேதம், உடல்மொழி ஆகியவற்றைக்கொண்டு, பெண் ஒடுக்கப்படுவதையும் இதன் பின்புலத்தில் பெண்களுக்கு எதிரான ஆதிக்க அரசியல் செயல்படுவதையும் கேட்மில்லட் (Kate Millet) என்ற பெண்ணியத் திறனாய்வாளர் வெளிப்படுத்து கின்றார். 'பாலியல் அரசியல்' (Sexual Politics) என்ற அவரது நூல், இவ்வகையில் பிரசித்தமானது. தீவிர பெண்ணியம் பேசும் தமிழ்க்கவிஞர்கள் சிலர், பெண்ணுடல் குறித்த சொற்களை ஆண்களுக்கு எதிராக (?) வீசியெறிவதைப் பார்க்கலாம். ஆண் களை, அவர்களுடைய மோகத்தின் வழியாகவே சென்று சாடு வதும் ஆணாதிக்கத்திற்கு எதிராகப் பெண் உடலை, அதிகார அரசியலின் பொருளாக நிகழ்த்துவதும் இவ்வகைப்பட்ட பனுவலின் வேலையாகும். ஆனால், பல சமயங்களில், திசைகள் மாறிப் போகும் போது, இந்த வார்த்தைகள் நமத்துப் போய் விடுகின்றன.

சுகிர்தராணி, குட்டி ரேவதி, சல்மா, லீனா மணிமேகலை முதலிய பெண் கவிஞர்கள், பெண் உடல் உறுப்புக்களை, உக்கிரத்தோடும் வக்கிரத்தோடும் தொட்டுக்காட்டிப் பேசியிருக் கிறார்கள். வலியப் பேசுதலும், திரும்பவரலும் ஆகிய தன்மைகள் கவிதையின் போக்கிலே உறுத்தலாக இருந்தாலும், இதனுடைய இறுதிப் பயன், எதற்கானது; இக்கவிஞர்கள், இதன் மூலம் எதனைச் சாதிக்க விரும்புகிறார்கள் என்ற கேள்வி எழுந்தாலும், ஒருவித புரட்சிகரப் பெண்ணியத்தை முன்னிறுத்துகின்ற போக்கு, இக்கவிதைகளில் துலாம்பரமாக உள்ளது. சுகிர்த ராணியின் கவிதைகளில் இந்தப் பண்புடன், தலித் என்ற

முறையிலான ஒரு நோக்குநிலையும் வேதனையுடன் கூடிய கோபமும் புதைந்து கிடக்கின்றன. பெண்ணியக் கவிதையின் பரிமாணம் சுகிர்தராணியிடம் ஒரு புதிய திசை வழியை இனம் காட்டி நிற்கிறது. மாலதிமைத்ரி, கனிமொழி, தமிழச்சி தங்கப் பாண்டியன், தமிழ்நதி, பத்மாவதி தாயுமானவன் ஆகியோரின் கவிதைகளிலும் அம்பை, உமாமகேசுவரி, தமிழ்ச்செல்வி, ஆண்டாள்பிரியதர்ஷினி முதலியோரின் சிறுகதைகளிலும், பெண்மையின் பொருமல்கள், உரிமைக்குரல்கள், பெண்ணின் ஆளுமை பற்றிய தேடுதல்கள் முதலியவை கவனத்தில் கொள்ளத் தக்கவையாக உள்ளன. ஆனால், பெண்ணிய எழுத்துக்கள் எல்லாவற்றையும் ஒரே நேர்கோட்டில் வைத்துப் பார்க்க முடியாது.

பெண்ணடிமைத்தனம் என்பது பொதுவானதாக இருந் தாலும், அதனுள்ளும், தலித் இனத்துப் பெண்கள், மலைவாழ் இனத்துப் பெண்கள், அடித்தள சமூகத்தைச் சேர்ந்த பெண்கள் என்று, இவர்களுக்குப் பெண் என்ற முறையிலும் இனம் என்ற முறையிலும் உள்ள இரட்டை அடிமைத்தனமும், தனியாகக் கவனத்திலெடுத்துக்கொள்ளப்பட வேண்டும். மேலும் உடல் ரீதியாக உழைக்கும் பெண், படிப்பறிவில்லாத பெண், சேரிப் பெண், கிராமத்துப் பெண் என்ற பிரத்தியேக நிலைகளும் கவனத்திலெடுத்துக் கொள்ளப்பட வேண்டும்.

பெண்ணியம் பற்றிப் பேசுகிற போது, அரவாணிகள் அல்லது திருநங்கையர் என்று குறிப்பிடப் பெறும் பிரிவினரின் நுட்பமான பிரச்சனைகளும் கவனத்திற்குரியனவாக அண்மைக் காலத்தில் எழுந்துள்ளன. இவை, பாடல்கள், நாடகங்கள் முதலியவற்றின் ஊடாகவும், இலக்கியங்கள் வாயிலாகவும் அழுத்தமாக வெளிப்பட்டு வருகின்றன. திறனாய்வு, இதிலும் இன்று தீவிரமான கவனம் செலுத்தியாக வேண்டும்.

பெண்ணியத் திறனாய்வுக்குச் சமூகவியலும் வரலாற்றியலும், மார்க்சியமும் அன்றியும், பின்னை அமைப்பியலும் பெரிதும் உதவுகின்றது. உண்மையில், பின்னை அமைப்பியலின் வளர்ச்சியில் தான். "இலக்கியத்தில் பெண்ணியம்" என்பது, வித்தியாசமான சிந்தனைக்கும் சிந்தனையின் வீச்சுக்கும் பெரிதும், இடம் தந்திருக்கிறது. முன்னர், ஆண் - பெண் என்ற நிலையை, இருநிலை எதிர்வு (binary opposition) என்பதாக அமைப்பியல் விளக்கி வந்தது. பின்னை அமைப்பியல், இதனைப் புரட்டிப்

போட்டது. பெண் என்பவள், ஆண்மகனின் தவிர்க்க முடியாத ஒரு 'மற்றமை' (the other) என்ற ஒரு கருத்தியலை, இது முன் மொழிந்தது. பெண்ணின் உடலையும், அரசியலையும், அவளுடைய ஆளுமையையும் இன்னொரு கோணத்திலிருந்து பார்ப்பதற்கு இது, பெரிதும் உதவுகிறது. அதுபோல உளவியலும் பெண்ணியத் திறனாய்வுக்குப் பெரிதும் உதவுகிறது. பெண் பேசுகிற மொழிக்கும், ஆண் பேசுகிற மொழிக்கும் வார்த்தை யிலும் வாக்கியத்திலும் மட்டுமல்ல, தொனியிலும் தோரணை யிலும் வேறுபாடுகள் உண்டு.

திறனாய்வு, இத்தகைய பெண்ணின் மொழியை வெளியே கொண்டு வரும் நோக்கம் கொண்டதாதலால், அந்த மொழிக்கும் பெண் எனும் அந்த ஆளுமைக்கும் அர்த்தம் சொல்லி, அதனை வலுப்படுத்தவும் விசாலப்படுத்தவும் கூடிய பணியைச் செய்ய விரும்புகிறது. இறுதியாகப், பெண் விடுதலையென்பது தனி யானது அல்ல; சமூக பொருளாதார விடுதலையின் ஓர் அங்கமே என்ற உணர்வுடன் அது நிகழ்த்தப்பட வேண்டியிருக்கிறது; அப்படிப் பார்க்கப்பட வேண்டியிருக்கிறது.

## 3.10
## அறிவியல்வழி அணுகுமுறை

0.1. அறிவியலின் சாதனைகள் இன்றைய உலகில் எல்லாத் துறைகளிலும் எல்லாத் தளங்களிலும் தடம் பதித்திருக்கின்றன. உணர்வுக்கும் உணர்வுபூர்வமான அழகுக்கும் உளார்ந்த படைப்பாற்றலுக்கும் உரிமைபூண்ட இலக்கியத்திலும்கூட, அறிவியல் அழுத்தமாகத் தாக்கம் கொண்டுள்ளது. பொதுவாகக் கலை இலக்கியத்தின் படைப்பாக்க முறைகளுக்கும் உணர்வு நிலைகளுக்கும் மாறுபட்டதாக அறிவியல் கருதப்படுவது இயல்பு. சி.பி.ஸ்நோ (C.P.Snow) என்ற அறிஞர், இதனை, 'இரண்டு பண்பாடு' (Two Cultures) என்று வேறுபடுத்துவார். இலக்கியத்தின் தளங்களிலும் பார்வையிலும், அறிவியல், மாற்றத்தையும் விசாலத்தையும் ஏற்படுத்தி வருகிறது என்பதை மறுக்க முடியாது. அதுபோல, அறிவியலிலும், அதன் பல்வேறு புலங்களிலும், கலை இலக்கியம் மற்றும் மனிதவியல் பண்பாட்டுத் துறைகள், பெரும் தாக்கத்தை ஏற்படுத்தி வருகின்றன என்பதுவும் உண்மை. எனவே கலை - இலக்கியத்தையும், அறிவியலையும் புறம்பானவையாக, எதிர் எதிர்நிலையில் வைத்துப் பார்ப்பது என்பது இனி முடியாது. இரண்டும் வித்தியாசமானவையாக இருக்கலாம். ஆனால் முழுதும் முரண்பட்டவை அல்ல; தொடர்பு கொண்டவை. சற்றுக் காலம் முன்வரை, புகழ்பெற்ற பல சிந்தனையாளர்களும் திறனாய் வாளர்களும் கலை இலக்கியத்தையும் அறிவியலையும் முரண் படுத்திப் பார்த்தனர்; இன்று இரண்டையும் தொடர்புபடுத்திப் பார்க்க முயலுபவர்களே அதிகம். நவீன தகவல் தொடர்பு சாதனங்கள் மூலமாகவும், புதிய அறிதிறன்கள் மூலமாகவும் அறிவியல், கலை - இலக்கியத்திற்குச் சாதனங்கள் சமைத்துத் தருவது ஒரு பக்கம் இருக்க, அதுவே பாடுபொருளாக - உள்ளடக்கமாக - அமைந்து வருவதனை முன்னேறிய நாடுகளில் காணலாம். அறிவியல் புனைகதை (Science Fiction) எனும்

இலக்கிய வகைப்பாடு இன்று பிரசித்தம். தமிழில் ஆங்காங்கே, சில முயற்சிகள் காணப்பட்டாலும் இன்னும் இங்கு இது முகிழ்க்கவில்லை. ஆனால், அறிவியலில் திறன் பெற்றவர்கள் இலக்கியத்தில் தீவிர ஆர்வங்கொள்வார்களானால், இது ஒன்றும் அரிதல்ல. அறிவியலின் வீச்சுக்களை முன் எப்போதையும்விட இப்போது, இன்னும் வலுவாகப் படைப்பாளி எதிர்கொள்ள வேண்டியவனாகிறான். ஆயின், இங்கு இது பற்றி ஆராய்வது நோக்கமல்ல. இலக்கியத்திற்கு அறிவியலின் பங்களிப்பில் இன்னொரு வலுவான முறையை இங்குப் பார்க்கலாம்.

1.0. திறனாய்வினை மேலும் கூர்மைப்படுத்துவதற்கும் செழுமைப்படுத்துவதற்கும் அறிவியலின் வழிப் பெறலாகும் சில வழிமுறைகள் துணை செய்கின்றன. இலக்கியத்தின் உண்மைகள் பற்றிய பிம்பங்களும் கலையுருவாக்க முறைமைகளும் அவை வெளிப்படுகிற விதங்களும் சிக்கல் நிறைந்தவை; அவற்றை மேலோட்டமாகப் பார்க்கிறபோது, இந்த உண்மைகள் தெரிவதில்லை. அறிவியல் தரும் ஒளியில், அதன் வழிமுறையில், புதிய கோணங்களைக் கண்டறிய முடியும். இது, அறிவியல் வழியிலான திறனாய்வின் அடிப்படைக் கருதுகோளாகும்.

அறிவியல் நெறி, இலக்கியத்தின் கட்டுமானங்களையும் பாடு பொருள்களையும் புதிய கோணத்தில் அறிவதற்கு ஒரு நல்ல சாதனமாகப் பயன்படுகிறது. அதனையே இங்குப் பார்க்கப் போகிறோம். தமிழில் இது சோதனை முயற்சி தான்; ஆனால், பயன் தரக்கூடிய முயற்சியாகும். அறிவியலில் பல துறைகளும் பல கோட்பாடுகளும் உண்டு. இவற்றின் வழிமுறைகள் சில, (ஓரளவு எச்சரிக்கையுடன்) இலக்கியத்தைப் புரிந்துகொள்வதற்கு உதவுகின்றன. பரிணாமக் கோட்பாடு (Evolution Theory), உறுப்பியல் கொள்கை (Organic Theory), கணக்கோட்பாடு (Set Theory) நவீன தகவலியக் கோட்பாடு, (Communication Theory) சைபர்நேடிக்ஸ் (Cyphernatics) முதலிய அறிவியல் கோட்பாடுகள் திறனாய்வுக்கு உதவக்கூடியன. அதுபோலவே, சார்பியல் கோட்பாடு (Relativity Theory) இலக்கியத் திறனாய்வுக்கு ஒரு புதிய கோணத்தைத் தரக்கூடியது ஆகும். இக்கோட்பாடு, இலக்கியத் திறனாய்விற்கு எவ்வாறு பொருந்தி வருகிறது என்பதைப் பார்ப்பதன் மூலம், திறனாய்வினுடைய ஒரு புதிய பரிமாணத்தை இங்கே பார்க்கலாம்.

காலம், இடம், என்ற தளங்களும், அவற்றின் இணைவும் சார்புமாகிய பண்புகளும், திறனாய்வில் இதுகாறும் கவனத்தைப் பெறவில்லை. ஆனால், பெற்றாக வேண்டியது மிகவும் அவசியம். சார்பியல் கோட்பாடு இதற்குப் பெரிதும் உதவுகிறது. தத்துவத்தையும் உளப்படுத்தியுள்ள இவ் அறிவியல் கோட்பாடு, திறனாய்வு உலகில் ஒரு புதிய பாதை சமைக்கும்.

1.1. அறிவியல் உலகில், இருபதாம் நூற்றாண்டின் திருப்பத்தில் கிடைத்த பெருந்திரவியம் - 'சார்பியல் கோட்பாடு' பற்றிய அறிவிப்பாகும். பௌதீகவியலில் ஒரு பெரிய மாற்றத்தை ஏற்படுத்தியது, அக்கோட்பாடு. முன்பு, காலமும் இடமும் சார்பில்லாத் தனி முழுமைகளாய்க் (absolute) கருதப்பட்டு வந்தன. இதற்கு மாறாக, அவை சார்புடையனவே என்பது நிலைநிறுத்தப் பட்டது. கலீலியோ, மிக்கேல்சன் ஆகியவர்களைப் பின்பற்றித் தமது 25ஆம் வயதில் ஐன்ஸ்டீன் (Einstein) சார்பியல் கோட்பாட்டை (1905) உலகுக்கு அறிவித்தார். மேல் - கீழ், வலம் - இடம், நீண்டது - குறுகியது, காலை - மாலை போன்ற பல கருத்து நிலைகளும் காலம் - இடம் என்பவற்றை ஒட்டியெழுகின்ற கருத்துக்களும், சார்புநிலையைச் சேர்ந்தவையே. அதுபோலவே, ஒரு பொருள் ஒரு இடத்தைவிட்டு இன்னொன்றிற்கு இடம் பெயர்கிறது என்ற கருத்தும் சார்பானதே. அதாவது ஒரு பொருள், இடம் பெயர்ந்திருக்கிறதாய்ச் சொல்கிறோம் என்றால், அது பிற பொருள்களைச் சார்ந்த தனது இடநிலையை மாற்றிக் கொண்டுவிட்டது என்பதே பொருள். பொருள்களின் இயக்கம், புறவிசைகளால் (external forces) பாதிக்கப்படுகிறது. அப்பொருள், ஓய்வு நிலையிலோ, நேர்கோட்டுப் பாதையிலான ஒரு சீரான இயக்கத்திலோ இருப்பது என்பது அதனுடைய சடத்துவம் அல்லது நிலைமவிதி (law of inertia) ஆகும். அத்தகைய பொருள் மீது உராய்வு விசை (forces of friction) எனும் புறவிசை செயல் படுகிறது. அதன் போது, அது பாதிப்புக்குள்ளாகிறது. எனவே, பொருளின் இயக்கம் மற்றும் அதன் திசைவேகம் (velocity) என்பது, புறவிசையின் தன்மைகளையும் குறிப்பிட்ட பொருளின் நிலைம விதியினையும் சார்ந்து அமைகின்றது.

ஆனால் அன்றாட வாழ்வில் இந்த விதியின் செயற்பாடு நேரடியாய்த் தன்னை தெரியப்படுத்திக் கொள்வதில்லை; இருப்பினும், அது இயல்பாகவும், வலுவாகவும் மனிதனின் கருத்தோட்டத்திலும் சிந்தனை முறையிலும் பிணைந்துள்ளது.

இதனைக் கண்டறிய வேண்டுமானால் முதலில், புறவிசையினால் தாக்குறும் பொருளின் இயக்கத்தை அனுமானிப்பது அவசியம். இதனைப் பரிசோதித்துத் தீர்மானித்துக் கொள்ளலாம். முதலில் அந்தப் பொருளிலிருந்து விலகித் தனியே அமைகிற ஒரு தளம் இதற்குத் தேவை. அது, மேற்கூறிய பொருளினைப் போல அல்லாமல் ஒய்வு நிலையில் (state of rest) உள்ள ஒரு பொருளாக இருக்க வேண்டும். இதனை, 'நிலைம ஆய்வுச் சட்டகம்' (reference frame) எனலாம். இச்சட்டகத்தினை ஓய்வு நிலையில் அல்லது ஒரே சீரான இயக்கத்தில் இருப்பதாகக் கொண்டு, பரிசீலனைக் குரிய பொருளின் இயக்கத்தினைக் கண்டறியலாம். அவ்வாறு பல நிலைமச் சட்டகங்களிலிருந்து, இவ்இயக்கத்தினைப் பார்க்கும் போது எந்தச் சட்டகத்திலிருந்து பார்வையிடப்படுகிறதோ அதனைச் சார்ந்ததாக இவ்வியக்கத்தின் விசையும் திறனும் அமைகின்றது. அதாவது, அதன் இயக்கம், தனித்த ஒன்றாக அல்லாமல், இன்னொரு சட்டகத்தின் தன்மையினைச் சார்ந்தே அறியப்படக்கூடியதாக இருக்கின்றது.

*1.2.* காலம், இடம், புறவிசை, திசைவேகம் முதலியன, சடப் பொருள்களுக்கு மட்டுமின்றிக் கலை, இலக்கியம் போன்ற வற்றிற்கும் பொருந்தக்கூடியனவே. இலக்கியத்தில் இடம் பெறுகின்ற செய்திகள், அவற்றின் தன்மைக்கும் தேவைக்கும் ஏற்ப, விசாலமான அல்லது இறுக்கமான பரப்புக்களைக் கொண்டிருக்கும். குறிப்பாகக், கதையமைப்பும் அளவு நீட்சியும் கொண்ட இலக்கிய வகைகளாகிய காவியத்திலும் நாவலிலும் இத்தகைய எல்லைப் பரப்பு துலாம்பரமாகக் காணப்படுகின்றது. அதன் நிகழ்ச்சிகள், நீண்ட காலப்பகுதிகளில் பல களங்களில் நடைபெறுகின்றன. இவற்றை நாவலின் கட்டமைப்புக்குள் சிதைவுறாமல் கொண்டு வரவேண்டும். இதனைச் சார்ந்தே நாவலின் வெற்றி அமைகின்றது.

*2.0.* பதினேழாம் நூற்றாண்டின் காலப்பகுதியில், தெலுங்கு மொழியினத்தவர்கள், ஆந்திரப் பகுதியிலிருந்து தமிழ்நாட்டின் தெற்குப் பகுதியில் குடியேறத் தொடங்குவதிலிருந்து, கும்பினி யார் ஆட்சி இங்குக் கால்கொள்ளத் தொடங்கிய 1858 வரையிலான அம்மக்களின் அனுபவங்களைக் கதை வடிவமாக்கியுள்ளது, கி.ராஜநாராயணனின் 'கோபல்ல கிராமம்' எனும் நாவல். நாட்டுப்புற மக்களின் கதை சொல்லுகின்ற மரபைப் பின்பற்றி அமைந்தது, இந்நாவல். ஏறத்தாழ இருநூறு ஆண்டுக்காலப்

பகுதி, இந்நாவலின் கட்டமைப்புக்குள் இடம்பெற வேண்டிய தாகிறது.

தமிழகத்தின் தென் பகுதியில் குடியேறி, இவர்கள் வாழ்ந்த வாழ்க்கையென்பது - நாவலின் இயக்கம் (motion) ஆகும். அதற் குரிய நிகழ்ச்சிகளை நிரல்படுத்தி ஒரே சீரான இயக்கமாகக் காட்டுதல் அல்லது படைத்தல் என்பது அதன் நிலைம விதி என்பதாகக் கொள்ளுவோமானால், நிகழ்ச்சி களுக்குரிய மனிதர்களின் அனுபவ, ஆளுமை வேறுபாடுகளும், நாவல் எனும் கட்டுமானத் தேவையும், அழகியலும், இதன் புறவிசைகளாகக் கொள்ளத் தகுந்தவையாகும். இந்தப் புறவிசை களின் தூண்டுதலினால் நிகழ்ச்சிகளின் திசை வேகம் துரிதப் படுத்தப்படுகிறது. இந்தத் துரித கதியே நாவலின் கட்டமைப்பில் மிக முக்கியமானதாகும்.

2.1. கம்மாளர் இனத்துப் பெண்ணொருத்தியை நகைக்கு ஆசைப்பட்டுக் கொன்று விடுகிறான் ஒருவன். அவனை, ஊர்ச் சபையில் விசாரிப்பது என்பது நாவலின் தொடக்க நிகழ்ச்சி. விசாரணை முடியவில்லை. எடுத்துரைப்பியல், இதனை அதன் சீரான போக்கில் போக விடவில்லை. கோட்டையார் குடும்பம் எனும் இன்னொரு தளத்தை மையமாக்கி நிகழ்ச்சிகள் இடை மறிக்கின்றன. கிட்டத்தட்ட இறுதியில் 20 ஆவது அத்தியாயத்தில் தான், முன்னர்க்கூறிய விசாரணை முடிகிறது. வழிப்பறித் திருடன் கழுவேற்றப்படுகிறான். அவன் பெயரில் 'கழுவன்திரடு' ஏற்படுகிறது. கதை முடிகிறது. அதாவது ஒரு தொன்மம் (myth) நாட்டுப்புறமரபில் - உருவாவதும், அது கம்மவார் குடியமர்வின் பண்பாடு - மற்றும் வரலாற்றின் ஒரு இலச்சினையாக ஆவதும் கதை கூறும் முறையில் பதிவு செய்யப்படுகின்றன. விரிவாக - ஆனால் நினைவு அலைகளாக - இடம்பெறுகிற இறந்த கால நிகழ்வுகளும் அவற்றின் நகர்வுகளும், குடியமர்வுகளைச் சலனச் சித்திரங்களாக ஆக்குகின்றன.

2.2. ஒரு பொருள், மிக வேகமாகச் செல்லும்போது, இயக்கத் திசையில் அதன் நீளம் சுருங்குகிறது என்பது சார்பியல் கோட் பாட்டில் ஓர் அம்சமாகும். வினாடிக்கு 2,40,000 கி.மீ. வேகத்தில் செல்லும்போது ஒரு பொருள் அவ்வாறு அளவில் சுருங்கு வதாக - ஆனால், அதேபோது, நிறை அல்லது திரட்சியில் (mass) கூடுவதாக, ஐன்ஸ்டீன், கணிதவியல் முறையில் (mathematical probability) நிரூபித்துக் காட்டுவார். இந்நிரூபணம், அறிவியலில்

மின்னணுவியலுக்குத்தான் அவசியம் அல்லது சாத்தியம். அத்தகையதொரு 'நடைமுறையனுவபத்திற்கு எட்டாத வேகம்', கற்பனை சார்ந்த இலக்கியத்தில் அதே பாணியில் அல்லா விடினும் கலைப்புனைவு எனும் நிலையில் சாத்தியமாவதை இலக்கியத்தில் காணலாம். இங்குக் கோபல்ல கிராமம் நாவலில் இது பொருந்தக்கூடியதாக உள்ளது. கிட்டத்தட்ட 200 ஆண்டு களைத் துரிதமான வேகத்தில் கடக்கும்போது, அதன் தளம் குறுகியதாகத் தோன்றுகிறது.

2.3. சார்பியல் கோட்பாட்டைத் தத்துவவியலில் பொருத்திப் பார்க்கும் சோவியத் தத்துவவியலாளராகிய அஸ்கின் (V.K.Askin), நிகழ்காலம் - இறந்த காலம் என்பதெல்லாம் சார்பியல் நோக்கிற்குட்பட்டதுதான் என்பார். மேலும், அவர் நிகழ்வும் இறப்பும், புறவய (objective reality) உண்மையினால் பின்னப்பட்டவையென்றும், இவற்றுள் கடந்த காலம், மீண்டும் வராது என்பது உண்மையே என்றாலும் கடந்துபோய்விட்ட ஒன்று என்பதால் இன்று அது சலனமற்றதாகிவிடாது என்றும் அது செயல்பாட்டளவிலான ஓர் உறுப்பே (active component) என்றும் கூறுவார். மேலும், நிகழ்வு, இறப்பு என்பவற்றிற் கிடையேயான எல்லைக்கோடு அல்லது வரையறை கூட நிரந்தரமானது அல்ல. அதுவும் சார்பு நிலை[illegible]ானதுவே.

3.0. காலம் என்பது சார்பிலாத் தனி முழுமையென்று கருதியது, நியூட்டன் காலத்து பௌதீகவியல். ஒற்றைப் பரிமாண மானதென்றும், தொடர்ச்சியானதென்றும் சீரான நேர்கோட்டில் செல்வது என்றும் பழங்காலத்திய மரபு வழி விஞ்ஞானம் கூறியது. அந்த வழியிலமைந்த தொடக்க காலத்துத் தமிழ்ப் புனைகதைகளிலும் இத்தகைய நேர்கோட்டு இயக்கத்தைக் காணலாம். ஆனால் அறிவியல் வளர்ச்சியின் காரணமாக இடம், காலம் பற்றிய கண்ணோட்டம் மாறிவிட்ட இன்றைக் காலத்தில், புனைகதைகளில், கால - இடப் பரிமாணம் நேர்கோட்டில் அமையும் என்று எதிர்பார்க்க முடியாது. மாறாக, இப் பரிமாணம், சீரான கதியிலோ, அல்லது வாசகனால் முன் கூட்டி அனுமானிக்கப்படுகிற (predictive) பாதையிலோ செல்லு வதில்லை.

3.1. பிரசித்தி பெற்ற நனவோடை உத்தி நாவலாகிய 'யுலிசிஸ்ஸை' ஜேம்ஸ் ஜாய்ஸ் (James Joyee) 1914-22இன் காலப்பகுதியில் வெளியிட்டார். அதற்கு முன், 1905-இலேயே

ஐன்ஸ்டீன், தமது சார்பியல் கோட்பாட்டை வெளியிட்டிருந்தார். ஜேம்ஸ் ஜாய்ஸ், தமது நாவலில் காலமும் இடமும் சார்புநிலைக் கருத்து நிலைகளேயென்றும் நிகழ்காலமும் இறந்தகாலமும் ஒரே நேரத்தில் (simultaneous) மனித மனத்தில் நிலைகொண்டிருக் கின்றன என்றும் கூறுகின்றார். இவ்வாறு நிலைகொண்டிருப் பதால் இரண்டும் ஒன்றோடு ஒன்று மோதிக்கொண்டு, படிமங் களாக அல்லது தோற்றங்களாக வெளிவருகின்றன. ஒரு நிகழ்ச்சி, வேறொன்றினை நோக்க, இறந்த காலத்ததாக இருக்கலாம் - அதுவே, வேறுஒரு தளத்தில் வைத்து நோக்க, நிகழ்காலத்ததாக இருக்கலாம். மனிதனுடைய நினைவுகளில் - அடிமனத்தில் - பதிந்துகிடக்கும் கால - இடப் பரிமாணத்தின் இத்தகைய சார்பியலான போக்குகள், புறவய உண்மைகளின் தூண்டு தலினால், வெளிப்பட்டுத் தோன்றுகின்றன. நனவோடை உத்தியின் சாராம்சம் இதுவேயாகும்.

3.2. தமிழில், நனவோடை உத்தி இன்னும் சரியாகக் காலூன்றவில்லையெனினும், ஓரளவேனும் இவ்வுத்தி இடம் பெற்றுள்ள ஜீவனாம்சம், அபிதா, புத்ர முதலிய நாவல்களில் இப்பரிமாணம் ஒரு புள்ளியிலிருந்து இன்னொரு புள்ளிக்கு முன்னும் பின்னும் தாவிச் செல்லுவதைக் காணலாம்.

4.0. சார்பியல் கோட்பாட்டில், எதிர்காலம் என்பதும் ஒரு முக்கியமான பரிமாணமே ஆகும். மிக வேகமான ஒரு பொருளின் இயக்கம், அன்றாட நடைமுறை வழக்கிலுள்ள கடிகாரத்து நேர அளவையைப் பின்தள்ளிவிட்டுச் செல்லுவதற்குச் சாத்திய மாகிறது. 'ஐன்ஸ்டீன் ரயில்' (Einstein Train) என்னும் ஒன்றைக் கருதுகோளாக அல்லது கற்பனையாகப் படைத்து, கடிகார நேர அளவையில் செயற்படும் ஒரு புதிரை (Clock Paradox) ஐன்ஸ்டீன் காட்டுவார். நிகழ்காலத்தில் இருந்துகொண்டே எதிர்காலத்திற்கு நுழைவதற்குரிய கருத்துநிலையைத் தருவதற்கு இத்தகைய நேர அளவை, அறிவியல் நிலையில் இடமளிக்கிறது. இடம், காலம் எனும் பரிமாணத்திலுள்ள முரண்பாடுகளையும் (paradoxes) புதிர்களையும் உணர்ந்த விஞ்ஞானப் புனைகதைகள், நிகழ் காலத்திலிருந்து எதிர்காலத்திற்கு நுழைவதைப் பெரும் அளவில், கதைப்பின்னலாக - நோக்கப் பொருளாகக் - கொண்டு, சித்திரிக் கின்றன. ஏனெனில் இன்று விஞ்ஞானத்தின் கண்டுபிடிப்புகள் பல, மனிதனின் எதிர்காலத்திற்கு அறைகூவல் விடுவனவாகக்

கருதப்படுகின்றன. எனவேதான், துரித வேகம் கொண்ட விஞ்ஞானம், எதிர்காலத்திற்குள் 'நுழைந்து' பார்ப்பதாக அமைகிறது.

5.1. விஞ்ஞானப் புனைகதைகளில், காலம் என்பது, நேரான நிகழ்ச்சிகளை விட்டு, முன்னோக்கி, நீண்ட நெடுந்தொலைவுக்குப் போவதுமுண்டு. அதுபோலவே, காலத்தில் பின்நோக்கிப் (reverse) போவதுமுண்டு. பின்னோக்கிய பயணத்தைப் பௌதீக வியல் ஒத்துக்கொள்வதில்லை. ஆயின், கடிகார முரண்பாட்டுப் புதிரைக், காலம் பற்றிய சார்பியல் கோட்பாடு காட்டுவதால், அந்தப் புதிரை வேறொருவகையில் காட்டுவதற்குக் கற்புனை சார்ந்த இலக்கியம் உரிமை பெறுகின்றது என்று கொள்ளலாம். அதுபோலவே, மிக வேகமாக இயங்கும் இயக்க நிலையில் 'நேரம் சுருங்குதல்' (Slowing down of time) என்பது இயல்பானது என்ற உண்மையின் அடிப்படையில், சுருங்குதல் மட்டுமல்லாது, 'உறை வடைதல்' (freezing) என்பதும் சார்பியல் நிலையில், காலத்தின் ஒரு பண்பாகக் கருதப்படக்கூடியதே. மேலும், உடனிகழ்வாக, ஒரே சீரில் இயங்கும் இரண்டு பொருட்கள், வெவ்வேறு வகை யான உராய்வு விசைகளால் பாதிக்கப்படும்போது, அவை இரண்டு வேறு தன்மைகளை அல்லது இயக்கங்களைப் பெறுகின்றன. அறிவியலில் மெய்ப்பிக்கப்பட்ட இவ்வுண்மை, இலக்கியத்தில் - குறிப்பாக, கதை மாந்தர் சித்திரிப்பில் - இயல்பாகக் காணப் படுவதைப் பார்க்கலாம்.

நேரம் உறைவடைதல், நேரம் சுருங்குதல் மற்றும் இன்றைய பின்னை நவீனத்துவவாதிகள் சொல்லுகிற 'நேரத்தைச் செறி வாக்குதல் அல்லது இறுக்கமாக்குதல்' (compression of time) முதலியவை, புறநிலை யதார்த்தத்தின் சார்பியலில் மனித மனத்தில் தோன்றும் ஒரு நிலைப்பாடு ஆகும். இன்றைய இலக்கியம் மட்டுமல்ல, முன்னைய இலக்கியங்களும் இதனை நன்றாகப் பயன்படுத்தியிருக்கின்றன. முக்கியமாக, இது, ஒரு காப்பிய மரபாகவும், புராணமாக்குதலின் ஒரு உத்தியாகவும் அமைந்திருப்பதைத் திறனாய்வாளன் அனுமானிக்க முடியும்.

சிலப்பதிகாரத்தில், காலத்தின் சார்பியலான வெளிப் பாட்டினைக் காண முடிகிறது. கண்ணகி - கோவலன் திருமணம். பிறகு, அவளை அவன், மாதவியின் கலைக்காகவும் காதலுக் காகவும் பிரிவது, அவளிடம் இருப்பது, அவளிடமிருந்து விலகிக், கண்ணகியிடம் மீண்டும் வருவது, இருவரும் புகாரைவிட்டு

இறுதியாகப் பிரிவது. இவற்றிற்கிடையில் பறக்கிறது காலம். உணர்வோடு கூடிய காலத்தின் செறிவு, வார்த்தையோடு கூடிய பனுவலின் நீட்சியை உடைத்து இறுக்கிவிடுகிறது. இதனைச் சிலம்பின் கட்டுக்கோப்பு என்ற சட்டகத்திலிருந்து பார்க்கிற போது, ஒரு 'புதிர்' போலத் தோன்றுகிறது. இதெல்லாம் இருக்கக், கோவலன் மதுரை வீதியில் கொலை செய்யப் படுகிறான்; கண்ணகிக்குச் செய்தி வருகிறது; கண்ணகி, தேடி, ஓடி அவனைக் கண்டடைகிறாள்; 'இருந்தைக்க' என்று சொல்லி அவன் தலை சாய்கிறது; அவள் எழுகிறாள்; பாண்டியன் முன் நிற்கிறாள்; வழக்குப் பேசுகிறாள். பாண்டியன் தலை சாய்கிறான்; மதுரையைத் தீக்கிரையாக்குகிறாள் கண்ணகி. செய்திகள், செய்திகளின் அளவு, வீச்சு, முக்கியத்துவம் - எனும் இவற்றில் காலம் என்ற பரிமாணம் இங்கே, இறுக்கம் அடைகிறது. தாவிப் போகிறது; சுருங்கி நிற்பதாகத் தோன்றுகிறது. இந்த உத்தியை இளங்கோ, திறம்படச் செய்திருக்கிறார். இது, புனைவு சிலம்பில் கொலையும் வழக்கும் தீயும் ஒரு நாட்கூத்தா? இரண்டு நாள், மூன்றுநாள் கூத்தா? புதிரை அவிழ்க்கத் திறனாய்வாளனுக்கு இலக்கியமும் தெரிந்திருக்க வேண்டும்; அறிவியலும் தெரிந் திருக்க வேண்டும்.

நவீன இலக்கியத்தின் திறனாய்வுக்குக் கணினிய அறிவு இன்று நிரம்பவே உதவக்கூடியதாக உள்ளது. Hyper Text எனும் அறிவியல் முறை, இலக்கியத்தின் பனுவல்கள் எவ்வாறு, மையத்தை விட்டுக் கிளைத்துக் கிளைத்துக் கணினியின் வலைப் பின்னலில் வளர்வதைப் போன்று போகின்றன, என்பதைப் பேசுகின்றது. எழுதப்பட்ட பனுவலன்றியும் வாசகனின் வாசிப் பாகிய பனுவலும் இவ்வாறு உட்கிளைகள் விட்டு வளர்கின்றது.

இன்று - மாய்ம்மைகள், (mystery) விநோதைகள் (fantasy), கணினி வரைகலைகள் மூலம் வெளிப்படும் அற்புதப் புனைவுகள் (miracles) முதலியவை, மனித மனத்தின் ஓட்டங்களையும் கற்பனைகளையும் குறுக்கே நெடுக்க ஓட்டி, அறிவியலைப் புனைவுகளாக்கி நீளத்தாவுதல் நிகழ்த்துகின்றன. இவற்றைப் படைப்பாளியும் புரிந்துகொள்ள வேண்டியிருக்கிறது; திறனாய் வாளனும் புரிந்துகொள்ள வேண்டியிருக்கிறது. இது, காலத்தின் கட்டாயம்.

# 4
# கொள்கைகளும் கோட்பாடுகளும்

## 4.1
### திறனாய்வும் தத்துவநெறியும்

திறனாய்வில் - தத்துவஇயல், அவ்வப்போது பேசப் பட்டாலும் இது இன்னும் தனிப்பார்வையாக வளரவில்லை; ஆனால், வளர்த்தெடுக்கப்பட வேண்டிய ஒன்று. தத்துவ நெறி களின் பார்வையில், இலக்கியங்களுக்கு விளக்கம் தருதலையும் மதிப்பிடுதலையும் இது குறிப்பிடுகிறது. கலை - இலக்கியமும் தத்துவமும் நெருக்கமான உறவு கொண்டவை என்பது இதன் அடிப்படையான கருதுகோள். இரண்டுமே மனிதனைப் பற்றிப் பேசுபவை; மனிதனை, மனித விதியை, மனிதனின் இருப்பைத் துருவி அறிவதையே தமது தேடலின் மையமாகக் கொண்டவை. இரண்டுமே மனித வாழ்க்கையின் நடப்பு, அவ்வாழ்க்கையின் பல்வேறு பிரச்சினைகள், அவற்றை எதிர்கொள்கிற மனிதனின் அனுபவங்கள் முதலியவற்றைச் சிந்தனைகள் அல்லது கருத்துக் களின் அடிப்படையில் பொதுமைப்படுத்தியும் சாராம்சமாக்கியும் புலப்படுத்துகின்றன; விளக்கம் செய்கின்றன; மனிதன் தன்னையும் பிறரையும் புரிந்துகொள்ளவும் புரிந்துகொண்டு முன்செல்லவும் அவை உந்துதல் தருகின்றன. 'நீ தத்துவவாதியாக ஆக விரும்பு கிறாயா, நாவல்கள் எழுது', என்று ஒரு சமயம் ஆல்பர் காமு (Albert Camus) சொல்லியிருக்கிறார். தத்துவத் திற்கும் இலக்கியத் திற்கும் உள்ள இணக்கத்தையே அவர் இப்படிப் பூடகமாகக் கூறுவார்.

தத்துவத்தின் அடித்தளத்தில் உள்ள உள்ளார்ந்த கலைக் கூறும், அதுபோல கலை இலக்கியத்தின் அடித்தளத்திலுள்ள உள்ளார்ந்த தத்துவத்தின் சாராம்சமும் பிணைந்துள்ளன என்பதை, இரண்டும் பற்றிய பயிற்சியுடையவர்கள் அறிவர். அழகியல் பற்றிய கோட்பாடு இதற்கு ஒரு நல்ல எடுத்துக்காட்டு. கலையும் தத்துவமும் - இரண்டுமே இதில் சந்திக்கிறதைப் பார்க்கலாம். கலைஞன் (நல்ல கலைஞன்) தனது படைப்பில் தத்துவத்தை வலியப் புகுத்துவதில்லை; அது சாத்தியமாவது மில்லை. வாழ்க்கையின் பிரம்மாண்டமும் அதில் அவனுடைய பங்கும், சார்பும், தத்துவத்தின் அம்சத்தினை அவனுடைய படைப்பில் உள்ளார்ந்த ஒன்றாக மிக இயல்பாக - ஆக்கி விடுகின்றன.

இலக்கியத்தின் மீது அக்கறை செலுத்துகிற - அமிழ்ந்து அதன் பொருளை வெளிப்படுத்துகிற - திறனாய்வு, தூலமான - கலையியல் உதாரணங்களைத் தந்து, தத்துவத்தினைச் செழுமைப் படுத்துகிறது; தத்துவஇயல் (ஏனைய அறிவார்ந்த துறைகள் போல்) திறனாய்வுக்குக் கருத்து நிலைகளையும் வழிகாட்டுதல் களையும் தருகின்றது. இன்று, தத்துவப்பார்வை, திறனாய்வுக்கு அவசியமான ஒன்றாக ஆகியுள்ளது. ஆனால், இதனை இறுக்க மானதாகவும் மாறாப் பண்பினதாகவும் எடுத்துக்கொள்ளக் கூடாது; வரலாற்றுக்கும் சமுதாய அமைப்புகளுக்கும் ஏற்ப ஒன்றுபட்டு, வளர்நிலையோடு கூடிய உயிர்ப்புடன் அமையக் கூடியதுதான் தத்துவம். சில அடிப்படைக் கூறுகள் பொதுவாக இழையோடினாலும், எல்லாத் தத்துவங்களையும் எல்லாக் காலங்களுக்கும் சமுதாயங்களுக்கும் அப்படியே ஏற்புடையன வாகக் கொள்ள முடியாது. அவ்வக்கால, அவ்வச் சமுதாயத்தி லுள்ள இலக்கியங்களைப் புரிந்துகொள்ள, குறிப்பிட்ட அவ்வச் சமுதாயத்திலிருந்து எழுந்துள்ள தத்துவங்களே பிரதான கருவிகள் என்பதை நினைவிற் கொள்ள வேண்டும்.

இந்திய இதிகாச, புராண, காப்பியக் கதைகளைப் புரிந்து கொள்ள, விசாலமான இந்தியத் தத்துவ மரபின் தேவை மிக அவசியமானதாகும். அதுவன்றி, இதிலிருந்து மாறுபட்ட மேலைநாட்டுத் தத்துவ மரபைக் கொண்டு வருவோமானால், இந்தியப் புராணங்களின் அடிப்படை உண்மைகளைக் - குறியீடு களைச் - சரிவரப் புரிந்துகொள்ளமுடியாது. உதாரணமாக, மேலை நாட்டுப் பகுப்பியல் உளவியல்காரர்கள் (psychoanalysis),

இக்கதைகளில் ஃபிராய்டிய ஒடிபஸ் மனவுணர்வுகளைத் தேடிப் பார்க்க முயன்றுள்ளனர். இராமாயணத்திலும் மகாபாரதத்திலும் இப்படித் தேடிப் பார்த்துவிட்டு, இந்தக் கதைகளில் எத்தனை தந்தைகள்! எத்தனை தாய்கள்! எத்தனை மகன்கள்! என்று அலுத்துப் போய்விட்டிருக்கிறார்கள். இதுபோல் விநாயகர் கதையைப் படித்துவிட்டு, ஒடிபஸ் மனவுணர்வுக்கு இந்தியாவின் மிகச் சிறந்த ஒரு தீர்க்கமான உதாரணம் என்று இதை, இத்தகைய உளவியல்காரர்கள் ஆர்வமாக வருணித்துள்ளனர். விநாயகர் தலையின் துதிக்கை, தலை கீழாக்கப்பட்ட (?) ஆண்குறியையே காட்டுகிறது என்றும் அவர்கள் வருணிக்கின்றனர். இது சுவாரசியமானதுதான். ஆனால், விநாயகரின் யானைத் தலைக்கு இனக்குழு வாழ்க்கைமுறையின் அடிப்படையில், தொன்மக் கூட்டுப்படிமமாக - (totemic symbol) தொல் மானிடவியல் வேறு வகையான விளக்கங்கள் தருகின்றது. இது ஒரு பக்கம் இருக்க, கிரேக்க புராணங்களும் இந்தியப் புராணங்களும் வேறுவேறு பின்னணி கொண்டவை. சடங்குகளும் குறியீடுகளும் கொண்ட சமயம் சார்ந்தவையாகவுள்ளவை இந்தியப் புராணங்கள் என் பதைப் புரிந்துகொள்ள வேண்டும். தந்தைவழிச் சமுதாயத்தின் வளர்ச்சிப் போக்கில், தாயின் தனிமையைக் காக்க வேண்டித் தந்தையை மறுக்கிற விநாயகருக்குத் தந்தையின் உயர்வு சொல்லித் தரப்படுகிறது. இந்தியத் தத்துவ மரபில் மன்னிப்பும், சரிப்படுத்தி ஏற்றுக்கொள்வதும் சாராம்சமான ஒரு வாழ்க்கை முறையாகும். எனவே, தலை துண்டிக்கப்படுவதும், பின்னர் யானைத்தலை பொருத்தப்பட்டு விநாயகர் ஏற்றுக்கொள்ளப்படுவதும் நிகழ் கிறது. பின்னர் உலகத்தைச் சுற்றி வருவதாகச் சொல்லித் தந்தை - தாயை ஒரு சேரச் சுற்றி வந்து அதனையே உலகம் என்று உணர்த்து கிறார்.

இந்தியத் தத்துவ மரபில் குரு - சீடர் உறவு மிகவும் புனித மானது; உறவுகளின் சாராம்சமானது. ‘குருவே சிவனுமாய்க் கோனுமாய்’ என்பார் திருமூலர். ‘பரஞ்சோதி - நீ குருவாய் வந்தவடிவை மறவேன் பராபரமே’, என்பார் தாயுமானவர். குரு (ஆச்சாரியன்) மூலமாக ஆன்மீக விடுதலை பெறுவது என்பது முக்கியம். குரு - சீடன் உறவின் நேர்இணைவுகள் தான், தந்தை - மகன், அரசன் - குடிமகன், காதலன் - காதலி, நண்பன் - நண்பன் முதலிய உறவுகளும்; இவற்றின் சாராம்சமும் இந்தப் பொருள் கொண்டதுதான்.

மேலும், இந்தியத் தத்துவங்கள் பெரும் மோதல்களையும் அழிவுகளையும் (conflict and catastrophe) இறுதியாக - முடிவு களாக - ஏற்றுக்கொள்வதோ, போதிப்பதோ இல்லை. அதனால் தான், இங்கே, கிரேக்கம் மற்றும் பின்னைய மேலை நாடுகளில் போல, அவல நாடகங்கள் இல்லை. அங்கே 'பாவத்தின் சம்பளம், மரணம்', இங்கே, பாவத்தின் சம்பளம், பிறப்பு. 'கன்மபந்தமும்' அதன் வழியிலான 'சன்ம பந்தமும்' அழியப் பெறும் போது கிடைக்கிற ஆன்மீக விடுதலையின் ஆனந்தக் களிப்பே இந்தியத் தத்துவங்களில் மையமாக உணர்த்தப் படுகிறது. பெரும் மோதல்களும் தவறுகளும், தண்டனைகளும், அழிவுகளும் சாசுவதமானவை அல்ல; 'செம்பிலுறு களிம்பென மூலமலமாய் அறிவுதனை மறைக்கும்' 'தான்' எனும் உணர் வினை விடுத்து, அடக்கமும் நல்அன்பும் அறமும் பேணுவதன் நன்மை குறித்து, இத்தத்துவங்கள் போதிக்கின்றன.

இந்தியத் தத்துவங்கள் கூறும் விளக்கங்களின் பின்னணியில் பார்க்கிறபோதுதான் சிலப்பதிகாரத்தில் 'காடு' காண் காதையில் நிரம்பிக் கிடக்கும் சமய - தத்துவச் சொல்லாடல்களும் மற்றும் வஞ்சிக் காண்டத்தினுடைய தேவையும், செய்தி விடுப்பும் (message) நமக்குப் புலப்பட முடியும். இதுபோல்தான், பின்னால் வந்த நூல்களும் (உதாரணமாக, மணிமேகலை, சீவகசிந்தாமணி உள்ளிட்ட காப்பியங்கள்) தத்துவவியல் அணுகுமுறையில் விளக்கம் பெறுகின்றன.

இன்றைத் தமிழில், வேறு யாருடைய படைப்புக்களை விடவும், பாரதியின் கவிதைகளிலேயே இந்தியத் தத்துவ மரபின் சாயலை அதிகம் பார்க்க முடிகிறது. அதன் பின்னணியில் அவருடைய கவிதை வரிகளை ஆராய முடியும். இவ்வகையில், இலங்கையைச் சேர்ந்த ந.ரவீந்திரனின் 'பாரதியின், மெய்ஞ் ஞானம்' எனும் நூல் குறிப்பிடத்தகுந்தது. தவிர, பாரதியார் தன் காலத்தின் குரலுக்கும் அவர் போதித்த தேசியத்தின் உணர்வுக்கும் ஏற்ப, அந்தத் தத்துவ மரபிற்குத் தன்னளவிலிருந்து புதிய தரிசனங் களை அவர் தருகிறார். இனித், தமிழ்ப் புதின இலக்கியங்களில் ராஜம்ஐயர், வேதாந்த தத்துவத்தை விளக்குகின்ற விதத்திலேயே 'கமலாம்பாள் சரித்திரம்' எழுதினார். வேதநாயகம்பிள்ளை, வாழ்க்கையை வியப்பாக்கி, விருப்பத்தையும் நம்பிக்கையையும் ஊட்டுகிறவிதத்தில், யதார்த்ததை அற்புதப் புனைவாக்கினார். ராஜம்ஐயர், தொடக்கத்தில் விவரிக்கின்ற யதார்த்தம் போன்ற

நிகழ்ச்சிகள் எல்லாம், மாய்ம்மையின் வெவ்வேறு வடிவங்களே. இவற்றின் இறுதி நோக்கம், 'ஞானானந்தம்' தான் என்பதைத் தத்துவ விசாரமாகச் சொல்லிக் காட்டிப் போகிறார். கமலாம்பாள், அபவாதத்திற்கு ஆளாவது, பொன்னம்மாள், வம்பர் மகாசபை, அம்மையப்ப பிள்ளையின் வெகுளித்தனம், பேயாண்டித் தேவனின் திருட்டுத்தனம், சுப்பிரமணிஐயரின் அப்பாவித்தனம் - எல்லாம் மாயையின் வெவ்வேறு வடிவங்கள். இவற்றில் சலிப்புற்று கிரஹத்தைவிட்டு ஒடுகிறார், முத்துஸ்வாமி ஐயர். 'வேண்டேன், இம்மாயப் பிறவி வேண்டேனே என்று உலக விரக்தி பெற்றுக் கிருமி முதல் கிரகங்கள் வரை சலியாது சஞ்சரிக்கின்ற பகவானுடைய சித்விலாஸச் சிறப்பில் சிவானுபூதி பெற்று விசிவோஹம் என்றிருந்து காலத்தைத் தள்ளுவோம்' என்பதை இந்நாவல், இறுதிச் செய்தியாக விடுக்கின்றது. நாவலின் நகர்வுகள், தத்துவ லயிப்பை நோக்கியே செல்லுகின்றன.

க.நா.சுப்பிரமணியன், மௌனி, லா.ச.ரா., கிருத்திகா, ஜெயகாந்தன், மு.தளையசிங்கம், நகுலன், சுந்தர ராமசாமி, ஜி.நாகராஜன், ஜெயமோகன் முதலியவர்களின் புனை கதை களிலும் மஹாகவி, சி.மணி, தருமுசிவராமு, பிரம்மராஜன், ந.ஜயபாஸ்கரன், தேவதேவன் முதலிய பல புதுக்கவிதை யாளர்களின் கவிதைகளிலும் தத்துவச் சாயல்களைப் பார்க்க முடிகிறது.

வாழ்க்கை பற்றிய நிலைப்பாடுகளுக்கிடையே விசாரணை எழுவது என்பது இயல்பானதுதான். இந்த விசாரணை களினூடே வாழ்க்கையின் தேடுதலாகவும் அதன் சாரமாகவும் எழுகின்ற தத்துவம், நுண் பொருள்ளதாகவும் வாய்பாட்டுச் சாயலுடையதாகவும் மேலும் மேலும் பல வாசிப்புக்களுக்கும், விளக்கங்களுக்கும் உரியதாகவும் அமைகிறது. சமயங்களின் வெளிகளில் மூழ்கி, முடங்கிக் கிடப்பதல்ல தத்துவம், மார்க்சியம் முதற்கொண்டு பரந்த வெளிகளில் சஞ்சரிப்பது, அது.

## 4.2
## மார்க்சியத் திறனாய்வு

மார்க்சியம், அடிப்படையில் ஓர் அரசியல் - பொருளாதார - சமுதாய தத்துவமே. இதன் சிற்பிகளாகிய காரல் மார்க்சும், பிரடெரிக் ஏங்கல்சும், பின்னர் விளாதிமிர் லெனினும், இலக்கியக் கோட்பாடு பற்றித் தனியாகவோ முழுமையாகவோ பேசவில்லை. ஆயின், அவர்கள் தத்துவ நெறிமுறைகள் பற்றியும் பொருளாதாரக் கோட்பாடுகள் பற்றியும், வரலாற்றியல் மற்றும் அரசியல் கொள்கைகள் பற்றியும், சமுதாய நிலைகள் பற்றியும் விரிவாக விவாதித்துள்ளனர். தருக்கரீதியான கோட்பாடுகளைக் கட்டமைத்துள்ளனர். இலக்கியக் கோட்பாடுகள் பற்றிய கருத்தியல்களை உருவாக்க இவை, சில அடிப்படைகளை முன்மொழிகின்றன. இதுவன்றியும், கலை - இலக்கியம் பற்றிய, விரிவான ஞானமும் ஆழ்ந்த ஈடுபாடும் கொண்டவர்களாகவும், தொன்மைக்காலம் முதல் அவர்களின் சமகாலம் வரையுள்ள இலக்கிய மேதைகளின் எழுத்துக்களில் பயிற்சியும் அக்கறையும் கொண்டவர்களாகவும் விளங்கியவர்கள்; கிரேக்க - உரோமானிய கலைகளிலும், ரஃபேல், லியோனாடா டாவின்சி ஆகியோரின் ஓவியங்களிலும் பெரும் ஈடுபாடு கொண்டவர்கள்; பல எழுத்தாளர்களுடன் நெருங்கிய, நேரடியான தொடர்பு கொண்டிருந்தவர்கள்; கலை - இலக்கியங்கள் பற்றியும், படைப்பாளிகள் பற்றியும் பல இடங்களில் அவர்கள் விவாதித்துள்ளனர். இதன் மூலம், கலை - இலக்கியம் பற்றிய கருத்தியல்களை இனங்காட்டியுள்ளனர். இவையும், மார்க்சியத்தை ஏற்றுக்கொண்டு, புதிய சூழ்நிலைகளில் அதனை ஏற்புடையதாக விளக்குகின்ற ஏனைய மார்க்சியர்களின் விளக்கங்களும் இணைந்து மார்க்சிய அழகியலை, மார்க்சிய இலக்கியக் கொள்கையை, உருவாக்கியுள்ளன.

## இயக்கவியல்

ஒன்றனையொன்று சார்ந்து உறவுடைய இயக்கவியல் பொருள் முதலியமும் (Dialectical Materialism) வரலாற்றியல் பொருள் முதலியமும் (Historical Materialism), மார்க்சிய சித்தாந்தத்தின் அடிப்படைகளாகக் கருதப்படுபவை. இவை, பொருள்களையும் அவற்றின் இயங்குநிலைகளையும் வளர்ச்சியையும் முதன்மைப்படுத்துபவை. இதனடிப்படையில், சமுதாய அமைப்பினைத், தமக்குள் செயல்பாட்டுறவுடைய இரண்டு கட்டுமானங்களாகப் பகுத்துச் சொல்லுகிறது. இவற்றுள், அடிக்கட்டுமானம் (basic structure) என்பது, பொருளியல் வாழ்க்கையின் அனுகூலங்களால் பெற்ற (benefits of the material life) பொருளாதார உற்பத்தியுறவுகளைக் குறிக்கும். இது, சமுதாய இருப்பு (social being) என்பதாகும். இதனை அடிப்படையாகக் கொண்டு அதன் மேல்மட்டத்தில் அமைந்துள்ள கருத்தோட்டங்கள், சமயங்கள், அரசுகள், மரபுகள், அழகியல்கள் முதலியவற்றின் ஒட்டுமொத்தத்தைக் குறிப்பிடுவது, 'சமுதாய உணர்வு நிலை' (social consciousness) என்பதாகும். இது சமுதாய அமைப்பில் மேல் கட்டுமானம் (super structure) எனப்படுகிறது. இது, தனக்குள் ஒன்றனையொன்று சார்ந்துள்ள பல உள்கட்டுமானங்களைக் கொண்டிருக்கிறது.

அடிக்கட்டுமானமும் மேல் கட்டுமானமும் இரண்டும் ஒன்றோடு ஒன்று சார்பும் தாக்கமும் கொண்டவை. தனித்து நிற்பன அல்ல. அடிக்கட்டுமானத்தைச் சார்ந்துதான் மேல் கட்டுமானம் அமைகின்றது. அதேபோது, மேல்கட்டுமானமும், பொருளாதார உற்பத்தியுறவுகளால் அமைந்த அடிக் கட்டுமானத்தைப் பாதிக்கின்றது. சமுதாயத்தின் மொத்தக் கட்டமைப்பு இவ்வாறு பகுத்துணரப்படுகிற நிலையில்தான் இலக்கியத்தின் 'இடம்' நிர்ணயிக்கப்படுகிறது.

இலக்கியம், சமுதாய உணர்வுநிலைகளில் ஒன்று. ஏனைய சமுதாய உணர்வுநிலைகளாகிய அரசியல், சமயம், சட்டம், சாதி, நீதிநெறி, சித்தாந்தம் முதலியவற்றோடும், அழகியலாகிய அது, செயல்பாட்டுறவு கொண்டதாக இருக்கிறது. இவ்வாறு இலக்கியத்தின் இடத்தை மார்க்சியம் நிர்ணயம் செய்கிறது. பிறிதோரிடத்தில் மார்க்ஸ் சொல்வார்: 'குறிப்பிட்ட படைப்பாளியின் மூலமாக ஒரு சமுதாய தளம், இலக்கியத்தை உருவாக்குகின்றது. அவ்வாறு, இலக்கியம் எனும் கலைப் பொருள் உருவானவுடன்,

அது சமுதாயத்தின் ஏனைய உறுப்புகளையும் பாதிக்கின்றது. ஏனைய பொருள்கள் போலவே, அழகினைச் சுவைக்கும் திறனும் கலையைப் புரிந்துகொள்ளும் திறனும் கொண்ட மக்கள் திரளை அந்தக் கலைப் படைப்பு உருவாக்குகின்றது.'[2]

அதாவது, மக்களிடமிருந்து தோன்றும் இலக்கியம், மக்களை நோக்கியே செயல்படுகின்றது. இதுதான் அதன் பொருண்மை. இந்தச் செயல்பாட்டினையும் இந்தப் பொருண்மை யினையும் பாதுகாப்பதும் வளர்ப்பதும் இலக்கியத் திறனாய்வின் செயல்பாடு ஆகும். அதாவது, இலக்கியத்தை மக்களிடமிருந்து காண்பதும், அதனை மக்களோடு நெருங்கச் செய்வதும் திறனாய்வின் அடிப்படைப் பண்பாகும். இதனையே மார்க்சியத் திறனாய்வு நோக்கமாகக் கொள்கிறது.

**உருவமும் உள்ளடக்கமும்**

திறானாய்வு என்பது கலை பற்றிய ஓர் அறிவியல். அதே போது, தருக்க முறையை வற்புறுத்தும் இயக்கவியல், வளர்ச்சி முறை பற்றிய ஓர் அறிவியலாகும். பொருள்கள் தமக்குள் உறவு பெற்றவை என்றும், அவற்றின் எதிர்முனையான சக்திகளின் உள்ளார்ந்தனவும் புறமார்ந்தனவுமான மோதல்களினாலும், அவற்றின் வழி உருவாகும் இயைபுகளினாலும் அமைந்திருப் பவை அவை என்றும், இதன் காரணமாக அவை இயங்கு சக்தி கொண்டிருக்கின்றன என்றும் இது கூறுகிறது. இத்தகைய பொருள்களின் தோற்றத்தை அல்லது காட்சியினைப் புரிந்து கொள்வதற்கு அவற்றிற்கிடையே காரண காரிய முறையிலான உறவுகளைக் காண அழைக்கிறது இயக்கவியல்.[3] காரண காரிய விதிமுறைகளுக்குட்பட்ட பொருள்களின் இயக்கம், பண்புநிலை - அளவுநிலை மாற்றங்களுக்கு உட்பட்டதாகும். பண்புநிலை (quality) என்பது, ஒரு பொருளின் தன்மங்களை (properties) இனங்காட்டக்கூடியவற்றின் மொத்த இயல்பினைக் குறிப்பது. அளவுநிலை (quantity) என்பது, அப் பொருளின் இருப்பு அல்லது தோற்றத்தினையும் வேகம் மற்றும் வளர்ச்சி அளவுகளையும் குறிப்பது. பண்பு நிலையில் ஏற்படுகிற மாற்றம், அளவுநிலை மாற்றத்திற்கும், அளவுநிலை மாற்றம், பண்புநிலை மாற்றத் துக்கும் இட்டுச் செல்லும். இயக்கவியல் இதனை ஒரு விதி முறையாகக் கொள்கிறது.

பண்புநிலை - அளவுநிலை மாற்றங்கள் பற்றிய கருத்துநிலை, உருவம் - உள்ளடக்கம் பற்றிய கருத்து நிலைக்கு அனுசரணை

யானது; அதன் பிரச்சினைகளைத் தீர்க்க உதவுகிறது. இவற்றுள் உள்ளடக்கம் பிரதானமானது; அதே போது, உருவம் முக்கியத் துவம் குறைந்ததல்ல. அது, உள்ளடக்கத்தைப் பாதித்து அதன் வளர்ச்சியை முன்கொண்டு செல்லக்கூடிய ஆற்றல் படைத்தது. மார்க்சியம், இவ்வாறு இந்த இரண்டன் பரஸ்பர முக்கியத் துவத்தை வற்புறுத்துகிறது. இதனடிப்படையில் லெனின் கூறுவார்: 'உருவத்துக்கும் சார்புடைத் தனித்துவம் (relative independence) உண்டு. அது, உள்ளடக்க வீச்சுக்குப் பின்தங்கிப் போவதும், அதனை மீறிச் சில போது, பெரும் வேகம் கொள் வதும் உண்டு. ஒரு உள்ளடக்கத்திற்கு ஒரே வகையான உருவம் தான் சாத்தியம் என்பதில்லை. ஒத்த அல்லது சற்று வேறுபட்ட பல வடிவங்கள் இருக்கலாம்.'[4] மேலும், உள்ளடக்கத்தின் மீதான உருவத்தின் தாக்கம் அல்லது செயல்பாடு இரண்டு நிலைகளில் இருக்கக்கூடும் ஒன்று - உள்ளடக்கத்திற்கு அவ் வுருவம் போதுமானதாக இருக்குமானால், அவ்வுள்ளடக்கத்தின் வளர்ச்சிக்கு அது உதவுகின்றது. இரண்டு - உள்ளடக்கத்தோடு இசைவு பெறுகிற சக்தியை அவ்வுருவம் இழந்துவிட்டாலோ அல்லது அவ்விதத்தில் அது பயனற்றதாகிப் போனாலோ, அதனுடைய வளர்ச்சி குன்றி விடுகிறது. பழைய உருவம் புதிய உள்ளடக்கத்தை ஏற்கிறபோது, முரண்பாடும் அதன் காரணமாக உருவத்திற்கு நெருக்கடியும் ஏற்பட்டுவிடுகிறது. இந்த மோதலில், அதனிடத்தில் புதிய வடிவம் தோன்றுகிறது.[5]

இதன் பின்னணியில், தமிழில், செய்யுள் வடிவங்கள் புதிய உள்ளடக்கங்களை ஏற்றுக்கொள்கிறபோது, அவை, உருவமாற்றங்கள் பெறுகின்றதைக் காணலாம். சங்ககாலத்தில் அகவற்பாக்களாலான தனிப்பாடல்களின் வளர்ச்சி, இருந்தது. ஆனால் அரசியல், சமூக எழுச்சிக் காலத்தில் உள்ளடக்க வீச்சின் ஆற்றலினால், அகவற்பா வடிவம் நெகிழ்ந்து, நீண்ட அடி வரையறைகளைத் தழுவிக் கொள்கிறது. காப்பியம் எழுச்சி பெறுகிறது. 9-ஆம் நூற்றாண்டுக்குப்பின் எழுந்த காப்பிய எழுச்சிக்காலம், பேரரசுகளின் பெரும் சக்திகளை உணர்ந்த காலம்; தெய்வங்களைச் சுற்றிப் புராணக்கதைகளை உருவாக்கி அந்தச் சக்திகளை வியந்து போற்றிய காலம். இதன் பின்னணியில் அக்காலத்திய இலக்கியங்கள், ஒப்புயர்வற்ற நாயகர்களை உருவாக்கின. அவர்களின் சகல பண்பு நலன்களையும் விளக்கி யாக வேண்டும் என்ற தேவை ஏற்பட்டது. இதனை ஒட்டிக் கிளைக்கதைகள், துணைக்கதைகள், வருணிப்புகள் ஆகிய

வற்றின் பெருக்கம் அவசியப்பட்டது. இத்தகைய விரிவான, உள்ளடக்க வீச்சுக்கு, சங்ககாலத்தில் இருந்து சிலம்புக்காலம் வரை ஆட்சி செலுத்திய அகவல் அல்லது தனிநிலைக் கவிதை போதாது என்ற நிலை ஏற்பட்டுவிடுகிறது. இதன் காரணத்தால், இவ்வடிவம் பின்தங்கி விடுகிறதைப் பார்க்கிறோம். சற்றுத் தாராளமும் விசாலமும் கொண்ட விருத்தப்பா எனும் புதிய வடிவம், சீவகனின் கதைக்கும் இராமனின் கதைக்கும் ஏற்புடையதாக உருப்பெறுகின்றது. விரிவான உள்ளடக்க வீச்சுக்கு விருத்தப்பா ஏற்புடைய வடிவமாக அமைகிறது. இதுபோல் தான், இன்றைக் காலத்தில், சமுதாய மாற்றங்களுக்கும் புதிய தலைமுறையினரின் வேகத்திற்கும், இறுக்கமான (குறிப்பாகப் பின்னிடைக் காலத்தில் இறுக்கப்பட்டுவிட்ட) மரபு யாப்புக்கள் போதா என்ற நிலை ஏற்பட்டு விடுகிறது. அதன் போது, அதன் இறுக்கம் வீழ்ந்ததையும் புதிய வடிவங்கள் (புதுக்கவிதையாக) 'ரகளை'யுடன் வெளிக் கிளம்பியதையும் பார்க்கிறோம்.

உருவமும் உள்ளடக்கமும் வேறுபாடின்றிச் சரிவர ஒன்றிணைந்த இணைவு, 'கலைமுழுமை' (artistic whole) என்று சொல்லப்படுகிறது. 'மூலதனம்' எனும் தனது பிரம்மாண்டமான நூல் தயாராகிவிட்ட நிலையில், மார்க்ஸ் அதனைத் தெரிவிக்கு முகமாக ஏங்கல்சுக்கு எழுதிய கடிதத்தில், இப்படிக் கூறுவார்: 'என்னுடைய இந்நூல்கள் வேறு எப்படியிருந்தாலும், ஒரு சிறப்பு நிச்சயம் இவற்றிற்கு உண்டு - அது, இவை கலை முழுமை பெற்றவை - என்பதுதான்.[6]

**தீர்வும் கலைப்பண்பும்:**

இலக்கியத்தில் கலைமுழுமை அமையுமானால், அதன் நோக்கம் வெற்றி பெற்றுவிடுகின்றது. கலைப்படைப்பில், 'தீர்வு', 'பிரச்சாரம்' எனும் பிரச்சனைகள் இங்கே தீர்கின்றன. அவ்வக் கதைகள் அல்லது நிகழ்ச்சிகள் அவ்வவற்றின் போக்குகளின் இறுதியில் முடிவு கொண்டு விடுவதைத் 'தீர்வு' என்று வாசகர் பலர் அழைப்பதுண்டு. இது இங்கு பிரச்சனை அல்ல. சமுதாய வாழ்க்கை அனுபவங்களைச் சித்திரிக்கின்ற இலக்கியங்கள், அவ்வாழ்க்கையின் அவலங்களுக்கும், முரண்பாடுகளுக்கும் ஒரு வகையான முடிவுகளை முன்னிறுத்தலாம். இங்கே இவற்றையே தீர்வு என்கிறோம். தீர்வு என்பது தனியாக இருப்பதல்ல. வாசகன், கலைப்படைப்பு ஒன்றை எதிர்கொள்கிறபோது, அவன் அந்தப் படைப்பினூடே இயல்பாகவும் தானாகவும் ஏற்றுக்கொண்டு

விடுகின்ற ஒன்றுதான் தீர்வாக இருக்கமுடியும். அதனை அப்படி ஏற்றுக்கொள்ளச் செய்கிற சக்தி, படைப்புக்கு உண்டு. படைப்பாளனுடைய திறமை, படைப்பினுடைய நிலைமை, வாசகனுடைய ஏற்புத் தகைமை எனும் இவற்றிற்குள்தான் தீர்வு வெளிப்படுகின்றது. இந்தத் தீர்வு என்ன, எத்தகையது என்பது, படைப்பாளனுடைய நேர்மை, லட்சியம், அவ்வக் காலத்தின் அறைகூவல் முதலியவற்றைச் சார்ந்தது. உண்மையில், தீர்வு, பிரச்சாரம் என்பதெல்லாம் குறிப்பிட்ட கலைப் படைப்பின் ஒரு வகையான 'செய்தி விடுப்பே' (message) ஆகும். அதாவது, கலைப் படைப்பின் செய்திதான், அதனுடைய தீர்வும் ஆகும்.

பிரச்சினைகளுக்குத்தான் தீர்வு. தீர்வு முக்கியமாக, இரண்டு வகைகளில் வெளிப்படுகின்றது. முதலில், தீர்வு-தீர்வின்மை என்ற வெளிப்படையான வினாவுக்கே இடமில்லாமல், கதைத் தளத்துக்குள் பரவி நின்று சித்திரமாக அமைந்திருப்பது. இது, அகப்புற நிலையில் வாசகன் மனதில் ஒரு அதிர்வை ஏற்படுத்து வதாகவும் மனிதகுலப் பிரச்சனைகளுக்கும் அவலங்களுக்கும் கதை கூறும் கோணத்திலிருந்து, அதன் செய்தி தரும் சார்பு நிலையில், வாசகனே ஒரு தீர்வுக்கு வர வழி செய்வதாகவும், அமைவது. இது ஒருவகை. யதார்த்தவியலையோ, விமரிசன யதார்த்தவியலையோ இது உட்கொண்டிருக்கலாம். இங்கே, தீர்வு எனச் சொல்லப்படுவது நேரடியாக வெளிப்படுவது அல்ல. இனி, இரண்டாவது, பாத்திரங்களின் மற்றும் சூழமைவுகளின் இயங்குதிசை வேகம். இது, கதை எனும் அடித்தளத்தினுள் முனைப்புப் பெற்று வெடிக்கப் பெறுகிறது. அதன்போது, கதையின் அச்சூழலிலேயே, பெரும்பாலும், இறுதியில் அதன் வெளிப்பாடாகத், தீர்வு என்ற தோற்றத்தோடு இது வெளிப் படுகிறது. இது வெளிப்படையாக உணரக்கூடியதாகத் தோன்றி னாலும், பல சமயங்களில் படைப்புக்களின் கலைத் தன்மை யோடு நெருக்கமாக இணைந்திருக்கக் கூடியதே - அதாவது அத்தகையதையே இங்குக் குறிப்பிடுகிறோம்.

எழுத்துக்குப் பயன், நோக்கம், லட்சியம் இருக்க வேண்டும். ஆனால், அதேபோது, இது கலைத்தன்மைக்கு முரண்பட்டு விடாமல் கலையியல் முழுமை பெற்றதாக விளங்க வேண்டி யிருக்கிறது என்பதை மார்க்சியம் வற்புறுத்துகிறது. ஏங்கெல்ஸ், இதனை மிக அழகாகச் சொல்லுகிறார்: 'சமுதாய முரண்பாடு

களுக்கு வரலாற்று முறையிலான தீர்வுகளை, எழுத்தாளன் தட்டிலே வைத்துத் தருவதுபோல மிக வெளிப்படுத்திக் காட்ட வேண்டியதில்லை. படைப்பின் சூழமைவு மற்றும் செயல்கள் வழியே, இயல்பாகத், தானே செறிந்து புலப்படுமாறு நோக்கம் அமைதல் வேண்டும்.[7] ஏங்கல்சின் இந்தக் கருத்து, கலையின் நோக்கமும் கலைக்குரிய பண்பும் நேர்த்தியுடன் இணைந்திருக்க வேண்டும் என்பதனை வலியுறுத்துகின்றது. எனவே, இலக்கியத்தில் கலையை மறந்துவிட்டுத் தீர்வைத் தேடுவதோ பிரச்சாரத்தை நாடுவதோ கலைக்குப் பொருந்தாது. பொருந்தாமல் தொங்குவதையும் வீக்கத்தையும் சுட்டிக்காட்டவும் இலக்கியம் பற்றிய மதிப்பீட்டில் அதனைக் கணக்கிலெடுத்துக் கொள்ளவும் திறனாய்வு கடன்பட்டுள்ளது. இல்லையானால், குறிப்பிட்ட படைப்பினைச் சரியாக அனுமானிக்க முடியாது என்பது மட்டுமல்ல, இடைவெளிக்குள் புகுந்து பகட்டான வார்த்தைகளின் பின்னலில், போலிகள் சந்தர்ப்ப நிசங்களாகிவிடும்.[8]

**சத்தியம் அல்லது யதார்த்தம்**

யதார்த்தம் என்பது ஓர் உள்ளடக்கம். யதார்த்தம் என்பது ஓர் உத்தி. ஆம். யதார்த்தம் என்பது இவ்விரண்டும்தான். நல்ல இலக்கியத்தில் இவ்விரண்டும் இணைந்து பரிணமிப்பதைக் காணலாம். மார்க்சியத் திறனாய்வு இதன் காரணமாகத்தான், இந்த அளவுகோலை முதன்மைப்படுத்துகிறது. யதார்த்தத்தை ஒரு சக்தி வாய்ந்த கருவியாகக் கருதுகிற மார்க்சிய முன்னவர்கள், அது இலக்கியத்தில் எவ்வாறு அமைந்திருக்கும், அல்லது அதனை எப்படி உருவாக்க வேண்டும் என்பதையும் பல சூழல்களில் எடுத்துக்காட்டியுள்ளனர்.

தாந்தே, ஷேக்ஸ்பியர், செர்வாண்ட்ஸ், கதே, பால்ஃஜாக், டிக்கன்ஸ், லெவ் டால்ஸ்டாய் முதலியவர்களின் எழுத்துக்கள், முக்கியமாக யதார்த்தவியல் சித்திரிப்பு என்ற கோணத்திலிருந்து தான் பாராட்டப்படுகின்றன. 19-ஆம் நூற்றாண்டு ஆங்கில யதார்த்தவியல் படைப்பாளர்களை (டிக்கன்ஸ், தாக்கரே, எமில் பிராந்தே, சார்லத் பிராந்தே, கேஸ்கல்) பற்றிக் கூறுகிறபோது, மார்க்ஸ் சொல்லுவார்: 'தொழில் முறை அரசியல்வாதிகள், பிரசாரகர்கள், ஒழுக்கக் கோட்பாட்டாளர்கள் ஆகிய அனைவரை விடவும் இவர்களின் எழுத்துக்கள் உலகிற்கு அரசியல் - சமுதாய உண்மைகளை அதிகம் தந்துள்ளன.'[9] மார்க்சின் இதே கணிப்பு ஏங்கல்சிடமும் காணப்படுகிறது. பிரஞ்சு யதார்த்தவியல்

படைப்பாளராகிய பால்ஃஜாக்கின், 'மனிதகுல இன்பியல்' (Comedie Humaine) எனும் நாவல் பற்றிக் குறிப்பிடுகிறபோது, 'அனுபவம் பெற்ற அக்காலத்திய வரலாற்றாசிரியர்கள், பொருளாதார அறிஞர்கள், புள்ளியியலாளர்கள் முதலிய அனைவரிடமிருந்தும் அறிந்துகொண்டதைவிட பால்ஃஜாக்கின் நாவலிலிருந்து அக்காலத்திய (19-ஆம் நூற்றாண்டு) விவரங்கள் உட்பட்ட பிரெஞ்சு சமுதாய வரலாற்றை அதிகம் அறிந்து கொண்டேன் என்று கூறுகின்றார்.[10]

'பட்டணத்துப் பெண்' (City Girl) எனும் நாவல் பற்றி அதன் ஆசிரியர் மார்கெரட் ஹார்க்கென்சுக்கு எழுதிய கடிதத்தில், அந்நாவலின் சில அம்சங்களைப் பாராட்டிவிட்டு அதில் போதுமான யதார்த்தம் இல்லை என்று கருத்துத் தெரிவிப்பார், ஏங்கல்ஸ். அதன் போது யதார்த்தவியலான சித்திரிப்புக்குச் சில வழிகாட்டுதல்களையும் கூறுகிறார். தவிர, அதன்போது யதார்த்தத்திற்கு அவர் தருகிற விளக்கம், மிகவும் குறிப்பிடத் தகுந்ததாகும். அவர் சொல்லுவார்: 'யதார்த்தம் என்பது விவரங்களின் உண்மையோடு, வகைநிலையான சூழமைவுகளில் வகைநிலையான பாத்திரங்களை (typical characters in the typical situations) மெய்ம்மையாக மீட்டுருவாக்கம் செய்வதாகும்'. புகழ்பெற்ற இக்கூற்று, படைப்புருவாக்கத்திற்கு மட்டுமல்லாமல் அதுபற்றி அறிந்து மதிப்பிடுவதற்குரிய ஒரு சிறந்த வரையறை யாகவும் விளங்குகிறது. பின்னால், மாக்சிம் கோர்க்கி, (Maxim Gorky) சோஷலிச யதார்த்தவாதத்தின் ஒரு படைப்பு உத்தியாக இவ்வரையறையினை முன்வைப்பார். ஆனால், உண்மையில், சிறந்த இலக்கியம் எதற்கும் பொருந்தக்கூடிய ஒரு பொதுவான வரையறைதான் இது.

இவ்வரையறையானது, விவரங்களின் உண்மைகளில் யதார்த்தம் நிறைவு பெறவில்லை என்று கூறுவதைக் கவனிக்க வேண்டும். உண்மைகள் என்பதற்காக வெறும் விவரங்களின் பட்டியலைத் தருவதையும், அவற்றின் வலுவற்ற, உயிரற்ற தன்மைகளையும், இயல்பு நவிற்சிப் போக்கையும் இது தவிர்க் கிறது. வாழ்க்கையின் சத்தியம், கலையின் யதார்த்தமாக வெளிப் பட வேண்டும்.

பாத்திரங்களின் (மற்றும் சூழமைவுகளின்) வகைநிலை என்பது என்ன? ஒரு திரளிலிருந்து அல்லது பொதுமையிலிருந்து அதனைச் சரியாகப் பிரதிநிதித்துவப்படுத்துவதாக - அதாவது,

அப்பொதுமையின் சாராம்சமாக இருப்பதைத்தான் வகைநிலை என்கிறோம். குறிப்பிட்ட அவ்வொன்று (அதாவது பாத்திரமோ, சூழமைவோ) எதிலிருந்து எடுக்கப்பட்டதோ அதனைச் சரியாக இனங்காட்டுவதாக இருக்க வேண்டும். இந்தப் பண்புக்கும் இந்தச் செயலுக்கும் இதுதான் பொருந்தும் என்பதனை வாசகர் மனதில் உருவாக்கக்கூடியதாக அது இருக்க வேண்டும். அதே போது, பொதுவின் சாராம்சம் என்ற மாத்திரத்தில், தனக்கெனத் தனிப்பண்பு இல்லாதது என்று எண்ணிவிடக்கூடாது. உண் மையில், பொதுமைப் பண்புடன் கூடப் பிரத்தியேகப் பண் பினையும் கொண்டதுதான் வகைநிலை. ஒரே வர்க்கத்தைச் சேர்ந்தவர்கள் மத்தியிலும், வாழிடங்கள், சில பிரத்தியேக நிகழ்வுகள், வித்தியாசமான உடல்கூறு அம்சங்கள், வளர்ப்பு முறை, அண்டை அயலார் உறவுகள் முதலியவை காரணமாகச் சிலருடைய எதிர்வினைகள் வேறுபடக்கூடும். இவை, அவர் களின் தனியாளுமைப் பண்புகள் (individuality); மேல்நிலையில் ஒரு பொதுவான பண்புத் தொகுதிக்குள் அடங்கக்கூடியவை. எனவே, வகைநிலைப் பாத்திரம் என்பது, பொதுமையின் பிரதிநிதியாக, சாத்தியமான அதன் பிரத்தியேகத் தன்மைகளுடன் கூடிய ஒன்றாகும்.

இலக்கியங்களில், அவற்றின் யதார்த்தவியலை ஆராய்கிற போது, பாத்திரங்களும் அவற்றிற்கேற்ற தளங்களும் இவ்வாறு வகைநிலையாக அமைந்துள்ளனவா என்று பார்ப்பது அவசியம். அதன்போது, அவற்றைக் காலம், இடம் என்ற தளத்தில் வைத்துத் தான் மதிப்பிட வேண்டும். உதாரணமாக நிலவுடைமைச் சமுதாய அமைப்பு என்பது பொதுவானதாக இருந்தாலும், சில பிரத்தியேகத் தன்மைகள் காரணமாக, தி.ஜானகிராமனின் மோகமுள்ளில் வரும் யமுனா, ஆர்.சண்முகசுந்தரத்தின் கொங்கு மண்ணிலோ பூமணியின் கரிசல் காட்டிலோ தோன்றியிருக்க முடியாது. காவிரி மண்டிலத்தின் சூழ்நிலையில் அவள் படைக்கப்பட்டிருப்பதுதான் யதார்த்தம். மோகமுள்ளின் யதார்த்தவியலுக்கு யமுனாவும், பாபுவும் வகைநிலைப் பாத்திரங் களாகப் படைக்கப்பட்டுள்ளமை, முக்கியமான காரணமாகும். புனைகதைகளின் யதார்த்தவியல் பற்றியும் கதைமாந்தர்கள் பற்றியும் ஆராய்கிறபோது, அவர்கள் படைக்கப்பட்டுள்ள சூழ்நிலைகள், நடத்தைகள், மொழிநடைகள் முதலியன அவ்வவ் இடத்திற்கும் காலத்திற்கும் எவ்வாறு பொருத்தமுற அமைந் துள்ளன என்று கண்டறிய வேண்டும்.

இங்கு, லெனின் ஓரிடத்தில் கூறுவதனை நினைவிற் கொள்ளலாம். அவர் சொல்வார்: 'தனிப்பட்ட சூழ்நிலை யமைவுகள், பாத்திரப் பண்புகளின் ஆராய்ந்தறிந்த நிலை, மற்றும் குறிப்பிட்ட வகை நிலைகளின் உளவியல் ஆகியவற்றில் தான் கலையின் முழு சாராம்சமும் இருக்கின்றது'.11 கலைப் படைப்பிற்குரிய இந்த சாராம்சம், யதார்த்தவியலின் வழிமுறை யாகும். குறிப்பிட்ட இலக்கியத்தில் இது எவ்வாறு இடம் பெற்றுள்ளது என்று ஆராய்வதன்வழி, அவ்விலக்கியத்தின் செய்நேர்த்தியும் செய்நோக்கும் சரியான அளவுகோல் மூலம் மதிப்பிடப்படுகின்றன.

**எழுத்தில் சார்பு நிலை**

யதார்த்தவியலை, மார்க்சியம், ஆற்றல் மிக்கதொரு சக்தி யாகக் காணுகிறது. அந்தச் சக்தி, சமுதாயம் பற்றிய பார்வையின் நேர்மையினாலும் உண்மையினாலும் வெளிப்படுகிறது. இது, பெரும்பாலும், படைப்பாளியின் வர்க்கத்தை (class)ச் சார்ந்த தாகவே அமைகிறதென்பர். ஒரு வேளை, படைப்பாளி, வேறொரு வர்க்கத்தைச் சேர்ந்தவனாக இருந்தாலும் அந்தப் படைப்பாளி யினுடைய பின்னணி மற்றும் அவனுடைய விருப் பேவல்கள் முதலியவற்றை மீறி - புற நிலையாகிய யதார்த்தவியல் மற்றும் உண்மையின் வழியிலான அவனது செல்நெறி ஆகியவற்றின் பரஸ்பர செயலுறவு காரணமாக அவனுடைய படைப்பின் 'சார்புநிலை' அமைந்துவிடுகிறது. நேர்மையுணர்வோடு சத்தியத்தைத் தேடுகிறவன், உயர் வர்க்கத்தைச் சேர்ந்தவனாக இருந்தாலும் நிதரிசனமான அந்த சத்தியத்தின் காரணமாக அழுத்தப்பட்ட, ஒடுக்கப்பட்ட வர்க்கத்தின்மேல் அனுதாபம் - சார்பு - கொள்கிறான். மெய்ம்மை மீதான உண்மையுணர்வு (sincerity) இதனைச் சாதித்துவிடுகிறது.

இதற்கு ஓர் உதாரணம், பால்ஃஜாக். பிரெஞ்சு நாவலாசிரிய ராகிய இவர், பிரபுக்களைக் கொண்ட நிலவுடைமைச் சமுதாய அமைப்பில் பிடித்தம் உடையவர். அவர் தனது நாவலில் (La Comedie Humaine) பிரான்சு நாட்டிலே 1816 தொடங்கி 1848 வரையிலான காலப்பகுதியைக், கொண்டுவருகிறார். அதன் போது, புதிதாக எழுந்த முதலாளித்துவ சமுதாய அமைப்பானது, நிலப்பிரபுக்களின் சமுதாய அமைப்பினை உடைத்துக்கொண்டு எவ்வாறு படிப்படியாக எழுச்சி பெற்றது என்பதனைத் தலைமுறை வளர்ச்சி அடிப்படையில் விவரமாகச் சித்திரித்துக்

காட்டுகிறார். அவர் சார்ந்திருந்த, அவருக்குப் பிடித்தமான தனிமாதிரி (model) சமுதாயமாகிய நிலவுடைமைச் சமுதாயம், அவர் கண்முன்னாலேயே வீழ்ந்து போய்க் கொண்டிருப்பது பற்றிய இடையறாத ஒரு கையறு நிலைதான் (Constant Elegy) அவருடைய மாபெரும் படைப்பு. பால்ஃஜாக், உண்மை களின் பால் தனக்குள்ள உண்மை காரணமாக தன்னுடைய சொந்த வர்க்கநலன்கள், மற்றும் அரசியல் பேதங்களுக்கு எதிராகச் செல்ல வேண்டிய கட்டாயத்திற்குள்ளாகிவிட்டார் என்று ஏங்கல்ஸ் கூறுவார்.[12]

இவ்வாறு எழுத்தாளனின் (அரசியல், வர்க்கம் முதலிய) பின்னணியும் அவனுடைய எழுத்துக்களின் சார்பும் நேரடி யானவை அல்லது ஒத்திசைவானவை என்பது கட்டாயமல்ல. அவை, ஒன்றற்கு ஒன்று இணையாமலும் இருக்கலாம். இது, 'ஒத்திசையாமை' (discrepancy) பற்றிய ஏங்கல்சின் கோட் பாடாகும். இலக்கிய மதிப்பீடு என்பது, உண்மையின் ஆற்றலை இனங்கண்டறிந்து சொல்வதிலேயே அக்கறை காட்டவேண்டும்; 'கருதப்படுகிற' அல்லது மேலெழுந்தவாரியான சார்புநிலைகளை அடியொட்டிச் செல்லக்கூடாது. ஒரு இலக்கியப் போக்கிற்கு அல்லது இலக்கிய வாழ்க்கை என்று சொல்லப்படுவதற்கு, எழுத்தாளனின் வெளிப்படையான சார்புகளோ பகர்வுகளோ (statements) அத்தாட்சிகள் அல்ல; எழுத்தின் உண்மையே அத்தாட்சி, என்பார், ஏங்கல்ஸ். மார்க்சிய கலை - இலக்கியக் கோட்பாட்டிற்குச் சார்புநிலை பற்றிய இக்கொள்கையும், வகைநிலைப் பாத்திரவார்ப்புப் பற்றிய கோட்பாடு போன்று, ஏங்கல்சின் பிரதானமான பங்களிப்பு ஆகும்.

**பிரதிபலிப்புக் கொள்கை:**

கலைவுருவாக்கத்திற்குப் படைப்பாளன், ஒருமுனை; புறவய உண்மை(கள்) என்பது இன்னொரு முனை. படைப்பாளனின் கண்ணோட்டம் மற்றும் அவனுடைய ரசனைகள், பயிற்சிகள், உளவியல்நிலைகள், அவனுக்குரிய தேவைகள் முதலியவற்றைக் கருத்தாப்பொருள் (subject) எனவும் அந்தப் படைப்பாளன் சார்ந்த அகண்ட இவ்வுலகின் புறவய உண்மையைக் கருவிப் பொருள் (object) எனவும் கொள்கிறோம். இந்தப் புறவய உலகைப் படைப்பாளி (கருத்தா) உள்வாங்குகிறான். அதனைப் பாடுபொருளாக ஆக்குகிறான். இதனையே பிரதிபலிப்பு என்கிறார்கள். இது, கருத்தாவிடமுள்ள பல்வேறு தன்மை

களையும் மற்றும் புறவய உண்மைகளின் பண்புகளையும் சார்ந்தே அமைகிறது. இடையேயுள்ள உறவுகள் ஒன்றல்ல; ஒரே மாதிரியானவையும் அல்ல. எனவே, பிரதிபலிப்பது என்பதும் ஒரே சீரான ஒரே மாதிரியான தன்மை கொண்டதல்ல. மாறுபடுதல்கள் உண்டு. இதனையே லெனின், பிரதிபலிப்புக் கொள்கை (Theory of Reflexion) என்று பேசுகிறார்.

கலைப்படைப்பில் புறவய உண்மை மிக முக்கியமானது; ஆனால், அது மட்டுமே முக்கியமல்ல; கலைஞர் மீது அது ஏற்படுத்துகிற பாதிப்பும் முக்கியமாகும். குறிப்பிட்ட கலைஞனைப் பொறுத்த அளவில், இந்தப் பண்பு அல்லது உண்மை, அழகியல் உண்மையாக (aesthetic reality) எதிர்வினை பெற வேண்டும். அப்போதுதான் அது, கலைப்படைப்பாக உருப்பெறுகிறது. புறவய உண்மையானது அழகியல் உண்மையாக உருப்பெறுகிறபோது, அது, அதனைச் சார்ந்ததாக மட்டுமல்லாமல் படைப்பாளியைச் சார்ந்ததாகவும் அமைகிறது.

காட்டாகப், பாரதியிடம் இதனைத் தெளிவாகப் பார்க்க முடியும். கருத்தாப் பொருள் என்ற முறையில், பாரதியின் சுயவாழ்க்கை அனுபவங்கள், லட்சியங்கள், அவரின் சூழல்கள், அவரின் பயிற்சி, படைப்பாற்றல் என்பவற்றை ஒரு பக்கம் நிறுத்தி, அவருடைய சமகாலத்திய தேசியப் பேரியக்கம் அவருடைய இலக்கிய உருவாக்கங்களில் எவ்வாறெல்லாம் பிரதிபலித்தது என்பதனை அனுமானிக்க முடியும். மேலும், சுதந்திரம் எனும் நிகழ்வு, அவரின் சொற்களில் வெறும் வர்ணனையாக அல்லாமல், ஒரேசமயத்தில், எதிர்காலத்தை முன் உணர்வதாகவும் திட்டமிடுவதாகவும் உருக் கொள்கிறது.

சுதந்திரம் அல்லது தேசியம் என்ற பொருள், பாரதியாரிடம் இப்படிப் பிரதிபலிப்பு ஏற்படுத்தியது போல, எல்லாரிடமும் இப்படி அல்லது ஏறத்தாழ இப்படிப் பிரதிபலித்திருக்க வேண்டும் என்று எதிர்பார்க்கமுடியாது; அவருக்குச் சற்று முன்னும் பின்னும் வாழ்ந்த மகாவித்துவான்களிடமும் பண்டிதர்களிடமும் இது சற்றும் பிரதிபலிக்கவில்லை. அவருக்குச் சற்றுப் பிந்திய மணிக்கொடி எழுத்தாளர்கள், சொந்த முறையில் சுதந்திர இயக்கத்தில் ஈடுபாடுடையவர்களாக இருந்தபோதிலும், கலைப் படைப்பு என்ற முறையில் அதற்கு இடம் தர அஞ்சினர். விடுதலை பெற்று இருபது ஆண்டுகள் கழித்து, அந்தச் சுதந்திர

இயக்க உணர்வினைத் திரும்பக் கொண்டுவர நினைத்த ந.சிதம்பர சுப்பிரமணியன், நா.பார்த்தசாரதி, அகிலன், சி.சு.செல்லப்பா போன்றோரிடம் தேசியம், சுதந்திரம் என்பதெல்லாம் வெறுமனே இயந்திரப் போக்காக வாய்ப்பாட்டளவிலேயே தோற்றங் காட்டியது.

விடுதலை வெள்ளிவிழாக் காலங்களிலே அரும்பிய புதுக் கவிதைகளிலோ, இந்த சுதந்திரம் அல்லது தேசியம், எதிர் நிலையில், வினாக்குறிகளுடனேயே பிம்பம் காட்டியது. சுதந்திரம் பெற்ற அதே நாளில், பாரதிதாசன், 'இரவில் வாங்கு கிறோம் - விடிவ தெந்நாளோ' என்று அவநம்பிக்கையுடன் உணர்வுகளை எதிரொலித்தார். இருபத்தைந்து ஆண்டுகள் கழித்து, 'இரவில் வாங்கினோம் - இன்னும் விடியவே இல்லை' என்று புதுக் கவிதையாளர்களிடம் அது, அந்நியமாகிவிட்ட ஒன்றாக எதிரொலித்தது. இவ்வாறு சுதந்திரம் எனும் புறவய உண்மை, வெவ்வேறு கலைஞர்களிடம் எவ்வெவ்வாறு பிரதி பலித்தது; அதன் கனபரிமாணங்கள் என்ன என்பதனைச் சொல்லிக்கொண்டே போகலாம். அதன்வழி, அவர்களின் எழுத்துக்களில் உள்ள அவர்களின் உலகக் கண்ணோட்டங் களையும் மனவுணர்வுகளையும் சார்பு நிலைகளையும் கண்டறிந்து மதிப்பிடலாம். மேலும், சுதந்திரம் அல்லது தேசியம் எனும் புறவயஉண்மை, கலையியல் உண்மையாக ஆதற்குரிய திறனையும் வீச்சினையும், எவ்வாறு தொடர்ந்து பெற்றிருந்தது என்பதனையும் அவதானிக்கலாம். பாரதியாரைக் கழித்துவிட்டுப் பார்த்தால் நவீன தமிழ் இலக்கியப் பரப்பில், இந்திய தேசியம், சுதந்திரம் என்பதெல்லாம் மங்கலாகவே பிரதிபலித்துள்ளது.

### வரலாற்றியல் பொருள்முதல்வாதம்

வரலாற்றியல் பொருள்முதல்வாதம் என்பது, உண்மையில் ஒரு சமுதாய விஞ்ஞானமே. அது சமுதாயத்தைத் தேக்கமாகவோ கிடக்கையாகவோ பார்க்காமல், இயங்குகின்ற - மாற்றமும் வளர்ச்சியும் பெறுகின்ற - ஒன்றாகப் பார்க்கின்றது. மனிதகுல வரலாற்றைக் கருத்துக்களின் அல்லது சிந்தனைகளின் உந்து தலாகவும் தனிமனிதர்கள் சிலரின் அல்லது நாயகர்களின் சாகசங்களின் வெளிப்பாடாகவும் வருணித்த முன்னாளைய தத்துவ, வரலாற்றிஞர்களின் நிலைப்பாடுகளுக்கு மாறாக, மார்க்சியம், வரலாற்றைப் பொருள்முதல்வாதத்தின் அடிப் படையில் விளக்குகிறது. சமுதாயக் கட்டமைப்பு என்பது,

முரண்பாடான உள்ளமைப்புக்களால் ஆனதென்றும் முரண்பாடும் மோதலும் காரணமாக, அது மாறுதலையும் வளர்ச்சியையும் பெற்றிருக்கின்றது என்றும் கூறுகின்றது. வடிவ அளவிலும் பண்பளவிலும் சமுதாய அமைப்பில் ஏற்படுகிற மாற்றங்களை இது விளக்கமாய்ப் பேசுகின்றது. சமுதாயத்தின் வளர்ச்சியை இயற்கைச் சூழலமைவின் பங்களிப்போடு உறவு கொண்டதாக வருணிப்பதோடு, அச்சூழமைவில், அதனுடைய அடிப்படைத் தேவைகளையடைவதற்குரிய மனிதனுடைய விருப்பாற்றல், செய்திறன், உணர்வு நிலைகள் முதலியவற்றையும் இது விளக்குகின்றது.

சமுதாய வாழ்க்கை முறைகளில், பொருளாதார உறவுகள் அடிப்படையானவை; தீர்மானிக்கிற சக்தி பெற்றவை. எனவே, இதன் அடிப்படையில் சமுதாய வரலாற்றினை, சமுதாய - பொருளாதார வடிவாக்கங்களின் (socio - economic formations) படிநிலை வளர்ச்சிகளாக மார்க்சும் ஏங்கல்சும் விளக்கியுள்ளனர். தொடர்ந்து, லெனின் இதனை மேலும் செழுமைப்படுத்தி யிருக்கின்றார். இவ்வடிப்படையில் மார்க்சியம், சமுதாய அமைப்பினை ஐந்து வரலாற்றுக் கட்டங்களாகப் பகுக்கின்றது. அவை:

1. புராதன கூட்டுக்குழு அமைப்பு (Primitive Communism)
2. அடிமையுடைமை (Slave - owning)
3. நிலவுடைமை (Feudalism)
4. முதலாளித்துவம் (Capitalism)
5. பொதுவுடைமை (Communism)

பொருளாதார உற்பத்தி முறைகளின் அடிப்படையிலமைந்த இவ்வமைப்புக்கள், தனிச்சிறப்புத் தன்மைகளையும் பொதுமைத் தன்மைகளையும் ஒருங்கே கொண்டவை. முதலாளித்துவ சமுதாயத்தின் இன்னொரு வளர்ச்சிக்கட்டம், ஏகாதிபத்திய பொருளாதார அமைப்பு; மற்றும், தொழில் குழும முதலாளித் துவம் - உலகமயமாதல் - முதலிய பொருளாதார அமைப்பு. பொதுவுடைமைச் சமுதாய அமைப்பு, முழுமையாகத் தோன்று வதற்கு முன் அதற்கு முன்முகமாக அமைந்திருப்பது சோஷலிச சமுதாய அமைப்பு ஆகும். பின்னால் வந்த மார்க்சிய அறிஞர்கள் பலர், இது பற்றி விளக்கியுள்ளனர்.

மேற்கூறிய ஐந்து அமைப்புக்களையும், காலவரிசை முறை யிலான செங்குத்துநிலை (vertical) அமைப்புக்கள் என்று கொள் வோமானால், இவற்றிற்குரிய படுக்கை நிலையான (horizontal) பண்புக்கூறுகளில், வர்க்கங்கள் பிரதானமாகக் கருதப்படக் கூடியவை. வர்க்கம் (class) என்பது என்ன? பொருளாதார உற்பத்தியுறவுகளின் அடிப்படையில் - பிறரோடு வேறுபட்டும், அதே போது, தமக்குள்ளே பொதுமைப்பட்டும் இருக்கிற மக்களின் பெரிய குழுமங்களே வர்க்கங்கள். உழைப்பு நிலை யிலும், உற்பத்திச் சாதனங்களோடு கூடிய உறவுநிலையிலும், சமுதாயத்தின் வளங்களைப் பெறுவதிலும் தருவதிலும் உள்ள பிரிவினைகள் இவை. சமுதாய வேலைப் பங்கீடுகளின் வளர்ச்சி முறைகளில் தொடங்கிய இப்பிரிவினை, தத்தமக்குரிய (வர்க்க) நலன்களையும், அதன் காரணமாக முரண்பாடுகளையும், மோதல்களையும் கொண்டு விளங்குகின்றது. சமூக வரலாறு என்பது இத்தகைய முரண்பாடுகளையும் மோதல்களையும் கொண்டு அமைந்தது.[13] அடிமையுடைமைச் சமுதாய அமைப்பி லிருந்து தொடங்கி இவ்வர்க்கங்கள் வெவ்வேறு வடிவங்களில், தொடர்ந்து அமைந்துள்ளன. ஒவ்வொரு சமுதாய அமைப்பிலும், எதிர்நிலையான முதன்மை வர்க்கங்கள் உண்டு. நிலவுடைமைச் சமுதாய அமைப்பில், நிலம் என்ற உற்பத்தி சாதனத்தை உடைமை யாகக் கொண்ட வர்க்கமும் உழைப்பையே மையமாக அல்லது மூலதனமாகக் கொண்ட வர்க்கமும் முதன்மையானவை. வளர்ச்சிப் போக்கில் அவற்றிற்கிடையேயான உறவுகள் கவனிக்கத் தக்கவை.

முதலாளித்துவ சமுதாயத்தில், முதலாளி - தொழிலாளி என்பது முதன்மையான வர்க்கப் பிரிவு. தொழில் உற்பத்தியில் உற்பத்தி சாதனங்களை உடைமையாகக் கொண்டு, உற்பத்தி முறைகள், உற்பத்திப் பொருள்களின் விநியோகம், அதன் பலன் ஆகியவற்றை உரிமையாகக் கொண்டவன் முதலாளி என்றால், அத்தகைய உற்பத்தி உறவுகளில் உழைப்பையும் உழைப்புத் திறனையும் கூலியாகத் தருகிறவன் தொழிலாளியாவான். அறிவையே முதலீடாகக் கொண்டு, சிறுசிறு உடைமைகளையும், சலுகைகளையும், வரையறுக்கப்பட்ட சில அதிகாரங்களையும் பெற்றிருக்கின்ற மத்தியதர வர்க்கம் என்பதும் இதே முதலாளித்துவ சமூக அமைப்பில் பிறந்ததுதான். ஆனால், மார்க்சிய முன்ன வர்கள் காலத்தே மத்தியதர வர்க்கம், சக்தி வாய்ந்த குறிப்பிடத் தகுந்த ஒன்றாக வளர்ந்திருக்கவில்லை. இன்றைய அறிவியல் -

தொழில் நுணுக்க யுகத்தில் இவ்வர்க்கத்தின் பண்பும் பங்கும் மிகவும் கவனிக்கத்தக்கவையாக உள்ளன.

சமுதாய வளர்ச்சிப் போக்குகள் பல பரிமாணங்கள் கொண்டவை. ஆனால், அவ்வளர்ச்சிப் போக்குகளை முன் கொண்டு செல்லுகின்றவை, பொருளாதார உற்பத்தியுறவுகளே யாகும். அதாவது, பொருளாதார உற்பத்தியுறவுகளில் ஏற்படு கின்ற மாற்றங்களுக்கேற்ப சமுதாயத்தின் உணர்வு நிலைகளாகிய சித்தாந்தம், சமயம், கலை, இலக்கியம் முதலியவையும் மாறு கின்றன என்று மார்க்சியம் பேசுகிறது. ஆனால், இதனை இயந்திரப் போக்கானதொரு வரையறையாகக் கொண்டு, இம்மாற்றங்களை நேருக்கு நேராக இணைத்துக் காணக் கூடாது. மார்க்சிய முன்னவர்கள் அவ்வாறு முயன்றதில்லை. மாற்றங்கள், காரண காரிய விளைவுகளுடன் அனுமானிக்கக் கூடியன. மேலும் இந்த மாற்றங்களை உடனடியான மாற்றங்கள் என்றோ, ஒரே சீரானவை என்றோ அவர்கள் எங்கும் குறிப்பிடவில்லை. மாறாக, இவை 'விரைவாகவோ மெதுவாகவோ' (with greater or lesser speed) ஏற்படக்கூடும் என்றே மார்க்ஸ் சொல்கிறார்.[14] மேலும், அடிக் கட்டுமானமாகிய பொருளாதார அமைப்பு, முற்று முழுமையான ஒரு தீர்மானிப்பு சக்தி என்றும் அவர்கள் கூறவில்லை. மாறாக, மார்க்சியத்தை மறுக்க நினைப்பவர்களும் மிகை உற்சாகிகளுமே அப்படி அதனைக் கூற முயன்றுள்ளனர். பிழைபடவும் மிகைபடவும் முயன்றவர்களை ஏங்கல்ஸ் மறுக் கிறார்.

அரசியல், சமயம், சித்தாந்தம், கலை, இலக்கியம் முதலிய மேல்கட்டுமானத்திலுள்ள சமுதாய உணர்வுகள், குறிப்பிட்ட நிலையில் 'சார்புடைச் சுயாதிக்கம்' (relative freedom) கொண் டவை என்று மார்க்சியம் பேசுகிறது. இதனை நினைவிற்கொள்ள வேண்டும். தங்களது கருத்தைத் திரித்துக் கூறுவோரைக் கண்டிக்கும் விதத்தில் ஏங்கல்ஸ் எழுதுகிறார்: 'வரலாற்றியல் பொருள்முதல்வாதக் கொள்கையின்படி, வரலாற்றை இறுதியில் தீர்மானிக்கக்கூடிய கூறு, நடைமுறை வாழ்க்கையில் காணப் படும் உற்பத்தியும் மறுஉற்பத்தியுமேயாகும் என்று கூறியிருக்கி றோமே தவிர, அதுவே முற்ற முழுது என்று கூறவில்லை. அடித்தள பொருளாதார அமைப்பும்கூட, மேல் கட்டுமான சமுதாய உணர்வுகளினால் உந்தப்படக்கூடியதே ஆகும். பொருளாதாரச் சூழமைவு, அடிப்படையானது. எனினும்,

வர்க்க மோதல்களின் அரசியல் வடிவங்களும், வெற்றி பெற்ற வர்க்கம் நிறுவுகிற அரசியல் சட்டங்களும், நீதிபரிபாலன வடிவங்களும், மேலும், இவற்றில் பங்கு கொள்கிறவர்களின் மூளைத்திறனில் இவ் வெல்லா மோதல்களும் ஏற்படுத்துகிற எதிர்வினைகளும், மற்றும் சித்தாந்த, சமயக் கோட்பாடுகளும், அவற்றின் வளர்ச்சிகளும் முதலிய இவையும் வரலாற்று நிகழ்ச்சிகளின் போக்குகளில் தாக்கம் செலுத்துகின்றன; பல சமயங்களில் இவை அவற்றின் வடிவங்களை முன்கொண்டும் செல்லுகின்றன.'[15]

ஏங்கல்சின் இக்கருத்து, பொருளாதார அமைப்பே எல்லாம் என்று சொல்லி அதன்மேல், எல்லாவற்றையும் சுமத்துகிற சிலரின் மனப்போக்கினைத் தவிர்க்கச் செய்கிறது. வரலாற்றியலைப் புரிந்துகொள்கிறபோதும், அதனடிப்படையில் இலக்கியத்தைத் திறனாய்வு செய்கிறபோதும் இவ்வுண்மைகள் கவனத்திற்கு உரியவை.

### சீரற்ற வளர்நிலை:

பொருளாதார அமைப்பில் ஏற்படுகிற மாற்றங்களும், மேல் கட்டுமானத்திலுள்ள அரசியல், சமயம், சித்தாந்தம் முதலிய உணர்வுநிலைகள் பெறுகிற மாற்றங்களும் - சற்றுமுன் கூறியது போல - உடனடியான அல்லது நேருக்குநேரான மாற்றங்கள் அல்ல. சில பிரத்தியேகக்காரணங்களினால், மாற்றங்களிலும் வளர்நிலைகளிலும் பின்தங்குதல்களும், இயல்பானதைவிட விரைவான முன்செல்லுதல்களும் காணப்படக்கூடும். மேலும், சமுதாய வளர்ச்சியென்பது நேர்கோட்டு முறையில் அமைவதில்லை. அவ்வச் சமுதாயங்கள், தம் வரலாறுகளிலும் இயற்கைச் சூழமைவுகளிலும் வேறுபாடுகள் கொண்டிருக்கலாம். மேலும், அவை, தாம் வரித்துக்கொண்ட சாதனங்களாலும் சாதனைகளாலும் வேறுபட்டிருக்கலாம். எனவே சமுதாயங்களின் வளர்ச்சியில், ஒரே காலத்தில்கூட வேறு பாடுகள் இருக்கலாம்; இத்தகைய சாத்தியப்பாடுகளைச் சமுதாய அமைப்பின் வளர்ச்சியில், சீரற்ற வளர்நிலை (uneven development) என்று மார்க்சியம் பேசுகின்றது.

வரலாற்று வளர்ச்சியின் சீரற்ற வளர்நிலை பற்றிய கோட் பாடு, மார்க்சிய தத்துவத்தின் சிறப்பானதொரு அம்சமாகும். இது, இலக்கியம் கூறுகிற செய்திகளின் தளங்களை அறிந்து

கொள்வதற்கு விரிவான கண்ணோட்டம் தருகிறது. காட்டாக, சங்க இலக்கியங்கள் வழியே, அன்றையச் சமுதாய வாழ்வினை ஆராய்ந்துகாட்ட முற்படுகிறபோது, ஒரே வகையான சமுதாய அமைப்பும் ஒரே வகையான வாழ்க்கைப் போக்கும் இருந்தது என்று முடிவுக்கு வருவது தவறு. மார்க்சிய வழிகாட்டுதலில் அதன் பலவகைப்பட்ட பரிமாணங்களைக் காட்டலாம். காய் - கனி கொய்தல் (food gathering), வேட்டை முறை (hunting) ஆகிய ஆரம்பகால வாழ்க்கை நிலைகள் முதல்கொண்டு, கால்நடை மேய்ப்பும் விவசாயமும் ஆகிய வேலைப்பிரிவினைகள் ஏற்படுதல், தொடர்ந்து, தனிச்சொத்துடைமை அமைதல், அதனடிப் படையில் குடும்பங்கள் தோன்றுதல், அரசு உருவாக்கம் (state formation), அதனோடு சேர்ந்து சித்தாந்தங்கள் தோன்றுதல் முதலியன வரை, பலவற்றையும் உள்ளடக்கியதாகச் சங்க காலம் விளங்குகிறது. ஒரு நிலப்பகுதியில் அரசு தோன்றத் தொடங்கிய அதே காலப் போதில் தமிழகத்தின் இன்னொரு பகுதியில், வேட்டை முறை முதலிய வாழ்க்கை நிலைகளையும் பார்க்க முடியும் என்பதனைக் கண்டுகொள்வதற்கு இக்கண்ணோட்டம் வழிவகுக்கின்றது. இன்றும்கூட, ஒரு பக்கம், அறிவியலும் நவீன தகவல் தொடர்பு சாதனங்களும், முதலாளித்துவ சந்தை முறைகளும் வளர்ந்திருந்த போதும், மறுபக்கம், சில பகுதிகளில் நிலவுடைமைச் சமுதாய அமைப்பும், அது அன்றியும், இனக்குழு மக்கள் வாழ்க்கை முறையும் காணப்படுகிற நிலையினைக் காண முடியும். அதேபோது, புதிய உறவுகள் - புதிய சூழல்கள் ஆகியவற்றின் தாக்கத்தினால் சில சமுதாயக் குழுக்கள், வரிசையான படிநிலை என்பதற்கப்பால், ஒரு வரலாற்றுக் கட்டத்திலிருந்து நீளத்தாவலாக அடுத்த கட்டத்தைத் தாண்டிச் சென்றுள்ளதையும் கண்டு கொள்ளலாம். எனவே, பின்னடைவு களும், துரிதங்களும், ஒழுங்கற்ற வளர்ச்சிகளும், வளர்முறை களில் யதார்த்தம்.

## பேரிலக்கியம்:

இந்நிலையில், பொருளாதார உற்பத்தியின் வளர்ச்சியும், கலையின் வளர்ச்சியும் நேர் இணையாக இருக்க வேண்டும் என்ற அவசியம் இல்லை என்றும் மேலும், சமுதாயத்தின் பொதுவான வளர்ச்சிமுறைகளுக்கேற்பவே இலக்கியத்தின் எல்லா வளர்ச்சி களும் இருக்கும் என்றும் எதிர்பார்க்க முடியாது. மார்க்ஸ் இதனைச் சுட்டிக்காட்டியுள்ளார். இதன் போதுதான்,

'பேரிலக்கியம்' (Great Literature) பற்றிய மார்க்சிய கருத்து நிலையையும் அறிகிறோம்.

'கலையைப் பொருத்தஅளவில், அதனுடைய சில சிகரங்கள் பற்றிக் காரல்மார்க்ஸ் குறிப்பிடுகின்றார்.[6] "சமுதாய பொருளாதார வளர்ச்சிப் போக்குகளைக் கடந்தும் சில கலைகள் அமைந்துவிடக்கூடும்". இக்கருத்து, மார்க்சிய அழகியலின் படைப்பாற்றல் தன்மையினை இனங்காட்டுவதாகும். அடிமை யுடைமைச் சமுதாயத்தில் தோன்றினாலும், இன்றும் தொடர்ந்து போற்றப்பட்டு வருகிற கிரேக்க கலை, அத்தகையதொரு சிகரமே என்று வருணிப்பார் மார்க்ஸ். இங்கே சங்கஇலக்கியமும், திருக்குறளும், சிலம்பும், கம்பனின் இராமகாதையும், நடராசர் படிமமும், மாமல்லபுரமும் தஞ்சைப் பெருங்கோயிலும், திருவாரூர்த்தேரும், சிகரங்களாக - உன்னதங்களாகக் - கால மாற்றங்களைத் தாண்டியும் வாழ்கின்றதன் உண்மையை மார்க்சியத்தின் வழியே புரிந்து கொள்ளலாம்.

கலை - இலக்கியவுலகில் சிகரங்களாக விளங்குகின்ற இத்தகையவை, எப்படிப் பல காலங்களைத் தாண்டி, இந்தக் காலத்திலும் தொடர்ந்து ரசிக்கப்படுகின்றன? தொன்மைக் காலத்துக் கிரேக்கக் கலைகளையும் காப்பியங்களையும் உன்னதங்களாகக் கருதுகின்ற மார்க்ஸ், கிரேக்கக் கலையும் காப்பியங்களும் சமுதாய வளர்ச்சியில் குறிப்பிட்ட வடிவங் களோடு எப்படிப் பொருந்தியிருக்கின்றன என்று புரிந்து கொள்வதில் நமக்குச் சிரமமில்லை என்றும் ஆனால், அவை எவ்வாறு தொடர்ந்து அழகியல் பூர்வமான மகிழ்ச்சியைத் தருகின்றன என்பதனையும் சில விதங்களில் எவ்வாறு அவை மாதிரிகளாகவும், அடைய முடியாத லட்சியங்களாகவும் கருதப் படுகின்றன என்பதனையும் புரிந்துகொள்வதுதான் சிரமமான தாகும்' என்று வியக்கின்றார். எனினும் அதற்குரிய பின்புலத் தையும் காரணத்தையும் அவர் சிந்திக்கின்றார். 'குழந்தைப் பருவத்தைக் கடந்துவந்த ஒருவன், மீண்டும் குழந்தையாக முடியாது. ஆனால் குழந்தைமையுணர்வு, அவனிடம் வேரூன்றி யிருக்கிறது. எனவே, குழந்தையைப் பார்த்து மகிழ்கிறான். ரசிக்கிறான். எல்லாக் காலங்களிலும் இயற்கையாக உள்ள இந்த மாபெரும் உண்மையின் சூழலில், இந்தக் குழந்தை என்பது, வரலாற்றுக் காலப் பகுதியைப் பிரதிநிதித்துவப்படுத்தவில்லையா? அதுபோல, மனிதகுலத்தின் வரலாற்றுக் குழந்தைமை, அதன்

மிகச்சிறந்த அழகான வடிவத்தை அடைந்திருக்கிறபோது, அப்பருவம் மீண்டும் திரும்ப நிகழும் ஒன்று அல்ல என்ற நிலைமை இருக்கின்றபோது, அது ஏன் நிரந்தர மானதொரு கவர்ச்சியை ஏற்படுத்த முடியாது? அது சாத்தியமே என்று உளவியல் கோணத்திலிருந்து அவர் காரணம் கூறு கின்றார். வரலாற்றை வாய்பாடாகப் பார்க்காமல், உயிர்ப்பும் உணர்வு முடையதாகப் பார்க்க வேண்டும் என்று வற்புறுத்துகிற வரலாற்றியல் பொருள்முதல்வாதம், இலக்கியக் கண்ணோட்டத் திற்கு இவ்வாறு வலுவான தளம் அமைத்துக்கொள்ளத் தூண்டு கிறது.

**தோழமை என்றொரு...**

மார்க்சிய அழகியலுக்கும் திறனாய்வுக்கும் அடிப்படை, மார்க்சிய சித்தாந்தமேயன்றி வேறில்லை. கட்சி நடவடிக்கைகள் முதலியவற்றிற்கு நடைமுறையில் வெவ்வேறு பணிகளும் வரன்முறைகளும் உண்டு. கலை, இலக்கியத்துறையும் அரசியல் கட்சிநலனும், தத்தம் எல்லைமறந்து தாண்டுவதற்கு முயலு மானால் இரண்டுக்குமே சறுக்கலும் வழுக்கலும்தான் மிஞ்சும். இங்கு, ட்ராட்ஸ்கியின் கூற்று நினைத்துப் பார்க்கத் தகுந்தது; ‘கலைப் பிரதேசத்தில் கட்சி தனது ஆதிக்கத்தைச் செலுத்துவது விரும்பத்தக்கதல்ல. கட்சி, கலையைப் பாதுகாக்க முடியும்; அதற்கு அது உதவமுடியும்; ஆனால் அதற்கு (நேரடியாக அல்ல) மறைமுகமாகவே வழி காட்டிட முடியும்.'[17]

நல்லனவற்றைச் - சிறந்தனவற்றைப் - போற்றுவதும், அவற்றுள் வழுக்களும் பொருத்தமற்றவைகளும் இருப்பின் அவற்றை எடுத்துக்காட்டி வழுவமைதி கூறுதலும், வழுக்களைய வழிகாட்டுவதும், இடித்துரைப்பதும் வளம் சேர்க்கத் தூண்டு வதும் மார்க்சியத் திறனாய்வின் வழிமுறைகளாக உள்ளன. மார்க்சும் ஏங்கல்சும், கதேயின் எழுத்துக்கள் பற்றி மதிப்பிட்டு விளக்குகிறபோது, அவரின் சில போக்குகளிலும் சில பார்வை களிலும் முரண்பட்டு மறுத்துரைக்கின்றனர்; அதே நேரத்தில் அவரின் படைப்பாற்றலையும் மேதைமையையும் வியந்து பாராட்டுகின்றனர். இது போலவே லெனின், லெவ் டால்ஸ் டாயின் நிலப்பிரபுத்துவ மனப்பான்மையையும் மதச்சார்பு, அவநம்பிக்கை முதலிய மனப்பாங்குகளையும் சாடுகின்றார்; அதே நேரத்தில், அவரின் மேதைமையையும் உள்ளவாறு சித்திரிக்கும் ஆற்றலையும் பாராட்டிப் போற்றுகின்றார். இவர்

களின் அணுமுறைகளில் உள்ள இந்த நடுநிலைமை - குணம் நாடிக் குற்றமும் நாடி அவற்றுள் மிகைநாடி, மிக்க கொள்கிற - அறிவியல் பூர்வமான கண்ணியம், கருமஞ்சிதையாமற் கண்ணோடவல்ல தோழமையுணர்வுடன் கூடியது; இது, திறனாய்வின் ஆக்கபூர்வமான பணியை உணர்த்துகிறது.

தம் சமகாலத்திய வளர்முக எழுத்தாளர்களாகிய மின்னா கவுட்ஸ்கி, மார்கெரட் ஹார்கன்ஸ், ஃபெர்டினான்ட் லாசல்லே முதலியோரின் எழுத்துக்களை விமரிசிக்கிறபோது, அவர்களின் நிகழ்காலத்தை மட்டுமல்லாது எதிர்வரும் காலங்களையும் மனதிற்கொண்டு, மார்க்சும் ஏங்கல்சும் கருத்துரைப்பதைப் பார்க்கலாம். மனிதசமுதாயத்தின் மேலுள்ள அவர்களின் அக்கறையையும் படைப்பாற்றலையும் பாராட்டுகின்றனர். பிறகு, அந்த எழுத்தாளர்களின் சில பலவீனங்களையும் குறைபாடுகளையும் சுட்டிக்காட்டி, இவர்களுக்கு உதவுகிற விதத்தில், முன்மாதிரியாக ஷேக்ஸ்பியர், பால்ஃஜாக் முதலியவர்களின் படைப்புமுறையையும் எடுத்துக்காட்டுகின்றனர். மார்க்ஸ் - ஏங்கல்சின் இந்த அணுகுமுறை, அவ் எழுத்தாளர்களை வழிப்படுத்துவதாகவும், அவர்கள் தம்மைச் சரிப்படுத்திக் கொண்டு படைப்பாற்றலை முன்கொண்டு செல்ல உதவுவதாகவும் அமைகிறது. மேலும், இத்தகைய விமரிசனத்தின்போது, தூலமான, ஆழமான - அதே நேரத்தில் - மிருதுவான, நயமான விமரிசனக் கலைச் சொற்களை மார்க்சும், ஏங்கல்சும் பயன்படுத்தியிருப்பதும், கவனிக்கத் தகுந்தது. சொல்கிற முறையிலுள்ள நயத்தக்க நாகரிகம், விமரிசனத்திற்கு அழகையும் வலுவையும் தந்துவிடக் கூடிய ஆற்றலைப் பெற்று விடுகிறது.

மார்க்ரெட் ஹார்கன்சின் நாவலை விமரிசிக்கிறபோது, அதன் நல்ல அம்சங்களையும், மாற்றிக் கொள்ளத்தக்க சிறு குறைகளையும் சுட்டிக்காட்டிவிட்டு, இறுதியில் அவருக்கு ஏங்கல்ஸ் கூறுவார்: "இந்த நாவலில் தொழிலாளி வர்க்கத்தின் மிதமான செயல் போக்குகளைச் சித்திரிப்பதோடு நிறுத்திக் கொண்டு விட்டீர்கள். இதற்குச் சரியான காரணங்கள் உங்களிடம் இருக்கலாம் - யார் கண்டது - அந்த மக்களின் தீவிரமான மனநிலையை, அடுத்து எழுதப்போகும் படைப்புக்கு நீங்கள் ஒதுக்கி வைத்திருக்கக்கூடும்."[18]

குறையையும் நிறையையும் மிருதுவாகத் தொட்டுக் காட்டுகின்ற இக்கூற்று, படைப்பாளியின் மேல் ஒரு நம்பிக்கையையும்

எதிர்பார்ப்பையும் ஏற்படுத்தி விடுகிறது. மறைமுகமாகவும் நாகரிகமாகவும் ஒரு பணியை இனங்காட்டித் தூண்டுகிற இத்தொனி, படைப்பாளியின் தோளோடு தோள் அரவணைத்து, நெருங்கியிருந்து ஒலிக்கிறது அல்லவா? இதனையே தோழமை உணர்வு என்று சொல்கிறோம்.

இங்கு, இப்படித் தோழமை என்றவர் சொல்லிய சொல், ஒரு சொல் அன்றோ!

குறிப்புக்கள்

1. Ref. Karl Marx, Preface - A Contribution to the Critique of Political Economy.
2. Karl Marx, Collected Works, Vol.3, p.301.
3. F.Engels, Dialectics of Nature, p.231.
4. V.I.Lenin, Collected Works, Vol.31, pp.96 - 97 முதலாளித் துவத்திலிருந்து சோசலித்திற்கான மாற்றங்களில் புரட்சிகரமான வடிவங்கள் (ஒன்றல்ல) பல இருக்கலாம் என்று அவர் விளக்குகிறார். அதன் போதே உருவம் - உள்ளடக்கம் பற்றிய இக்கருத்தினை அவர் கூறுகிறார்.
5. F.Engels, Op.cit., p.305.
6. Marx-Engels, on Literature and Art, p.111.
7. F.Engels, Letter to Minna Kaustsky (1885), Marx - Engels, On Literature and Art, p.89.
8. F.Engels, Revolution and Counter-Revolution in Germany, Marx-Engels, Selected Works, Vol. p.309.
9. Karl Marx, Articles on Britain, p.218.
10. F.Engels, Letter to Margaret Harkness (1888), Marx-Engels, Selected Correspondences, p.379-81.
11. V.I.Lenin, Collected Works, Vol.35. p.184.
12. F.Engels, Ibid.,
13. Ref. V.I.Lenin, Collected Works, Vol.29. p.421.

14. Ref. Karl Marx, Preface (1859), A contribution to the critique of Political Economy, Selected Works, Vol.I.

15. F.Engels, "Letter to Bloch" as quoted: Reymond Williams, Marxism and Literature, Oxford, 1977, p.79-80.

16. Karl Marx, A Contribution to the critique of Political Economy, p.215-17.

17. Leon Trotsky, Literature and Revolution, 1924, p.218.

18. F.Engels, Letter to Minna Kautsky, Opcit.,

# 4.3
## அமைப்பியல்

இன்றைய மனிதப் பண்பாட்டியல் துறைகளில் மிகவும் சக்தி வாய்ந்த, செல்வாக்குமிக்க ஆய்வியல் முறைகளில் ஒன்று, அமைப்பியல் ஆகும். இலக்கியத்திலும், மொழியியலிலும், நாட்டார் பண்பாட்டியலிலும் மற்றும் தொடர்ந்து சமுதாய அரசியல் பற்றிய கருத்துருவாக்கங்களிலும், மார்க்சியம், உளவியல் போன்ற பல்துறைகளிலும் செல்வாக்கு செலுத்துகின்ற அறிவாராய்ச்சி முறையாக இது விளங்குகிறது. முக்கியமாக, அழகியல் சார்ந்த கலை வடிவங்களின் புரிதலுக்கும் விளக்கத் திற்கும் அமைப்பியல் பெரிதும் துணைபுரிகின்றது.

அமைப்பு (structure) என்ற சொல் பழையதானாலும் குறிப்பிட்டதொரு கருத்தியலைக் கொண்ட கலைச்சொல்லாக, 1927-இல் தான் அது வழக்குப் பெறத் தொடங்கியது. அதுவும், 1934-இல் தான் முறையாகவும் தொடர்ந்தும் அது பெரு வழக்கிற்கு வந்தது. இவ்வாறு ரெனே வெல்லக் சொல்வார்.[1] ருசிய உருவவியலிலிருந்து அமைப்பியல் என்பது தனியாக வளர்ச்சி பெற்ற காலப்பகுதி தான் அது.

அமைப்பு என்பதனை விளக்குகின்ற நோக்கத்தில், உருவ வியலாளராகிய குஸ்தவ் ஷ்பெத் (Gustav Spet) சொல்வார்: 'அமைப்பு என்பது தூலமான ஒரு கட்டுமானத்தைக் குறிக்கிறது. இந்தக் கட்டுமானத்தின் பண்புகளுக்கும் பரிமாணங்களுக்கும் ஏற்ப, அதனுடைய உறுப்புக்கள் மாறக்கூடும். மேலும், ஒரு அமைப்பின் எல்லாப் பகுதிகளுக்கும் அதனதன் அளவில் ஒரு சக்தி அல்லது திறன் உண்டு. அமைப்புக்குக் காரணமாக அமைவது இதுதான். அதே சமயத்தில் முழுமையைச் சிதைக் காமல், அப்பகுதிகளைப் பிரித்துவிடமுடியாது'[2] உருவவியல் கொள்கையின் வளர்ச்சியில் தோன்றிய இத்தகைய கருத்துக்கள்,

அமைப்பியலின் கருத்துக்களிலிருந்து வேறு பிரித்து அறிய முடியாதவை என்பது மட்டுமல்ல, இவைதான் அமைப்பியலுக்குத் தளம் அமைத்தும் தந்தன.

**உருவவியலும் அமைப்பியலும்**

கலை இலக்கியங்களைப் புரிதலிலும் விளக்குவதிலும், ருசிய உருவவியலுக்கு மகத்தான இடம் உண்டு. இருபதாம் நூற்றாண்டின் முதல் கால் பகுதியில் உருக்கொண்ட உருவவியல், முக்கியமாக அழகியல் பற்றிய பார்வைகளில் மிகப்பெரும் ஆதிக்கம் செலுத்தியது. முதலில், மொழியில் அக்கறை கொண்டிருந்த இது, இலக்கியத்தையும் தனது எல்லைப் பரப்புக்குள் உட்படுத்தியது. ருசிய உருவவியலாளரும், மாஸ்கோ மொழியியல் வட்டாரத்தவரும் ஆன ரோமன் யகோப்சன் (Jakobson) கவிதையியல் என்பது மொழியின் உருவ அமைப்பு எல்லைக்குள் அடங்குவதே - என்று குரல் எழுப்பினார் (1921); மொழியியல் வட்டாரத்தின் விக்டர் ஷ்கோலவ்ஸ்கி (Viktor Shklovsky) ‘கவிதையை இனங்காட்டுவது, படிமமல்ல - மொழியைப் பயன்படுத்துவதிலும் முறைப்படுத்துவதிலும் புதிய உத்திகளைக் கையாளுவதில்தான், கவிதை தன்னை இனங்காட்டுகின்றது’ என்று கலையின் பண்பை, உத்தியின் வடிவாகக் கண்டார் (1916), அவரே, பின்னால், (1925) ஆர்தர் கொனன்டாயில் எழுதிய ஷெர்லாக் ஹோம்ஸ் எனும் துப்பறி நாவல்கள் அனைத்தையும் பகுத்து ஆராய்ந்து அவற்றின் மொத்தமான செயல்நிலைகளைப் பதினொரு பகுப்புகளுக்குள் பொதுமைப்படுத்தி விளக்கினார்.

இவர்களின் குழுக்களையோ வட்டாரங்களையோ சேராத -மற்றொருவர் ருசியராகிய விளாதிமிர் பிராப் (Vladimir Ja.Propp). இவர், ஒரு நூறு நாட்டுப்புறத் தேவதைக் கதைகளைப் பிரதான தரவுகளாக் கொண்டு ஆராய்ந்து அவற்றிலுள்ள பொதுவான பண்புகளின் வழியாக அவற்றின் உள்கட்டுமானங்களை முப்பத்தியொரு முறைவரிசையாகக் கோர்வைப்படுத்தி விளக்கினார். இழை பொருட்களில் (motifs) கவனம் செலுத்திய எய்ஹென்பாம் (Boris Ejchanbaum), கதைப்பின்னல்களை (plot) அவற்றின் அடிப்படையில் விளக்கினார். இழைபொருட்களை உள்ளடக்கக் கூறுகளாகக் கருதிய பழைய மரபு நிலையை மாற்றி, அவை, கட்டுமான ஆக்கக் கூறுகளே என்று வாதிட்டார். கதைப்பின்னல்களை முதன்மைப்படுத்தினார்.

யூரிதின்யானொவ் (Juri Tynjanov) 'இலக்கியம்' என்பது மொழியின் வளர்பண்பு கொண்ட ஓர் ஒழுங்கமைப்பே (system) என்று கூறினார் (1924). தமக்குள் ஒன்றையொன்று சார்ந்து அமைகிற பண்புகளாலான கூறுகள் கொண்டதுதான் ஒழுங்கமைவு என்றும், இலக்கியம் அத்தகைய ஓர் ஒழுங்கமைவே என்றும் கூறினார். இக்கருத்து, அமைப்பியல் எனும் கருத்து நிலைக்குக் கொண்டுபோய் விடுகின்றது. உறுப்புக்களுக்கும் முழுமைக்கும் உள்ள உயிர்ப்புடைய உறவுதான் ஒழுங்கமைவுக்கும் அடிப்படை; அதுவே அமைப்பியலுக்கும் ஆரம்பம். 'கலைப்படைப்பு என்பது, கூறுகள் பலவற்றை ஒன்று கூட்டியது அல்ல; உரிய, ஏற்புடைய அம்சங்கள், தம்முள் பிரிக்க முடியாத அளவிற்கு முழுமையொன்றில் உயிர்ப்புடன் ஒன்றிணைந்திருப்பதுவே அது', என்று பெர்ன்ஸ்டெயின் (Sergej Bernstejn) என்ற உருவவியலாளர் கூறுகிறார். அமைப்பியல், இத்தகைய உருவவியல் சிந்தனைகளின் வாரிசாகத்தான் தோற்றம் கொண்டது.

### அமைப்பியலின் உருவாக்கம்

ருசிய உருவவியல், ஏற்பானதொரு களம் அமைத்துத் தந்தாலும், செக்கோஸ்லேவியா நாட்டு பிராகு (Prague) நகரில் தான் அமைப்பியல், உருக்கொண்டது என்று சொல்ல வேண்டும். உருவவியலின் முன்னவர்களில் ஒருவரும் மாஸ்கோ மொழியியல் வட்டாரத்தைச் சேர்ந்தவருமான ரோமன் யகோப்சன், பிராகுவுக்குக் குடிபெயர்ந்தார். அங்கு ஏற்கெனவே இருந்த பிரசித்தமான மொழியியல் அறிஞர்களாகிய மதேசீயஸ் (Vilem Mathesius) ட்ரூபெட்ஸ்காய் (Nikolai Trubetzkoy) முதலியோரையும் யகோப்சனையும் உள்ளிட்ட பிராகு மொழியியல் வட்டாரம் (Prague Linguistic Circle - 1926-48) தோன்றியது. இதன் தீவிரமான செயற்பாடுகளும், ஸ்வீடன் நாட்டு சசூரின் (Ferdinand De Saussure) பிரசித்தமான மொழியியல் விளக்கங்களும் ஹவ்ரானக் (Bohuslav Haverenek) வோதிஸ்கோ (Felix Vodicka) முதலிய பிராகுக்காரர்களின் அறிவாராய்ச்சிகளும், இன்னொரு சிலேவிக் மொழிக் குடும்பத்தைச் சேர்ந்த போலந்து நாட்டின் தத்துவ அறிஞர் ரோமன் இன்கார்டன் (Roman Ingarden) என்பாரின் விளக்க முறைகளும் மற்றும் ஜெர்மானிய தத்துவ விளக்கங்களும் அமைப்பியல் உருவாக்கத்திற்குக் காரணமாக இருந்தன. அறுபதுகளில், மீண்டும் ஒரு சுழற்சி போல சோவியத் நாட்டிலிருந்து வந்த குறியியல் (Semiotics) எனும் கொள்கை, அமைப்பியலில் தாக்கம்

ஏற்படுத்தியது. இந்தக் காலப் பகுதியில் அமைப்பியலுக்குப் பங்களித்தவர்களில் யூரி லோத்மன் (Jurij Lotman) குறிப்பிடத் தக்கவர்.

அமைப்பியலின் இரண்டாவது கட்ட வளர்ச்சியை பிரான்சில் அறுபதுகளில் பார்க்கிறோம். 'அழகே செய்தி' (Beauty is information) என்று லோத்மன் சொல்ல, 'அமைப்பே அழகு', 'அமைப்பே செய்தி' என்ற முறையில் அமைப்பியலை ஆழமானதொரு அறிவுத்தேடலாக பிரஞ்சு அமைப்பியல் வரித்துக் கொண்டது. கிழக்கு ஐரோப்பாவிலிருந்து மேற்கு ஐரோப்பாவிற்குக் கிளை பரப்பிய இவ்அமைப்பியல், அறுபது களிலும் அதன் பின்னும் சர்வதேசத் தகுதியும் விசாலமும் பெறுவதற்கு பிரஞ்சுத்தளம் ஒரு முக்கியமான தளமாகும். மேலும், இலக்கியத் திறனாய்வு, இதன் பங்களிப்பினால், இன்னும் கூர்மையும் வளமையும் பெற்றது.

பிரஞ்சு அமைப்பியலின் புகழ் வாய்ந்த முன்னவர், லெவி ஸ்ட்ரோஸ் (Claude Levi Strauss) ஆவார். பிராகு மொழியியல் வட்டாரத்தைத் தாண்டி, விளாதிமிர் பிராப்பின் வியாபிகத்திற்கு அமைப்பியலை இட்டுச்சென்று நிறைவு தந்தவர் இவர். விளாதிமிர் பிராப், ருசியாவின் மொழியியல் வட்டாரத்திலோ உருவவியல் வட்டாரத்திலோ இல்லாதவர்; நாட்டுப்புறவியல், தொல்மானிடவியல் ஆகிய துறைகளில் வல்லவர், இவர். 1928இல் ருசிய மொழியில் எழுதிய, 'நாட்டுப்புறக் கதைகளின் உட்கட்டுமானம்' (Morphology of the Folk Tales) எனும் நூல் 30 ஆண்டுகள் கழித்து ஆங்கிலத்தில் மொழிபெயர்க்கப்பட்டது.[3] உடன், பலரின் கவனத்தையும் இது கவர்ந்தது; பலரையும் தன் செல்வாக்கிற்குட்படுத்தியது - முக்கியமாக லெவி ஸ்ட்ரோசை - அவர் வழியாக பிரஞ்சு அமைப்பியலாளர்களை.

பிரஞ்சு அமைப்பியலில் தடம் பதித்த பிறர் - தோதொரொவ் (Tzvetan Todorov) க்ரேய்மா (A.J.Greimas) ரிஃபாத்தேர் (Michael Riffatere) முதலியவர்களும் ரோலந் பார்த்தும் (Roland Barthes) ஆவர். ஆயின், இவரைப், பலர் அமைப்பியலாளராகக் கொள் வதில்லை; இவரும் தம்மை அப்படி அழைத்துக் கொள்வதில்லை. 'பின்னை அமைப்பியல்' (Post - Structuralism) கொள்கையினைச் சேர்ந்த இவர், தனது கொள்கையை - அணுகுமுறையைக் - கட்டவிழ்ப்பு (Deconstruction) என்று அழைப்பார். 'இலக்கி

யத்தில் பனுவலுக்கு வெளியே ஒன்றுமில்லை' (il n'y a pas d' hors Texte) என்பது, இவர் அணுகுமுறையின் சாராம்சம்.

**அமைப்பியலின் அடிப்படை**

இலக்கியத்தை (அல்லது எந்தப் பொருளையும்) ஆய்வுக் கென எடுத்துக் கொள்கின்றபோது, அதனைத் தனக்குள் பல உறுப்புக்கள் கொண்ட - குறிப்பிட்ட ஓர் ஒழுங்கமைவுடன் கூடிய - ஓர் அமைப்பாக, அமைப்பியல் காணுகிறது. அமைப்பு என்பது ஒரு முழுமை. அதே போது, இந்த முழுமை, அதன் ஒவ்வொரு உறுப்பையும் பகுதியையும் குறிக்கும். மேலும், இதன் மறுதலையாக - இந்த ஒவ்வொரு பகுதியும் அந்தக் குறிப்பிட்ட முழுமையையே குறிக்கும்; வேறு எந்த முழுமையையும் அல்ல. ஒரு முழுமையினுள் அதன் உட்பகுதிகளாக இருக்கின்ற ஒவ் வொரு கூறும் குறிப்பிட்ட செயலாற்றலை அல்லது வினை நிகழ்வைப் (function) பெற்றுள்ளது. இதன் மூலமாகவே அவை முழுமையுடன் இணைந்துள்ளன. ஒவ்வொரு வினை நிகழ்வும் அடுத்தடுத்துள்ள நிகழ்வுகளோடும் மற்றும், அவை எல்லாம் சேர்ந்த முழுமையோடும் உறவுடையவை. மேலும், இந்த வினை நிகழ்வுகளும் இவற்றிற்கிடையேயான உறவுகளும் வளர்நிலைப் பண்பு கொண்டவை. இதன் விளைவாக முழுமையையும் நிரந்தர மானதொரு இயங்கு தன்மையையும் கொண்டதாக அமைப்பு விளங்குகின்றது.

அமைப்பியலுக்கு அடிப்படையான இவ்விதியை, பிராகு அமைப்பியலின் முன்னவர்களில் முக்கியமானவராகிய யான் முக்கரோவ்ஸ்கி (Jan Mukarovsky) முதலிய பலர் கூறியுள்ளனர். அழகியலைத் தளமாகக் கொண்டு, அமைப்பியலை ஒரு தனிக் கொள்கையாக விரிவாக விளக்கியவர்களில் முக்கரோவ்ஸ்கி முதன்மையானவர். 'கருத்தியல் கொள்கையொன்றைத் தனித்து விளக்க முடியாது - தம்முள் ஒத்த பலவற்றுடன் அது எவ்வாறு இணைந்திருக்கிறது என்ற உறவிலேதான் அதனை விளக்க முடியும்' - என்ற கருதுகோளிலிருந்துதான் அமைப்பியல் தொடங்குகின்றது என்று அவர் கூறுவார்.[5] மேலும், அழகியல் பொருளைப் புரிந்துகொள்ள வேண்டுமானால், முதலில் அதற்குக் காரணமான அழகியல் சக்தியைப் புரிந்துகொள்ள வேண்டும் என்றும், ஒரு பொருள் எவ்வாறு வடிவங் கொண்டுள்ளதோ அதனடிப்படையிலேயே அது அத்தகைய சக்தியைப் பெறுகின்றது என்றும் கூறுவார் அவர்.

அமைப்பு என்பது தன்னளவில் கட்டுக்கோப்பானது; உயிர்த் தன்மையுடையது. அதனுடைய உறுப்புக்கள் அல்லது பகுதிகள், அந்த அமைப்பின் எல்லைக்குள்ளிருந்தே ஆராயப் படக் கூடியவை. பொதுவாக அவற்றை, அவற்றின் முழுமையி லிருந்து தனியே பிரிக்க முடியாதெனினும், ஆய்வுக்கென அவற்றைப் பகுத்தும் பிரித்தும் பார்ப்பதென்பது தவிர்க்க முடியாது - ஆனால், பிரித்தறிகின்ற பகுதி, அதன் முழுமையின் அம்சமே. அமைப்பியல் ஆராய்ச்சியின் முக்கியமான நிபந்தனை இதுதான் - அதாவது, குறிப்பிட்ட அமைப்பின் பண்புகளை அல்லது கூறுகளை அமைப்பிற்கு வெளியேயிருந்து ஆராயக் கூடாது; குறிப்பிட்ட அந்த அமைப்பின் உள்ளேயிருந்துதான் ஆராயவேண்டும்.

அமைப்பியல் மொழியியல்காரரான இந்த ட்ரூபெட் ஸ்காய், 'மொழியியலில், ஒலியனை (phoneme) ஒலியியலின் ஒழுங்கமைவுக்கு (Phondogy) வெளியே, பகுத்து ஆராய முடியாது; ஒலியனை வரையறுப்பது என்பது, ஒலியியல் அமைப்பில் அது வகிக்கின்ற இடத்தைப் பொறுத்தது தானேயன்றித் தனிப்பட்டு நிற்கும்போது அல்ல' என்று வாதிடுகிறார். உதாரணமாக க/K/ என்பது ஒரு ஒலியன்; கண், நாக்கு (k) என்பவற்றிலும், நகம் (h) என்பதிலும், அங்கு (g) என்பதிலும் உள்ள (ககர) ஒலிகள், இடம் நோக்கி K, h, g - என்று மாற்றொலிகளாக உள்ளன. அதேபோது இவற்றுள் எந்த ஒன்றும் அந்த (k) எனும் ஒலியனுக்குள் மட்டுமே அடக்கம்; வேறொன்றுக்கு அல்ல. அதாவது 'க' என்பதனுடைய மாற்றொலிகள், த, க, ட முதலிய பிற ஒலியன்களின் கூறுகளாக அடங்குவன அல்ல.

மொழியியலில் நிரூபணமான இக்கருத்துநிலையைப் பின்பற்றி, மானிடவியலில் இனக்குழுக்களின் உறவுமுறைகளை (kinship) விளக்குகின்றார், லெவி ஸ்ட்ரோஸ். ஒலியன்களைப் போன்றே, உறவுப் பெயர்கள், குறிப்பிட்ட இனக்குழு எனும் ஒழுங்கமைவில், தாம் வகிக்கின்ற இடத்தைப் பொறுத்தே பொருள்படுகின்றன என்பது அவர் வாதம். காட்டாக - அக்காள் மகள், அண்ணன் மகள் என்ற உறவுகள் இந்துக் குடும்பங் களிலும் இசுலாமியக் குடும்பங்களிலும் வேறுபட்ட உறவுகளில் பொருள் படுகின்றன. இந்துக்களில் பல சாதிகளில் அக்காள் மகளைத் தாய்மாமன் என்ற முறையில் ஒருவன் மணந்துகொள்ள உரிமையுடையவன். ஆனால், இசுலாமியக் குடும்பங்களில் இது

நேர்மாறானது. அப்படியானால், இத்தகைய உறவுகளை அதனதன் சூழலில் வைத்துப் பார்த்தால்தான் அர்த்தமுடையதாக இருக்கும். மேலைநாட்டுக் குடும்பங்களில் இந்த இரண்டு உறவுகளுக்கும் வேறுபாடில்லை. எனவே, ஆங்கிலத்தில் இவையிரண்டிற்கும் ஒரே சொல்தான் (niece) வழங்குகிறது. அதுபோல் தான் அங்கே, தாய்வழியே வரும் மாமா என்ற உறவுக்கும் தந்தைவழியே வரும் பெரியப்பா, சித்தப்பா என்ற உறவுக்கும் பெரிய வேறுபாடு கிடையாது. இரண்டற்கும் uncle என்ற ஒரே சொல் தான் அங்கேயுண்டு. ஆனால் தமிழ்க் குடும்பங்களில் இந்த இரண்டிற்கும் நடைமுறையில் பெருத்த வேறுபாடு உண்டு. இது போலவே, பல உறவுகள் - இனம்/சாதி என்ற அடிப்படைகளில் - தனிப்பொருளில் அமைந்துள்ளன. எனவே, இதனை விடுத்துத் தனியே பிரித்துப் பார்த்தால், அவ்வுறவுப் பெயர்கள் தம் தனித் தன்மைகளை இழந்துவிடுகின்றன. இதனை அமைப்பியல் காரரான லெவி ஸ்ட்ரோஸ், மானிடவியலில் வைத்து விளக்குகின்றார்.[6]

## பிராப் விளக்கம்

இனி, இவர்களுக்கு முந்திய விளாதிமிர் பிராப்புக்கு வரலாம். நாட்டுப்புறப் பழமரபுக் கதைகளில் கதைப்பின்னல் எவ்வாறு அமைந்திருக்கின்றது; அதனை மையமாகக் கொண்டு அமைந்திருக்கின்ற கதையினுடைய வளர்ச்சிப் போக்கில் வினை நிகழ்வுகள் என்ன முறையில் அமைந்திருக்கின்றன; கதையின் வளர்ச்சியில் அவற்றின் இடம் என்ன - என்பது பற்றி அவர் ஆராய்கிறார். அதன் போது அவர் சொல்கிறார்; 'குறிப்பிட்ட எடுத்துரைப்பின் செல்நெறியில் (அல்லது கதையின் வளர்ச்சிப் போக்கில்), ஒரு செயல் எத்தகைய இடத்தை (position) வகிக்கின்றது என்பதன் அடிப்படையிலேயே அந்தச் செயலை விளக்க முடியும் - அதற்கு வெளியே அதனை வரையறுக்க முடியாது. குறிப்பிட்ட வினைநிகழ்வு பெறுகின்ற பொருளைச் செயலின் போக்கில் ஆராய்வது அவசியமாகும்.'[7]

இந்தக் கூற்று, அமைப்பியலின் பிரமாணமாகவே ஆகிவிட்டது. புகழ்பெற்ற அமைப்பியல் நாட்டுப்புறவியலாளர், ஆலன்டண்டஸ், இந்தக்கூற்றை, 'நாட்டுப்புறவியல் கோட்பாட்டின் மிக முக்கியமான புரட்சிகரமான பங்களிப்பு' என்று வருணிக்கின்றார்.[8] உண்மையில், பிராப்புக்கு முந்திய நாட்டுப்புறவியலாளர்கள், நாட்டுப்புறக் கதையை 'இழைபொருட்கள்'

(motif) அடிப்படையிலே சிறிய மூலப் பொருள்களாக விளக்கி வந்தனர். இப்பகுப்புக்கள் அளவில் மிகுந்தவை; கதையின் வளர்ச்சியில் குறிப்பிட்ட பங்களிப்புப் பற்றியோ, பண்பினால் ஏற்படும் சிறப்புடைத்தன்மை பற்றியோ பொருட்படுத்தாதவை; முனைப்பு அற்றவை. அதனால் இவற்றிலிருந்து வேறுபட்டு, வினைநிகழ்வு (function) என்பதனை அடிப்படைப் பகுப்பு முறையாகக் கொண்டு விளக்கினார் பிராப். ஒரு கதையமைப்பில், வினைநிகழ்வு என்பது, கதைமாந்தரின் குறிப்பிட்டுச் சொல்லும் படியான செயலை (மட்டுமே) குறிப்பதாகும். எல்லாச் செயல்களும், நிகழ்வுகள் ஆகிவிட முடியாது; கதையமைப்பில் குறிப்பிட்ட விளைவை ஏற்படுத்துவனவாகவும் அல்லது பங்களிப்புச் செய்வனவாகவும் அவை இருக்க வேண்டும். இவ்வடிப்படையில், சிறப்புடைத் தன்மையுடையனவாக இருக்கின்ற வினைநிகழ்வுகளை இனங்கண்டு, அம்முறையில் வருணிப்பு முறை வரிசையை (narrative sequence) அவர் பகுத்து வகைப்படுத்துகின்றார். மேலும், குறிப்பிட்ட அமைப்பில் இந்தச் செயல்நிலைகளில் உள்ள முறைவரிசை, மாறாநிலையுடையது என்றும், ஒத்த செயல்நிலைகளைக் கொண்டவை, ஒரே வகைக்குள் அடங்கும் என்றும் அவர் விளக்கினார். பிராப்பின் இந்த அணுகுமுறை, அமைப்பியலுக்கு நல்ல தொடக்கத்தையும் வழிகாட்டுதலையும் தருகிறது.

### நிகழ்வின் கட்டுமானம்

பிராப் உட்பட்ட தொடக்ககால அமைப்பியலாளர்கள், கதையில் அல்லது வருணனையில், நிகழ்வுகள் ஒரு நீள்வரிசையில் முறையாக அமைந்திருக்கின்றன என்று கருதினர். மேலும், தொடர்ந்து வருகிற நிகழ்வுகளை அப்படிக்கு அப்படியே முறை பிறழாமல் பார்த்தனர். பின்னால், இந்தப் பார்வை மாறியது. புகழ்வாய்ந்த பிரெஞ்சு அமைப்பியலாளராகிய ப்ரேமோன் (Claude Bremond), நிகழ்வுகள், நேர்நீள் வரிசையில் இருப்பன அல்ல என்று மறுக்கின்றார். அவை, ஒன்றனை அடுத்து ஒன்று என்று அல்லாமல், தம்முள் பிணைந்து இருப்பனவாகக் கருதப்பட வேண்டும் என்கிறார். மேலும், நிகழ்வுகளை, அவற்றின் காரண - காரிய எதிர்வினைகளோடு இணைத்துப் பார்க்க வேண்டும் என்கிறார் அவர்.⁹ காட்டாகச் 'சண்டை' என்பது ஒரு நிகழ்வு எனின், அதனைத் தனியே அதனோடு மட்டும் அதனை

எடுத்துக்கொள்ளாமல், அதன் எதிர்விளைவுகளான 'வெற்றி' - 'தோல்வி' - அல்லது இரண்டுமல்லாதது என்பவற்றோடு சேர்த்துக் கணக்கிட வேண்டும் என்கிறார் அவர். செயலுக்குரிய உள்ளார்ந்த திறன், செயலை நோக்கியதான மாறுதல், செயலின் விளைவு அல்லது சாதனை எனும் 'மும்மைப்பிரிவு' அவர் தரும் வரிசையாகும். அதாவது; வினைநிகழ்வினை, ஓர் அலகு (Unit) எனக் கொள்கிறார் அவர்.

அமைப்பின் வினைநிகழ்வைக், குறிப்பிட்ட செயல் மட்டுமே கொண்டு வரையறுப்பர் பலர். ஆனால் ப்ரேமோன் இதனை மறுப்பார். குறிப்பிட்ட செயல் மட்டுமே போதாது என்று பன்முறை வாதிடுகிற அவர், செய்கிறவன் (கருத்தா, எழுவாய்), செய்முறை (பயனிலை) என்கிற தன்மைகளையும் சேர்த்துக் கணக்கிலெடுத்துக் கொள்ள வேண்டும் என்று வாதிடுகிறார். இதன் காரணமாக, வினைநிகழ்வு பற்றிய கருத்துநிலைக்கு, அவர், 'பங்குநிலை' (role) எனும் ஒரு பண்பினை அறிமுகப்படுத்திகிறார். இக்கருத்து, செயல்களின் முனைப்பிலும் அவற்றின் வரிசை முறையிலும் உள்ள கவனத்தை அல்லது முக்கியத்துவத்தைப் பங்குநிலை என்ற பகுதிக்குத் திருப்பும்படியாக உள்ளது எனத் தோன்றினாலும் இதுவும் வினைநிகழ்வை மையக்கருவாகக் கொண்டதே; அதிலிருந்து முற்றிலும் வேறுபட்டுப் போவதல்ல; ஆகவே, இது உண்மையில், வினைநிகழ்வை ஒரு திரளாகவும் விளக்கமாகவும் காணுகிறது என்றே எடுத்துக்கொள்ள வேண்டும்.

ஒரு முழுமையினுள் அமைந்துகிடக்கும் கூறுகளை நீள் வரிசையாகக் காண்பது என்பது, வினை நிகழ்வுகளைக் கால வரிசை முறையில் தனித்தனியே துணித்துக் காண்பது போன்ற தோற்றத்தைத் தருகிறது. எனவே அது போதாது என்று கருதப்படுகிறது. லெவி ஸ்ட்ரோசே கூட அதனை முழுதுமாக ஏற்றுக்கொள்ளவில்லை. வினை நிகழ்வுகளில் நீள் வரிசை முறை எனும் பகுப்பை விடுத்து, 'இருநிலை எதிர்வு' (binary opposition) எனும் கருத்தியலை அவர் முன்வைக்கிறார். குறில் x நெடில், (கல் - கால்) குவிதல் x விரிதல் (உலை - இலை) என்பது போன்று பேச்சு ஒலிகளின் 'சிறப்புநிலைக் கூறு'களை அடிப்படையாகக் கொள் வார். இத்தகைய இருநிலை எதிர்வு நிலையில் 'கண்டறி வழிமுறை' (discovery procedure) வகுக்கப்படுகின்றது. இதனை

எடுத்துக்காட்டித், தொல்மானிடவியல் பகுப்பாய்விற்கும் இது பொருந்தி வருவதாகக் கருதுகிறார் அவர். தமது தொடக்க காலத்திய ஆய்வில்,[10] பண்பு - பண்பாடு (nature / culture) என்ற கருத்துநிலைகளை இருநிலைஎதிர்வு உடையனவாக விளக்கு வார் அவர். பண்பு என்பது இயல்பானது; இயற்கையானது; பண்பாடு, இவ்இயற்கையிலிருந்து மாறுபட்டது ஆகும். இது, பண்படுத்தப்படுவது எனும் பொருளைக் கொண்டது. எனவே, இவை தம்முள் வேறுபட்டவை. முரண்பட்டவை; ஒன்றனை யொன்று எதிர்நோக்கி இயங்குபவை. இவற்றுள் இயல்பு அல்லது பண்பு என்பது, குறிப்பாக ஒரு பண்பாட்டுக்கோ, குறிப்பிட்ட விதிமுறைக்கோ உட்படாதது; பொதுவானது; சட்டம், கல்விமுறை போன்ற விதிக்கப்படுகிற விதிமுறைகளுக்கு முரண்பாடானது. இதற்கு மாறாகப் பண்பாடு என்பது விதி முறைகளின் ஒருவகையான ஒழுங்குமுறைக்கு உட்பட்டது; அவ்வச் சமுதாய அமைப்போடு குறிப்பிட்டு அமைவது, இவ்வாறு ஸ்ட்ரோஸ் விளக்குகிறார். இதே வகையான இருநிலை எதிர்வை, பதனப்படாதது - பதனப்பட்டது (raw / cooked) என்று வேறொரு கோணத்திலும் விளக்குவார்.[11]

**வழிகாட்டுதல்**

அமைப்பியலில் மேற்கூறிய பிரதானமான இவ்வழிமுறை களைப் பின்பற்றிக் கதைமை (fictionality) அல்லது நிகழ்ச்சித் தகைமையுடைய எடுத்துரைப்பின் நிகழ்வுகளையும் (narrative) அவற்றின் பண்புகளையும் பகுத்து விளக்கலாம். இதற்குரிய மூன்று முக்கிய வழிகாட்டுதல்களை இங்குக் குறிப்பிடலாம். அவை:

1. வினை நிகழ்வுகளை ஒன்றை ஒன்று அடுத்தடுத்து நிகழும் நீள் வரிசைமுறையில் காணுதல்.
2. வினைநிகழ்வுகளை இருநிலை எதிர்வுகளாக இனங் கண்டு விளக்குதல்.
3. வினை நிகழ்வுகளின் காரணங்களையும் விளைவு களையும் கணக்கில் கொண்டு, செயலுக்குரிய திறன், செயல் கருதிய மாறுதல், செயலின் விளைவு அல்லது சாதனை என்ற முறையில் இணைத்தும், மேலும், செயலைத் தனியாக அல்லாமல், செய்கிறவன், செய்கிற

முறை என்பனவற்றை இணைத்தும் - திரட்சியாகக் காணுதல்.

இவற்றின் அடிப்படையில் இங்கே, புகழ்பெற்ற நாட்டுப் புறக் கதைப்பாடலாகிய 'மதுரைவீரன் கதை'யின் அமைப்பு முறையைப் பார்க்கலாம். தாழ்ந்த குலத்தவன் ஒருவன், உச்சத் திற்குப் போய்ப் பின்னர் வீழ்ச்சியடைந்து, சிறு தெய்வமாகிவிட்ட கதை, அது. வரலாற்றுத் தோற்றமும் பழமரபுக் கதையாக்கமும் (myth - making) பெற்ற இக்கதைப்பாடல், நாயக்கர் காலத் தமிழகத்து மக்கள் பண்பாட்டின் பிரதான பகுதியைச் சுவையாக வருணிக்கிறது.

இதனை வினை நிகழ்வுகளின்படி வகுப்பதற்கு முன்னர், பொதுநிலையில் குறிப்பிடத்தக்கதாகவுள்ள இதன் அமைப்பியல் பண்பு ஒன்றைச் சுட்டிக்காட்டுவது நல்லது. இக்கதையின் முதலும் இறுதியும், அதன் மொத்த அமைப்பின் புறச்சுற்று நிலையாக (peripheral) உள்ளன. அதாவது, கடவுளே தோன்றி வரந்தருகிற முறையில், பழமரபுக் கதைப்படுத்துகிற போக்கு இதிலே இருக்கிறது. இது முதலிலும் இறுதியிலுமாக, 'வட்டச் சுழற்சியாக' உள்ளது. அடுத்து, வெளிப்படையாக அல்லாமல், இக்கதையின் சாராம்சமான ஒரு கருத்தியல், இம்மொத்த அமைப்பின் நடுவாகவும் பெரும்பகுதியாகவும் உள்ளது. இது 'அகச்சுற்றுநிலை'; இது மனிதஆற்றலையும் அரசியல், சமுதாய, தனிமனித உணர்வுகளையும் வெளிப்படுத்துவதாக, நடப்பியல் கலந்த அற்புத நவிற்சித் தன்மையுடன் அமைந்துள்ளது. (இது நாட்டார் கதைப் பாடல்கள் பலவற்றிலுமுள்ள ஒரு பொதுக் கட்டமைப்பு).

ஒரு வரலாற்றுக் கதைப்பாடல் என்ற முறையில், இந்தச் சுற்றுநிலையமைப்புக்களின் தேவையும் அவற்றிற்கிடையேயான செயல்பாட்டு உறவுகளும் கவனத்திற்குரியவை. மேலும், ஒரு முழுமையான அவல நாடகத்திற்குரிய பண்புகள் விரவியமைந் திருப்பதும் இதன் கவனிக்கத்தக்க ஓர் அம்சமாகும். இருக்க, இவையுள்ளிட்ட இம்மதுரைவீரன் கதையின் அமைப்பினை முன்னர் நாம் காட்டிய வழி, இப்போது, பின்வருமாறு பகுத்துக் காணலாம்:

| வ.எ. | வினைநிகழ்வுகள் | வினைத்திரள் | இருநிலை எதிர்வு |
|---|---|---|---|
| 1. | பிறத்தலும் வளர்தலும் | i. கடவுள் மகிமையும் மரபுக் குறுக்கீடும் | புராணிகச்சூழல் X நடைமுறை வளர்ப்புச் சூழல் |
|  |  | ii. சாதி எல்லையும் எல்லை கடந்த வளர்ப்பும் |  |
|  |  | iii. வீரனாக வளர்தல் |  |
| 2. | காதலித்தல் | i. மரபுக்கும் தற்செயலுக்கும் உட்பட்ட கடமை | சாதி வழக்கம் X சாதி மரபு மீறிய காதல் உறவு. |
|  |  | ii. அரசிளங்குமாரி சந்திப்பு |  |
|  |  | iii. காதல் - துணிவு |  |
| 3. | சிறையெடுத்தல் | i. குலமரபும் காதல் எதிர்ப்பும் | அரசு அதிகார சக்தி X தாழ்ந்த குடிமகன் வீரம். |
|  |  | ii. அரசு கோபமும் முயற்சியும் |  |
|  |  | iii. வீரன் சிறையெடுப்பும் தப்பித்தலும் |  |
| 4. | பதவியும் புதிய வாழ்வும் பெறுதல் | i. மதுரையரசன் நிலையும் தேவையும் | வீரத்துக்குகந்த பதவி X சாதி மரபுக்கு மீறிய கடமை |
|  |  | ii. வீரன், தளபதியாதல் |  |
|  |  | iii. புதிய கடமைகள் ஏற்படல் |  |
| 5. | அரசுப் பகை கொள்ளல் | i. இரண்டாம் காதல் | சமுதாய மரபு மீறிய காதல் X அரசின் உடைமையதிகாரம் |
|  |  | ii. காதல் அம்பலமும் அரசன் நிலையும் |  |
|  |  | iii. அரசன் கோபம் |  |
| 6. | அரசுத் தண்டனைக்கு ஆட்படல் | i. விதிக்கப்பட்ட கடமையும் மேற்கொண்ட காதலும் | அரசு அதிகார சக்தி X குடிமகன் இறுதிப் பணிவு |
|  |  | ii. அரசு அதிகாரமும் பகையும் |  |
|  |  | iii. தண்டனை |  |

| வ.எ. | வினைநிகழ்வுகள் | வினைத்திரள் | இருநிலை எதிர்வு |
|---|---|---|---|
| 7. | சாதல் | i. ஆராயாத தண்டனை | தண்டனையில் குரூரம் x வீழ்ச்சியில் அவலம். |
| | | ii. மாறுகால் மாறுகை இழந்து சாவு | |
| | | iii. மனைவியும் காதலியும் உடன் சாவு | |
| 8. | மீஉயர்வு பெறுதல் | i. தண்டனையின் விளைவும் அரசனின் உணர்வும் | i. அரசு மற்றும் உயர்குடி மரபு X நாட்டார் மற்றும் தாழ்ந்த குடிமரபு |
| | | ii. தெய்வசக்தி வரவு | ii. வரலாற்று நிகழ் கட்டத்திற்குமுன் சார்பு x புராணப் படுத்தல் சார்பு |
| | | iii. மரபும் மக்களின் ஏற்பும், வீரன் வட்டார தெய்வமாக ஆதலும் | |

இவ்வாறு (1) வினைநிகழ்வின் நீள்வரிசைமுறை, (2) தம்முள் பிணைப்புண்ட வினைத்திரளின் வரிசை, (3) தம்முள் முரண் பட்டு, அந்த முரண்பாட்டின் ஒரு பண்பாக வளர்நிலை பெறு கின்ற இருநிலை எதிர்வு - ஆகிய மூன்று கருத்துநிலைகள் கொண்டு, அமைப்பியல் முறையில் மதுரைவீரன் எனும் நாட்டுப் புறக்கதை பார்க்கப்பட்டது. இதேபோல் வேறுவேறு புனை கதைகளையும் பார்க்கமுடியும். இது அமைப்பியல் திறனாய்வின் முக்கியமான பணியாகும்.

அமைப்பியல், வளர்நிலை கொண்டது; அதற்காக, மேற் குறிப்பிட்ட சில வழிமுறைகளை மட்டுமே அது கொண்டிருக் கிறது என்று அதன் எல்லைகளைச் சுருக்கிக்கொண்டுவிட முடியாது. மேலும் மதுரைவீரன் கதைக்குக் காட்டிய இப்பகுப்பு முறை அப்படியே காத்தவராயன் கதைக்கோ, ஐவர் ராசாக்கள் கதைக்கோ பிறவற்றிற்கோ பொருந்த வேண்டும் என்பதில்லை. காத்தவராயன் கதை, நல்லதங்காள் கதை போன்ற புராணமரபு

கொண்ட நாட்டுபுறக் கதைகளில், வட்டச் சுழல்முறை (cyclic structure) கணிசமாகவே இருப்பதைப் பார்க்க முடியும்.

**கதைப் பின்னல்**

கதையமைப்பைத் தீர்மானிக்கிற ஒரு சக்தியாக விளங்கு கின்றது கதைப்பின்னல் (plot) ஆகும். கதையின் மிகச் சிறு அமைப்புக் கூறுகளாகிய இழை பொருள்கள் பற்றிப் பேசுகிற போது, அவை மேற்கொண்டு பகுக்க முடியாதவை என்றும் மிகவும் அடிப்படையானவையென்றும் கூறப்படுகின்றது. அவை குறிப்பிடத்தகுந்தனவும், அல்லாதனவுமாக, மிக விரிவாக இருப்பவை. கதைப்பின்னல் பற்றிக் கூறுகின்ற போது, இத்தகைய இழைபொருட்களின் முறை வரிசைகளையும் அவற்றின் இயங் காற்றலையும் கொண்டமைந்த இது, வெறுமனே இழை பொருட் களின் கூட்டு வடிவமல்ல. அடிப்படையில், ஓர் அமைப்பியல் பண்பாக, முக்கியமாகப் புனைகதையிலக்கியத்தில் தன்னளவில் ஓர் 'அமைப்பு முழுமையாக'க், கதைப்பின்னல் விளங்குகின்றது. கதைவடிவத்தில் சாராம்சமாக மையங் கொண் டிருக்கின்ற பாடுபொருளாகிய கருவை (theme) விளக்குவதாகவும் அதனைத் தூலப்படுத்துவதாகவும் இது அமைகின்றது. இது இயல்பான தாகவும் இருக்கலாம்; திட்டமிட்டதாகவும் இருக்க லாம். எவ்வாறாயினும், நோக்கப் பொருளாகிய பாடுபொருள், கலை வடிவங்கொண்டு வாசகனைச் சென்றடைகிற 'திறன்' பெற்றதாக விளங்குவதற்குக் கதைப்பின்னலே வாயிலாக அமைகிறது. புனைகதையிலக்கியத்தில் கதைப்பின்னலை அறிவது என்பது, புனைகதையைச் சரியாகப் புரிந்துகொள்வது ஆகும். இத்தகைய கதைப்பின்னலை இனங்காண்பது, பனுவலில் இடம்பெற்றுள்ள செயல்நிலைகளின் வரிசைமுறை ஒன்றனைப் பொறுக்கியெடுப் பதன் மூலம் கிடைப்பது அல்ல; மாறாகப், பாடுபொருளின் வளர்ச்சியோடு பரஸ்பரம் ஒன்றிணைந்துள்ள மையமான செயலை அல்லது செயல்மாற்றத்தை வேறுபடுத்தி அல்லது தனிப்படுத்திப் பார்ப்பதன் மூலமே கிடைக்கின்றது.

கதைப்பின்னலின் சிறப்பு என்பது, வாசகன், அதன் போக் கோடு இயைந்து சென்று முழுமையை அறிந்துகொள்வதில் இருக்கிறது. எனவே, இதனையே முக்கியமாகக் கொண்டு, ரோலந் பார்த், கதைப்பின்னலின் அமைப்பில், மையங்கள் (kernals) ஊக்கிகள் (catalysts) எனும் இரண்டு புதிய பகுப்புகளை முன்வைக்கிறார்.[14] 'மையம்' என்பது, கதையின் போக்கில், செயல்

அல்லது நிகழ்வு மையங்கொண்டிருக்கின்ற இடத்தைக் குறிப்ப தாகும். இந்த வகையான தன்மை, 'கதையிலுள்ள சூழ்நிலை யினுடைய மாற்றம்' ஆகும். மேலும் இதுவே கதைப்பின்னலின் கட்டமைப்புக் கூறாகக் கருதப்படக் கூடியதும் ஆகும். இவ்வாறு தோதொரொவ் கூறுவார்.[15] இத்தகைய மையங்கள், ஒரு கதைப் பின்னலில் ஒன்றுக்கு மேற்பட்டும் இருக்கலாம் என்று பார்த் சொல்லுவார். இவை, கதைப்பின்னலின் முக்கியமான உறுப்புக்கள்; காலஅளவு, மற்றும் தருக்க முறைகளில் இவை ஒன்றோடு ஒன்று இணைந்தவை. இந்த மையங்கள் தமக்குள் முடிந்தமுடிவின அல்ல; அவை திறவைநிலை (opening) கொண்டவை. அதாவது, ஒரு செயல் ஓரிடத்தில் கருக்கொண்டிருக்கிறது என்றால், அது அதனோடு முடிந்துவிடாமல் அடுத்து நிகழவிருப்பதை அவாவி நிற்கிறது என்று பொருள். இத்தகைய மையங்களைச் சுற்றி இயங்குபவை, அவற்றின் துணைக்கோள்கள் அல்லது ஊக்கிகள் எனப்படுகின்றன. இவை, அந்த மையங்கள் வளர, ஊக்கமும் உறுதுணையும் தருபவை; அவற்றின் விளக்கங்களாக இருப்பவை.

எடுத்துக்காட்டுக்கு, நாஞ்சில் நாடனின் 'மிதவை' நாவல். படித்த தமிழ் இளைஞன், இங்கே சரியான வேலை கிடைக்காமல் திண்டாடி, நெருக்கடி மிகுந்த பம்பாய் செல்கிறான். அங்கே வேலை கிடைக்கிறது. ஆனால், வேரூன்ற முடியாமல் வெறும் மிதவையாய் அலைந்து அவதியுறுகிறான். இது, அந்த நாவலின் கதைப்பின்னல். இந்தக் கதைப்பின்னலுக்குள் இரண்டு 'மையங்கள்' இருக்கின்றன. ஒன்று - நாகர்கோவில் அருகே குறுங் குளத்தில் படித்த அந்த இளைஞன் சண்முகம், வேலைக்காகக் காத்துக் கொண்டிருக்கின்றான். அரசாங்கத்தை, பட்டணத்துப் பெரியப் பாவை என்று எல்லோரையும் நம்பி ஏமாந்து சோர்ந்து போய் நிற்கிறான். அந்நிலையில், அங்கே வந்த அந்த ஊர்க்கார - பம்பாய் அய்யர், அவனைப் பம்பாய்க்கு அழைக்கின்றார். அவன் போகிறான். இது, முதல் மையம். என்றாலும், இரண்டாவது மையத்துக்கு இது ஒரு பின்புலம் போலவே அமைகிறது. இனி, இரண்டாவது மையம் - அவன், பம்பாயில்வேலைக்காகப் பல இடங்களில் ஏறி இறங்குகின்றான். சிறிய தொழிலகங்களில் சின்னச் சின்ன வேலைகள். கிடைக்கிற பணத்தை வைத்துக் கொண்டு, நெருக்கடியான அறைகளில், தன்னைப் போன்றே சிரமங்கள் படும் சிலருடன் சேர்ந்து வாழ்கிறான். அவதிப்பட்ட அனுபவங்கள். ஊருக்குப் போய் வர வேண்டும் என்று எண்ணு கிறான். கடன்கள் வாங்கித்தான் போக முடியும் - என்ற நிலை, ஆனாலும் புறப்பட்டு விடுகிறான்.

இந்த மையங்களைச் சார்ந்து வருபவை, 'ஊக்கிகள்'. ஆனால், சார்ந்து வருபவை என்பதற்காக எல்லாச் செயல்நிலைகளும் எடுத்துரைப்புகளும் இந்தக் கணக்கிடலங்கா. இவற்றுள் பல, குறிப்பிடுதற்கு உரியனவாக இல்லாமலிருக்கலாம்; இவையில்லா விட்டாலும் மையம் எந்தவிதத்திலும் பாதிப்புப் பெறாமலிருக் கலாம். அத்தகையவை ஊக்கிகள் ஆகா. மையத்திற்குத் துணை யாகவும் அதனை விளக்குவதாகவும் வளர்ப்பதாகவும் இருப் பதையே 'ஊக்கி' என்கிறோம். மேலும் இத்தகையனவும் மற்றும் இவ்வாறு குறிப்பிடத்தக்கனவாக அல்லாமல் பொதுவான நிலையில் இருப்பனவும் சேர்ந்து 'இழைபொருள்' (motif) என்று அழைக்கப்படுகின்றன. ஆனால், இழைபொருள்களில் அமைப் பியல், அக்கறை காட்டுவதில்லை.

கதைப்பின்னலை விளக்குவதற்கும் ஆராய்வதற்கும் அதன் வழியாகக் கதைக் கூறுகளைக் கொண்ட இலக்கியங்களை ஆராய்வதற்கும் மேற்கூறிய கோணம் அல்லது அணுகுமுறை உதவுகின்றது. இதுபோன்றே இத்தகைய கதைப்பின்னலில் இதற்குட்பட்ட நிகழ்ச்சிக் கோர்வைகளின் செல்நெறி அல்லது இயக்கம், எவ்வகையான போக்கினை அல்லது திசைவழியினைக் கொண்டிருக்கின்றது என்று பார்க்கின்ற பார்வையும், கதைப் பின்னல் பற்றிய ஆராய்ச்சிக்கு உதவுகின்றது. கதைப் பின்னலுக்குட் பட்டதும் அதனை உணர்த்துகின்றதும் ஆகிய இந்த வினை நிகழ்வுக் கோர்வை, பரஸ்பரம் உறவு கொண்ட செயல்நிலை களால் ஆனது. இந்தச் செயலுறவுகளைக் கட்டுப்பாடுடைய ஒருவகை 'ஒப்பந்தச் செயலுறவுகள்' (contractuals) என்று அமைப்பியலாளர்கள் வருணிக்கின்றனர்.[16] அதாவது, குறிப் பிட்ட ஒரு வினையை அல்லது செயலைச் செய்வதற்கு அவை பொறுப்புடையனவாகவோ, மறுப்புடையனவாகவோ அமை கின்றன.

இவ்வாறு அமைகிற இந்த ஒப்பந்த உறவுநிலைகளின் இயக்கங்களில் மூன்று தன்மைகள் இருக்கின்றன. ஒன்று: எதிர் நிலையான ஒப்பந்த உறவுநிலையிலிருந்து உடன்பாடான உறவு நிலையை நோக்கி வளர்தல். ஜெயகாந்தனின், 'ஓ கோகிலா என்ன செய்து விட்டாள்'. 'பாரிசுக்குப் போ', 'ஒரு நடிகை நாடகம் பார்க்கிறாள்' என்பவற்றில் போலவும், ஜானகிராமனின் "மரப்பசு"வில் சுதந்திரக் காதல் பேசிப் பின்னர் அடங்கிப் போகும் அம்மு போலவும் சமுதாயத்திலிருந்து வேறுபட்டு

விலகிப் போவது போல் தோற்றம் தந்துவிட்டுப் - பின், அதே சமுதாயத்தோடு மீள ஒருங்கு சேர்தல் அல்லது சமரசமாதல் என்ற முறையில் இதன் போக்கு அமைகிறது. இரண்டு: உடன்பாடான ஒப்பந்த உறவுநிலையிலிருந்து அதனைத் தகர்க்கிற உறவுநிலையை நோக்கி வளர்தல். தி.ஜானகிராமனின் 'அம்மா வந்தாள்', ராஜம்கிருஷ்ணனின் 'கரிப்புமணிகள்', பொன்னீலனின் 'கரிசல்' மற்றும் 'கொள்ளைக்காரர்கள்', சு.சமுத்திரத்தின் 'ஊருக்குள் ஒரு புரட்சி' முதலியவை இதற்குச் சில உதாரணங்கள். செயல் நிலைகளின் மேற்கூறிய இவ்விரண்டு உறவுநிலைகளும் பிரதான மானவை; செயல்போக்கில் முனைப்பும் கூர்மையும் கொண்டவை. இனி, மூன்றாவது: உடன்பாடு - எதிர்நிலை என்ற இரண்டு போக்கில் எதிலும் பிரத்தியேகமான முனைப்பு இல்லாமல், ஒன்றனையொன்று தம்முள் விளக்குவதாகவே பிணைந்து வளர்ந்து செல்லுதல். லா.ச.ராமாமிருதத்தின் 'பாற்கடல்' இத்தகைய அமைப்பில் சிறப்பாக விளங்கும் ஒரு படைப்பு. தமிழில் புனைகதைகளிலுள்ள கதைப்பின்னல்களை இவ்வாறு இனங்கண்டு விளக்கலாம். அதன்மூலம் அவற்றின் அமைப்பும் திறனும் புலப்படும்.

## பாத்திரங்கள்

இவ்வாறு, வினை நிகழ்வையும் செல்நெறிகளையும் மைய மாகக் கொண்டு அமைப்புக் கூறுகளை விளக்குவதே பெரும் பான்மை; ஏனெனில் அவற்றிற்கே இயங்குதலும் இயக்குதலு மாகிய ஆற்றல் இருக்கிறது. மேலும், இவ்வினை நிகழ்வுக்குத் தளமாகவும் தாங்கியாகவும் இருப்பது, பாத்திரப்படைப்பே யாகும். இதனையும் நினைவிற்கொள்ள வேண்டும். எனவே, குறிப்பிடத்தக்க முறையில் வினை நிகழ்த்துகின்ற பாத்திரங்களின் வைப்புமுறையும் அவற்றை இடம் நகர்த்துகிற முறையும் அமைப்பியல் விளக்கத்திற்கு உட்பட்டவையாகும்.

இத்தகைய பாத்திரங்களை, அவை செயல்படுகின்ற ஆற்றலைக் கொண்டு, செயல்முனைப்புப் பாத்திரம் (active character) என்றும் செயல்முனைப்பில்லாப் பாத்திரம் (passive character) என்றும் இரண்டாகப் பகுக்கலாம். செயல்முனைப்புப் பாத்திரம் என்பது, தானாகவும் முனைப்பாகவும் செயல்படுவது; அல்லது பிறரைச் செய்ய வைக்கவும் அல்லது பிறரால் தூண்டப் பெற்றுச் செயல்புரிய வல்லமை பெற்றிருக்கவும் கூடிய முனைப் புடைய பாத்திரம் ஆகும்.

அடுத்து - பாத்திரங்களின் செயல்படுகிற நோக்கத்தினையும் முறையையும் கொண்டு, அவற்றை இருப்புநிலை, எதிர்ப்புநிலை, மீளச் சேர்நிலை என்று வேறு மூன்று வகைகளிலும் அணுகலாம் என்று அமைப்பியல் கூறுகிறது. 'இருப்பு நிலை' என்பது, தங்களின் குறிப்பிட்ட தளத்தினையும் பங்கினையும் பாதுகாத்து, அதிலேயே தொடர்ந்து இருப்பதற்கு முயலுகின்ற பாத்திரங் களின் 'உடன்பாடான செயலுறவு நிலை'களைக் குறிப்பதாகும். இனி, எதிர்ப்புநிலை என்பது, முற்கூறிய இருப்புநிலைக்கு மாறாக, அத்தகைய உடன்பாட்டு நிலையிலிருந்து வேறுபட்டு அதனை எதிர்க்கின்ற அல்லது தகர்க்கின்ற உறவுநிலையாகச் செயல் படுவதைக் குறிப்பதாகும். 'மீளச்சேர்நிலை', என்று நாம் குறிப்பது, இருப்புநிலை என்ற உறவுநிலையிலிருந்து எதிர்ப்பு நிலை என்ற உறவு நிலைக்குப் போய், அங்கே கால்கொள்ளாமல் திரும்பப் பழைய நிலைக்கே அல்லது தளத்திற்கே மீளவருதல் ஆகும்.

இதுகாறும் கூறிய மூன்று நிலைகளும், பாத்திரங்களை முன்னிட்ட அமைப்பின் இயங்கு முறையினை - அவ்வழிக், கதைப்பின்னலின் கட்டமைப்புப் பண்பினை உணர்த்தக் கூடியனவாகும்.

**பனுவல்**

அமைப்பியல், இவ்வாறு, இலக்கியத்தின் அல்லது அழகியல் படைப்பின் பண்புநிலைகளை, அதற்கு வெளியே போகாமல், உள்ளேயே நின்று, அவற்றின் கட்டுமானங்களை மையமாகக் கொண்டு பேசுகின்றது. அமைப்பியலின் வளர்ச்சி, மேலும் மேலும் உள்முகமாக, வாசகத்தை (பனுவலை) மட்டுமே மையப் படுத்துகிற போக்காக வளர்ந்துள்ளது. இலக்கியத் திறனாய்வில் மிகுந்த அக்கறை கொண்ட அமைப்பியலாளராகிய ரோலந் பார்த், பனுவலை முக்கியப்படுத்துவது மட்டுமல்லாமல் வாச கனையும் பனுவல் மீதான அவனுடைய எதிர்வினைகளையும் முக்கியப்படுத்துகின்றார்.

ஒரு பனுவலின் இயைபு என்பது அதன் ஆரம்பமாகிய (origin) கர்த்தாவிடம் அல்ல - மாறாக அதன் இலக்குவான (destination) வாசகனிடமே இருக்கிறது என்று பார்த் கூறுகிறார்.[17] அதாவது, வாசகன், குறிப்பிட்ட பனுவலை எவ்வாறு ஏற்றுக் கொள்கிறான் அல்லது எதிர்கொள்கிறான் என்ற விதத்திலும்

முறையிலும்தான் அந்த அமைப்புப் புரிந்துகொள்ளப்படுகிறது என்பது அவரது திடமான நம்பிக்கை. மேலும், மொழி என்பது ஆழமும் சிக்கலும், நீண்ட வரலாறும் உடையது ஆதலால், மேலும் மேலும் புதிய புதிய அர்த்தங்களை - அந்த அந்த வாசகனின் வாசிப்பு முறைக்கும் அனுபவத்திற்கும் ஏற்ப அது தருகிறது. எனவே, வாசகனும் வாசிப்புமுறையும், அமைப்பியலில் மிக முக்கியமாகும்.

மேலும், அவருடைய பார்வையில், நூலாசிரியன் என்பவன், பல சங்கதிகளின் கலவையை எடுத்து முறைப்படுத்துகிற ஒரு தொகுப்பாளன் (editor) மட்டுமே ஆவான். படைப்பாளி, ஒன்றனைப் படைப்பதற்கு முன்னாலேயே அதற்குரிய மூலங்களும், இதர கூறுகளும் பல்வேறு பனுவல்களில் தளங்களில் வெவ்வேறு வடிவங்களில் இருப்பனதாம் என்பது அவர் வாதம். 'நூலாசிரியனின் மரணம்' (The death of the Author) எனும் கட்டுரையில், சாராம்சமாகவும், S/Z- எனும் நூலில் விரிவாகவும் இதனை அவர் பேசுகிறார். நூலாசிரியனுக்கு ஏன் இந்த மரணம்? நூலாசிரியன் எனும் கருத்து நிலையோடு அதற்குரிய 'பொருள்' ஒட்டிக் கிடக்கிறது என்றும் அந்தப் பொருளைப் பனுவலிலிருந்து முழுமையாக விடுவிக்க வேண்டும் என்றும் வலியுறுத்துகிற அவர், தற்காலப் பண்பாட்டுலகில் நூலாசிரியன் மீது செலுத்தும் மிகையான கவனமெல்லாம் பொருளின் மீதே சுமத்தப்படுவதாகவும், அது அடையாளத்தின் சிறு பகுதியைக்கூடப் பெரிதுபடுத்தி நிலைநிறுத்த முயலுவதாகவே அமைவதாகவும் குற்றஞ் சாட்டுகிறார். திறனாய்வுக்கும் வாசிப்புக்கும் ஒரு சுமையாகவும் திசை திருப்புதலாகவும் நூலாசிரியர் பற்றிய செய்திகள் அமைந்து விடக்கூடாது என்று அமைப்பியல் எச்சரிக்கிறது.

'இலக்கியம், மொழியின் காமசூத்திரம்' என்றும், 'வாசித்தல் என்பது, அதனுடைய பனுவலிலிருந்து வரும் உணர்ச்கிகரமான எழுச்சித் தூண்டுதலின் (பாலியல் போல்) சமிக்ஞைக்காகக் காத்திருக்கும் உளவியல் அலை போன்றது' என்றும் அவர் வருணிக்கிறார். இருக்க. படைப்பாளியின் நோக்கம் அல்லது விருப்பத்திலிருந்து வேறுபட்ட ஒரு பொருள், அவன் உருவாக்கிய பனுவலுக்கு உண்டு என்று வாதிடுகிறார். அதாவது, ஒரே பனுவலின் மீது பல பனுவல்களை உருவாக்க முடியும் என்றும் வாதிடுகிறார். அப்பாலை (புறப்புற) பனுவல் (meta - text) அப்பாலை மொழி என்பவை அவருக்குப் பிடித்தமான கருத்து

நிலைகள். 'ஆய்விற்குரிய குறிப்பிட்ட பனுவலை அதன் எடுத்துரைப்புத் தன்மையை மாற்றுதவற்கு அவசியமில்லாமலேயே திட்டமாக முறைப்படுத்தப்பட்ட வேறு ஒரு பனுவலாக - அசல் பனுவலின் மொழியமைவிலிருந்து கடந்து - அப்பாலை மொழியாக மாற்றாக்கம் செய்ய முடியும் என்றும் அவர் கருதுகிறார். மேலும், தீர்மானமாக இந்த முடிவின் அடிப்படையிலேயே எடுத்துரைப்பு அல்லது, 'வருணனையமைப்பியல்' (narrative - structuralism) பற்றிய ஆராய்ச்சியின் இன்றைய வெற்றியும் நாளைய நம்பிக்கையும் இருக்கின்றன' என்றும் அவர் கூறுகிறார்.

பார்த்தின் பார்வை, நவீன இலக்கியத் திறனாய்வை மெவகுவாகப் பாதித்துள்ளது. இருப்பினும், குறிப்பிட்ட படைப்பினை விட்டு அதற்கு வெளியே அது சென்று விடுவதாகவும் தூலமற்ற கருத்துநிலைகளுக்கு இட்டுச் சென்று விடுவதாகவும் பலரால் குற்றம் சாட்டப்படுகிறது. ஜான் அப்டைக் (John Updike) எனும் புகழ்பெற்ற அமெரிக்க நாவலாசிரியர், இவருடைய (S/Z) எனும் நூலைப் பற்றிக் குறிப்பிடுகையில், 'வாசிப்புப் பற்றிய வாசிக்க முடியாத ஒரு புத்தகம்' என்றும், 'இதைவிடத் தலைவலி தரும் வேறு நூல்கள் இருப்பதாக எனக்கு நினைவு இல்லை' என்றும் சாடுகிறார்.[18] அமைப்பியலின் பின்னைய வளர்ச்சியிலுள்ள சில மிகையான போக்குகளிலும் அணுகுமுறையிலும் உள்ள தூலமற்ற கருத்தமைவுகள், பெரும் விவாதத்திற்குரியன என்பதனையே இக்கூற்று நமக்கு உணர்த்துகின்றது.

**முடிவுரை**

பனுவலின் உருவாக்கத்திற்குக் காரணமாகவும், அது தன்னை வெளிப்படுத்திக் கொள்வதற்கு வாய்ப்பாகவும் இருப்பது அந்த அமைப்புக்குள்ளேயிருக்கின்ற இருநிலை எதிர்வு (binary opposition) என்ற பண்பே என்பதனை இது முதன்மைப் படுத்துகிறது. தொடர்ந்து, கதைப்பின்னல் முதற்கொண்டு பல்வேறு அமைப்பியல் கூறுகளையும் இது விளக்குகிறது. விஞ்ஞான நிலையிலான முறையியலை சுவீகரித்துக் கொண்டெழுந்த இவ்வமைப்பியலானது, இதன் காரணமாகவே இலக்கியவியல், நாட்டுப்புறவியல், மொழியியல், தொல் மானிடவியல் முதலியவை பற்றிய பல சிந்தனைமுறைகளில் பெருந்தாக்கத்தையும் மாற்றத்தையும் ஏற்படுத்தியுள்ளது. இலக்கியத் திறனாய்வுக்கு ஓர் உந்துதலையும் கூர்மையையும் விசாலமான பரப்பையும் தந்துள்ளது. உருவவியலிருந்து தொடங்கிப்

பல்வேறு துறைகளின் பங்களிப்புக்களை உள்வாங்கிக்கொண்டு வளர்ந்த அமைப்பியலின் சாதனை, கணிசமானது. நவீனத்துவத்தின் முதன்மையான சிந்தனை முறையாக இவ்அமைப்பியல் கருதப்படுகிறது.

## குறிப்புக்கள்

1. Rene Wellek, Discriminations: Further concepts of Critcism', London, 1970, p.276.
2. Ref., D.W. Fokkema and E.Kunne Ibsch, Theories of Literature in the Twentienth Century, London, 1977, pp.10-27.
3. *பிராப்பின் நூல் பலரால் மொழிபெயர்க்கப்பட்டது. மொழிபெயர்ப்பாளர்களுள், புகழ்பெற்ற அமைப்பியலாளர்களாகிய தோதொரொவ், ஆலன் டண்டஸ், டெர்ரிடா முதலியவர்களும் மதிப்புரையாளர்களுள் லெவி ஸ்ட்ரோசும் அடங்குவர். பிராப்பின் இந்த நூலின் தலைப்பு,* 'Morphology of Folk-tales' *உயிரியலை உளங்கொண்டது என்பதனையும் நினைவிற் கொள்க.*
4. *ஒரு செய்தி: பின்னை அமைப்பியலாளராகிய ஜேக்கு டெர்ரிடா போதை மாத்திரைகள் கடத்தினார் என்று ஜன.1982இல் செக் நாட்டில் கைது செய்யப்பட்டாராம். ஆதாரம் :* John Riddel "The Redoubling the Commentary' reprod, in, Contemporary Literary Criticism (Ed.) Sharon R.Gunton, Detroit, 1983, Vol.24, p.148.
5. Jan Mukarovsky, Structuralism in Aesthetics and in the Study of Literature, (tr.) Pub.Ann Arbor 1940, p.11.
6. V.Porpp. Morphology of Folktales, (Tr.) C.Jakobson and B.G.Shoepf, Penguin, 1972, p.32.
7. Levi Strauss, Strucutual Anthropology (Tr.) L.A. Wagner and Alan Dundes (2nd Edn.) London, 1968, p.21.
8. Alan Dundes, "From Etic to Emic Units in the Structural Linguistic Study of Folk-tales, in Journal of American Folklore, 1962, Vol.75, p.100.
9. Claude Bremond, as quoted in, Theories of Literature in the Twentieth Century, op.cit., pp.64-65.

10. Levi Strauss, The Elementary Structure of Kinship, (Tr.) J.B. Sturner and R.Xeedhan, Boston, 1969.

11. Levi Strauss, Raw and Cooked (Tr.) J and D Whightman, New York, 1969.

12. A.J. Greimes, as quoted in, Theories of Literature in the Twentieth Century, p.66.

13. Levi Strauss, Structural Anthropology, op. cit., p.92.

14. Roland Barther, S/Z, Paris, 1970, as quoted - Contemporary Literary Criticism, (Ed.) Sharon R.Gunton, Detroit, 1983, Vol.24, pp.22-42.

15. Quoted, Jonathan Culler, "Defining Narrative Units" in - Style and Structure in Literature' (Ed.) Roger Fowler, Oxford, 1975, p.134.

16. Jonathan Culler, Ibid., p.131.

17. Roland Barthes, Writing Zero-Degree; S/Z, Image - Music - Text, all as Ref. by "Contemporary Literary Criticism, op.cit.

18. John Updike, "Roland Barthes" in - New Yorker 1975, Vol.1, No.40.

## 4.4
## பின்னை அமைப்பியல்

அமைப்பியலின் வளர்ச்சியாக - ஆனால் அதிலிருந்து மாறுபட்டும் முரண்பட்டும் - பின்னை அமைப்பியல் (Post Structuralism) தோன்றியது. அமைப்பியல் போதாது; இறுக்க மான அதன் சட்டதிட்டங்களும் வரையறைகளும் சுதந்திர மானவை அல்ல என்ற கருத்து மேலோங்கிய போது, இது தோன்றியது. பிரான்சில் அறுபதுகளின் இறுதியில் நவீனத்துவம் மேலோங்கியிருந்த சூழலில், மேலும், அது பல விவாதங்களுக் குள்ளானதொரு நிலையில், இது தோன்றியது. அமைப்பியலில் சில புதிய பரிமாணங்களை முன்மொழிந்த ரோலந்பார்த், (Roland Barthes) பொதுவாகப் பின்னை அமைப்பியலாளராகக் கருதப் படுவதில்லை எனினும், அவர், தம்முடைய பின்னைய நூல்களில் சொல்லிய பல கருத்து நிலைகள், பின்னை அமைப்பியலுக்கு முன்னோடியாக உள்ளன. அவரால் உந்துதல் பெற்ற ஜேக்கு டெர்ரிடா (Jacques Derrida), தத்துவ அறிஞராகக் கருதப் படுகின்றவர். தன்னை அமைப்பியலாளராகச் சொல்லுவதை விரும்பாதவர். இவரே, பின்னை அமைப்பியல் கொள்கையினை வழி நடத்தியதிலும் வடிவமைத்ததிலும் முதன்மை யானவர். பின்னை அமைப்பியல், இலக்கியத்திற்கு மட்டுமே உரியதல்ல. பல துறைகள், இதன் கருத்துருவாக்கத்திற்குத் துணை நின்றன.

வரலாற்று - சமுதாயவியல் அறிஞர் மிக்கேல் ஃபூக்கோ (Michael Foucault), பகுப்புமுறை உளவியலாளர் ஜேக்கு லக்கான் (Jacques Lacan), பெண்ணிய தத்துவவியலாளரும் திறனாய் வாளருமாகிய யூலியா கிறிஸ்தேவா (Julia Kristeva) ஆகியோரின் (இவர்களனைவரும் பிரஞ்சுக்காரர்கள் என்பது கவனத்திற் குரியது) பங்களிப்புக்களும் மற்றும் காயத்ரி சக்கரவர்த்தி ஸ்பைவக், டொரில்மோய், பால் டிமேன், ஹில்லிஸ் மில்லர்,

ஜியாஃப்ரி ஹார்ட்மன், ஜொனாத்தன் குல்லர் ஆகியோரின் பங்களிப்புக்களும் பின்னை அமைப்பியலைச் சமுதாய விஞ்ஞான முறையியலாக - ஒரு சிந்தனை முறையாக - ஆக்கின. இது, அமெரிக்காவுக்கு ஏற்றுமதியானபோது, அங்கே, 'இதுதான் அமெரிக்காவின் பிரகடனப்படுத்தப்பட்ட இலக்கியக் கொள்கை' என்று நினைக்கிற அளவுக்குக் கோலோச்சியது. ஆனால், எண்பதுகளின் இறுதியில், பின்னை நவீனத்துவம் செல்வாக்குப் பெறத் தொடங்கியபோது, இதனுடைய செல்வாக்கு, மட்டுப் படத் தொடங்கியது. ஆனால், அதற்குள் இதனுடைய தாக்கம் கணிசமாக உண்டு.

**அடிப்படை**

முன்னர், படைப்பு - படைப்பாளி என்பவற்றிற்கிருந்த முதன்மை, அமைப்பியலில், வாசகம் - வாசகன் என்பவற்றிற்குக் கிடைத்தது. இந்தக் கருத்துநிலை, முக்கியமான ஒரு பகுதியாக அமைய, அமைப்பியல் என்ற கொள்கையிலிருந்து பின்னை அமைப்பியல் உருக்கொண்டது. படைப்பிலிருந்து நகர்ந்து பனுவலை (from work to text) நோக்கியதான இயக்கம்தான், அமைப்பியலிலிருந்து பின்னை அமைப்பியல் தோன்றதற்குரிய முக்கியமான காரணமாகும் என்று ரோலந் பார்த் கூறுகின்றார். இலக்கியம் என்பது, (அல்லது அதுபோன்ற பிற எடுத்துரைப்புகள்) வரையறைகளுக்குட்பட்ட பொருள்களைக் கொண்டு, தன்னுள் முடிவு பெற்ற ஓர் அமைப்பு என்று கருதிய நிலை, முன்னையத் திறனாய்வுக் கொள்கையிலிருந்தது. ஆனால், சுருக்கிவிட முடியா தனவும் வரையறையற்ற பன்முகத்தன்மை கொண்டனவுமான பொருட்கள் அல்லது பொருட்குறிகள் (signifiers), இலக்கியத்திலே இருக்கின்றன என்றும், அந்தப் பன்முகமான பொருட் குறிகளை ஓர் ஒற்றை மையத்திலோ, சாராம்சத்திலோ கொண்டு வந்து நிறுத்திவிட முடியாது என்றும் கருதுகிற மாற்றுக்கருத்து வந்தது. இந்த மாற்றத்தையே பின்னை அமைப்பியல் தொடக்கமாகக் கொள்கின்றது.

இலக்கியம் என்பது எழுதப்பட்ட ஒரு பனுவல். ஆனால், அந்நிலையில் அது ஆரம்பம் மட்டுமே; அதனோடு அது முடிவதில்லை. அதனை ஒரு வாசகன் வாசிக்கிறான்; ஒரு பொருள் கொள்கிறான். அதாவது, அதிலிருந்து அவன், தனக்கென - தன்னளவிலிருந்து ஒரு வாசகத்தை உருவாக்கிக்கொள்கிறான். இன்னொரு வாசகன் - அல்லது அவனே, மீண்டும் - வாசிக்கிறான்.

இன்னொரு பொருள் கொள்கிறான். இப்படியே ஒரு வாசிப்பு... மீண்டும் ஒரு வாசிப்பு... ஒரு பனுவல்... மீண்டும் ஒரு பனுவல். இந்தப் பன்முக வாசிப்புகளுக்கு ஆதாரம் என்ன? விளைவு என்ன? பின்னை அமைப்பியல் இத்தகைய கேள்விகளில் கவனம் செலுத்தியது. கட்டுமானம் பெற்ற ஓர் அமைப்பு, கட்டுமான அமைப்புக்களிலிருந்து திமிறி - முரண்பட்டுத் - தனது எல்லைகளை விரிவாக்கிக்கொள்ள முயலுகிறதாகக் கருத்திற் கொண்டு, அந்தக் கட்டுமானத்தை இறுதியானது என்று கருதாமல் அதனை நெகிழ்த்தி அல்லது அவிழ்த்து உள்ளும் புறமும் ஒளி தேடுகிற முயற்சி மேற்கொள்ளப்பட்டது. இதனைக் கட்டவிழ்ப்பு (deconstruction) என்பர். இதனை டெர்ரிடா, ஒரு கொள்கையாக முன்மொழிகிறார் - விளக்குகிறார். பின்னை அமைப்பியல், இதனை அடிப்படையாகக் கொண்டு எழுந்தது.

**பனுவலின் வீச்சுக்கள்**

மொழி, அற்புதமான ஆற்றல் படைத்தது. அமைப்பியல், மொழியின் ஆற்றலை அதன் அமைப்புக்குள்ளிருந்து பார்க்கிறது. மொழிக்கூறுகள் தமக்குள் உறவுபட்டிருக்கிற முறையில், எவ்வாறு பொருள் கொண்டிருக்கின்றன என்பதனை அது ஆராய்கிறது. பின்னைஅமைப்பியல், மொழியின் ஆற்றலை, அதன் அமைப்பினை மீறியதாகப் பார்க்கிறது. ‘மொழிப் பொருள் காரணம் விழிப்பத் தோன்றா’. ‘மொழியின் கூறுகள் பொருளோடு கொண்டிருக்கிற உறவுகளில், கட்டுப்பாடின்மையும் நிலையின்மையும் (arbitrariness) காணப்படுகின்றன. மொழியின் இந்நிலை, பின்னை அமைப்பியலுக்குக் களம் சமைக்கின்றது. இந்நூற்றாண்டின் ஆரம்ப காலத்தைச் சேர்ந்த மொழியியலறிஞர் சாசூர் (Ferdinand de Saussure), சொல்லுக்கும் பொருளுக்கும் உள்ள உறவுகளிலுள்ள மாய்ம்மைகளை (mystery) விளக்குகின்றார். இது, பின்னை அமைப்பியலின் கருத்துருவாக்கத்திற்குத் துணை செய்கின்றது.

சொல்லப்படுகின்ற அல்லது எழுதப்படுகின்ற மொழி வடிவத்தின் எல்லைக்குள் மட்டுமே நின்றுகொண்டு ‘பொருளை’ இன்னது என்று வரையறுத்துவிட முடியாது. காட்டாக, ‘அம்மா’ என்றால் பெற்ற தாயையும் குறிக்கலாம்; பேசுவோர் நோக்கில், அவருடைய மகளையோ, மதிப்பிற்குரிய ஒரு பெண்ணையோ, அல்லது யாரோ ஒரு பெண்ணையோ குறிக்கலாம்; அல்லது அது, வலியின் - துயரத்தின் - வெளிப்பாடாகவும்

இருக்கலாம். எனவே 'பொருட்குறி', (signified) ஒரே ஒன்றாக, உறைந்து கிடக்காமல், ஒரு குறிப்பானுக்குள் சிதறிக் கிடக்கிறது. இந்நிலையில், ஒருவன், ஒரு பனுவலை வாசிக்கிறான் என்றால், 'மினுக்' 'மினுக்' என்று தொடர்ச்சியற்றுப் பளிச்சிடும் ஒளி வீச்சுக்களிலிருந்து தொடர்ச்சியான ஒளிக்கற்றையை உருவாக்கிக் கொள்வது போன்றதாகும். மேலும், மொழியின் தளம், கால அளவையையும் சார்ந்தது. ஒன்றை வாசிக்கின்ற போது (அல்லது கேட்கின்ற போது), ஒரு குறிப்பானை, ஒரு சொல்லை, ஒரு தொடரைக் கடந்து இன்னொன்றுக்குப் - போகிறோம். அடுத்தது, அடுத்தது என்று தாண்டிப் போகிறோம். அவ்வாறு போகிறபோது, கால அளவை இடையிடுகிறது. அவ்வாறு இடையிடுகின்றபோது, தனித்தனியாகப் பொருள் புலப்படுவது தற்காலிகமாக, நின்று நின்று போகிறது; அல்லது சிறிது பிறழ்படுகிறது; அல்லது இன்னொன்றனை அது எதிர்பார்த்து நிற்கிறது; ஏற்கெனவே புலப்பட்ட ஒன்று, அடுத்துத் தோன்றும் ஒன்றினால் மாற்றம் பெறுகிறது. இயந்திரப் போக்காகச் சொற்களின் கலவையையும் வரிசையையும் கணக்கிற்கொண்டு பொருள்கள் முடிந்துவிடுவதில்லை. ஒரு வாக்கியமோ, ஒரு பத்தியோ குறிப்பிட்ட ஒரு நிலையில் முடிந்துபோகலாம்; ஆனால் மொழியின் செயற்பாடு அதனோடு முடிந்து போவதில்லை; தொடர்கிறது.

மொழியின் இத்தகைய பண்பு, பனுவலுக்கும் அதனை வாசிக்கிற வாசகனுக்கும் விரிந்த தளங்களைத் திறந்து வைக்கிறது. இதன் காரணமாக, வாசகன், தனக்குத் தரப்பட்ட வாசகத்தில், மேலும் கீழுமாக, முன்னாலும் பின்னாலுமாக, நடுவிலும் ஓரத்திலுமாக உலவுகின்றான். பின்னப்பட்ட (சிலந்தி) வலை போல அது அருமைப்பாடு உடையதாக விளங்குகின்றது. இதைத்தான் பின்னை அமைப்பியல், பனுவல் (text) என்று அழைக்கின்றது. வாசகனை, எல்லையற்ற வாசிப்புத் தளங்களுக்கு இது இட்டுச் செல்லுகின்றது.

ஒரு பனுவலுக்குத் தோன்றும் பல்வகை விமரிசனங்கள், ஒரு வகையில் இத்தகைய பன்முக வாசிப்புகளுக்கு உதாரணங்களாகக் கூடும். இல்லையென்றால் - பாரதிக்கு இவ்வளவு விமரிசனங்கள் - சமகாலத்திலேயே - எழுந்திருக்க முடியுமா? அவர் எழுதியது என்னவோ, குறிப்பிட்ட அளவிலான பாடல்களும் கதைகளும் கட்டுரைகளும்தான், ஆனால் சிலர், அவற்றை

வேதாந்தமாக விதந்து பொருள் உரைக்கின்றனர். சிலர் தேசிய எழுச்சியூட்டுவனவாக வாசிக்கின்றனர்; சிலர், சமுதாய உணர்வுடையனவாகவும் சமுதாய மேம்பாட்டுக்குரியனவாகவும் பொருள் கூறுகின்றனர். சிலர் பிராமணரின் சொற்கள் என்றும் வாசிக்கின்றனர். சிலர், பிரச்சார நெடியுடையனவாக வாசித்துக் காட்டுகின்றனர். அவரவரின், வேறுபட்ட பன்முகமான இந்த வாசிப்புகளுக்கு அவரவர் அளவில் நியாயங்கள் இருக்கலாம்.

**கட்டவிழ்ப்பு**

பனுவலைப் பன்முக வாசிப்புக்களுக்கு இட்டுச் செல்கின்ற முறையினையும் அதன் பண்புகளையும் கட்டவிழ்ப்பு மூலமாகப் பின்னை அமைப்பியல் பேசுகின்றது. கட்டவிழ்ப்பு எனும் கொள்கையை முன்மொழிந்தவர், ஜேக்கு டெர்ரிடா. ஆனால், கொள்கை (theory) அல்லது சித்தாந்தம் (ideology) என்பதனை அவர் மறுக்கிறவர். அவர் வழிவந்த அமெரிக்க நாட்டுப் பின்னை அமைப்பியலாளர் பால் டி மேன் (Paul DeMan) 'கொள்கைக்கு எதிர்ப்பு' (Resistance to Theory) எனும் கட்டுரை எழுதியவர். 'கொள்கையென்பது, அதே நேரத்தில் கொள்கையல்லாத தாகவும் இருக்கிறது' என்று அவர் சொன்னார். இன்னொரு பின்னை அமைப்பியலாளர் ஜியோஃப்ரி ஹார்ட்மென் (Geoffrey Hartman) 'கொள்கை என்பது இன்னொரு பனுவல் - அவ்வளவு தான்' என்கிறார். ஆனால், கொள்கை என்பதையே நிராகரிப்பது, ஒரு வகையான நோக்கமும் அரசியலும் கொண்டது என்று பலர் கருதுகின்றனர். மேலும் இது, 'அப்பாலைத் தத்துவம்' (metaphyies) என்ற கொள்கையை வழிமொழிவதாக உள்ளது.

எனவே, அடிப்படையில், கட்டவிழ்ப்பு என்பது, கொள்கை அல்லது சித்தாந்தம் என்பதன் கட்டுமானத்தை மறுக்கிறது அல்லது சிதைக்கிறது. டெர்ரிடாவின் கருத்துப்படி, சித்தாந்தங்கள் என்பவை, உண்மைக்கும் பொய்ம்மைக்கும் - புறநிலைக்கும் புதைநிலைக்கும் - சுயத்திற்கும் சுயமில்லாததிற்கும் - அறிவுக்கும் உணர்ச்சிக்கும் - இடையே திட்டவட்டமான எல்லைக்கோடுகள் போட முயலுகின்றன; இந்த எல்லைகளையும் கட்டுக்களையும் சிதைத்து, சுதந்திரமான இயங்குதளத்தை உருவாக்க வேண்டும் என்று டெர்ரிடா கூறுவார். இலக்கியம் மற்றும் தத்துவவியல் சார்ந்த பனுவல்களின் கட்டுமானங்களைத் தளர்த்தி, அதாவது, கட்டமைக்கப்பட்டதற்குரிய மையத்தையும் பகுதிகளையும் தளர்த்தி, அதனோடு அதற்குரிய ஒழுங்கமைவையும் தளர்த்தி -

அவற்றின் உட்பொருள்களைக் காண வேண்டும். அவ்வாறு காணுகிறபோது, எதிர்முனைகள் (oppositions) பற்றிய (அமைப்பிய லாளரின்) கண்ணோட்டம் தவறானது என்பதனை அறியலாம். மேலும் எதிர்முனை என்று கருதப்படுகின்ற ஒன்று - முழுமை யாக எதிர்முனை அன்று - அது, மறுமுனை ஒன்றனோடு உறவு கொண்டிருக்கின்றது; மட்டுமல்லாமல் அதனை அது உள் வாங்கிக் கொண்டிருக்கின்றது. இவ்வாறு டெர்ரிடா கூறுகின்றார்.

ஆண் - பெண் என்பதனை அமைப்பியல், இருநிலை எதிர்வு களாக முன்வைக்கும். ஆணாதிக்க சமுதாய அமைப்பினை ஒட்டி அவற்றிற்குத் தனித்தனியான பண்புகளையும் மதிப்புக்களையும் முன்வைக்கும். ஆனால் பின்னை அமைப்பியல் இதனை மறுக் கிறது. அது இப்படிச் சொல்கிறது: பெண், ஆணிலிருந்து அப் பாற்பட்ட - முரண்பட்ட - 'ஆள்' அல்ல; ஆனால், ஆணோடு 'வேறுபட்ட' தோற்றமும் பண்பும் கொண்டவள் என்ற முறையில் அவனோடு அவள் நெருக்கமாக உறவு கொண்டிருப்பவள். அவனுடைய இருப்பு, ஓர் ஒட்டுண்ணி போல அவளைச் சார்ந்து இருக்கிறது. இன்னொரு ஆள் (the other) அல்லது 'மற்றமை' என்று கருதக்கூடிய பெண்ணை, ஆண் மறுத்து ஒதுக்கினாலும், அவளை ஒரு பொருட்டே அல்ல என்று புறந்தள்ளினாலும், அவனுக்கு அந்த இன்னொரு ஆள் தேவை. ஆண்மகனுடைய அமுக்கி வைக்கப்பட்ட அழுத்தி வைக்க வேண்டிய ஏதோ சிலவற்றின் ஒரு குறியாக - அடையாளமாகப் - பெண் இருக்கிறாள். எனவே, எது அந்நியமாக இருக்கிறதோ, அதுவே நெருக்க மாகவும் இருக்கிறது. இவ்வாறு பின்னை அமைப்பியல் விளக்குகிறது.

இவ்வாறு, பிரசித்தமான, அங்கீகரிக்கப்பட்ட பெரு மரபுக்கும் அமைப்பியலுக்கும் மாறாக, ஆண் - பெண் என்ற உறவுக் கட்டுமானத்தில் ஒரு புதிய நிலைப்பாட்டினைப் பின்னை அமைப்பியல் எடுக்கின்றது; பழைய கட்டுமானத்தைத் தளர்த்திக், கட்டவிழ்த்துப் புதிய பொருளை முன்வைக்கிறது; ஆணாதிக்க அமைப்பிலிருந்த ஆணுக்குரிய 'அதிகார மையத்தை' (power centre) சிதைக்கின்றது. இவ்வாறு, கட்டவிழ்ப்பு, பெண்ணியச் சிந்தனையில் ஒரு புரட்சிகரமான வளர்ச்சி நிலையாக அமைந்தது.

இலக்கியத்தை அல்லது பனுவலை, ஓர் அமைப்பு அல்லது கட்டுமானம் என்று சொல்வோமானால், அதனைக் கட்ட மைப்பது, அதனுள்ளிருக்கிற எதிர்முனையான செயல்பாட்டுக் கூறுகளே என்று அமைப்பியல் கூறும். ஆனால், பின்னை

அமைப்பியல் இதற்கு மாறுபட்டுக் கூறுகின்றது. எதிர்முனைகள் என்று சொல்லப்படுபவை, எதிர்முனைகளாக அப்படியே இருப்பதில்லை; மாறாகத் தம் இடத்தைத் தக்கவைத்துக் கொள்வதற்காக அவை, தம்மைத்தாமே சிதைத்துக்கொள் கின்றன அல்லது அவை தலைகீழாகப் புரண்டுவிடுகின்றன. இதன் காரணமாக, மையத்திலிருப்பவை அந்தத் தகுதியை இழக்கின்றன. நுணுக்கமான சிறுசிறு விவரங்கள் - மீண்டும் மீண்டும் வந்து தொற்றிக்கொள்ளக் கூடியவை என்றாலும் - பனுவல்களின் ஓரம்சாரங்களுக்குத் துரத்தப்பட வேண்டி யவையாகின்றன. சிலபோது, சிறிய விவரங்கள், முக்கியமான விவரங்களாகிவிடுகின்றன. அவை மையத்தை நோக்கி நகர்ந்து, பனுவலின் கட்டுமானத்திற்குப் புதிய பொருள் தரத் தொடங்கு கின்றன. சில சமயங்களில், ஓர் அடிக்குறிப்பு அல்லது திரும்பத் திரும்ப வரும் சொல்லாட்சி அல்லது படிமம், தற்செயலான நீண்ட உவமங்கள், அடைகள், கொளுக்கள் - இவை, பனுவலின் புறவெளியில், ஓரங்களில் இருப்பவை. ஒரு பனுவல், ஆய்வுக்கென எடுத்துக்கொள்ளப்படுகிற போது, அப்பனுவலின் அமைப்பில் - பொருளில் - இவை, புதிய ஒளியைப் பாய்ச்சக் கூடும். வழக்கமான பொருளுக்குப் பதில், புதிய கோணத்தில் பொருள் வெளிப்படக் கூடும்.

டெர்ரிடாவின் வாசிப்பு முறை - அதாவது பனுவலுக்குப் பொருள் கொள்கின்ற முறை - பெரும்பாலும் இப்படித்தான் அமைகின்றது. பனுவலின் சாராம்சமாக இல்லாமல், ஓரத்தி லிருப்பவற்றையும் கணக்கிலெடுத்துக் கொண்டு பார்ப்போ மானால், இப்போது, முழுமை வலுவிழந்து போகிறது; அல்லது சிதறுண்டு போகிறது. பனுவலின் எதிர்முனைக் கூறுகள் சிதறுண்டு போகிற அளவுக்கு அவர் தனது பார்வையில் தீவிரம் செலுத்துவார். அவிழ்ந்த 'கட்டு', புதிய அமைப்போடு, புதிய பனுவலை - அல்லது பனுவலின் இன்னொரு பரிமாணத்தைத் தருகிறது. பனுவல்கள், எவ்வாறு தருக்கவியலான தம்முடைய சொந்த விதிமுறைகளையே சங்கடத்துக்குள்ளாக்குகின்றன என்பதை இத்திறனாய்வு முறை காட்டுகின்றது. பனுவலில் சிரமங்களுக்கு உள்ளாகின்ற இடத்திலும், தளர்ச்சிக்கும் தன் முரண்பாடுகளுக்கும் ஆளாகின்ற இடத்திலும், அறிகுறிகளாக இருப்பவற்றின் மீதும், பொருள்களின் ஊசலாட்டங்களின் மீதும், இத்தகைய கட்டவிழ்ப்பு, தனது செயல்பாட்டினை வலுப் படுத்திக் கொள்கின்றது. கட்டவிழ்ப்பின் பணி, இப்படி

வித்தியாசமான தளத்தில் நிகழ்கிறது. இதன் மூலமாகப் பனுவலுக்கு இப்போது, ஒரு புதிய பரிமாணம், புதிய வீச்சு கிடைத்து விடுகின்றது. இதன் மூலமாகத், திறனாய்வுக்குப் புதிய கோணமும் வீச்சும் கிடைக்கின்றன.

பின்னை அமைப்பியலின் மீள்வாசிப்பு, பன்முகவாசிப்பு, கட்டவிழ்ப்பு என்ற நிலைகளில், உதாரணமாகத் தேவாரப் பாடல்களிலிருந்து சிலவற்றைப் பார்க்கலாம். வாசிக்கும் முன் ஒரு பின்புலம்: ஞான சம்பந்தரும் திருநாவுக்கரசரும் சைவம் தழைக்கவந்த பக்தியியக்க முன்னவர்கள். சமணத்தை அழித்துச் சைவத்தை நிலைநாட்டியவர்கள். ஒருவர், அந்தணர்; இன்னொருவர் வேளாளர். இருவரும் சமகாலத்தவர்கள். வயதில் அப்பர் மூத்தவர். இவர்கள், தங்களுக்கென்று சைவத் திருக்கூட்டங்களுடன் தமிழகம் பூராவும் பயணம் செய்தவர்கள். இவர்களை அற்புத மனிதர்களாகவும் வரலாற்று நாயகர்களாகவும் வரைகின்றவர், சேக்கிழார். இவரும் வேளாளர் விழுக்குடியில் பிறந்தவர்தான்.

சேக்கிழாருடைய வரலாற்றுப் புனைவு இப்படிப் போகிறது: திருமறைக்காடு. அங்கே ஒரு சிவன் கோயில். அப்பரும் சம்பந்தரும் உடன் இருக்கிறார்கள். அப்பர் ஒரு பதிகம் சொல்கிறார்; கோயிலின் மணிக்கதவம் திறக்கிறது. சம்பந்தர் பாடுகிறார். அது மூடிக் கொள்கிறது. வழக்கமான விளக்கம் இருக்கட்டும். இந்தச் செயல்களை ஒட்டிய சூழல்களில், இருவருக்கு முள்ள வேறுபாடு என்ன? இருக்க. அங்கே இருவரும் உடனிருக்க, அவசர அழைப்பு ஒன்று வருகிறது. "மதுரையில் சமணக் கொடுமை தீவிரமாக இருக்கிறது, அதனை நீக்கிடவருக." உடனடியாக முந்திக்கொண்டு எதிர்வினையாற்றுகிறவர், ஞானசம்பந்தர். 'நானே சமணரைச் சிதைத்து வருவேன்' என்று சொல்லிக் கிளம்புகிறார். இந்தத் தொடரில் உள்ள 'ஏ' காரம், கவனிக்கத்தக்கதாக உள்ளது. சம்பந்தர் முந்துகிறார். சரி. அப்பரை ஏன் அவர் உடன் அழைக்கவில்லை? சரி - அப்பராவது, நானும் வருகிறேன் என்று சொல்லவில்லையே? அதே போது, அழைப்பு எதுவும் இல்லாமலேயே போரிடும் உணர்வுடன் அவர் பழையாறைக்குப் புறப்பட்டு விடுகிறார். வலியப் போகிறார். எதற்கு? சமணரைச் சாய்க்கத்தான். 'சமணராயிரமும் மாய்ந்ததற் பின்' (பெரிய புராணம், 1565) பாழிகளும் பள்ளிகளும் அழிக்கப் படுகின்றன. அப்பர், சம்பந்தரோடு 'நீ என்ன - நானும் தான்' - என்று போட்டி போடுகிறாரா என்ன? பழையாறை நிகழ்ச்சி,

சிறப்புடனோ, விளக்கத்துடனோ பேசப்படவில்லை. ஒரு வேளை, ஆதாரமில்லையோ? போகட்டும். சேக்கிழார், அப்பர் பற்றி இப்படி ஒரு செய்தியை ஏன் சொல்லு கிறார்? அப்பர் பக்கம் சார்ந்து பேசுவதாகத் தோன்றுகிறதே.

அப்பரின் இரண்டு பாடல்களை இங்கே தருகிறோம். கட்டவிழ்த்துப் பார்த்தால் வேறு ஒரு பனுவலும் தோன்றக்கூடும்.

**"வேதமோதி லென்? சாத்திரங் கேட்கிலென்?**
**நீதிநூல் பல நித்தில் பயிற்றி யென்?**
**ஓதியங்கம் ஓராறும் உணரில் என்?**
**ஈசனை உள்குவார்க்கு அன்றியில்லையே"**

**(பாவநாசத் திருக்குறுந்தொகை (5) : 4**

**கோலும் புல்லும் ஒரு கையில் கூர்ச்சமுந்**
**தோலும் பூண்டு துயரமுற்றென் பயன்?**
**நீலமா மயிலாடு துறையனே,**
**நூலும் வேண்டுமோ நுண்ணுணர்ந்தோர்கட்கே?**

**(திருமயிலாடுதுறை, திருக்குறுந்தொகை:8)**

சம்பந்தரும் அப்பரும் ஒரே களத்திலிருந்து போராடித்தான் சைவசமயத்தை நிலை நிறுத்துகிறார்கள். அப்படியிருக்கும் போது, இருவரும் மாறுபட்டதொரு நிலையை முன்வைத்தால் அதன் தேவை, என்னவாக இருக்கும்?

ஈசனை உள்குவார்க்கு அன்றில் கதிமோட்சம் இல்லை என்று சொல்லுவது இருக்கட்டும்; ஆனால், அதற்காக, வேதங் களையும் ஆறு அங்கங்களையும் அவற்றை ஓதுபவர்களையும் சாத்திரங்கள் பேசுபவர்களையும் ஏன் இவர் வம்புக்கு இழுக்க வேண்டும்? வேதம் ஓதுகிறவர்கள் - அங்கங்கள் ஆறு ஓது கிறவர்கள் - அதற்காக நியமிக்கப்பட்டவர்கள் யார் என்று அப்பருக்குத் தெரியாதா? நமக்குத்தான் தெரியாதா? அப்புறம், ஏன், யாரை நோக்கி, இந்தத் தாக்குதலை விடுக்கிறார், அப்பர்? கோலும் (தண்டமும்) தருப்பைப் புல்லும், கையில் கூர்ச்சமும் கொண்டு தோற்றம் தருபவர்கள், யார்? பிராமணர்களன்றி வேறு யார்? அப்படியிருக்க இந்தக் கோலத்தினால் என்ன பயன் என்று கேட்கிறாரோ, அப்பர். தொடர்ந்து, நூலும் வேண்டுமோ நுண்ணுர்ந்தோர்கட்கு என்று இந்த வேளாளப் பெருமகன் கேட்கிறார். பிராமணர்கள் - சம்பந்தர் உட்பட - இரு பிறப் பாளர்கள் - அடையாளமாகப் பூணூல் அணியாமலிருக்க

முடியுமா? அப்பருக்குத் தெரியாமல் போய்விடுமா என்ன? பிறகு என்ன அப்படி ஒரு கேள்வி கேட்கிறார்? கேள்விக்கணை யாருக்கு எதிராக? பிராமணர்களுக்கு எதிராக - அங்கே - சம்பந்தரும் இருக்கிறாரே.

வேளாளர் எழுச்சியின் சின்னமாக - அப்பர் கையிலே 'உழவாரப் படை' இருக்கிறது. 'உழவாரப் படையும் தாமும் ஆகி' (பெரிய புராணம், 1490) என்று சேக்கிழார், அப்பரைப் பற்றிச் சொல்லுகிறார். அந்த அப்பர்தான், அந்தணர்களையும் சம்பந்தரையும் உட்படுத்தி, மனதில்கிடத்திப் பல கேள்விக் கணைகளை வீசியெறிகிறார். என்ன காரணம்? பெரும் போக்காக உள்ள மையத்துக்குள் அமிழ்ந்து போய்விடாமல் கேள்விகளையும் குறிப்புக்களையும் வைத்துக்கொண்டு, கட்ட விழ்ந்து கிடக்கும் பனுவல் கூறுகளை இணைத்து, அதன் மீது, இனி வாசகர்கள் தான் இடைவெளிகளையும் முடிவுகளையும் இட்டு நிரப்பிக் கொள்ள வேண்டும். வேண்டுமென்றால், வசதிக்காக, இன்னும் ஒரு தகவலும் இங்கே தரலாம்.

சம்பந்தரும் அப்பரும் (தனித்தனியே) தலங்கள் தோறும் போகும்போதெல்லாம் அவர்களைச்சார்ந்து சைவத் திருக் கூட்டம் போகிறது. சரி, ஆனால் சம்பந்தருடன் செல்லுகின்றவர் களைச் சேக்கிழார், (எச்சரிக்கையாக) 'மறையவர்கள்' என்றே சொல்லுகிறார்; அதேபோது, அப்பருடன் போகின்றவர்களை அல்லது அவரை எதிர்கொள்கின்றவர்களை 'அடியார்' என்றோ, 'திருநீற்றுத்தொண்டர்' என்றோ அழைக்கிறார். தொடர்ச்சியாக இப்படிச் சொல்கிறார். ஏன் இந்த வேறுபாடு? அப்பருடைய நிலைப்பாடு என்ன? சேக்கிழாருடைய நிலைப்பாடு என்ன? அப்பருக்கும் சம்பந்தருக்கும் இடையே இருந்த உறவு எத்தகையது? அன்றே அந்தணர் - வேளாளர் என்ற வேறுபாடு, ஒரே இயக்கத்துக்குள், அதுவும் பக்தியியக்கத்துக்குள் இருந்ததா, என்ன? இப்படி, முன்னாலும் பின்னாலுமிருக்கின்ற பனுவல் செய்திகளை உரசிவைத்துப் பார்க்கிற போது - பனுவல்கள் கட்டவிழுகின்றன. அதன் போது, புதிய அர்த்தங்களுடன் வாசிப்புக்களின் தளத்தை விசாலமான வெளியாக்கி, அங்கே வெவ்வேறு பனுவல்கள் புதியனவாக எழுகின்றன. பின்னை அமைப்பியல் முன்னிறுத்துகின்ற அணுகுமுறை, இது.

90களுக்குப் பிறகு தமிழில் பின்னை அமைப்பியல் தலைகாட்டியிருக்கிறது. அரசியல், பண்பாடு, இலக்கியம்

முதலிய துறைகளில் மீள்வாசிப்பு, பன்முக வாசிப்பு, கட்டவிழ்ப்பு ஆகியவற்றின் வழியில் சிலர் முயற்சி செய்திருக்கின்றனர். அலுத்துப்போகும் வாய்பாடாக, வல்லார் வகுத்த பாதையிலேயே செல்வதற்கு மாறாக, மறைந்தும் மறைத்தும் கிடப்பவற்றைக் கிண்டியெடுத்துப் புதிய செய்திகளைக் கட்டியமைக்கின்ற பின்னை அமைப்பியல், அதிர்ச்சியூட்டும் விளக்கங்களையும் விவாதங்களையும் தருகிறதென்பதால், இன்றை இலக்கியத் திறனாய்வில் இதற்கு ஒரு வலுவான தளம் கிடைக்கின்றது. ஆனால், இக்கட்டவிழ்ப்பு, மிக எச்சரிக்கையாகக் கையாளப்பட வேண்டிய ஒன்று. அவிழ்ப்பதாக எண்ணித் தன்னிச்சையாகத் திறனாய்வாளன் சென்றுவிடக்கூடாது. கட்டுக்களை அவிழ்ப்பதற்கும் கூடச் சில கட்டுப்பாடுகள் உண்டு. ஆய்வுக்குட்பட்ட பொருளும் அதனை அறிந்துகொள்வதும் மற்றும், தேவையும் சூழலும் மிகவும் முக்கியம். திறனாய்வாளனுடைய மேதைமையும், வாசிப்பவனுடைய சுதந்திரமும் மூலபனுவலைப் புறக்கணிப்பதாக ஆகிவிடக்கூடாது. திறனாய்வினுடைய பண்பு, அதன் நம்பகத்தன்மையில் வேர் கொண்டிருக்கிறது.

## ஆதாரங்கள்

1. Terry Eagleton, "Literary Theory - An Introduction" (Basil & Blackwell), Oxford.1989.

2. Stephen Heath, "Modern Literary Theory", Critical quarterly, Vol.31, No.2 (Manchester), 1989.

3. Jonathan Culler, "Beyond Interpretation: The Prospects of Contemporary Criticism", Comparative Literature, Vol.XXVIII, No.3, Olegon, 1976.

4. Niklas Suhmann, "Deconstruction as Second Order Observing", New Literary History, 1933, No.24.

5. தி.சு.நடராசன், தமிழகத்தில் வைதீக சமயம் - வரலாறும் வக்கணைகளும் (என்சிபிஎச்) 2008.

## 4.5
## பின்னை நவீனத்துவம்

பின்னை நவீனத்துவம் என்பது நவீனத்துவத்தின் வளர்ச்சி அல்ல; பின்னை என்ற முன்னொட்டை வைத்துக்கொண்டு நவீனத்துவத்தின் அடுத்த கட்டம்தான் பின்னை நவீனத்துவம் என்று காலகட்ட அடிப்படையில் பார்க்கக்கூடாது. இவ்வாறு பின்னை நவீனத்துவக்காரர்கள் மறுதலிக்கிறார்கள். இது உண்மையாக இருக்கலாம். ஆனால், ஓரளவுதான்; ஏனென்றால், உண்மையில் நவீனத்துவத்தின் வளர்ச்சியாக இல்லாவிட்டாலும், அதன்பிறகு, அதனுடைய மறைமுகமான அல்லது வெளிப்படையான எதிர்விளைவாகத்தான் பின்னை நவீனத்துவம் தோன்றியது. எதிரெதிராக இவை பார்க்கப்பட்டாலும், வரலாறு என்பது மறுப்பதற்கு அல்ல. இதே நிலைப்பாடுதான் அமைப்பியல் - பின்னை அமைப்பியல் என்ற கருத்தியல்களுக்கும் உண்டு. சமூக - அறிவுத் தளத்தின் புத்தெழுச்சி காரணமாகவும் மற்றும் முதலாளித்துவத்தின் ஒரு வெளிப்பாடாகவும் அதன் அங்கமாகவும் தோன்றியது, நவீனத்துவம். ஒரு காலகட்டத்தில், அதாவது முதலாளித்துவத்தின் அடுத்த கட்டத்து வளர்ச்சியில், அறுபது - எழுபதுகளில், இது, நெருக்கடிகளுக்காளானது; முரண்பாடுகளாலும் இறுக்கங்களினாலும் சிதைவடையத் தொடங்கியது; தீர்க்கமாக ஒளிதர முடியாத நிலையில், போதாது, பொருந்தாது என்ற ஒரு நிலை இதற்கு ஏற்பட்டது. எனவே, இதற்கு எதிர்வு, இதற்கு மாற்று என்ற முறையில், பின்னை நவீனத்துவம் தோன்றியது. எனவே, எப்படியாயினும் பின்னை நவீனத்துவம் என்பதன் பின்னணியில் அல்லது பகைப்புலனில், நவீனத்துவம் என்பது இருந்துகொண்டுதானிருக்கிறது. எனவே, முதலில் நவீனத்துவம் என்பதைப் புரிந்துகொள்ள வேண்டியிருக்கிறது.

## நவீனத்துவம்

நவீனத்துவம் என்பது கலை - இலக்கியம் பற்றிய ஒரு கொள்கை அல்லது வெளிப்பாடு என்று சொல்லப்பட்டாலும், பரந்த அளவில், அது ஒரு வாழ்க்கை முறையை / ஒரு மன நிலையையே குறிக்கின்றது. தொழில் நுணுக்கப் புரட்சிக்குப் பின்னர் ஏற்பட்ட முதலாளித்துவ பொருளாதார வளர்ச்சியின் காரணமாகப், பத்தொன்பதாம் நூற்றாண்டின் பிற்பாதியில், வாழ்க்கை முறையிலும் அது பற்றிய கண்ணோட்டத்திலும் கணிசமான மாறுதல் ஏற்பட்டது. இது முக்கியமாக பிரான்சை மையமாகவும் இத்தாலி, இங்கிலாந்து முதலிய பிற ஐரோப்பிய நாடுகளைச் சார்ந்தும் ஏற்பட்டது. அதுகாறும் ஆதிக்கம் செலுத்திவந்த பழைய பொருளாதார உற்பத்தியுறவுகளும் பண்பாட்டு மதிப்புக்களும் தமது இடத்தை இழந்துவிட்ட போது, மரபுகளைப் பற்றிய கண்ணோட்டம் மாறியது; பழசுகளுக்கு மாறானவை, புதுசு என்ற தகுதியோடு மக்களின் வாழ்நிலைகளிலும் சிந்தனைமுறைகளிலும் செல்வாக்கு செலுத்தத் தொடங்கியது. நவீனத்துவம் முன்வைக்கின்ற கருத்து நிலைகளைச் சாராம்சமாக இங்கே குறிப்பிடலாம்:

1. புதிய கலை, புதிய இலக்கியம், புதிய வடிவம்.
2. கலை, இலக்கியம் சுதந்திரமானது; சுயாதிக்கமானது.
3. சமகாலத்துவமும் அதன் பிரச்சனைகளும், கலை இலக்கியத்திற்குரிய பிரச்சனைகளாகலாம்.
4. அரசியல்அற்ற மற்றும் உயர்மேட்டிமைத்தனமான மனப்போக்கு
5. தனித்துவம், தரம், புனிதம் முதலியவற்றை முன்னிறுத்துவது.
6. சோதனைகளிலும் சாதனைகளிலும் ஈடுபாடு.
7. தாராளத்துவமான மனித நேயம்.
8. பழைமைக்கு எதிர்ப்பு; மறுப்பு; அதற்கெதிரான தேடுதல்.

நவீனத்துவம், படைப்புலகிலும் திறனாய்வு உலகிலும் அளப்பரிய பல சாதனைகளைச் செய்திருக்கிறது. உண்மையில், இது படைப்புத்தன்மை அல்லது உற்பத்தித்திறன் அதிகம்

உடையது. வேறு எந்தக் காலங்களையும்விடவும் நவீனத்துவக் காலப்பகுதியில்தான், அதிகமான திறனாய்வுகளும் இலக்கியங் களும் வந்திருக்கின்றன. அவற்றின் பல வகைப்பாடுகளும் வந்திருக்கின்றன. மேலும், இது தனியானதாகவும் வரவில்லை. இதனோடு ஒன்றுகிற விதத்தில் உடனுறைகிற சில முக்கியமான கருத்து நிலைகளும் தோன்றின. இவற்றில் எதிரும் புதிருமான நிலைப்பாடுகள் உண்டெனினும், விவாதங்களுக்கும் வளர்ச்சி களுக்கும் இவை இடம் தந்தன. இந்தக் கருத்துநிலைகள், யதார்த்தவியல், ஃபிராய்டியம், இருத்தலியம், மீமெய்மையியல், இருண்மைவாதம், இளிநிலை வாதம், முதலியனவாகும். மேலும், அமைப்பியல் என்பதும், நவீனத்துவகாலத்தில், ஆனால், அதன் பிற்பகுதியில் தோன்றியதேயாகும்.

தமிழில் நவீனத்துவம் 1925-க்குப் பிறகு தோன்றியது என்று கருதலாம். இதனுடைய தலைமையான பிரதிநிதி, மகாகவி பாரதியார். அதன்பின், தம்முடைய பல கதைகளில் சோதனைகள் நிகழ்த்தியவரும், பழையன கழிதலும் புதியன புகுதலும் வழு அல்ல என்று ('தெருவிளக்கு') கதை சொன்னவருமான புதுமைப் பித்தன். தொடர்ந்து மிகப்பல எழுத்தாளர்கள், தத்தமக்குரிய பிரத்தியேகமான மனப்போக்குடனும் வழிமுறைகளுடனும் இலக்கியத்தை அணுகியிருக்கிறார்கள். தமிழில் புதுக்கவிதை, நவீனத்துவத்தின் குழந்தையே எனலாம்.

நவீனத்துவத் திறனாய்வு, இலக்கியத்தின் புதுவடிவங்களை இனங்கண்டறிகிறது. பழைய வடிவங்களுக்கெதிரான புது முயற்சிகளைக் கண்டு விமரிசிக்கிறது. கலை - இலக்கியம், உயர் மேட்டிமை மக்களுடைய, அதாவது உயர்ந்தோர் சிலருடைய சொத்து என்று நவீனத்துவம் கூறுகிறது. தமிழில், நவீனத்துவ மனப்பான்மை கொண்ட திறனாய்வாளர்கள், இலக்கியத்தை ஒரு சிறுபான்மை நிகழ்வாகவும் கருவிலேதிருவுடையார் செயலாகவும் சித்திரித்தார்கள்; தரக்கட்டுப்பாடு என்பதனை வலியுறுத்தினார்கள். இதனைக் க.நா.சுப்பிரமணியன், சி.சு.செல்லப்பா, தருமு சிவராமு, வெங்கட் சுவாமிநாதன் முதலியவர்களின் எழுத்துக்களில் பார்க்கலாம். மணிக்கொடி, இலக்கிய வெளிவட்டம், எழுத்து, கசடதபற, முதலிய இலக்கியப் பத்திரிகைகள், நவீனத்துவத்தின் குரலாக இருந்தன. இன்று நவீனத்துவத்திற்குப் பெரும் நெருக்கடி ஏற்பட்டிருக்கின்ற தென்றாலும், தமிழ்ச்சூழலில் பிரதானமாகவும் நிரவலாகவும் இருப்பது, நவீனத்துவமே ஆகும்.

**பின்னை நவீனத்துவம்**

பின்னை நவீனத்துவம், நவீனத்துவத்தின் நெருக்கடியில், அதன் சிதைவில், அதனுடைய எதிர்வினையாக அல்லது, அதற்கு ஒரு 'மாற்று' என்ற முறையில் இருபதாம் நூற்றாண்டின் பாதிக்குப் பிறகு தோன்றியது. முதலாளித்துவத்தின் அடுத்தகட்டமாகக் 'குழும முதலாளித்துவம்' (Corporate Capitalism) வளர்கிற போது - அதன் விளைவாக, நுகர்வுக் கலாச்சாரம் (consumer-culture) வளர்கிற போது பின்னை நவீனத்துவம் தோன்றியது. இது, முதலில் கட்டிடக் கலையின் (ராபர்ட் வெண்டூரி, சார்லஸ் ஜென்க்ஸ்) ஒரு கருத்துநிலையாகவும் உற்பத்திமுறையாகவும் தோன்றியது. பின்னர், செவ்வியல் அல்லது முறைப்படுத்தப்பட்ட இசைமரபுக்கு மாறான பாப் இசை, நவீனத்துவத்திற்கெதிரான ஓவியம், என்று பரவி, எழுபது - எண்பதுகளில், மொழி, கலை, இலக்கியம், பண்பாடு ஆகிய சிந்தனைமுறைகளில் கால் கொண்டு வளர்ச்சி பெற்றது. இத்தாலி, பிரான்சு, இங்கிலாந்து என்று தொடங்கி அமெரிக்காவுக்கு ஏற்றுமதியாகி, வழக்கம் போல் அங்கே, சில ஜோடனைகளுடன் மறுஉற்பத்தியாகி உலக நாடுகளுக்கு அனுப்பப்பட்டது. உற்பத்தி, உற்பத்திப் பொருள் (product) என்பதிலிருந்த முக்கியத்துவத்தை / கவனத்தை, நுகர்வு, நுகர்வுப் பண்டம் (commodity) என்றதொரு நிலைப்பாட்டிற்கு இடம் மாற்றுகின்ற ஒரு மனநிலையுடன் கூடியது, பின்னை நவீனத்துவம்.

கலை மற்றும் பண்பாட்டு வடிவங்களைப் பொறுத்தளவில், அப்போது குறிப்பிடத்தக்க சில சிந்தனைமுறைகள், ஏற்கனவே வளரத் தொடங்கியிருந்தன. அவற்றுள், ரோலந் பார்த் மற்றும் ஜேக் டெர்ரிடா முதலியோர் பங்களித்த பின்னை அமைப்பியல் முக்கியமானது. இதனுடைய பிரதானமான முறையியலாகிய கட்டவிழ்ப்பு என்பது பின்னை நவீனத்துவத்தின் கருத்து வெளிப்பாட்டுக்கு மிகவும் உறுதுணை புரிந்தது. அடுத்து, மிகேல்ஃபூகோ (Michael Foucault) முன்னிறுத்திய அதிகார மையங்கள் - கூறுபடுத்தல்கள் என்ற கருத்தமைவு, பின்னை நவீனத்துவத்தின் முக்கியமான பகுதியாக ஆகியது. கிராம்ஷியின் (Gramsci) 'கலாச்சாரம் பற்றிய சொல்லாடல்', ஃபிராய்டியத்தையும் உடல்மொழியையும் பற்றி மறுபரிசீலனை செய்து வந்த ஜாக் லக்கானின் (Jacques Lacan) கருத்தியல், நீட்ஃஜேயின் இருத்தலியம், மற்றும் ஹெய்டேக்கர், ஹெர்பர் மார்க்கியுஸ்

ஆகியோரின் கருத்துநிலைகள் முதலியவை பின்னை நவீனத்துவம் என்பதைக் கட்டமைக்க உதவின.

பின்னை நவீனத்துவம், கோட்பாடு அல்லது கொள்கை என்பதனை மறுக்கிறது அல்லது தவிர்க்கிறது. அல்லது, கவிழ்த்து கிறது. அதே சமயம், பல கோட்பாடுகளின் இடையீடுகள் அதிலே உண்டு. இவை தம்முள் முரண்பாடுகள் கொண்டவை. தன் முரண்பாடுகள் கொண்ட ஒரு கோட்பாடாக இது இவர்களால் அறிவிக்கப்படுகிறது. இதனை வடிவமைத்தவர்கள் அல்லது இதன் முன்னோடிகளை இங்கே குறிப்பிட வேண்டும். எண்பது களின் தொடக்கத்தில் பிரஞ்சு சிந்தனையாளர் யான் பிரான்சோய் லியோதா (Jean-Francois Lyotard), பின்னை அமைப்பியலின் சாராம்சங்களையும், அப் போது தீவிரமாக வெளிப்பட்டு வந்த நவீனத்துவ - எதிர்ப்பு நிலைகளையும் உள்வாங்கிக்கொண்டு 'பின்னை நவீனத்துவ நிலைமை (La Condition Post - Moderne) என்ற நூலை வெளியிட்டார். இது ஒரு ஆதார நூலாக அமைந்தது. தொடர்ந்து, யான் போதிலார், பின்னை நவீனத்துவக் கோட்பாட்டிற்குப் பரந்த தளம் அமைத்துக் கொடுத்தார். உம்பர்ட்டோ ஈக்கோ (Umberto Eco) ஈஹாப் ஹசன் (Ihab Hassan) ஜில் டெல்யூஸ் (Gilles Deleuze) யூர்கன்ஹேபர்மஸ் (Jurgen Habermas) லிண்டா ஹூட்ஷியோ (Linda Hutcheon) ரிச்சார்ட் ரோர்ட்டி (Richard Rorty) முதலியவர்களின் பங்களிப்புக்களும் மற்றும் இதன் குறைபாடுகளையும் எல்லைக்கோடுகளையும் மார்க்சிய அணுகுமுறையிலிருந்து சுட்டிக்காட்டி விமரிசனம் பண்ணிய பிரடெரிக் ஜேம்சன் (Frederick Jameson), டெர்ரி ஈகிள்டன் (Terry Eagleton) முதலியவர்களின் பங்களிப்புக்களும் பின்னை நவீனத்துவத்தில் மிகவும் குறிப்பிடத்தக்கவை. மேலும், இவர்களின் கருத்து நிலைகள், இதனைப் பன்முகப்பட்ட வெளிப் பாடுகளும் செயல்பாடுகளும் கொண்டதாக ஆக்கின.

இலக்கியத்தில் பின்னை நவீனத்துவம், மையமற்ற அமைப்பு முறையினை முன்வைக்கிறது. பொதுவாகக், கவிதையிலோ புனை கதையிலோ, ஒரு வகையான கட்டமைப்பு இருக்கும். கிளைக் கதைகளும், வேறு வேறு செய்திகளும் இருந்தாலும் அவை யனைத்தும் கவிந்து ஒன்றிணைந்த ஒரு ஒட்டுமொத்தமான அமைப்புக்கு உட்பட்டிருக்கும். இது, இயல்பு; அங்கீகரிக்கப் பட்ட ஒரு மரபு. இதனைப் பின்னை நவீனத்துவம் மறுக்கிறது. முழுமை - மையம் - ஒருங்கிணைப்பு இவற்றைப் புறக்கணித்து

ஒரே கவிதைக்குள்ளேயே அதன் உட்பகுதிகள் தமக்குள் தொடர் பற்று இயங்கலாம் என்கிறது. உதாரணமாக க.பூர்ணசந்திரன் என்ற திறனாய்வாளர், பிரம்மராஜன் என்ற கவிஞர் பற்றிச் சொல்கிற போது, "அவரின் மூன்று கவிதைத் தொகுதிகளும் நவீனத்துவத்தி லிருந்து பின்னை நவீனத்துவபாணிக்கு அவர் மாறிச் செல்வதை எடுத்துக்காட்டுகின்றன" என்று சொன்னவர், தொடர்ந்து, "பின்னை நவீனத்துவக் கவிதைகளில், மையம் இருப்ப தில்லை. பல குரல்களும் பல ஆளுமைகளும் (persona) ஒரே கவிதையில் வெளிப்படலாம். நிறுவப்பட்ட ஒரே அர்த்தம் என்பதற்கில்லை. அவரவர் வாசிப்புப் பழக்கத்திற்கும் அனுபவ களத்திற்கும் ஏற்றாற்போல அர்த்தம் வெவ்வேறாகலாம்"1 என்று சொல்கிறார். பல குரல்கள், பல ஆளுமைகள் என்பது மட்டு மல்லாமல், இங்கே 'தொடர்பற்ற' என்ற அடைமொழியையும் சேர்த்துச் சொல்ல வேண்டும். பிளவுபட்ட கூறுகள் பற்றிப் பேசுவது, பின்னை நவீனத்துவத்தின் முக்கியமான பண்பு.

தொடர்ந்து, இதனடிப்படையில், சமூக அமைப்பில், மையம் x விளிம்பு என்ற முரண்பட்ட நிலைகள் இருப்பதாக இது கூறுகின்றது. மையம் என்பது பிறவற்றைக் கட்டுப்படுத்துகின்ற அதிகார அமைப்பு, உயர்சாதி மேலாதிக்கம், நிறுவனத்தன்மை ஆகியவற்றைக் கொண்டது. விளிம்பு (edge) என்பது இதற்கு மாறானது; ஓரத்தில், ஒடுக்கப்பட்ட நிலையில் இருப்பது என்பதை, இது குறிக்கின்றது. இந்திய / தமிழ்ச் சமூகச் சூழலில், சிறுபான்மையினர், தலித்துக்கள், பெண்கள், நிறுவனத் தன்மை பெறாத உதிரித் தொழிலாளர்கள் என்று இத்தகையோரை விளிம்புநிலை மாந்தர் என்று இது வரையறுக்கிறது. மையத்திற்கும் விளம்பிற்கும் எப்போதும் 'சச்சரவு' நடக்கிறதாகவும், விளிம் போரத்திலிருப்போர் மையத்தை நோக்கி முன்னகர்வதாகவும் சொல்லி, 'விளிம்போரமே வாழ்க' (Hail to the edges) என்று பேசுகிறது பின்னை நவீனத்துவம்.4 தலித்தியம், பெண்ணியம் பற்றிப் பேசுகிற சிலர், இதனடிப்படையில் தங்கள் சிந்தனைகளை முன்வைத்தார்கள். (இன்று, அந்நிலை, பெரும்பாலும் இல்லை). ஆனால் - பின்னை நவீனத்துவம், மையத்துக்கும் விளிம்புக்கும் அல்லது முழுமைக்கும் பகுதிக்கும் இடையில் உள்ள முரண்பாடு களையும் மோதல்களையும் வளர்ச்சியின் அடையாளமாகவும் சமூக மாற்றத்திற்கான நடிவக்கையாகவும் பார்ப்பதில்லை. மாறாக, மொழி விளையாட்டாகவும், கேளிக்கையாகவுமே பார்க்கிறது. பகுதி என்பதைத் தனித்துவமாகவும் சுயாதிக்க

மாகவும் பின்னை நவீனத்துவம் பார்க்கிறது. ஆனால் சமூகத்தின் எந்தப் பகுதியும் தன்னளவில் முழுநிறைவானதும் (absolute) சுயாதிக்கமானதும் அல்ல. ஒவ்வொன்றும் தமக்குள் மாறு பட்டும் மோதியும் அதே சமயத்தில் ஒன்றுபட்டும் வளர்ந்தும் இயங்குபவை. இருக்க.

மரபுவழியாகத் தரப்பட்ட புனிதம் தரம் என்பவை, உயர்ந்தோர் என்று சொல்லப்படுகிற அதிகார அமைப்புக்களால் தொடர்ந்து பல காலங்களாகப் போற்றப்பட்டு வருபவை. உதாரணமாகப் பாரதியார், பாரதிதாசன், புதுமைப்பித்தன், இவர்கள் பற்றிப் பொதுப்புத்தி சார்ந்த ஒரு சித்திரம் இருக்கிறது; அது, உயர்ந்த தரம் என்ற கருத்தமைவினால் ஆனது. அதுபோல், ‘கற்பு’ எனும் சமூக மதிப்பு, ஒரு புனிதம். இத்தகைய புனிதங் களை, அப்படியே ஏற்றுக்கொள்ளாமல், வம்புக்கு இழுத்துக் குப்புறக் கவிழ்த்த வேண்டும் என்கிறது, பின்னை நவீனத்துவம். புதுமைப்பித்தனின் ‘பொன்னகரம்’ என்ற கதையில், ‘கற்பு’ விமர்சனம் பண்ணப்படுகிறது. கதையின் இறுதியில், “கற்பு கற்பு என்று கதைக்கிறீர்களே - இது தானய்யா பொன்னகரத்தின் கதை” என்று வலிந்து சொல்லுவதை - செயற்கையாகத் தோன்றினாலும் - இதனடிப்படையில் பார்க்கலாம்.

இதுபோன்றுதான், காதல், ஒருவன் ஒருத்தி உடலுறவு, பெண்ணுடல், இன்புறு நுகர்ச்சி முதலியனவும் வம்புக்கு இழுக்கப்படுகின்றன. பிரேம், ரமேஷ், சாரு நிவேதிதா, முதலியவர் களிடமும் குட்டி ரேவதி, லீனா மணிமேகலை உள்ளிட்ட பெண்ணியக் கவிஞர்களிடமும் இதுபோன்ற முயற்சிகள் அல்லது வெளிப்பாடுகள் இருப்பதைப் பார்க்க முடிகிறது. மேலும், பனுவல்களையும், மொழியையும், நிலத்தையும், காலவரிசையையும் பிறழ்வு நிலையில் நிகழ்த்திக் காட்டுவதற்குக் கோணங்கி, என்.டி.ராஜ்குமார், ஜமாலன் முதலியவர்கள் முயன்றிருக்கின்றனர். பின்னை நவீனத்துவத்தை இலக்கியப் படுத்துவதில், பனுவல்களின் ஊடே இருண்மைகளும் திணறல் களும் நிறைந்து கிடக்கப், ‘பனுவலின் அதிகார அரசியலாகவே’ (textual politics) இவை நின்று விடுகின்றன.

அடுத்துப், பின்னை நவீனத்துவம் அதிகமாகப் பேசுவதில் ஒன்று, கதையாடல் (narrative) ஆகும்.[2] ஒரு நிகழ்வை அல்லது ஒரு புனைவை அல்லது ஒரு கருத்துநிலையை முன்னிலைப் படுத்தி அதனைச் சற்று விளக்கமாகச் சித்திரிக்கின்ற ஒரு

எடுத்துரைப்புத்தான் கதையாடல். இது, சங்ககால வரலாறு என்பது போன்ற ஒரு வரலாறாக இருக்கலாம்; அல்லது தாய்த் தெய்வ வழிபாடு என்பது போன்ற ஒரு கருத்துநிலையாகவும் இருக் கலாம்; ஒரு புனைகதையாகவும் இருக்கலாம். ஹேடன் ஒயிட் சொல்லுவார்: "அறிவது என்பதைச் சொல்லுவது என்பதாக மொழிமாற்றம் செய்வதுதான் கதையாடல்... நடை முறை நிகழ்ச்சிகளின் குழப்பங்கள் மீது, ஒரு தொடர்ச்சியையும் அர்த்தத்தையும் திணிக்கின்ற ஒரு செயல்வடிவத்தின் அல்லது மனிதப் புரிதலின் மையமான ஒரு வடிவமாக இதனைப் பார்க்க முடியும்"[3] இந்த வரையறையே கதையாடல் என்பதற்குரிய பொதுவரையறையாகக் கொள்ளப்படுகிறது.

இதனை இரண்டு நிலைகளில் பின்னை நவீனத்துவம் கூறுபடுத்திப் பார்க்கிறது. ஒன்று, பெருங்-கதையாடல் (grand / mega narrative); அடுத்தது, சிறு - கதையாடல் (little-narrative). பெருங்-கதையாடல் என்பது, மையப்படுத்தப்பட்டது; மிகப் பலரால் அங்கீகரிக்கப்பட்டது; நிறுவனத்தன்மை கொண்டது என்று வருணித்து, இத்தகையன எல்லாவற்றையும் பின்னை நவீனத்துவம் வேறுபாடின்றி நிராகரிக்கிறது. சிறிய கதையாடல் என்பது, தனித்தனி வட்டாரங்கள், சிறு சிறு குழுக்கள், நெகிழ்வுத் தன்மை கொண்ட துண்டங்கள் முதலியவை பற்றிய கருத்துப் பதிவுகளர்கும் என்று கூறி இத்தகையவற்றை இது போற்றி யுரைக்கிறது.

லிண்டா ஹ௺ட்சியோ சொல்லுவார்: "பின்னை நவீனத் துவம், மையப்படுத்தப்பட்ட - முழுமைப்படுத்தப்பட்ட - வரிசை முறைக்கும் இறுதிநிலைக்கும் உட்பட்ட அமைப்புக்களை / ஒழுங்கமைவுகளை எதிர்த்துக் கேள்வி கேட்கிறது; ஆனால், அவற்றை அழிக்க நினைப்பதில்லை. பண்பாட்டில் பொதுவாக அங்கீரிக்கப்பட்ட விழுமியங்களை அல்லது மதிப்புக்களை இது இடைமறித்துக் கேள்வி கேட்கிறது. ஆனால், இந்தக் கேள்வி களோ, குறிப்பிட்ட ஒரு முறைமைக்குட்பட்டன அல்ல; மாறாக, அந்தந்த விஷயங்களையும் சந்தர்ப்பங்களையும் ஒட்டியனவே யாகும்"[5] கேள்விகளும் கேளிக்கைகளும் சமூக மாற்றத்தின் முன்தேவைகளோ பண்புகளோ அல்ல. மேலும், இதன் மூலமாக, ஏற்கனவே ஆதிக்கபலம் உள்ளது தொடர்ந்து தனது பலத்தைக் காப்பாற்றிக் கொள்ளவே செய்யும் என்றும், சமூகத்தின் பகுதி களாக உள்ள சிலவற்றைத் தனித்துவம் கொண்டனவாகவும்,

முழுமையோடு தொடர்பற்றனவாகவும் கொள்வது என்பது, ஆதிக்க சக்திகளுக்கு ஆதரவாகவும் சமூக மாற்றத்தை நிராகரிப்பதாகவுமே அமையும் என்றும் பிரடெரிக் ஜேம்சன் சுட்டிக் காட்டுகின்றார்.⁶ 'அடிப்படையில், பின்னை நவீனத்துவம், சுய முரண்பாடுகளோடு கூடிய ஒரு முரண்பாட்டுக் கருத்துப்புலன் (contradictory phenomenon) என்றும், மேலும், இந்த முரண்பாடு தற்செயலானதோ இயல்பானதோ அல்ல - வலிய வேண்டுமென்றே செய்யப்படுவது' என்றும் பின்னை நவீனத்துவத்தின் வரலாறு சொல்லுகிற ஹேன்ஸ் பெர்ட்டன்ஸ் கூறுகிறார்.⁷

பின்னைநவீனத்துவத்தின் இத்தகைய வழிமுறைகளையும் நிலைப்பாடுகளையும் இங்கே சுருக்கமாகத் தொகுத்துக் கூறலாம்:

1. முதலாளித்துவத்தின் அடுத்த கட்டத்து வளர்ச்சியாகிய பின்னை முதலாளித்துவம், தொழில் குழும உற்பத்தி முறை, உலகமயமாதல், நுகர்வுக் கலாச்சாரம் ஆகிய வற்றின் பின்னணியில், இது வருகிறது. நவீனத்துவத்தின் நெருக்கடிகளில் நவீனத்துவத்திற்கு எதிரானவற்றைத் திரட்டிக்கொண்டு இது வருகிறது.

2. மாற்றுவது அல்ல, மறுப்பது; தீர்ப்பது அல்ல, சச்சரவு செய்வது; பிரச்சனைப்படுத்துவது; வம்புக்கு இழுப்பது; கேள்விகள் கேட்பது; கேளிக்கைகள் செய்வது - இவை, நோக்கம்; வழிமுறை.

3. நிகழ்வுகளை மொழிவிளையாட்டுகளாகக் காண்பது; மொழி விளையாட்டுக்கள் நிகழ்த்துவது.

4. வம்பப்போலி(parody)யோடும் நகை முரண்களோடும் பகடி பண்ணுவது, அதாவது, பழைமை, நிறுவனப் பட்ட வழக்கங்கள், வடிவங்கள், ஒத்தியல்புகள் ஆகியவற்றை எள்ளலும் நையாண்டியும் செய்கிற விதத்தில் அவற்றை, வேறு - ஆனால் - ஒத்த வடிவங்களில் திரும்பக் கொணர்வது.

5. முழுமைக்கும் ஒட்டுமொத்தப்படுத்தலுக்கும் மறுப்பு. பகுதிகளைத் தொடர்பற்ற தன்மைகள் கொண்ட தீவு களாக வருணிப்பது.

6. ஒற்றைத் தன்மைக்கு எதிராகப் பன்முகத் தன்மை.

7. மையங்களை நிராகரித்து, விளிம்போரங்களைப் போற்றுவது.

8. பெரு நெறி, பெருங்-கதையாடல் இவற்றிற்கு மறுப்பு.

9. வரலாறு என்பது பெருநெறி வழக்கு எனக்கூறி, அதனை மறுபார்வை செய்கிறது. முரண்பாடுகளுடனும் கேளிக்கைகளுடனும் வரலாற்றைத் திரும்பப் பார்த்துப் பயணிக்கச் சொல்கிறது (revisit the past with irony)

10. தரம், உயர்வு, உயர்ந்தோர் வழக்கு, பலராலும் அங்கீ கரிக்கப்பட்ட புனிதம் என்பவற்றை மறுக்கிறது.

11. கலை என்பது சஞ்சலமும் சலனமும் உடையது என்று கூறுகிறது (art of unrest)

12. கலை வடிவத்தைப் புதிய வடிவமாக அல்ல - எதிர்நிலை வடிவமாக (anti-form) முன்மொழிகிறது.

13. அறிவு, தர்க்கம் என்பவற்றைத் தவிர்க்கிறது. பகுத்தறி வற்ற ஒரு மாய்ம்மைத் (mystic) தன்மை, உணர்வுநிலை, மனப்பதிவு முதலியவற்றை ஏற்கிறது.

14. இதுவே கூட, ஒரு முறைமைக்குட்பட்ட தன்மை உடையதல்ல; பலதளங்கள், பல கருத்துக்கள் உடையது; சுய முரண்பாடுகள் கொண்டது.

ஏற்கெனவே அதிகாரம் செலுத்தி வரும் பல கருத்தியல் களை ஒதுக்குவதிலும் நிராகரிப்பதிலும் பின்னை நவீனத்துவம் அக்கறை கொள்கிறது. முரண்பாடுகளை முன்நிலைப்படுத்துகிறது. கலை இலக்கியத்தின் படைப்பாக்க முறைகளை இது பேசு வதில்லை. மாறாகச், சமூகவியல் தொடர்பான சொல்லாடல்களை ஆய்வுமுறைகளாக இது முன்வைக்கின்றது. அங்கீகரிக்கப்பட்ட கருத்தியல் தளங்களில் ஆழமாகவும் அதிரடியாகவும் உள் நுழைந்து, வித்தியாசங்களையும் வம்புகளையும் தேடியெடுத்துத் தருவதிலும், பரவலாகப் பதிவாகியுள்ள சொல்லாடல்களின் பரிமாணங்களில் விரிவான விவாதங்களையும் மறுபரிசீலனை களையும் முன்வைப்பதிலும், குறுக்குச் சால் ஓட்டுவதிலும் பின்னை நவீனத்துவம் சாதனைகள் புரிந்துள்ளது. இது, தோன்றிய காலத்தில் ஒரு பரபரப்பும் ஒரு சொல்வாக்கும் இதற்கு இருந்தது. ஆனால், பலவகையான விமர்சனங்களுக்கு உள்ளாகிய இந்தப் பின்னை நவீனத்துவம், இன்று தமிழிலேயே கூட, இதனை

முன்னிறுத்திப் பாராட்டிப் பேசிய பல திறனாய்வாளர்களால் மறுபரிசீலனை செய்யப்பட்டு வருகிறது.

**குறிப்புக்கள்**

1. க.பூர்ணசந்திரன், 'எண்பதுகளில் கவிதை - சில எண்ணங்கள், 'மேலும்' பாளையங்கோட்டை, 1990. (இவரே, பின்னை நவீனத்துவம் பற்றிக் கவனித்துத் தமிழில் முதலில் குறிப்பிட்டவர்).

2. கதையாடல் என்ற (தமிழ்) சொல்லாக்கத்தில் கதை என்ற சொல் பொருத்தமில்லாமல் தோன்றுகிறது; அதுபோல் 'சொல்லாடல்' என்ற ஆக்கத்தில் 'சொல்' என்பதும் பொருத்தமற்றதாகத் தோன்றுகிறது. ஆனால், இவை நடைமுறையில் பெருவழக்குப் பெற்று விட்டன.

3. Hayden White, The Value of Narrativity in the Representation of Reality" - The Critical Inquiry. 7, 1:5-27; 1980.

4. Linda Hutcheon, "A Poetics of Post Modernism - History, Theory, Fiction." (Routledge), London, 1989, p.73.

5. Ibid, pp.41-42.

6. Frederic Jameson, Marxism and Form: 'Twentieth Century Dialectical Theories of Literature", (Princeton), 1971.

7. Hans Bertens, "The Idea of the Post Modern - A History" (Routledge) London, 1995, pp.17-18.

## 4.6
## பின்னைக் காலனித்துவம்

பின்னை அமைப்பியல், பின்னை நவீனத்துவம் ஆகிய வற்றின் தொடர்ச்சியில், பின்னைக் காலனித்துவம் (Post - Colonialism) என்பதுவும் அறியத்தக்கதாக இருக்கிறது. இம் மூன்றற்குமிடையே தொடர்புகளும் ஒப்புமைகளும் தாக்கங்களும் இருக்கின்றன; இருந்தாலும் இவை ஒன்றனையொன்று சார்ந் தவை அல்ல, ஒன்றிலிருந்து இன்னொன்றாகக் கிளைத்தவையும் அல்ல. அமைப்பியலை மறுதலித்து எழுந்தது, பின்னை அமைப் பியல்; நவீனத்துவத்தை மறுத்து எழுந்தது, பின்னை நவீனத் துவம்; காலனித்துவம் என்ற நிலைப்பாட்டினை மறுத்து அதற்கு எதிராகத் தோன்றியது, பின்னைக் காலனித்துவம். பின்னை அமைப்பியலும் பின்னை நவீனத்துவமும், அடிப்படையில் பல்வேறு தளங்களைச் சேர்ந்த கருத்து நிலைகளின் விவாத வடிவங்கள். இலக்கிய உலகைப் பொருத்தஅளவில், இவை, முக்கியமான திறனாய்வு அணுகுமுறைகளை - ஆய்வுமுறையியல் களைப் பிரதிநிதித்துவப்படுத்துகின்றன. ஆனால், பின்னைக் காலனித்துவம், அடிப்படையில், ஒரு படைப்பாக்க முறை யாகவே வருணிக்கப்படுகிறது. பின்னைக்காலனித்துவ இலக்கியம் (post - colonial literature) என்ற சொல் வழக்கு, இவ்வறிஞர்கள் மத்தியில் பிரதானமாக வழங்குகிறது. அதேபோது, குறிப்பிட்ட வரலாற்றின் காரணமாக / விளைவாக ஏற்பட்ட ஒரு சிந்தனை வடிவம் / மனப்போக்கு என்ற முறையில், இது, தன்னைச் சார்ந்த ஆய்வு முறையை / திறனாய்வு அணுகுமுறையைப் பிரதிநிதித்துவப் படுத்துகிறது.

ஒரு நாடு, இன்னொரு நாட்டை - அதனுடைய சமூக - அரசியல், பொருளாதாரப் பண்பாடுகளைத் - தனக்குக் கீழ் - தன்னுடைய ஆட்சியதிகாரத்தின் கீழ்க் - கொண்டுவந்து ஆதிக்கம் செலுத்துகின்ற போது தான், அதனைக் காலனித்திய

நிலை என்கின்றோம். இது, தொன்மை இந்தியாவைப் பொறுத்த அளவில், ஆரியர்களின் குடியேற்றம், அவர்களுடைய ஆதிக்கத்தின் கீழ்ப் பூர்வகுடிகளாகிய பழந்திராவிட இனத்தினரின் மேலாண்மை இழப்பு ஆகியவை ஏற்பட்ட காலத்திலிருந்து, இவ்வகை நிலையினை அளவிடவும் அடையாளம் சொல்லிடவும் முடியும். ஆனால், பொதுவாக, இந்த நவீன காலத்தில், காலனித்துவம் மற்றும் அதன் ஆதிக்கம் என்பது, மூன்று அல்லது நான்கு நூற்றாண்டுக் காலஅளவையிலேயே கண்டறியப்படுகிறது; விவாதிக்கப்படுகிறது. ஐரோப்பியர்களின், பொருள் நாடி நிலம் தேடும் எழுச்சியோடும், அறிவியல் தொழிற்புரட்சியோடும் மற்றும் இவை பல்வேறு நாடுகளின் அரசியல் பூகோளத்தைக் கவிழ்த்தி மாற்றியமைத்ததோடும், இது தொடங்குகிறது. 19-ஆம் நூற்றாண்டில் பல்வேறு திசைகளில், மேலை நாட்டவரின் குடியேற்றங்களும் ஆதிக்கங்களும் தொடங்குகின்றன. போர்த்துக்கல், நெதர்லாண்டு (டச்சு), ஸ்பெயின், பிரிட்டன், பிரான்ஸ் - இப்படிப் பல ஐரோப்பிய நாட்டவர்கள், தங்களுடைய எல்லைகளைத் தாண்டிப் புதிய ஆயுதங்களோடும், உற்பத்திக் கருவிகளோடும், சிந்தனை வடிவங்களோடும், நோக்கங்களோடும், தூரம் தொலைவிலுள்ள நாடுகள் பலவற்றில் கால்பரப்பினார்கள். அந்த நாடுகளைக் கையகப்படுத்திக் கொண்டார்கள். 17ஆம் நூற்றாண்டில், இப்படி, பிரான்சு, டச்சு, ஆங்கிலேயப் பேரரசுகள் தோன்றுகின்றன. இப்படித் தோன்றியவற்றுள் ஆங்கிலேயப் பேரரசுதான் பெரியது. பெரிய எல்லை பரப்புகளும் பெரும் இயற்கை வளங்களும் மனித உழைப்புக்களும் கொண்ட பல நாடுகள், ஆங்கிலேயரின் வசத்தில் வந்தன. ஒரு கணக்கில், 1914-இல் அப்படி ஆங்கிலேயரின் காலனி நாடுகளாகக் காணப்பட்டவை, இந்தியா, மலேயா, சிலோன், தென்னாப்பிரிக்கா, ஆஸ்திரேலியா, ஹாங்காங், எகிப்து, ஃபிஜி முதலிய 41 நாடுகள் ஆகும். பிரான்சு, தன் பங்குக்கு 30 நாடுகளுக்கு மேல் தன் கைக்குள் அகப்படுத்திக் கொண்டது. அடிமைப்பட்டுக் கிடந்த இந்த நாடுகள் 20ஆம் நூற்றாண்டின் முதற்பாதியில் பல போராட்டங்களுக்குப் பின், அரசியல் விடுதலையை வென்றெடுத்துவிட்டன; என்றாலும், காலனி ஆதிக்கத்தின் வெவ்வேறு வடிவங்களும் ஆகப் பெரும் தடங்களும் விட்டுப் போகவில்லை; அவை வேரூன்றிக் / கிடக்கின்றன. நவீனக் காலனியாதிக்கம் (Neo - colonialism) உருவெடுத்தது.

இரண்டு அல்லது மூன்று நூற்றாண்டுகளுக்கு மேல், உலகத்தின் முக்கால் பங்கு, நேரடியாகவும் ஓரளவு முழுதாகவும் காலனித்துவம் மற்றும் அதன் உடன்பிறப்பாகிய எதேச் சதிகாரத்தின் (imperialism) கோரப்பிடியில் சிக்குண்டு பாதிக்கப் பட்டிருக்கிறது. அரசியல் விடுதலை சாத்தியமாகியது என்றாலும் அதனுடைய பின் விளைவுகளிலிருந்து மீளுவது என்பது எளிதாக இல்லை. காலனியாதிக்கத்தைத், தொடர்ந்து நவீன காலனித்துவம் வந்தது. இவற்றின் காரணமாக, முன்னைய காலனி நாடுகளில், மொழி, இலக்கியம் முதலியவற்றிலும், அது மட்டுமல்லாமல், அரசியல், சமூக விழுமியங்கள், கல்விக் கொள்கைகள், சட்டங்கள், நிர்வாக முறைகள் மற்றும் தேசியம், பண்பாடு ஆகியவை குறித்த கருத்தமைவுகள், நவீனத்துவம் உள்ளிட்ட புதிய சொல்லாடல்கள் முதலியவற்றிலும், ஐரோப்பிய மாதிரி வடிவங்கள் (models) போற்றப்பட்டன; ஆதிக்கம் செலுத்தின. உணர்வு நிலையிலும் செயல்பாட்டு நிலையிலும் 'சுயங்கள்', பணிந்து போய்த் தாழ்த்தப்பட்டன; மரபுகள் மழுங்கடிக்கப்பட்டன. இந்தச் சூழல்களின் எதிர்வினை களாக, இவற்றைத் தவிர்ப்பதும் இவற்றிலிருந்து மீண்டு வருவதும் காலத்தின் அறைகூவலாக எழுந்தது. இதுவே பின்னைக் காலனித் துவத்தின் தேவையாகவும் நோக்கமாகவும் அமைந்தது.

ஐரோப்பிய இலச்சினைகளைக் கடாசித் தூக்கியெறி வதிலும், மேலாண்மை செலுத்தும் அந்தச் சிந்தனை வடிவங் களையும் சொல்லாடல்களையும் குப்புறக் கவிழ்த்திவிட்டு அவற்றினிடத்தில், தனக்கானதாகவும் சுயமானதாகவும் உள்ள கருத்தியல்களையும் செயல்பாடுகளையும் முன்னிறுத்துவதிலும் மறுசீரமைப்புச் செய்வதிலும், பின்னைக் காலனித்துவம் அக்கறை கொள்கிறது. தத்தம் நாட்டுச் சூழமைவு களோடும் மரபுகளோடும் மக்களின் வாழ்நிலைகளோடும், ஏற்கெனவே பதிந்தும் பிணைந்தும் கிடக்கின்ற உண்மைகளைப் 'புதிய யதார்த்தமாகப்' புனர்நிர்மாணம் செய்வதுதான் பின்னைக் காலனித்துவ இலக்கியத்தின் முதன்மையான செயல்பாடாகும். மறுதலிப்பதும் மாற்றுத் தேடுவதும், பின்னைக் காலனித் துவத்தின் நோக்கமாகவும் செயல்பாடாகவும் உள்ளது. இது, ஒரு வகையான 'பனுவல் புரட்சி' (textural revolution) ஆகும். பின்னைக் காலனித்துவ அறிஞர், டெர்டிமன் (Richard Teriman, Disccourse/Counter Discourse: The Theory and Pratice of Symbolic resistance, London, 1985), (இந்தச் சொல்லாட்சியை அறிமுகப்

படுத்துகிறார். இதற்கு விளக்கம் தருவது போல, "இலக்கியப் புரட்சி (literary revolution) அமைவது, மிகவும் அவசியமானது. ஆனால், அது, தானாக ஏற்படுவது இல்லை என்ற சூழலில், திட்டவட்டமான நோக்கத்துடனும் உணர்வுடனும் கூடிய ஒரு செயல்பாடாக, அது அமைய வேண்டும். அதன் பொருட்டு, ஐரோப்பியர்களின் பல்வேறு கருத்துநிலைகளின் பங்களிப்பு களையும் ஊடுருவல்களின் தாக்கங்களையும் களைந் தெறிந்து விட்டு மாற்றுக்களைத் தேட வேண்டும்." இவ்வாறு நைஜீரியாவைச் சேர்ந்த பின்னைக் காலனித்துவ முன்னோடிப் படைப்பாளரும் சிந்தனையாளருமாகிய அச்செபே கூறுகின்றார். (Chinua Achebe, The Novelist as teacher in Morning yet on Creation day", New York, 1975, pp.167-74). பின்னைக் காலனித்துவ சமூக உருவாக்கங்களைத் தருவதில் இந்த வகையான பனுவல்களுக்குத் தீர்க்கமான பங்களிப்பு இருக்கிறது என்று அவர் கருதுகிறார்.

பின்னைக் காலனித்துவ இலக்கியத் திறனாய்வு, ஐரோப்பிய காலனித்துவ நிலைப்பாடுகளுக்கு எதிரான போக்குகளை முன்னிறுத்துகிறது. எவ்வெக் கூறுகளின் வாயிலாக, எவ்வெம் முறைகளில் காலனித்துவச் சொல்லாடல்கள் மறுதலிக்கப் படுகின்றன என்பதைக் கண்டு சொல்லுகிறது; விவாதிக்கிறது. இலக்கியப் பனுவல்களின் வடிவமைப்புகளில் ஏற்பட்ட மாற்றங் களும் புத்தாக்கங்களும் மற்றும் உள்ளடக்கச் சுழற்சிகளும் மேலை நாடுகளிலிருந்து இறக்குமதியானவை தான் என்ற நவீன காலனித்துவ சிந்தனைப் போக்குகளில் அமிழ்ந்து போய் விடாமல், இங்கே மண்ணின் மரபிலிருந்து தோன்றியிருக்கக் கூடிய படைப்பாக்கப் போக்குகளை இனங்கண்டு அது, முன்னிறுத்துகிறது. தமிழ்ச் சூழலில் சொந்த இலக்கியங்களுக்கும் சிந்தனைகளுக்கும் அங்கீகாரம் தேட மேலைநாட்டுக் கருத்தியல் களின் அங்கீகாரத்திற்காகவும் ஒப்புமைக்காகவும் போவது, பல நாளாக இருந்து வருகிறது. இதனைத் தவிர்க்க வேண்டும்; தமிழ் மரபைப் புதுப்பிக்க வேண்டும். இது, பின்னைக் காலனித்துவத் தேவை. காட்டாகத், தமிழில், அழகியல் (Aesthetics or Poetics) கோட்பாட்டைத் தமிழ் மரபிலிருந்தே கட்டுவதற்குச் சரியான ஆதாரங்களும் கருத்தோட்டங்களும் உள்ளன. தொல்காப்பியம், சங்கஇலக்கியம் மற்றும் உரையாசிரியர்களிடமிருந்து மூலதாரங் களைத் திரட்ட முடியும். தமிழ் மரபிலிருந்து கோட்பாட்டைக் கட்டமைக்க முடியும். (காண்க: தி.சுநடராசன், தமிழ் அழகியல், 2013). கிரேக்கம், ஆங்கிலம் ஒன்று போவதைத் தவிர்க்க முடியும்.

தமிழ் அழகியலுக்கும் மேலை நாட்டு அழகியலுக்கும் பொருத்த வேறுபாடு உண்டு என்பதை உணர முடியும்; தனித்துவத்தை அறிய முடியும்.

இந்தியப் பெருவெளியில், தமிழ்ச்சூழலில், பின்னைக் காலனித்துவ இலக்கியம் என்றால், பாரதியின் பனுவல்கள் தான் முதன்மையாகவும் மாதிரியாகவும் எடுத்துக்கொள்ளப்பட வேண்டியவை. அவருடைய பாடல்களும் சரி, கட்டுரைகளும் சரி, கதை வடிவங்களும் சரி, பின்னைக் காலனித்துவ நிலைப் பாடுகளைத் துலாம்பரமாகக் காட்டுகின்றன. முதலிலேயே விடுதலை வேட்கையோடுதான் கவிஞராக அவர் வந்தார். இறுதியில்,

**எல்லாரும் அமரநிலை எய்தும் நன்முறையை**
**இந்தியா உலகிற்கு அளிக்கும் - ஆம்**
**இந்தியா உலகிற்களிக்கும் - ஆம், ஆம்**
**இந்தியா உலகிற்களிக்கும்**

- என்று உலகிற்கு அறிவிக்கை செய்தார். இப்படிப், பாரத சமுதாயத்திற்கு வாழ்த்துச் சொல்லுகின்றது வரை, பெரும்பாலும் காலனித்துவ மனப்போக்குகளைப் பாரதியார், தவிர்க்கவும், மறுதலிக்கவும் செய்கிறார். அன்றியும், மாற்றுக்களையும் முன்மொழிகிறார். பன்முகப்பட்ட தேசியம், சுயமான தேசியக் கல்வி, இந்திய சமூக நிர்மாணங்களுக்கு ஏற்ற பொருளாதாரம், திறந்த தத்துவவெளி, நாட்டார் மரபிலும் புத்தாக்கத்திலும் எழுந்த புதிய இலக்கிய வடிவங்கள், மக்களின் மொழி, மரபு, புதுமை, சமதர்மம் மற்றும் மண்ணின் மணம் கமழுகின்ற படைப்பாளர்கள், சிந்தனையாளர்கள் பற்றிய பெருமிதங்கள் என்பவற்றின் முன்மொழிதல்கள், இவற்றோடு, ஆங்கில மொழி, ஆங்கிலேய நாகரிகம், ஆங்கிலேயச் சிந்தனை முறை - ஆகிய வற்றின் மீதான எதிர்ப்பு, மறுதலிப்பு - இப்படிப் பாரதியிடம் பின்னைக் காலனித்துவச் சிந்தனைகளும் செயல்பாடுகளும் தெளிவுறக் கிடக்கின்றன. பின்னைக் காலனித்துவத் திறனாய்வு, இவற்றின் பண்புகளையும் வகைமைகளையும் வரலாறுகளையும் இனங்கண்டறிந்து விளக்க வல்லது.

இப்படிப், பின்னைக் காலனித்துவ மனப்போக்கும் அணுகு முறையும் பாரதியிடம் படிந்து கிடப்பதை ம.பொ.சிவஞானம், "பாரதியும் ஆங்கிலமும்" (இன்பநிலையம், 1961), என்ற சிறிய நூலில் தெளிவுபட விளக்கிக் கூறியுள்ளார். வ.ரா.வும், மற்றும்

"பாரதியுகம்" (தமிழ்ப்புத்தகாலயம், 1980) எழுதிய ஐ.சி.எஸ். அதிகாரியாகவும் உயர்நீதிமன்ற நீதிபதியாகவும் இருந்த எச்.ஆர்.கிருஷ்ணனும் உட்படப் பாரதி பற்றி ஆராய்ந்திருக்கின்ற அறிஞர்களில் பலரும், பாரதியைப் பின்னைக் காலனித்துவ (அப்படிப் பெயர் சொல்லவில்லையாயினும்) பின்னணியி லிருந்து காட்டிருக்கிறார்கள். அதேபோது, பாரதியை மேலை நாட்டுப் பெருங்கவிஞர்கள் போன்று, மகாகவியாகக் கருத முடியாது என்று வாதிட்ட கல்கியிடமும் ராஜாஜியிடமும் நவீன காலனித்துவ மனப்போக்கே இருந்திருக்கிறது. மண்ணின் மரபோடு உயிர்த்துக் கிடக்கும் நாட்டுப்புறப் பாடல்கள், இசை வடிவங்கள், கதை சொல்லுகிற முறைமைகள், தொன்மங்கள் முதலியவற்றைப் பொருத்தமற்றவை என்று காலனித்துவ நிலைப்பாடு நிராகரித்தது. அவற்றிடத்தில், தன்னுடையவற்றை அது, இறக்குமதி செய்தது.

புதுக்கவிதை வரலாற்றில், முக்கியமாக அதன் தொடக்கத்தில் காலனித்துவ மனநிலைகளும் உத்திகளும் மேலாண்மை செலுத்தின. பின்னைக் காலனித்துவ நிலைப்பாடு இந்தப் போக்கினை மறுதலிக்கிறது. தன்னுடைய சுயமான கலை வடிவங்களை, மாற்றங்களுடனும் தேவையான சீர்மைகளோடும் அது திரும்பக் கொண்டு வருகிறது. புகழ்பெற்ற பின்னைக் காலனித்துவ இலக்கியக் கர்த்தாவாகிய பிரான்ட்ஸ் ஃபெனோன் இத்தகைய நிகழ்வுகளின் அவசியத்தை முன்னிறுத்துகின்றார்.

மேலும், தமிழில் கதைகளை எடுத்துரைப்புச் செய்வதில், இன்றும், நவீன காலனித்துவமே மேலாண்மை செலுத்துகின்றது என்று சொன்னால் அது தவறில்லை; அதன் வன்மைமென்மை, இந்த வகையான திறனாய்வின் மூலம் அறியப்படக்கூடும். தமிழவன், கோணங்கி, சாருநிவேதிதா, முதலியோரின் பனுவல்கள், நவீன காலனித்துவப் பின்புலத்தில் அமைந்தவை. அதனைப் புனிதமாக நினைப்பவை. இலக்கிய வடிவம் என்ற முறையில், முனிசீப் வேதநாயகம் பிள்ளையின் நாவல் முதற்கொண்டு அதுபோல் சிறுகதைள் பலவற்றையும் பின்னைக் காலனித்துவ அணுகுமுறையில் ஆராய்ந்து பார்க்க வேண்டும். மேலும், மேலை நாடுகளிலிருந்து புதிய சரக்குகளாக இறக்குமதியாகும் சொல் லாடல்களை அரைகுறையாகப் புரிந்துகொண்டு இலக்கியம் பண்ணுவது, காலனித்துவ மனநிலையின் வெளிப்பாடேயாகும் என்பதைத் திறனாய்வு புரிந்துகொள்ள வேண்டும்.

அதே போது, சாதியக் கட்ட மைப்புக்கும் ஆண் ஆதிக்க மனோ விகாரங்களுக்கும் அவற்றினுடைய கருத்தியல் தளத்திற்கும் எதிர்ப்புக் காட்டுகின்ற பெரும்பாலான தலித் இலக்கியங்களிலும் பெண்ணிய எழுத்துக்களிலும் பின்னைக் காலனித்துவ மனப்போக்கு மேலாண்மை செலுத்துகிறது. இப்படிப் பார்ப்பதற்கு நிறைய இடம் இருப்பதால் இதனை இங்கே தொட்டுக் காட்டுகிறோம்.

பின்னைக் காலனித்துவச் சூழலில், தருக்கரீதியாக, இந்த வகையான மனநிலைகளும் எதிர்வினைகளும் கலகக் குரல்களும் மூன்றாம் உலக நாடுகள் என்று கூறப்படுகின்ற (பெரும்பாலும்) முன்னாள் காலனிய நாடுகளில் காணப்பட்டு வருகின்றன - முக்கியமாக, ஆப்பிரிக்க நாடுகளில், சீனுவா அச்செபெ (Chenua Achebe), பிரான்ட்ஸ்ஃபெனோன் (Frantz Fanon), டிரிங் மின்ஹா (Trink R.Minhoha), என்குகி வா தியோங்ஓ (Nagugi wa Thiong'O), பார்பாரா கிறிஸ்டின் (Barbara Christian), அந்ரே லெஃபேவீர் முதலிய புகழ்பெற்ற எழுத்தாளர்கள், பின்னைக் காலனித்துவ எதிர்வினைகளை, முக்கியமாக, ஆப்பிரிக்க நாடுகளை முன்னிட்டுச் சித்திரித்துள்ளனர். ஹோமி பாபா, காயத்ரி சக்கரவர்த்தி ஸ்பைவக், தீபேஷ் சக்கிரவர்த்தி, சந்திரா மொஹந்தி, பார்த்தா சட்டர்ஜி முதலிய இந்திய வமிசா வழியைச் சேர்ந்த அறிஞர்கள், பின்னைக் காலனித்துவச் சொல்லாடல்களில் முக்கியமான பங்கு பற்றியவர்கள். பின்னும், அமெரிக்காவில் வாழ்ந்த பாலஸ்தீன நாட்டவராகிய எட்வர்டு செய்து (Edward Said) மற்றும் பில் ஆஷ்கிராஃப்ட் (Bill Ashcroft) ஜேன்மொகமட் (Jan Mahammed) ஜார்ஜ் லேம்மிங் (George Lamming) முதலியவர்களும் முக்கியமானவர்கள். இவர்களுள் எட்வர்ட் செய்த், கீழைத் தேசியம் (Orientalism) என்ற கொள்கைக்கும், காயத்ரி ஸ்பைவக், அடித்தள மக்கள் ஆய்வுக்கும் (ssubaltern studies) வித்திட்டவர்கள்; அக் கொள்கைகளை நிறுவியவர்கள். ஆனால், இவ்விரண்டுமே பின்னைக் காலனித்துவக் கோட்பாட்டின் பரப்புக்குள் இருப்பவை தான்.

பின்னைக் காலனித்துவம், பின்னை நவீனத்துவத்தோடு தொடர்பும் இணக்கமும் கொண்டதாக லிண்டோ ஹீட்சியோன் கூறுகிறார். வேறு சிலருக்கும் இந்த அபிப்பிராயம் உண்டு. மையம் - விளிம்புநிலை என்ற இரு நிலை எதிர்வுகளைச் சொல்லி இரண்டற்கும் இடையே மோதலையும் சொல்லுகிறது, பின்னை

நவீனத்துவம். காலனித்துவச் சொல்லாடல்களை மையம் என்று கொண்டால், முன்னைக் காலனிய நாடுகளின் நிகழ்வுகளையும் கருத்தாடல்களையும் விளிம்புநிலை எனக் கொண்டு, பின்னைக் காலனித்துவம் பேசுகிறது எனலாம். மேலும், நகை முரண் (irony), பகடி செய்தல் (parody) முதலிய சில உத்தி முறைகளும் இரண்டுக்கும் பொதுவானவை. பின்னை நவீனத்துவம், வரலாற்றை மறுதலிக்கிறது. ஆனால், காலனியாதிக்கத்தில் அடிமைப்பட்டுக் கிடந்ததும், அதிலிருந்து போராடி மீண்டதுமாகிய சுவடுகள் நிறைந்த வரலாறும் அது பற்றிய நினைவுகளும் பின்னைக் காலனித்துவத்தின் கட்டமைப்புக்கு மிகவும் அவசியம். பின்னை அமைப்பியலும் பின்னை நவீனத்துவமும் 'மற்றமை' (The Other) என்பது பற்றிப் பேசுகின்றன. ஆனால், அந்த நிலைமையை மாற்றுவது அல்லது அழிப்பது பற்றிப் பேசுவதில்லை. ஆராய்ச்சிக் குரிய ஒரு பார்வைத்தளம் என்ற முறையிலேயே இக்கருத்து வைக்கப்படுகிறது. ஆனால், பின்னைக் காலனித்துவம் 'மற்றமை' என்பதனை அழிப்பது பற்றியும் அவ்விடத்தில் 'ஒத்தமை' அல்லது 'ஒன்றிமை' (the same) என்பதை ஆக்குவது பற்றியும் அக்கறை கொள்கிறது. பின்னை நவீனத்துவம், மொழியின் ஆளுகைக்கும் அதிலுள்ள அரசியலுக்கும் முக்கியத்துவம் தருவதில்லை. பனுவல்களில் மொழி விளையாட்டு நிகழ்வதாக அது சித்திரிக்கின்றது. ஆனால், பின்னைக் காலனித்துவம், மொழியின் ஆளுகையையும், அதில் காலனித்துவமும் நவீன காலனித்துவமும் எவ்வாறு பிரதிபலிக்கப்படுகின்றன என்பதனையும் சொந்த நாட்டுப் பண்பாட்டின் கூறுகளாக மொழியின் ஆளுகையை உணர்வு பூர்வமாக வென்றெடுப்பது பற்றியும் விரிவாகவும் அக்கறையுடனும் பேசுகின்றது. பின்னைக் காலனித்துவம், பின்னை அமைப்பியலுக்கும் பின்னை நவீனத் துவத்திற்கும் மாறாகத் தேசியம், பண்பாடு, மாற்று, மறு கட்டமைப்பு, சமூக - பொருளாதார முன்னேற்றம் என்பன பற்றி விரிவாகப் பேசுகின்றது.

பின்னை அமைப்பியல், பெண்ணியம் பற்றி விரிவாகவே பேசும். ஆனால், பிரச்சனைகளை எதிர்கொள்ளுவது பற்றிய முனைப்பு அவ்விளக்கத்தில் இடம் பெறுவதில்லை. மாறாகப் பின்னைக் காலனித்துவம், பெண்ணியத்தை அது எதிர்கொள்ளு கின்ற பிரச்சனைகளோடு பேசுகிறது. நாடு, இனம் என்ற நிலையில் காலனித்துவம் விதித்த அடிமைத்தளை என்ற முறையிலும்,

பெண் என்ற முறையிலும், ஒரு இரட்டைநிலையில், பெண்ணின் நிலைப்பாடுகளையும் ஆளுமையின் பல்வேறு கோணங்களையும் பின்னைக் காலனித்துவம் பேசுகின்றது. பண்பாட்டைக் காலனித் துவத்திலிருந்து மீட்பது (decolonizing culture) பற்றியும் பேசு கின்றது. காலனித்துவமும் அது பெற்றெடுத்த முதலாளித்துவமும் தொடர்ந்து, சமூக - பொருளாதார - பண்பாட்டில் பாதிக்கப் பட்ட மக்களைச் சீண்டியும் சீரழித்தும் வருவதைப் பின்னைக் காலனித்துவம் சுட்டிக் காட்டுகின்றது. பெண்களும், தலித்து களும், சிறுபான்மையினரும் அடித்தள மக்களும், சமூக உணர்வுடன் எழுச்சி பெறுகின்ற போது, நவீன காலனிய மனநிலைகளுக்குள் விழுந்துவிடக்கூடாது. தளைகளைக் கட்டறுக்கும் பின்னைக் காலனித்துவ மனநிலைகளைப் பெற்றிட வேண்டும் என்று கூறுகிறது.

உலகிலுள்ள நாடுகள் பலவற்றிலும், மொழியும் கலையும் இலக்கியமும் பண்பாடும், பொருளாதார உறவுகளும் பிறவும் அவ்வச் சூழ்நிலைகளுக்கு ஏற்பக் கருத்தமைவுகளைப் பெற்றிருக் கின்றன. அவற்றை இழந்துவிடாமல் மீட்டெடுப்பதும், நாடு, இனம், மொழி என்ற சுயமரியாதைகளைக் காப்பதும் இலக்கி யத்தை அந்தக் கவுரவத்துடன் படைக்கத் தூண்டுவதும் பரிசீலிப்பதும், இவ்வகைத் திறனாய்வின் முக்கியமான பணியாகும்.

"மனிதகுலம், நேயத்தோடும் நேர்மையோடும், எப்போதும் முன்னோக்கிச் செல்லக் கடமைப்பட்டுள்ளது. எனவே, மாற்றுக் களையும், சுயங்களையும் தேடுகின்ற சிந்தனை முறைகளும் செயல்களும், வளர்ந்து வருகிற இக்காலத்தில், இவற்றோடு, இலக்கியமும் திறனாய்வும் தம்மை இனங்காணுகின்றன; சரி தானே.

# 5

## தமிழில் திறனாய்வின் வரலாறு

தமிழில் திறனாய்வுக்கு அண்மைக்கால வரலாறுதான் உண்டு என்றும் நீண்ட வரலாறு இல்லை என்றும் ஒரு சிலரால் சொல்லப்படுகிறதே.

இது, மேலெழுந்த வாரியான கருத்து; தாழ்வு மனப் பான்மையோடு கூடிய தற்சார்பான ஒரு அபிப்பிராயம். மேலும், திறனாய்வு என்பதற்கு நாம் தருகிற வரையறை அல்லது விளக்கத்தை வைத்துத்தான் அதன் வரலாறு பற்றிப் பேச முடியும். இன்று நாம் கொண்டிருக்கிற, நம்புகிற வரையறை, முன்னர் எப்போதும் இருந்திருக்க வேண்டும் என்று எதிர்பார்க்கக் கூடாது. அப்படி எதிர்பார்ப்பது, அறிவின் எல்லையையும் திறனாய்வின் எல்லையையும் சுருக்கிவிடும். மேலும், வரலாறு என்பதனைப் புறக்கணிப்பதாக ஆகிவிடும். இலக்கியத்தைப் புரியச் செய்தல், இலக்கியத்தோடு சம்பந்தப்பட்டவற்றை அறியச் செய்தல், இலக்கியத்தைப் பிறர்க்குக் கொண்டு செல்லுதல், இலக்கியத்திற்கும் வாசகனுக்கும் நடுவே இடைவெளிகளைக் குறைத்தல் என்ற பொதுவான பொருளில் திறனாய்வை நாம் எடுத்துக்கொள்ள வேண்டும்.

தொடக்கத்தில் எல்லா மொழிகளிலும், இத்தகைய பொது வான பொருளில்தான், திறனாய்வு இருந்தது என்பதனை நாம் அறிந்துகொள்ள வேண்டும். அப்படி அறிந்துகொண்டால், தமிழில் திறனாய்வுக்கு நீண்ட வரலாறு இருந்தது என்றும் அதனளவில் அது சிறப்பாகவே இருந்தது என்றும் புரிந்து கொள்ளலாம்.

மேலும், தமிழில் உரைகளின் மரபும் பணியும், அன்றைத் திறனாய்வின் பணியைச் செய்தன. இவை, வேறு மொழிகளில் காணப்படாதவை. இருபதாம் நூற்றாண்டில் திறனாய்வு, புதிய அறிவாராய்ச்சிச் சூழ்நிலையில், ஆழமும் அகலமும் பெற்றுத் தனித்திறன்களோடும், பண்புகளோடும், 'இன்று புதிதாய்ப் பிறந்தோம்' என்ற தோற்றத்தோடும் உணர்வோடும் வளர்ந் திருக்கிறது.

## 1. இலக்கியக் கொள்கையும் திறனாய்வும்

இலக்கியம் பற்றிய கருத்தாடல்களில், தொடக்கத்தில், இலக்கியக் கொள்கை மீதான கருத்துருவாக்கங்களே பிரதான மாக இருந்தன.

இலக்கியத் திறனாய்வும் கொள்கையும் நெருக்கமான உறவு கொண்டவை; பரஸ்பரம் அவை தம்முட்தாம் சார்ந்தவை. ஏற்றதொரு கொள்கை இல்லையென்றால் திறனாய்வு சரிவர அமையாது; அதுபோல, தெளிவான, விசாலமான, திறனாய்வு இல்லையென்றால் இலக்கியக் கொள்கை என்ற ஒன்றைக் கட்டமைக்க முடியாது. இது பற்றி ரெனேவெல்லக் (Rene Wellek) எனும் அறிஞர், தம்முடைய Theory of Literature எனும் புகழ் பெற்ற நூலில் கூறியிருப்பவற்றை இங்கே குறிப்பிடுதல் வேண்டும்.

இலக்கியக் கொள்கையென்பது, பல்வேறு இலக்கியங்களின் பொதுவும் சிறப்புமான விதிமுறைகளையும் அவற்றின் பல்வேறு கூறுகள், பண்புகள் எனும் இவை பற்றிய கருத்தியல்களையும் கொண்டதாகும். இலக்கியத் திறனாய்வு என்பது இத்தகைய கொள்கைகளை அடித்தளமாகக் கொண்டு, தூலமான, தனிப் பட்ட இலக்கியங்கள் பற்றிய ஆய்வை, மேற்கொள்கிறது. கொள்கையின் நோக்கம், வரையறைகள் தருவது என்றால், திறனாய்வின் நோக்கம் (அடிப்படையில்) விளக்கம் தருவது ஆகும். பல சமயங்களில், திறனாய்வு என்பது, இலக்கியக் கொள்கையை உட்படுத்திய ஒன்றாகவே கருதப்படுகிறது. திறனாய்வு, கருத்துரு வாக்கப்பட்ட அறிவு அல்லது அத்தகைய தொரு அறிவை நோக்கமாகக் கொண்டதாதலால் இலக்கியம் பற்றிய பொதுவான அறிவினை அது, தனது இறுதி நோக்கமாகக் கொண்டிருக்க வேண்டும். அதாவது, இலக்கியக் கொள்கையை அது, வழிமுறையாகக் கொண்டிருக்க வேண்டும்.

**2. தொல்காப்பியரின் இலக்கியக் கொள்கை**

உலகத்தின் தொன்மை மொழிகளில், இலக்கியத்திற்குக் கொள்கைகளை வடிவமைக்கிற முயற்சி தெளிவுடன் காணப் படுகின்றது. தொல்காப்பியர் உட்பட இவர்கள் எழுதிச் சென்ற கொள்கைகள், பின்னால், திறனாய்வுக்கும் அடித்தளமிடுகின்றன வாக விளங்குகின்றன.

தொல்காப்பியரின் பொருளதிகாரம், அடிப்படையில், இலக்கியக் கொள்கையைப் பேசுவதாகும். எழுத்தும் சொல்லும் கூடப், பல இடங்களில் செய்யுள் பற்றியும் பேசுகின்றன. கவிதை என்பது மொழிசார் கலை (verbal art) எனும் கருத்து, இலக்கியக் கொள்கை பற்றிய தொல்காப்பியத்தின் முதன்மையான கருத்து. செய்யுளீட்டச் சொல், செய்யுளாறு, செய்யுள் கண்ணிய தொடர் மொழி, வழூவமைதி - முதலிய தொடர்கள் இக்கருத்திற்கு அரண் சேர்க்கின்றன. பேச்சு வழக்கு முதலிய இயல்பான வழக்கு களிலிருந்து செய்யுளுக்குரிய மொழிவழக்கு வித்தியாச மானது; தனிச்சிறப்பியல்புகள் கொண்டது என்பது தொல் காப்பியக் கொள்கை. இன்னும் சில அம்சங்களைப் பார்க்கலாம்: (ii) இலக்கியம் பேசுகிற உண்மை. இது, நடைமுறையில் உள்ளன வற்றை அப்படியே திரும்ப மொழிவதல்ல; மாறாக, அதனோடு கற்பனையும் படைப்பாற்றலும் சேர்ந்து கலைவயப்பட வேண்டும். ‘நாடக வழக்கும் உலகியல் வழக்கும், பாடல் சான்ற புலனெறி வழக்கம்’, இது தொல்காப்பியம் (iii) கவிதையின் நோக்கம் அல்லது வழிமுறை, அறக்கோட்பாட்டுடன் கூடியது. ‘இன்பமும் பொருளும் அறனும் என்றாங்கு அன்பொடு புணர்ந்த ஐந்திணை’ என்று மட்டுமல்லாது, ஆசிரியம் முதலிய நால்வகைப் பாக்களும் “...அறம் முதலாகிய மும்முதற் பொருட்கும் உரிய என்ப” என்று தொல்காப்பியம் வலியுறுத்துகிறது. (iv) எழுத்து முதலா ஈண்டிய அடியில் குறித்த பொருளை முடிய நாட்டல் என்று சொல்லுவது, உருவத்திற்கும் உள்ளடக்கத்திற்கும் உரிய வேறுபாடற்ற ஓர் இயைபினை அழுத்தமாய்க் குறிப்பிடுகிறது. உருவம் உள்ளடக்கம் பற்றிய கருத்தியல் எவ்வாறு அமைதல் வேண்டும் என்பதனை இது திறனாய்வாளனுக்குச் சுட்டிக் காட்டுகிறது.

மேலே சுட்டிக்காட்டியவை வகை மாதிரியாகச் சில அம்சங்களே. இன்னும், மெய்ப்பாடு, உள்ளுறை, இறைச்சி, மரபு, முன்னம், வண்ணம், என்பனவும் திணைக் கோட்பாடு பற்றி யனவும் இலக்கியக் கொள்கையின் பண்புகளாக மட்டுமின்றி,

அவ்வழி, இலக்கியத் திறனாய்வுக்கும் வழிகாட்டுதலாக அமைகின்றன.

### 3. தொகுப்பு முறையும் திறனாய்வுப் பார்வையும்

சங்கப் பாடல்கள் தொகுக்கப்பட்ட முறைமை, உசாவி அறிவதற்குரியதாகிறது. இதன் வழியாக அன்றைத் திறனாய்வுப் பார்வை வெளிப்படுகிறது என்று சொல்ல வேண்டும். சங்கப் பாடல்கள் எத்தனையோ? எக்காலத்தினவோ? அவை, முதலில் செவி வழிப் பாடல்களாக இருந்தவைதான். எழுத்து வழக்கு வளர்ச்சி பெற்ற காலத்தில், அவை எழுதப்பட்டிருக்கின்றன. சற்றுப் பிற்காலத்தில் தொகுக்கப்பட்டன.

திறனாய்வு மனப்பான்மை (critical mind) இல்லாமல், தொகுப்புக்கள் இல்லை. சங்கப் பாடல்கள் - அவை எழுதப் பட்ட காலத்தில் தொகுக்கப்படவில்லை; ஓரிரு நூற்றாண்டு களுக்குப் பிறகுதான் தொகுக்கப்பட்டன. பல்லவர் காலத்தின் தொடக்கத்தில், அல்லது, அதற்குச் சற்று முந்திய களப்பிரர் காலத்தில் (கி.பி.250-500) அவை தொகுக்கப்பட்டிருக்க வேண்டும். இன்று காணக்கூடிய அந்தத் தொகுப்புக்களில் உள்ளவற்றைவிட, அன்று எழுதப்பட்டவை அல்லது பாடப்பட்டவை ஏராளமாக இருந்திருக்கின்றன. அவற்றுள் சிலவே தொகுக்கப்பட்டிருக் கின்றன; தேர்ந்தெடுக்கப்பட்டுத் தொகுக்கப் பட்டுள்ளன. ஒரு முறையோடும் வரையறையோடும் தொகுக்கப்பட்டுள்ளன. நல்லவை - சிறந்தவை - தேவையானவை - பிடித்தமானவை, என்று நினைந்து செய்யப்பட்டிருக்கிற இந்தப் பணியில், அந்தக் காலத்தின் ஒரு மனநிலையும் வெளிப்படுகிறது. மேலும், தொகுப்பின் முறையில் இலக்கியக் கொள்கையும் திறனாய்வு மனப்பான்மையும் வெளிப்படுகின்றன.

இவையன்றியும், தொகுப்பின் அடிப்படைகளாக, முக்கிய மான சில கருத்து நிலைகள் அவற்றில் உண்டு. அவை:

(i) ஒரு பொதுவான ரசனை, தனிப்பட்ட இலக்கியங்கள் - பாடல்கள் - பற்றிய அபிப்பிராயங்கள் அல்லது திறனாய்வு சார்ந்த மனப்பான்மைகள்.

(ii) பாடுபொருள்கள் மற்றும் அவற்றின் உட்கூறுகள் பற்றிய அறிவும் கூர்மையான பார்வையும்.

(iii) இலக்கியக் கொள்கை - முக்கியமாகத் தொல்காப்பி யத்தின் தாக்கம். இது ஒரு வகையில், விதிமுறைத்

திறனாய்வாகத் தொகுப்புகளில் செல்வாக்கு செலுத்தியிருக்கிற ஒரு நிலை.

(iv) பாகுபடுத்துவது, வரிசைப்படுத்துவது, முறைமைகளுக்குட்படுத்துவது, ஆவணப்படுத்துவது, பாதுகாப்பது முதலியவற்றில் அறிவும் ஈடுபாடும் பயிற்சியும்.

(v) தொகுத்தோர், தொகுப்பித்தோர் முதலியவர்களின் நோக்கங்களிலும் மற்றும் குறிப்பிட்ட பனுவல்களையும், தொகுப்புக்களையும், தேவை தேவையற்றவை என்று கொள்ளுவதிலும் திறனாய்வு தொடர்பான காரணங்களன்றியும், 'அரசியலும்' உண்டு; பக்கச் சார்புகளும் இலக்கியக் காரணமல்லாத விருப்பு வெறுப்புக்களும் உண்டு.

இவ்வாறு, தொகுக்கப்படுகிற முறையில், பகுப்புமுறை, விதிமுறை, ரசனைமுறை முதலிய திறனாய்வு நெறிகள் இருக்கின்றன. மேலும், அகவயம் சார்ந்த உணர்வுநிலையிலும், சமூக அரசியல் சூழல்களில் பக்கச் சார்புகளும், புறவயம் சார்ந்த அறிவு நிலையில் அறிவியல் திறன்களும் இவற்றில் காணக் கிடக்கின்றன.

**4. உரைகளும் திறனாய்வும்**

இன்றையத் திறனாய்வு செய்கிற வேலையை அல்லது அதன் முக்கியமான பகுதியைத் தமிழில் அன்று - அன்றைத் தேவையையொட்டி 'உரை' (commentary) எழுதுதல் எனும் வழக்கு, செய்தது. (*விளக்கம்: தி.சு.நடராசன், 'உரைகளும் உரையாசிரியர்களும்', என்.சி.பி.எச். 2014*)

தொகுப்புகளுக்குப் பிறகு என்று அறுதியிட்டுக் கூறிவிட முடியாதெனினும், உரைகள் தோன்றுவதற்கு முக்கியமான ஒரு சூழல், தொகுப்புக்கள் வந்தமைதான் என்று சொல்ல முடியும். பனுவல்களைத் திரும்பத்திரும்ப வாசிப்பதற்குத் தொகுப்புக்களாகக் கிடைப்பதும், அவற்றிற்கு உரைகள் சொல்லுவதும் பரஸ்பரத் தேவைகளாகும்.

உரைகள், ஏழு, எட்டாம் நூற்றாண்டுகளுக்குப் பிறகு தோன்றின. இன்று கிடைப்பவற்றுள் இறையனார் களவியல் உரையே முதலாவதாகும்; பிறகு, இளம்பூரணர் வந்தார். பொதுவாக, உரைகள் இலக்கியத்திற்கானவையென்றும் இலக்கணத்திற்கானவை என்றும் இரு திறத்தின. இலக்கணங்களுக்கான உரைகளே அதிகம். இலக்கண நூல்களுள் தொல்காப்பியமும் இலக்கிய

நூல்களுள் திருக்குறளும் அதிகமான உரையாசிரியர்களைக் கவர்ந்திருக்கின்றன. நாலாயிரத் திவ்வியப் பிரபந்தத்திற்கும் பலபடிநிலைகளையுடைய உரைகள் தோன்றியிருக்கின்றன.

தமிழில் உரைகளின் பண்பும் பணியும் நோக்கமும் பின்வரும் தன்மைகளில் இருந்தன.

(i) பின்னால் வந்த தலைமுறையினருக்குப் பழைய நூல்களின் பொருள் தளங்களில் ஏற்படக்கூடிய புரிபடாத் தன்மைகளையும் பிற சிரமங்களையும் போக்குதல், அதாவது தலைமுறை இடைவெளிகளைக் குறைத்தல்.

(ii) ஓதல் எனும் நிலையில் அன்றைய கல்வியியல் சார்ந்த (pedagogy) ஒரு மரபினைக் கொண்டிருத்தல்.

(iii) முன்னைய நூல்களுக்குச் சமகாலத்துச் சூழலுக்குத் தேவையான ஒரு வகையான ஏற்புடைமையையும் (relevance) பொருத்தத்தையும் கொண்டு வருதல்.

(iv) தமக்கு மிகவும் விருப்பமானவற்றைப் பிரபலப்படுத்துகிற ஒரு முயற்சியாக இருத்தல், இதில், உரையாசிரியர்களின் சார்புநிலை, நோக்கம், ஈடுபாடு முதலியன உண்டு.

(v) குறிப்பிட்ட நூல்களின் பொருள் விளக்கத்தோடு மட்டும் நில்லாது, அதனை மையமிட்டு அதனோடு தொடர்புடைய ஏனைய பல செய்திகளையும் விவாதங்களையும் மற்றும் பிற பனுவல்களிலிருந்து மேற்கோள்கள் மூலம், ஒப்புமைகளையும் கூறுதல்.

## 5. இலக்கண உரைகள்

இலக்கண உரைகள், திறனாய்வோடும் இலக்கியக் கொள்கையோடும் அதிகம் தொடர்பில்லாதவை. ஆயின், அவற்றின் செய்யுள் பற்றிப் பேசுகிற பகுதிகளுக்கு எழுதப்பட்ட உரைகளில், இலக்கியத் திறனாய்வு மற்றும் கொள்கை தொடர்பாக நிறையவே இருக்கின்றன. தொல்காப்பியத்தின் பொருளதிகாரம், கவிதைக் கொள்கை பற்றிப் பேசும் பனுவல். இதற்கு எழுந்த இளம்பூரணர் உரையும் பேராசிரியர் உரையும் சிறந்தவை; இலக்கியக் கொள்கை நோக்கில் பயனுடையவை.

பேராசிரியர் (15ஆம் நூ.ஆ?), உரை, தொல்காப்பியத்தை மையமிட்டு இன்னும் சற்று விரிவாகவும், விளக்கமாகவும்

இலக்கியக் கொள்கையைப் பேசுகிறது. நோக்கு எனும் உறுப்புக்கு அவர் தருகிற எடுத்துக்காட்டோடு கூடிய விளக்கம், அமெரிக்க - நவீனத் திறனாய்வ ாளர்கள் (New Critics) கூறும் நெருங்கி வாசித்தல் (Close - reading) எனும் திறனாய்வு முறையோடு நெருக்கமுடையது. அதுபோல, 'மரபு' எனும் உறுப்புக்கு அவர் தருகிற விரிவான விளக்கம், சமசுகிருத நூலார் கூறும் 'அவுசித்யா' அல்லது 'பல பண்புகளும் ஒன்றோடு ஒன்று பொருந்தி வருதல்' எனும் முறையியலோடு ஒப்புநோக்கத்தக்கது. அணியிலக்கணத்தை ஏற்றுகொள்ளாத அவர், இலக்கியத்துக்கு அல்லது கவிதைக்கு அழகு என்பது அதன் புறத்தேயுள்ள அணிகலன் போன்றதல்ல; மாறாக உள்ளார்ந்த ஒரு பண்பே என்று கருதுகிறார். கவி கண்காட்டும் என்றும் மெய்ப்பாடு என்பது பொருட் புலப்பாடு என்றும், செய்யுளை உயிருடைய சட்டகம் என்றும் இன்னும் பலவாறாக அவர் சொல்லியிருப்பன, திறனாய்வுக்கு வழி தருவன.

அடுத்து, இறையனார் அகப்பொருளின் உரையும், யாப் பருங்கலத்தின் விருத்தியுரையும், இலக்கியக் கொள்கைக்குரிய சிறந்த மூலாதாரங்களைத் தருகின்றன. இந்த இரண்டு உரை களும் பனுவலுக்குள் அடங்காமல், ஒரு விளக்கத்திலிருந்து இன்னொரு விளக்கம் என்ற முறையில் சங்கிலித் தொடராக விரிவான தளத்தை உள்வாங்கிக்கொண்டிருக்கின்றன. இறை யனார் அகப்பொருள், உரை, இலக்கியம் பற்றிய கருத்து நிலை களோடு பல தகவல்கள், புனைவுகள், மேற்கோள்கள் கொண்டது. தமிழ்ப் பண்பாட்டு மீட்டுருவாக்கத்திற்கு மட்டுமின்றித் திறனாய்வு மரபிற்கும் இவ்வுரை, சிறந்த பங்கு செலுத்தியுள்ளது.

### 6. இலக்கிய - உரைகள்

இலக்கிய உரைகளின் முதல் நோக்கம், குறிப்பிட்ட இலக்கியத்தின் அழகையும் செய்தியையும் புரிய வைத்தல்.

இவ்வுரைகளில் விதிமுறைத்திறனாய்வு முறையும் பாராட்டு முறைத் திறனாய்வும் அதிகம் பயின்று வருகின்றன என்பதாகத் தோன்றினாலும், அடிப்படையில் இவை விளக்க முறையையே கொண்டிருக்கின்றன.

இலக்கிய உரையாசிரியர்களில் அடியார்க்கு நல்லார், பரிமேலழகர், மணக்குடவர், நச்சினார்க்கினியர், நம்பிள்ளை, பெரிய வாச்சான் பிள்ளை முதலியவர்கள் குறிப்பிடத்தக்கவர்கள்.

இவர்களுள் நச்சினார்க்கினியரே (14ஆம் நூ.ஆ.) அதிகம் எழுதியவர். பத்துப்பாட்டு, கலித்தொகை, சீவகசிந்தாமணி (இவை தவிர தொல்காப்பியத்திற்கும்) ஆகியவற்றிற்கு உரை எழுதியவர். அவருடைய உரைகள், திட்டவட்டமான முறையியலோடு பரந்த அறிவாற்றல் கொண்டவை. அதே போது, வைதீக மரபைக் கொண்டு வருவது, வாக்கியங்களை உடைத்துக், கொண்டுகூட்டி, வலியப் பொருள் சொல்லுவது, நெடுந்தொடர்களாய் எழுதுவது - இவருடைய பான்மை. திறனாய்வின் அடிப்படையில் காணுகிறபோது, அடியார்க்கு நல்லார் (15ஆம் நூ.ஆ.) மிகவும் கவனிக்கத்தக்கவர். ஆனால், இவ்வுரை, அதற்கு முன்னாலேயே உள்ள சிலப்பதிகாரப் பழைய உரை அல்லது அரும்பதவுரையை அப்படியே அடியொற்றி அமைந்துள்ளது.

அடியார்க்கு நல்லாரின் சிலப்பதிகார உரையில் முக்கியமான திறனாய்வுப் பண்புகள்: ஆய்வுக்கு எடுத்துக்கொள்ளும் பனுவலின் வகைமையை முதலில் வரையறுத்துக்கொண்டு அதனைப் பின்புலமாகவும், சட்டகமாகவும் கொள்ளுதல்; பனுவல் கூறும் (இசை, கூத்து, அரங்கம் முதலிய) பிற துறைகள் பற்றிய முறையான பயிற்சியோடு கூடிய விளக்கம் கூறுதல்; கதை மாந்தர்கள் பற்றிய கருத்தமைவுகளை அமைத்துக்கொண்டு அதனை உரை முழுக்க நிரவிப் பார்த்தல்; காப்பிய உத்திகளை இனங்கண்டு கூறுதல்; ரசனையோடு சமகாலத்திய சமூகம் பற்றிய அறிவும் புலப்படுத்துதல்; பிற பனுவல்களையும் ஊடிழைகளாகக் கொண்டு வருதல்; வாசகரை நினைவிற்கொண்டு அதனை மையப்படுத்துகின்ற பான்மை, இப்படிச் சில; இவை, பல்துறை ஆய்வு (inter disciplinary) ஊடுபனுவல் ஆய்வு (inter textual) ஆகியவற்றுடன் ஒப்பிட்டுப் பார்க்கக்கூடியவை. இன்னும் பல.

அதிகம் உரைகளைக் கண்ட நூல், திருக்குறள். இடைக்காலத்தில் இதற்குக் கிடைத்த உரையாசிரியர்களுள் பரிமேலழகர் சிறப்பு வாய்ந்தவர். வைதீகச் சார்பு வலிந்தும் வலுவாகவும் இழையோடிக் கிடந்தாலும், நுட்பமான பார்வை, தெளிவான விளக்கம், பனுவல் மீதான தீவிரமான ஈடுபாடு, குறட்பாக்களைத் தனித்தனியாகப் பார்க்காமல், தொகுத்தும் நிரல் நிறுத்தியும் பார்க்கிற திறன் மற்றும் தொடர்புகொண்ட பிற தகவல்களையும் கருத்து நிலைகளையும் பொருத்தமுறத் தருகிற பான்மை முதலியவை பரிமேலழகரின் உரையில் கவனிக்கத்தக்கவையாக உள்ளன. செறிவும் நுட்பமும் வாய்ந்த திருக்குறளுக்கு விரிவான வாசகத்தளத்தை இந்த உரையின் திறன் சாதிக்கிறது.

அடியார்க்குநல்லார்க்கும் பரிமேலழகருக்கும் பிறகு திறனாய்வு நோக்கில் நம் கவனத்தைக் கவருகின்றவை, வைணவம் சார்ந்த நாலாயிரத் திவ்வியப் பிரபந்தத்திற்கு எழுந்த ஈட்டு உரைகள் ஆகும். இவை, தமிழும் (மணி) சமசுகிருதமும் (பிரவாளம்) கலந்த நடையால் (மணிப்பிரவாளம்) அமைந்தவை. ஆயினும், அறிவுத்திறனும், தத்துவமும் அழகியலும் இணைந்த தீர்க்கமான பார்வையும், செய்திகளை, அறுபடாத தொடர்ச்சி களாகக் காணுகிற பார்வையும் ரசனையும் இந்த உரைகளைத் திறனாய்வின் தளத்திற்கு நெருக்கமாக இட்டுச் செல்லுகின்றன. மேலும், குறிப்பிட்ட பாடல்களுக்குப் பொருத்தமான விளக்கங் களும் தொடர்புகளும் காட்டுகின்ற விதத்தில், மேற்கோள்களும் ஒப்பீடுகளும் தரப்படுகின்றன. உரைகள், தேடல்களாகவும் மறுவாசிப்புக்களைத் தூண்டுவனவாகவும் உள்ளன. இவை, ஒன்பதாயிரப்படி, பன்னிரண்டாயிரப்படி, இருபத்தி நான்காயிரப் படி என்று அளவைகளால் பெயர் பெறுகின்றன. ஒரு 'படி' என்பது மெய்யெழுத்து நீங்கலாக, முப்பத்திரண்டு எழுத்துக்கள் கொண்டது ஆகும். நம்மாழ்வாரின் திருவாய்மொழிக்கே இத்தகைய உரைகளில் பெரும்பான்மை அமைந்திருக்கின்றன. நம்பிள்ளை, பெரியவாச்சான் பிள்ளை, வடக்குத் திருவீதிப் பிள்ளை ஆகியவர்கள் குறிப்பிடத்தக்க உரையாசிரியர்கள்.

திறனாய்வு எனும் தளத்தில் இலக்கிய உரைகளை விரிவாக ஆராய்வதற்கு இடம் நிறைய உண்டு; தேவையும் நிறைய உண்டு.

**7. தற்காலத் திறனாய்வு: தொடக்கம்**

19-ஆம் நூற்றாண்டு பிறந்த போது, இலக்கியக் கல்வியும், ஆராய்ச்சி வேட்கையும், பெருகி வருகிறது. இலக்கியத்தின் அழகையும், திறனையும் கவனிக்கக்கூடியவையாகவும் அவற்றை உணர்த்தக் கூடியனவாகவும் இவை அமைந்தன.

கி.பி.பதினைந்தாம் நூற்றாண்டுக்குப் பிறகு, ஒரு மூன்று நூற்றாண்டுக்காலம் - பொதுவாக, இசுலாமியர், நாயக்கர், மராட்டியர் ஆட்சிக் காலங்களில், தமிழ் இலக்கியம், முகம் சுளித்து 'ஒதுக்கம்' கண்டிருந்தது. பின்னர் ஐரோப்பியரும் புதிய விஞ்ஞானமும் வந்தமர்கிற காலத்தில், ஒரு பரவலான விழிப் புணர்வும் அறிவுத் தேடலும் ஏற்படத் தொடங்குகிறது; அதன் போது, தமிழ் இலக்கியங்கள் பற்றிய விசாரணைகளும் பெருகத் தொடங்குகின்றன. மேலும், இக்காலப் பகுதியில் ஏற்கெனவே

உரைநடை, ஒரு தனிப் பிழம்பாக, வளரத் தொடங்கிருந்தது. பழந்தமிழ்ப் பனுவல்கள் கண்டறியப்பட்டு அச்சேறத் தொடங்கியிருந்தன. 19ஆம் நூற்றாண்டில் தமிழ் இலக்கியப் படிப்பின் தேவை பெருகிவரத் தொடங்கியிருந்தது.

முதலில். நாட்டு வரலாறு, அரசியல் - சமூகப் பண்பாட்டு வரலாறு, இவை, பத்தொன்பதாம் நூற்றாண்டின் முக்கிய ஆராய்ச்சி நிகழ்வுகள். இலக்கியங்களும், முக்கியமாக இதற் காகவே படிக்கப்பட்டன. ஆராய்ச்சியென்பது, திறனாய்வி லிருந்து வேறுபட்டது. இது முக்கியமாகத் தருக்கவியலின் அடிப் படையில் அமைவது. தேவையையும் நோக்கத்தையும் சார்ந்த கருதுகோள்கள், தரவுகள், ஆவணங்கள், தானாட்டித்தனாது நிறுத்தலாகிய கட்டுப்பாடான வரையறைகள் எனும் இவை ஆராய்ச்சிக்கு அவசியம். திறனாய்வுக்கு அல்ல. பத்தொன்பதின் இறுதியிலும் இருபதின் தொடக்கத்திலும் ஆராய்ச்சிகளே பெரிதும் நிகழ்ந்தன. ராபர்ட் கால்டுவெல், எட்கார்தர்ஸ்டன் முதலியவர்கள் ஒரு பக்கம் இருக்கட்டும்; இங்கே விபுலானந்த அடிகள், பண்டித நடேச சாஸ்திரி, எஸ்.கிருஷ்ணசாமி ஐயங்கார், கே.ஜி.சேஷஐயர், மு.ராகவையங்கார், அயோத்திதாசர், ஆபிரகாம் பண்டிதர், கே.என்.சிவராஜபிள்ளை, வெ.கனகசபைப்பிள்ளை, எம்.எஸ்.பூரணலிங்கம்பிள்ளை முதலிய பெயர்கள் குறிப்பிடத் தக்கவை. இவர்களில் பலர், இலக்கியங்களின் வரலாறுகளிலும், அவை கூறும் செய்திகளிலும் ஆர்வம் காட்டினர். குறிப்பாகப் பேராசிரியர் பெ.சுந்தரம்பிள்ளையின் பத்துப்பாட்டு ஆராய்ச்சியும் திருஞானசம்பந்தர் கால ஆராய்ச்சியும், திறனாய்வின் தொடக்க கால வளர்ச்சியில் கவனிக்கத்தக்கனவாகும்.

இலக்கியத்தின் திறனை அனுமானிக்கிறவராக ஓரளவு மேலைநாட்டுத் திறனாய்வின் ஒளியில் அதனை மதிப்பிடுபவராக - முதலில் அடையாளம் காணப்படுகிறவர், திருமணம் செல்வக் கேசவராயர். 1897-இல் 'சித்தாந்த தீபிகை' என்ற இதழில் கம்பன் பற்றியெழுதியதும், பிறகு, 'வசனம்', 'செய்யுள்' ஆகியன பற்றி எழுதியனவும் குறிப்பிடத்தக்கவை. வரலாற்றுணர்வும், உரை நடை மீதான ஈடுபாடும் இவரிடம் கவனிக்கத்தக்கவை.

அடுத்து - மறைமலையடிகள், சைவமும் வேளாளரியமும், தனித்தமிழும் கூடிக்கலந்த இவர், பழைய உரையாசிரியர்களைப் பின்பற்றி - ஆனால், அதே போது இலக்கியத்தின் திறனையும் அழகையும் வெளிப்படுத்தி, முல்லைப்பாட்டு ஆராய்ச்சியுரை

*(1903)*, பட்டினப்பாலை ஆராய்ச்சியுரை *(1906)* ஆகியவற்றை எழுதினார். ஆழ்ந்த அறிவும், வரையறுத்துக்கொண்ட பார்வையும் மட்டுமல்லாமல் விதிமுறைத் திறனாய்வு முறையும் மதிப்பீடும் இவரிடம் காணப்படுகின்றன.

அடுத்து, வ.வே.சு.ஐயர், 'கவிதை' பற்றிய கட்டுரைக்குப் பிறகு, 'பாலபாரதி' எனும் இதழில் *(1924)* தொடர்ந்து எழுதிய கம்பராமாயண ரசனையும் அதன்பின் ஆங்கிலத்தில் எழுதிய 'Kamba Ramayanam - A Study' என்ற நூலும் குறிப்பிடத்தக்கவை. "இரசனைச் சுகம் கம்பராமாயணத்தில் அதிகம் காணப்படுகிறது என்பதே எனது கட்சி" என்கிறார் அவர். (கவனிக்க; இரசனைச்சுகம் என்ற சொல்லாட்சி. ரசனை ஒரு சுகமோ? சுகஜீவனம் நடத்தும் ஓய்வு வர்க்கத்தாரின் வார்த்தையல்லவா, இது? இந்த சுகம்தான் - அதுவும் கம்பனில் கிடைக்கிற இந்த சுகம்தான் டி.கே.சி.யையும் இன்னும் பலரையும் ஆட்டி வைத்ததோ?) மேலும், வ.வே.சு.ஐயர், கம்பனை ஆராய்கிறபோது, முன்முடிபு கொண்டு, கம்பனை ஏனைய உலக மகா கவிகளைவிட உயர்ந்தவன் என்று நிலை நாட்டப் போவதாகச் சொல்லிக் கொள்வார். ஒப்பிலக்கிய ஆராய்ச்சிக்கு இம்மனநிலை உகந்தது அல்ல என்றாலும், ஒப்பீட்டுத் திறனாய்வு கண்டமைக்கு இவரே முன்னோடியாகக் கருதப் படுகிறார்.

இவ்வாறு இலக்கியங்களை ஆவணங்களாகவும் பின்புலங் களாகவும் கொண்டு, அரசியல் வரலாறு, பண்பாட்டு வரலாறு முதலியவற்றை ஆராய்கின்ற ஆராய்ச்சி முறையியல்களோடும், மரபு மீதான சார்பு, இரசனை ஈடுபாடு, தமிழிலக்கியம் பற்றிய செம்மாப்பு, வரலாற்றுணர்வு மற்றும் ஒப்பீட்டுப் பார்வை எனும் இவற்றோடும் தற்காலத் தமிழ்த் திறனாய்வு முகிழ்த்தது.

**8. முரண்களும் மோதல்களும்:**

சிந்தனையுலகில், கருத்து மோதல்கள் நிகழ்வது இயற்கை. தமிழ் இலக்கியத் தளத்தில், பரவலாகக் கருத்து மோதல்கள் காணக் கிடைக்கின்றன.

தமிழ்த் திறனாய்வின் கட்டமைப்பிலும் வளர்ச்சியிலும், சில முக்கியமான கருத்துமோதல்கள் (polemics) குறிப்பிடப்பட வேண்டியவையாகும்: (i) இராமலிங்க அடிகளார் - ஆறுமுக நாவலர் ஆகியோரின் அருட்பா - மருட்பா விவாதம் (ii) கம்பன் கவிதை பற்றிய கருத்துக்கள் - ஒரு பக்கம் பெரியார், அண்ணா துரை உட்பட்ட திராவிட இயக்கத்தாரும், மறுபக்கம் பல

திறத்தவராகிய மற்றோரும் (iii) உருவமா, உள்ளடக்கமா; கலை கலைக்காகவா, வாழ்க்கைக்காகவா; பிரச்சாரமும், பரிசுத்த வாதமும் முதலிய கருத்து நிலைகள் (iv) இலங்கையில் நடந்த முற்போக்கு - நற்போக்கு விவாதம், ஒருபக்கம் மார்க்சிய சார்பாளர்கள், மறுபக்கம் எஸ்.பொன்னுத்துரை முதலியோர். அதுபோல, அலை, சமர் பத்திரிக்கைகளின் விவாதங்கள். (v) பாரதி மகாகவியா - அல்லவா; ஒரு பக்கம் வ.ரா., கு.ப.ரா., முதலியோர்; மறுபக்கம் கல்கி முதலியோர் (vi) தரம் தேர்ந் தெடுக்கப்பட்ட வாசகர், இலக்கிய இதழ்கள் என்ற நிலையும், பிரபலத்துவம், வெகுஜன இலக்கியம் வெகுஜனப் பத்திரிக்கை என்ற நிலையும்: ஒரு பக்கம் புதுமைப்பித்தனும் மணிக்கொடிக் காரர்களும்; மறுபக்கம், கல்கியும் மற்றோரும் (vii) படைப் பிலக்கியத்திலும் திறனாய்விலும் கல்வியாளர் பங்களிப்பும் அதனை நிராகரிக்கிறவர்களின் கருத்து நிலைகளும், இருபதாம் நூற்றாண்டில் கவனிக்கத்தக்க ஒரு நிலை. கல்வியாளர்களுக்கு எதிராக வினை நிகழ்த்தியவர்கள் சி.சு.செல்லப்பா, க.நா.சு. முதற்கொண்டு மிகப் பலர். இவர்களன்றியும், கல்வியலாளர் களுள் தாங்கள் மிகவும் வித்தியாசமானவர்கள், மரபுகள் தாண்டிய நவீனவாதிகள் என்று தங்களை வெளிப்படுத்தும் நோக்கில் எழுதிய கல்வியியலாளர்கள் சிலரும் இதிலுண்டு. (viii) வானம்பாடி இயக்கத்திற்கெதிரான கருத்து நிகழ்வுகள் (ix) தனிப்பட்டவராகவோ குறுங்குழுவாகவோ, பல்வேறு காரணங்களுக்கான கருத்துமோதல்கள். க.நா.சு., வெங்கட் சுவாமிநாதன், சி.சு.செல்லப்பா, தருமுசிவராமு - இவர்கள் இதில் முக்கியமானவர்கள். குழுக்களின் அணிகளில், இலக்கியப் பத்திரிக்கைச் சார்பு; பதிப்பாளர் சார்பு; கட்சிகள் மற்றும் நிறுவனங்கள் என்ற சார்பு - எனும் இவை உண்டு. (x) மிக அண்மைக்காலத்தில், தலித்தியம் - இதனை யார் எழுதுவது என்பது முதற்கொண்ட கருத்து மோதல்கள்; மற்றும் (xi) பின்னை நவீனத்துவம் மற்றும் அதன் நடைமுறைகள் குறித்த கருத்து மோதல்கள்.

இந்தக் கருத்து மோதல்கள், தமிழ்ப் படைப்புலகத்தையும் திறனாய்வு உலகத்தையும் முன்கொண்டு சென்றிருக்கின்றனவா? இல்லை - என்று நிராகரித்துவிட முடியாது. ஏனெனில் மோதல் களும் முரண்களும், சமூக மாற்றங்களுக்கு மிகவும் அவசிய மானவை; தவிர்க்க முடியாதவை. ஆனால், தனிமனிதச் சண்டை களாக - அதிகார அரசியல்களாக இல்லாதவரை சரி தான்.

## 9. திறனாய்வின் வளர்ச்சியும் செல்நெறிகளும்:

1940க்கு மேற்பட்ட காலப் பகுதியைத் தற்காலத் திறனாய்வின் வளர்ச்சிக்காலம் என்று சொல்ல வேண்டும். அடுத்து 1980க்குப் பிறகு, இந்தத் திறனாய்வு, புதிய சொல்லாடல்களின் சூழலில் நவீனப்பட்டது என்றும் சொல்ல வேண்டும்.

தற்காலத் திறனாய்வின் வேகமான வளர்ச்சிக்கு ரசிகமணி டி.கே.சிதம்பரநாத முதலியார், முதன்மையானவர். இவர், கம்பனிடம் 'ரசிகச்சுகம்' கண்டவர். மேலும், அதனை ஒரு இயக்கம் போலவே நடத்தியவர் (காண்க: ரசனை முறைத் திறனாய்வு எனும் தனிக்கட்டுரை) இவர்கள் கூறும் ரஸம், பாவம், உணர்ச்சி, லயம் போன்றவற்றிற்குக் கவிதையே வசதியாக இருந்தது. இவர்களின் ரசனை 'மேற்குடி' மக்களின் ரசனை யாகவும் கலைகலைக்காகவே என்ற சார்புநிலையை வற்புறுத்து வதாகவும் அமைந்தது.

டி.கே.சி.யின் ரசனை அல்லது அழகியல் பார்வை, தொடர்ந்து பல திறனாய்வாளர்களை வெகுவாகப் பாதித்தது. ஆரம்பத்தில் தொ.மு.சி.ரகுநாதனை இது பாதித்தது. இலக்கிய விமரிசனம் (1948) எனும் அவருடைய நூலில் இதனைப் பார்க்க முடியும். டி.கே.சி.யின் பார்வையை வெகுதூரம் கொண்டு போனவர், க.நா.சுப்பிரமணியம் ஆவார். டி.கே.சி., கவிதைக்குள் - முக்கியமாக இடைக்காலக் கம்பனுக்குள் - மூழ்கிப் போனவர். பின்னர்க் க.நா.சு., நவீனகால உரைநடை இலக்கியத்திற்கு ரசனையைக் கொண்டு போகிறார். ரசனையை மனப்பதிவு களாகவும், தீர்வுகளாகவும் சொல்லுதல், ஆங்கிலம் மற்றும் பிற மேலை நாட்டு இலக்கிய விற்பன்னர்களின் வழியே செல்லுதல், கலையில் சமூகப் பார்வையை நிராகரித்துச் சுத்தம் / தீண்டாமை முதலியவற்றை மொழிதல், குழுமனப்பான்மைகளையும் தீவிர அபிப்பிராயங்களையும் முன்னிறுத்துதல் - இவை, க.நா.சு.வின் திறனாய்வு முறை. வெறுமனே ஒரு 'இலக்கிய சிபாரிசுக்காரர் தான்' என்று தன்னுடைய சகாக்களாலேயே மதிப்பிடப் பட்டாலும், ஒரு முப்பதாண்டுக்காலம், தமிழ் விமரிசன உலகில் ஒரு அதிகார சக்தியாக விளங்கியவர், இவர்.

இன்றைய நவீன, பிரபல எழுத்தாளர்கள் சிலர், இணைய தளம் மூலம், க.நா.சு.வின் பணியைச் செய்து வருகின்றனர்.

தற்காலத் தமிழ்த் திறனாய்வின் இந்த வளர்ச்சிக் காலத்தில் அனுசரணையான தளமாக இருந்தது - நவீனத்துவம் (modernism). மேலும், இதனையொட்டிய அனுகூலமான சூழல்கள் இரண்டு. ஒன்று: உரைநடையின் பெரும் வீச்சு. அதன் விளைவாகச் சிறுகதை, நாவல் (பிறகு, புதுக்கவிதையும்) ஆகிய இலக்கியங் களின் அபரிமிதமான வளர்ச்சி. அடுத்து: இலக்கிய (சிறு) பத்திரிக்கைகள் பலவற்றின் தோற்றமும், திடமான செயற்பாடும்; முதலில் கிராம ஊழியன், மணிக்கொடி, பின்னர், சரஸ்வதி, கலாமோகினி, அதன்பின் எழுத்து, இலக்கிய வட்டம், கசடதபற இன்னும் இப்படிப் பல இலக்கியச் சிற்றிதழ்கள், திறனாய்வின் வளர்ச்சிக்கும் சரி, பிறகு அது மீண்டும் நவீனப் படுவதற்கும் சரி, ஆற்றிய பணி மிகவும் குறிப்பிடத்தகுந்த ஒன்றாகும். அவை நிகழ்த்திய நுண்அரசியலும் குழுச் சண்டை களும் தனிக்கதை. போகட்டும்.

நவீனத்துவம் ஒரு மனநிலை அல்லது ஒரு பாணி என்றால், மார்க்சியம் என்பது ஒரு சித்தாந்தம்; ஒரு நடைமுறை. அது, தமிழ்த் திறனாய்வின் வளர்ச்சிக்கு அதன் கருத்தமைவில் மைய மான சக்தியாக இருந்தது. உடன்பாடாகவோ, எதிர்நிலையாகவோ, பலவித எதிர்வினைகளுடன் இது நிகழ்ந்தது. ப.ஜீவானந்தம், ரகுநாதன், நா.வானமாமலை, கலாநிதி கைலாசபதி, ஏ.ஜி.கனக ரத்னா, கா.சிவத்தம்பி, எம்.ஏ.நுஃமான், றயாகரன், தமிழரசன், கே.எஸ்.சிவக்குமாரன், கோ.கேசவன், வெ.கிருஷ்ணமூர்த்தி, தி.சு.நடராசன், எஸ்.தோதாத்ரி, ந.முத்துமோகன், கோவை ஞானி, அ.மார்க்ஸ், ஆ.சிவசுப்பிரமணியன், பா.ஆனந்த குமார், ச.தமிழ்ச் செல்வன் இப்படிப் பலர். மார்க்சியத்திற்கு நிகழ்ந்த வீச்சுக்களும் சரி, எதிர் வினைகளும் சரி, ஒரே மாதிரியானவை அல்ல; பல நோக்கங்களும் பரிமாணங்களும் கொண்டவை, அவை.

எண்பதுகளுக்குப் பிறகு, தமிழ்த் திறனாய்வு, புதிய சொல்லாடல்களைத் தேடிப் போகிறது. இலக்கியத்தை ஒரு பனுவலாகப் பார்ப்பது அதனைக் கட்டுடைப்பது என்ற தோரணையுடன் திறனாய்வின் முக்கியமான போக்கு, இடம் நகர்ந்திருக்கிறது. அமைப்பியல், பின்னை அமைப்பியல், பின்னை நவீனத்துவம் என்ற புதிய சொல்லாடல்கள் தமிழ்த் திறனாய்வின் தளத்தைத் தேடி வருகிறபோது, இது புதிய கலைச் சொல்லாக்கங் களுடனும் புதிய பாவனைகளுடனும் இங்கே வெளிப்படுகிறது. அ.மார்க்ஸ் இதிலே குறிப்பிடத்தக்கவர். மேலும் ராஜ்கவுதமன்,

பிரேம் - ரமேஷ், ஜமாலன் முதலியவர்களும் இதிலே சொல்லப் பட வேண்டியவர்கள். மேலும், 80-களின் காலப் பகுதியில், தலித்துகளை உள்ளிட்ட அடித்தள மக்களையும், பெண் களையும் மையமிட்ட சமூக விழிப்புணர்வும் அதனையொட்டிய கருத் தாடல்களும் தடம்பதிக்கத் தொடங்கின.

## 10. புதிய சூழல்கள்

பொதுவாக, உலகச் சூழலில் ஏற்பட்ட மார்க்சிய அரசியலின் நெருக்கடி, தகவலியல் முறைமைகளில் ஏற்பட்ட நீளத் தாவுதல், அமெரிக்கப் பேராதிக்கத்தை முன்னிட்ட உலகமயமாதல், நுகர்வுக் கலாச்சாரம் முதலியவை புதிய சொல்லாடல்களை உற்பத்தி செய்ய, இங்கே திறனாய்வும் இப்படிப் புதிய சூழ்நிலை களை எதிர் கொள்ளுகின்றது.

அப்படியாகப்பட்ட புதிய சூழ்நிலைகளில் ஒன்று, கணினி இணைய தளங்களின் உலகம். upload, download, blog, face - book, twitter, porno என்று விரிந்து கிடக்கிற சமூக வலைத் தளங்களில், விஷயங்கள் 'கிரானைட்' மாதிரி வெட்டி வெட்டி எடுக்கப் படுகின்றன. ஒன்று - கிடைக்கின்ற - அல்லது, அரிதாகக் கிடைக் கின்ற நூல்களிலிருந்தும் காட்சிகளிலிருந்தும் அவற்றின் பகுதி களை, அனுமதியோ அங்கீகாரமோ இல்லாமல், எடுக்க முடிகிறது. மேலும், 'உல்டாப்' பண்ணித் தங்களுடைய பெயர்களோடு ஏற்றுமதி செய்து விடவும் முடிகிறது. அவை, பின்னர், தோரணை யுடன் இறக்குமதியாகின்றன. நவீன இலக்கியங்கள், லத்தீன் அமெரிக்கச் சொல்லாடல்கள், மட்டுமல்ல - உயிரியல், மருத்துவம், உலகமயமாதல் என்று பலவும் இறக்குமதி செய்து 'நகாசு' வேலைகளுடன் இங்கே மறுஉற்பத்தி செய்யப்படுகின்றன.

இரண்டாவதாக, சமூக வலைதளங்கள். செல்வாக்குப் பெற்ற எழுத்தாளர்கள் பலர் இதிலே தீவிரமாகச் செயல் படுகிறார்கள். ஜெயமோகன், எஸ்.ராமகிருஷ்ணன், மனுஷ்ய புத்திரன், யமுனா ராஜேந்திரன் மற்றும், சில புத்தக வெளி யீட்டாளர்கள் இப்படிப் பலர், இலக்கியங்கள் பற்றியும் எழுத்தாளர்கள் பற்றியும், நிகழ்வுகள் பற்றியும் அபிப் பிராயங் களையும் எதிர்வினைகளையும், துரித உணவுகள் போல் உற்பத்தி செய்து அனுப்புகிறார்கள். பல 'blog' களை உருவாக்கிக் கொண்டு இலக்கிய நோக்கங்களையும் வாசகர்களையும் திணறடிப்பது மட்டுமல்லாமல், அபிப்பிராயத் தலைவர்களாக (opinion leaders)

இவர்கள், உருவாகிக் கொள்கிறார்கள். இவர்களுடைய நோக்கமும் திட்டமும் இதுதான்.

இனி மூன்றாவதாக, இன்னொரு போக்குவரத்து - நூற்றுக் கணக்கான வாசகர்கள், தாங்கள் வாசித்த பனுவல்களைப் பற்றிப் பல கருத்துக்களை உடனுக்குடன், அலைபேசிகளின் குறுஞ் செய்திகளில் அல்லது, இணையதளங்களில் அனுப்பிக் கொண் டிருக்கிறார்கள். வாசிப்பு அனுபவம், பார்வைகள், தருக்கங்கள் முதலியவை இந்தக் கருத்து நீரோட்டத்தில் குறுக்கீடு செய் வதில்லை. ஆனால், ரசனைக் குழு மனப்பான்மையும், அவசரமும், அசத்தலும், தங்களை அடையாளங்காட்டிக் கொள்கிற மனோ வேகமும் கணிசமாக உண்டு. இந்தப் போக்குவரத்துக்களில் பயணிப்பவர்கள், 'திரள் அபிப்பிராயங்களின்' வளர்ந்துவரும் பகுதியாகவும் விற்பனைக்கேந்திரங்களாகவும் உள்ளனர். முக நூல்களின் பின்னல்கள் மூலம், ரசனைகள், அபிப்பிராயங்கள், குழுச் சேர்க்கைகள், கூட்டச் சேர்க்கைகள் முதலியன விமரிசை யாக நடைபெறுகின்றன. இந்தப் புதிய சூழல்கள், படைப் பாக்கத்தையும் திறனாய்வை அல்லது அதற்கு வேண்டிய சூழலையும் வெகுவாகப் பாதிக்கின்றன. கொள்கைகளையும் சிந்தனைமுறைகளையும் நெறிமுறைகளாகக் கொண்டு வளர வேண்டிய திறனாய்வுக்கு, இது ஒரு நெருக்கடி.

திறனாய்வு என்பது ஒரு தேடுதல்; தொடர் பயணம்; ஒரு செயலை நோக்கி முன்வைக்கப்படும் சிந்தனைமுறை. எனவே அது, தளைகளையும் தடயங்களையும், குறுக்கீடுகளையும் மயக்கீடுகளையும் எதிர்கொண்டு, மனிதனையும் கலை இலக்கியத் தையும் மனதில் நிறுத்தி, என்றும் புத்துயிர்ப்புடன் இயங்கிக் கொண்டிருக்கிறது. அதனை எதிர்கொண்டு நாம் வரவேற்கிறோம்.

> காற்று வருகின்றான்
> அவன் வரும் வழியை நன்றாகத் துடைத்து
> நல்ல நீர் தெளித்து வைத்திடுவோம்
> அவன் நல்ல மருந்தாக வருக!
> அமுதமாகி வருக!

# 6
## கலைச் சொல் அடைவு

| | |
|---|---|
| absolute | தனிமுழுமை |
| abstract | நுண்மை, தூலமற்ற |
| addressee | கேட்குநர் |
| addresser | கிளக்குநர் |
| aesthetics | அழகியல் |
| aesthetic reality | அழகியல் உண்மை |
| aesthetic object | அழகியல் பொருள் |
| aesthetic sympathy | அழகியல் ஒத்துணர்வு |
| affinity | ஈர்ப்பு, ஒத்தமைவு |
| alienation | அந்நியமாதல் |
| alternative | மாற்று |
| ambiguity | ஐயுறுநிலை; பொருள் மயக்கம் |
| analytical | பகுப்புமுறை |
| appreciative criticism | பாராட்டுத் திறனாய்வு |
| approach | அணுகுமுறை |
| arche type | தொல்படிமம் |
| artistic reality | கலைவய உண்மை |
| aspect | அம்சம் |
| base | அடித்தளம் |
| basic structure | அடிக்கட்டுமானம் |
| binary opposition | இருநிலை எதிர்வு |
| borrowing | கடன் பேறு |
| caesura | தொடர்முறி |
| capitalism | முதலாளித்துவம் |
| catalyst | ஊக்கி; கிரியா ஊக்கி |

| | |
|---|---|
| catastrophe | பேரழிவு |
| centre | மையம் |
| characterization | பாத்திரவார்ப்பு; பாத்திரப்படைப்பு |
| class | வர்க்கம் |
| class conflict | வர்க்க முரண்பாடு |
| classic | செவ்வியல்நூல்; மாதிரி இலக்கியம் |
| classicism | செவ்வியல் நெறி |
| clock paradox | கடிகாரப்புதிர் |
| close - reading | நெருங்கி வாசிப்பு; நெருங்கி நோக்கல் |
| cohesion | இசைவு, ஒருங்கிசைவு |
| collective consciousness | கூட்டுமொத்த உணர்வுநிலை |
| cllective unconciousness | கூட்டுமொத்த நனவிலிமனம் |
| colonialism | காலனித்துவம் |
| commentary | உரை |
| commitment | சார்பு, சார்புநிலை |
| commodity | நுகர்பண்டம் |
| communication | தகவல், தகவலியல் |
| comparative literature | ஒப்பிலக்கியம் |
| competence | மொழித்திறன் |
| complex | உணர்வுக் கோளம் |
| complexity | செறிவுச்சீர்மை |
| concept | கருத்துநிலை; கருத்தியல் |
| concreate | தூலம், தூல(பருப்)பொருள் |
| conflict | மோதல் |
| conscious mind | நினைவுடைமனம், பிரக்ஞை, நினைவு |
| consumerism | நுகர்வுமனப்பான்மை, நுகர்வியம் |
| comsumer culture | நுகர்வுக் கலாச்சாரம் |
| content | உள்ளடக்கம் |
| context | சூழமைவு |
| context of situation | கால அமைவின் சூழமைவு |
| contractual | ஒப்பந்தச் செயலுறவு |
| conviction | பற்றுறுதி |

| | |
|---|---|
| corporate capitalism | குழும முதலாளித்துவம் |
| critic | திறனாய்வாளன் |
| criticism | திறனாய்வு |
| critical realism | விமர்சன யதார்த்த வாதம் |
| cultural factor | பண்பாட்டுக்காரணி |
| cultural politics | பண்பாட்டு அரசியல் |
| cyclic structure | வட்டச்சுழல் அமைப்பு |
| deconstruction | கட்டவிழ்ப்பு |
| deep structure | புதைநிலைத் தொடர் |
| dialectics | இயங்கியல்; இயக்கவியல் |
| difference | வித்தியாசம் |
| discourse | சொல்லாடல், மொழிப்பகர்வு |
| discrepancy | ஒத்திசையாமை |
| distribution | பகிர்வு, பங்கீடு |
| division of labour | வேலைப் பிரிவினை |
| ecstasy | உள்ளக்கிளர்ச்சி |
| edge; margin | விளம்பு, விளிம்புநிலை |
| editor | தொகுப்பாளன் |
| ego | முனைப்பு, வெளிமனம் |
| electra complex | எலக்ட்ரா மனவுணர்வு (கோளம்) |
| erotics | இன்ப நுகர்ச்சி |
| ethical criticism | அறநெறித் திறனாய்வு |
| ethno studies | இனவரைவியல் |
| existentialism | இருத்தலியம் |
| expression | வெளிப்படுத்தல், கூற்று<br>மொழிவெளிப்பாடு |
| external force | புறவிசை |
| external reality | புறவய உண்மை |
| fact | மெய், மெய்ம்மை |
| factor | அம்சம், உண்மை |
| fantacy | விநோதை, விநோதப்படுத்தல் |
| feminism | பெண்ணியம் |
| flash back | பின்னோக்கு (உத்தி) |
| forces of friction | உராய்வுவிசை |
| form | உருவம் |
| formula | வாய்பாடு |
| fragment | கூறுபடுத்தல்; உதிரி, பகுதி |

| | |
|---|---|
| freezing | உறைதல் |
| function | வினைநிகழ்வு |
| genre | இலக்கிய வகைஇனம் |
| gestalt psychology | ஒருங்கிணைவு உளவியல் |
| globalism | உலகமயமாதல் |
| grand narrative | பெருங்-கதையாடல் |
| great literature | பேரிலக்கியம் |
| heurmanatics | புலப்பாட்டுத் திறனாய்வு |
| historical materialism | வரலாற்றியல் பொருள்முதல்வாதம் |
| humanism | மனிதநேயம் |
| icon | வடிவப் படிமம் |
| id | உள்மனம் |
| ideology | சித்தாந்தம் |
| idealism | கருத்துமுதல்வாதம் |
| ideational function | கருத்துசார்நிகழ்வு |
| identity | அடையாளம் |
| image | படிமம் |
| imagination | கற்பனை |
| impact | தாக்கம் |
| implicature | பொதிவு |
| impressionistic criticism | மனப்பதிவுத் திறனாய்வு |
| inductive criticism | செலுத்துநிலை/படைப்பு வழித் திறனாய்வு |
| individuality | தனித்துவம், தனியாளுமைப் பண்பு |
| individualism | தனிமனிதவாதம் |
| inertia/law of | நிலைமவிதி, சடத்துவவிதி |
| imfluence theory | தாக்கக் கொள்கை |
| information | செய்தி; செய்தியியல் |
| imterpersonal | உறவுசார் நிகழ்வு, பரஸ்பரம் |
| inter text | உறவுசார் பனுவல், ஊடுபனுவல் |
| interior monologue | தனிநிலைக் கூற்று, அகமனக்கூற்று |
| interpretation | விளக்கம் |
| irony | முரண்; நகைமுரண் |
| judicial criticism | முடிவுமுறை அல்லது தீர்வுமுறைத் திறனாய்வு |

| | |
|---|---|
| kernal | அடிப்படைத் தொடர் |
| kind of literature | (இலக்கிய) வகை |
| language game | மொழி விளையாட்டு |
| libido | அடிமனம் |
| literariness | இலக்கியத்தனம் |
| literary history | இலக்கியத்தின் வரலாறு |
| little narrative | சிறிய கதையாடல் |
| linguistic criticism | மொழியியல் வழித் திறனாய்வு |
| localization | இருந்து நோக்குகை, வட்டாரத் தன்மை |
| macro context | புறச்சூழல், பேரளவுச்சூழல் |
| margin | விளிம்பு ஒதுக்கம் |
| mass culture | வெகுஜனக் கலாச்சாரம் |
| matter | பொருள், சடப்பொருள் |
| materialism | பொருள்முதல்வாதம் |
| message | செய்தி; செய்திவிடுப்பு |
| metaphor | உருவகம் |
| metaphysics | அப்பாலைத் தத்துவம் |
| metatext | அப்பாலை வாசகம், புறப்புற வாசகம் |
| methodology | முறையியல் |
| micro context | நுண்-சூழல், அகச்சூழல் |
| milieu | மௌத்தச்சூழல் |
| mind | மனம் |
| model | வகை மாதிரி; மாதிரி |
| modern | தற்கால, நவீன |
| modernism | நவீனத்துவம் |
| modernity | புதுமை |
| monism | ஒருமைவாதம் |
| moralistic criticism | அறவியல் திறனாய்வு |
| motif | இழைபொருள் |
| movement | இயக்கம் |
| myth | தொன்மம் |
| mythology | புராணம் |
| mysticism | மறைஞானப் பண்பு |
| narration | வருணிப்பு |
| narrative | வண்ணனை; எடுத்துரைப்பு |

| | |
|---|---|
| narrative structure | வண்ணனை அமைப்பு; எடுத்துரைப்பு முறைமை |
| narrative sequence | வண்ணனை வரிசைமுறை |
| national mind | தேசியமனம் |
| neo - colonialism | நவீனகாலனியாதிக்கம் |
| neurosis | நரம்பியல் செயல் திரிபு |
| new criticism | நவீனத் திறனாய்வு |
| non linear | பிறழ்வரிசை; வரிசைப் பிறழ்வு |
| object | கருப்பொருள் |
| objective | புறவயச்சார்பு - புறவயம் |
| obscurity | இருண்மை |
| occurrence | வரல், வருகைமுறை |
| oedipus complex | ஓடிபஸ் மனவுணர்வு (கோளம்) |
| oppression | ஒடுக்கி வைக்கப்பட்ட நிலை (ஒடுக்கம்) |
| orientalism | கீழைத் தேசியவாதம் |
| other, otherness | இன்னொன்று, மற்றமை |
| parallel text | இணைப் -பனுவல் |
| parodox | புதிர் |
| parody | வம்பப் போலி, போன்மையிலக்கியம் |
| performance | மொழிப் புலப்பாடு |
| perspective | கருத்தோட்டம் |
| personality | ஆளுமை |
| perversion | வக்கிரம், பாலியல் வக்கிரம் |
| philosophy | தத்துவம் |
| pleasure principle | இன்ப வேட்கை |
| pluralism | பன்முகவியல் |
| plot | கதைப்பின்னல் |
| poetics | இலக்கியக் கோட்பாடு, கவிதையியல் |
| poetic deviation | கவிதை மொழிப் பிறழ்வு |
| poetic inversion | கவிதைத் தொடர்நிலை மாற்றம் |
| point of view | நோக்குநிலை |
| politics | அரசியல்; அதிகார அரசியல் |
| populism | பிரபலத்துவம்; ஜனரஞ்சகம் |
| post colonialism | பின்னைக் காலனித்துவம் |

| | |
|---|---|
| post modernism | பின்னை நவீனத்துவம் |
| post struturalism | பின்னை அமைப்பியல் |
| power centre | அதிகார மையம் |
| practical criticism | செய்முறைத் திறனாய்வு |
| prescriptive criticism | விதிமுறைத் திறனாய்வு |
| primordial | அடிப்படை வடிவம் |
| probability | சாத்தியப்பாடு |
| problematize | பிரச்சினைக்குள்ளாக்குதல் |
| propoganda | பிரச்சாரம் |
| proslytzer | மதமாற்றி, பிறரை மதமாற்றம் செய்தவர் |
| prosody | யாப்பியல் |
| psyche | உள்ளம்; உள்ளப்பாங்கு |
| psycho analysis | உளவியல் பகுப்பாய்வு |
| psychological criticism | உளவியல் திறனாய்வு |
| psychic masochisms | வலியில் மகிழ்வுபெறும் உளநிலை |
| quality | பண்புநிலை |
| quantity | அளவுநிலை |
| quest myth | தேடல் தொன்மம் |
| race | இனம் |
| racial memory | இனக்குழு (மரபு) நினைவு |
| reality | யதார்த்தம், நடப்பு, உண்மை |
| realism | யதார்த்தவியல், நடப்பியல் |
| reader | வாசகன் |
| reading | வாசிப்பு |
| recent past | அண்மையிறப்பு |
| reccurrence | மறித்துவரல், மீளவருகை |
| receptor | பெறுபவர், கேட்குநர் |
| reference frame | நிலைமச்சட்டகம், ஆய்வுச் சட்டகம் |
| reflexion, theory of | சார்பியல் கோட்பாடு |
| repression | அழுத்திவைக்கப்பட்ட நிலை |
| review | மதிப்புரை |
| relative freedom | சார்புடைத் தனிநிலை, சார்புடை உரிமை |
| romance | காதல், புனைவுப் படைப்பு |
| romanticism | அற்புதப் புனைவு, புனைவியல் |

| | |
|---|---|
| role | பங்குநிலை |
| rupture | சச்சரவு, கலகம் |
| satelite | துணைக்கோள், சார்புக்கூறு |
| semiotics | குறியியல் |
| sensory perception | புலனறிவு |
| sign | குறி |
| signified | புறக்குறி |
| signifier | பொருள் குறி |
| similie | உவமம் |
| social being | சமுதாய இருப்பு |
| social consciousness | சமுதாய உணர்வு |
| socialistic realism | சோஷலிச யதார்த்தவாதம் |
| social heirarchy | சமுதாயப் படிநிலை |
| social psychology | சமூக உளவியல் |
| social relations | சமூக உறவுகள் |
| socio-economic formation | சமுதாய பொருளாதார வடிவாக்கம் |
| sound structure | ஒலிக்கோலம் |
| sound symbolism | ஒலிக்குறியீடு |
| space | வெளி |
| space-time continuam | இடம்-காலம்-தொடர் |
| speech-act | மொழிப்பகிர்வு; பேச்சு நடப்பு |
| state of rest | ஓய்வுநிலை |
| state formation | அரசு உருவாக்கம் |
| stream of consciousness | நனவோடை உத்தி |
| structure | அமைப்பு |
| structuralism | அமைப்பியல் |
| style | நடை |
| stylistics | நடையியல் |
| stylistic feature | நடையியல் கூறு |
| subaltern | அடித்தளமக்கள் |
| subconscious mind | உள்மன-நிலை |
| subject | எழுவாய், கருத்தாப்பொருள் |
| subjective | அகவயச் சார்பு |
| sub text | உட்பனுவல், துணைப்பனுவல் |
| subversion | கவிழ்ப்பு |
| suggestion | குறிப்பு, தொனி |

| | |
|---|---|
| supersturcture | மேல்கட்டுமானம் |
| suppression | அமுக்கி வைக்கப்பட்ட நிலை (அமுக்கம்) |
| surface sturcture | புறநிலைத் தொடர் |
| surrealism | மீ நடப்பியல் |
| system | ஒழுங்கமைவு |
| taboo | (சமூக) விலக்கு, தடை |
| technic | உத்தி |
| text | பனுவல், வாசகம் |
| textual criticism | மூலபாடத் திறனாய்வு |
| theme | பாடுபொருள்; கருப்பொருள் |
| theory | கோட்பாடு |
| totality | முழுமை |
| trend | போக்கு |
| truth | உண்மை |
| twist | சுழற்று |
| type | வகைநிலை |
| typology | வகைநிலையியல் |
| unconscious mind | நனவிலிமனம் |
| uneven development | சீரற்ற வளர்நிலை |
| ungrammaticalness | இலக்கணமல்லாத் தன்மை, இலக்கணவழு |
| unit | அலகு |
| universal | பொதுமைநிலை |
| value | மதிப்பு; விழுமியம் |
| velocity | திசைவேகம் |
| verbal art | மொழிசார் கலை |
| vocabulary | சொற் களஞ்சியம் |
| world literature | உலக இலக்கியம் |
| world outlook | உலகக் கண்ணோட்டம் |

**ஆசிரியரின் பிற நூல்கள்**
* கவிதையெனும் மொழி
* தமிழின் பண்பாட்டு வெளிகள்
* தமிழகத்தில் வைதீக சமயம் - வரலாறும் வக்கணைகளும்
* தமிழ் அழகியல்
* உரைகளும் உரையாசிரியர்களும்
* தி.ஜானகிராமன் நாவல்கள்: ஒரு மறுவாசிப்பு அனுபவம்
* அமெரிக்காவுக்கு ஒரு பயணம்
* சிலப்பதிகாரம் மறுவாசிப்பு